AF797487

ഗ്രീൻ ബുക്സ്

തൈക്കാവിലെ പുരാണം

സി. റഹിം

നോവലിസ്റ്റ്, പത്രപ്രവർത്തകൻ.
1968ൽ ആലപ്പുഴ ജില്ലയിൽ നൂറനാട് നെടിയത്തുവീട്ടിൽ ജനനം.
അച്ഛൻ ചെല്ലപ്പൻ റാവുത്തർ. അമ്മ മുഹമ്മദ് അമ്മാൾ.
സാമൂഹ്യശാസ്ത്രത്തിൽ ബിരുദാനന്തരബിരുദം. ഇക്കോളജി &
എൻവയോൺമെന്റ്, പബ്ലിക് റിലേഷൻ ജേർണലിസം
എന്നിവയിൽ പോസ്റ്റ് ഗ്രാജ്യുവേറ്റ് ഡിപ്ലോമ.
സൗദി അറേബ്യയിൽനിന്നു പ്രസിദ്ധീകരിക്കുന്ന
മലയാളം ന്യൂസ് പത്രത്തിന്റെ ലേഖകനാണ്.

കൃതികൾ: ഭൂമിയിലെ ചെറിയ ജീവികളുടെ ശബ്ദങ്ങൾ,
ഗച്ഛാമി (നോവൽ), തൂവൽക്കുപ്പായക്കാർ, വീട്ടുവളപ്പിലെ പക്ഷികൾ,
കുട്ടികളും കിളികളും, കേരളത്തിലെ 21 പക്ഷികൾ,
നമ്മുടെ വന്യജീവികൾ (പക്ഷി പുസ്തകങ്ങൾ),
നാട്ടുമാമ്പഴം (സ്മരണ), പുഴ വെറും ജലമല്ല (ലേഖനം).

കൈരളി ടിവിക്കുവേണ്ടി കേരളത്തിനകത്തും പുറത്തും സഞ്ചരിച്ച്
പക്ഷികളെക്കുറിച്ച് കിളിവാതിൽ എന്ന പേരിൽ നൂറിലധികം
വരുന്ന എപ്പിസോഡുകളുടെ രചനയും സംവിധാനവും നിർവഹിച്ചു.
വന്യജീവികളെക്കുറിച്ച് 25 എപ്പിസോഡുകൾ എടുത്തു.

പുരസ്കാരങ്ങൾ: *സംസ്ഥാന സർക്കാരിന്റെ ഏറ്റവും നല്ല
ഡോക്യുമെന്ററി സംവിധായകനുള്ള സ്പെഷൽ ജൂറി അവാർഡ്,
ഏറ്റവും നല്ല സംവിധായകനുള്ള അറ്റ്ലസ് ഫിലിം ക്രിട്ടിക്സ് അവാർഡ്.*

ഭാര്യ: പ്രിയ. മക്കൾ: അമൽ, അഖില

വിലാസം : *സി. റഹിം, നെടിയത്ത് വീട്, മുതുകാട്ടുകര,
നൂറനാട് പി.ഒ., ആലപ്പുഴ ജില്ല 690 504.*

നോവൽ

തൈക്കാവിലെ പുരാണം

സി. റഹിം

ഗ്രീൻ ബുക്സ്

green books private limited
gb building, civil lane road, ayyanthole,
thrissur- 680 003, kerala, ph: +91 487-2381066, 2381039
website: www.greenbooksindia.com
e-mail: info@greenbooksindia.com

malayalam
thaikkaavile puranam
novel
by
c. rahim

first published september 2012

cover design : rajesh chalode

branches:
thrissur 0487-2422515
thiruvananthapuram 0471-2335301
calicut 0495 4854662
ernakulam 8589095302

isbn : 978-93-80884-96-7

GBPL/446/2012

നോവൽ

തൈക്കാവിലെ പുരാണം

സി. റഹിം

ഗ്രീൻ ബുക്സ്

green books private limited
gb building, civil lane road, ayyanthole,
thrissur- 680 003, kerala, ph: +91 487-2381066, 2381039
website: www.greenbooksindia.com
e-mail: info@greenbooksindia.com

malayalam
thaikkaavile puranam
novel
by
c. rahim

first published september 2012

cover design : rajesh chalode

branches:
thrissur 0487-2422515
thiruvananthapuram 0471-2335301
calicut 0495 4854662
ernakulam 8589095302

isbn : 978-93-80884-96-7

GBPL/446/2012

മുഖക്കുറി

അപൂർവസുന്ദരമായ ആഖ്യാനം. മനുഷ്യരും പ്രകൃതിയും ഒരുപോലെ കടന്നുവരുന്നു. ഒരു സൂഫി കഥയുടെ ഈണവും താളവും. പാമ്പും പുഴുവും ഉറുമ്പും സമരസപ്പെടുന്ന ജീവിതദർശനം. കല്മഷ മേശാത്ത നാടൻജീവിതവും അവരുടെ സ്വപ്ന ങ്ങളും എല്ലാത്തിനുമുപരി, ഐതിഹ്യവും കെട്ടുകഥ കളും ചരിത്രവും പല വിതാനങ്ങളിലൂടെ കടന്നു വരുന്ന ഒരു പുരാസംസ്കൃതിയുടെ ചൈതന്യവും. അങ്ങനെ ഒട്ടേറെ ഘടകങ്ങൾ ഈ നോവലിനെ ശ്രദ്ധേയമാക്കുന്നു.

കൃഷ്ണദാസ്
മാനേജിങ് എഡിറ്റർ

നാട്ടുമൊഴിക്കഥകളുടെ ആഖ്യാനമാന്ത്രികത

ഞാൻ ജനിച്ചുവളർന്ന നാട്ടിൻപുറത്തു നിന്നും ഏറെ അകലെ യല്ല സി. റഹിമിന്റെ നാടായ നൂറനാട്. കഷ്ടിച്ചൊരു പത്തുനാഴിക ദൂരം മാത്രം. എങ്കിലും ആ പ്രദേശത്തിന്റെ സാംസ്കാരിക വ്യക്തിത്വത്തിന്, എനിക്ക് പരിചിതമായ സ്വന്തം നാട്ടിൻപുറത്തി ന്റേതിൽ നിന്ന് ചില വ്യതിരിക്തതകളുണ്ട്. അടുത്ത പ്രദേശങ്ങളാ ണെങ്കിലും സംസാരഭാഷയിൽത്തന്നെ ചെറിയ വ്യത്യാസങ്ങളുണ്ട്. നൂറു മലയാളിക്ക് നൂറുമലയാളം എന്നാണല്ലോ കുഞ്ഞുണ്ണി വഴക്കം. ഭാഷയിൽ മാത്രമല്ല, ജീവിതത്തിന്റെ ഇതരവിതാനങ്ങ ളിലും ഓരോ പ്രദേശത്തിനും അതിന്റേതായ വ്യത്യസ്തതകൾ ഈഷദ് ഭേദത്തോടെ കാണാനാകും.

നൂറനാട് ഓണാട്ടുകരയുടെ കിഴക്കൻ അതിർത്തിയോടു ചേർന്നുകിടക്കുന്ന ഒരു വിസ്തൃതഗ്രാമമാണ്. അതിന്റെ കിഴക്കു ഭാഗത്താണ് ആദിക്കാട്ടുകുളങ്ങര. അവിടം മുസ്ലിം സമുദായ ത്തിലെ റാവുത്തർ വിഭാഗം ഒന്നിച്ചുതാമസിക്കുന്ന ഒരിടമാണ്. മധ്യ തിരുവിതാംകൂറിൽ ചങ്ങനാശേരി, പന്തളം, പത്തനംതിട്ട തുടങ്ങിയ പ്രദേശങ്ങളിലാണ് ചരിത്രപരമായി തമിഴ്ബന്ധമുണ്ട് എന്നു കരു താവുന്ന റാവുത്തർ സമൂഹങ്ങളുടെ സെറ്റിൽമെന്റുകൾ ഉള്ളത്. ഈ പ്രദേശങ്ങളിൽ ചിതറിക്കിടക്കുന്ന ഇവരെ പൊതുവിൽ ബന്ധി പ്പിക്കുന്ന മതപരവും ആചാരപരവും ജീവിതചര്യാപരവുമായ സമാ നതകൾ ഉണ്ടായിരിക്കെത്തന്നെ പ്രാദേശികമായ നേർത്ത വ്യത്യ സ്തതകളും കാണാനാകും. അക്കാര്യത്തിൽ പ്രാദേശികമായ ഐതിഹ്യങ്ങളും നാട്ടുമൊഴിക്കഥകളും വീരാപദാനങ്ങളും ആരാ ധനാസ്ഥാനങ്ങളോടുബന്ധപ്പെട്ട വാമൊഴിചരിത്രങ്ങളും ഒക്കെ പ്രധാനപങ്കുവഹിക്കുന്നു.

ഈ സാംസ്കാരികസ്വഭാവം പങ്കുവെയ്ക്കുന്ന തന്റെ ഗ്രാമ ത്തിന്റെ സ്വത്വത്തെ മൂർത്തീകരിക്കുന്ന ആഖ്യാനങ്ങളാണ്

സി. റഹിമിന്റെ നോവലുകൾ. അവയിലാദ്യത്തേതായിരുന്നു ഒരു വ്യാഴവട്ടം മുമ്പ് പുറത്തുവന്ന 'തൈക്കാവിലെ ഉറുമ്പുകൾ'. അതിലെ അന്തരീക്ഷത്തിന്റെയും കഥാതന്തുവിന്റെയും തുടർച്ച ആവിഷ്കരിച്ചുകൊണ്ട് സമീപകാലത്ത് രണ്ടു നോവലുകൾ കൂടി പ്രകാശിതമായി. 'കായിത'യും 'തൈക്കാവിലെ പുരാണ'വും. ഇവയോരോന്നും അതാതിന്റെ നിലയിൽ സ്വയം പൂർണതയുള്ള ചെറുനോവലുകൾ ആയിരിക്കെ, മൂന്നുംകൂടി ചേർന്നുവരുമ്പോൾ അതിവൃത്തപരവും പ്രമേയപരവും രൂപഘടനാപരവും ആയ സാകല്യം ഉണ്ടാകുന്നു. ആ നിലയിൽ ഇവയെല്ലാംകൂടിചേർത്ത് വിശാലാർഥത്തിൽ ഒറ്റനോവൽ ആയോ അല്ലെങ്കിൽ നോവൽത്രയം (Trilogy) ആയോ കാണാവുന്നതാണ്.

രാസവളവും കീടനാശിനിയുമുപയോഗിക്കാതെ വിളയിച്ചെടുത്ത കാർഷികവിഭവങ്ങൾ കൊണ്ടുണ്ടാക്കിയ ഭക്ഷണം കഴിക്കുമ്പോൾ ലഭിക്കുന്ന ജൈവരുചിയുടെ തനിമയാണ് സി.റഹിമിന്റെ ഈ നോവലുകൾ വായിക്കുമ്പോൾ അനുഭവപ്പെടുന്നത്. ആവിഷ്കൃത ജീവിതത്തിന്റെ സ്വാഭാവികമായ ഗ്രാമീണതയും ആവിഷ്കാരത്തിലെ നിരലംകൃതമായ നാടൻമട്ടും - ഇതു രണ്ടും വേർതിരിച്ചു കാണിക്കാവുന്നതോ കാണാവുന്നതോ അല്ല - ചേർന്ന ജൈവലയം ആണ് അതിന്റെ ആകർഷണീയതയ്ക്ക് ആധാരം.

ഏറ്റവും പുതിയ വിദേശമാതൃകകളുടെ ചുവടുപിടിച്ച് വിഭ്രമകരവും പരീക്ഷണാത്മകവുമായ ഘടകങ്ങളോടൊപ്പം ചില കച്ചവട ഫോർമുലകളും ഒപ്പിച്ച് രൂപപ്പെടുത്തുന്ന സമർഥ രചനകൾ (Clever Writings) അരങ്ങു ഭരിക്കുന്ന കാലമാണിത്. അവിടെയാണ് നാട്യങ്ങളുടെയും വെച്ചുകെട്ടുകളുടെയും ബാഹ്യാവരണങ്ങളൊന്നുമില്ലാതെ തികച്ചും സ്വാഭാവികവും ഗ്രാമീണവുമായ കഥപറച്ചിലിലൂടെ നാട്ടുജീവിതത്തിന്റെ സൂക്ഷ്മചൈതന്യത്തെ ആവാഹിക്കുന്ന ഈ കൃതികൾ എഴുതപ്പെട്ടത്. അവയുടെ രചനാസ്വാതന്ത്ര്യവും പ്രമേയസാരള്യവും ഇതിവൃത്തത്തിന്റെ ആർജ്ജവവും പ്രധാനമായിരിക്കെത്തന്നെ, എണ്ണമറ്റ ഉപാഖ്യാനങ്ങളിലൂടെയും ആനുഷംഗികമായ വിവരണങ്ങളിലൂടെയും കഥാപാത്രവൈചിത്ര്യങ്ങളിലൂടെയും ജീവിതത്തിന്റെ അനിവാര്യ സങ്കീർണതകളും ഒട്ടൊക്കെ ആവിഷ്കൃതമാകുന്നുണ്ട്.

ഇതിലെ മുഖ്യകഥാതന്തു എന്നു പറയാവുന്നത് പൊടിപ്പയലും നബീസാ അമ്മാളും തമ്മിലുള്ള സ്നേഹബന്ധത്തിന്റെ കഥയാണ്. മദ്രസയിൽ ആദ്യപാഠങ്ങൾ പഠിക്കാനെത്തുന്ന ശൈശവം മുതൽ വിവാഹത്തിനു തൊട്ടുമുമ്പുള്ള കാലംവരെയുള്ള സംഭവഗതികൾ. വാസ്തവത്തിൽ ഈ നോവലുകളുടെ അടിസ്ഥാന

സ്വഭാവം രൂപപ്പെടുത്തുന്നതിൽ ഈ കഥാപാത്രങ്ങളുടെ ബന്ധത്തിലൂടെ രൂപപ്പെടുന്ന സംഭവങ്ങൾ അത്ര പ്രധാനമല്ല. അത് നോവലിലെ ഇതരാംശങ്ങളെ ബന്ധിപ്പിച്ചു നിറുത്തുന്ന ഒരു ചരട് മാത്രമാകുന്നു.

ഈ രചനകളിലേക്ക് ആവിഹിക്കപ്പെടുന്ന ജീവിതാന്തരീക്ഷത്തിന്റെ പ്രത്യക്ഷവത്കരണത്തിൽ തെളിഞ്ഞുവരുന്ന ഗ്രാമചിത്രങ്ങളുണ്ട്. അതിന്റെ മൂർത്തത ആദിക്കാട്ടുകുളങ്ങര - നൂറനാട് ഭാഗത്തെ ഇസ്‌ലാം ജീവിതത്തോട് ബന്ധപ്പെട്ടാണ് രൂപപ്പെടുന്നത്. അവിടത്തെ റാവുത്തർ വിഭാഗത്തിന്റെ തമിഴ്‌നാടുമായുള്ള ബന്ധത്തിന്റെ അടയാളങ്ങൾ, പന്തളവും അയ്യപ്പനുമായുള്ള വാവരുടെ ബന്ധം, ചന്ദനക്കുടം പോലെയുള്ള തനിമയാർന്ന ഉത്സവരീതികൾ, ശബരിമല തീർഥാടനക്കാലത്ത് മുസ്‌ലിം സ്ത്രീകൾ ഒരു കുടിൽ വ്യവസായംപോലെ അയ്യപ്പന്മാർക്കുള്ള മാലകൾ കൊരുക്കുന്നത്, അവരുടെ വീട്ടുഭാഷയുടെ പദപരവും ഉച്ചാരണപരവുമായ സവിശേഷതകൾ എന്നിങ്ങനെ ബഹുമുഖവും വൈവിധ്യം നിറഞ്ഞതുമാണ് ആ വ്യതിരിക്തമായ സാംസ്കാരികമുദ്രകൾ. ബന്ധവാചീപദങ്ങളുടെ കാര്യത്തിലും കേരളത്തിലെ മറ്റുപ്രദേശങ്ങളിലെ മുസ്‌ലീങ്ങളിൽ നിന്ന് ഭിന്നതപുലർത്തുന്നു ഇവർ. അച്ഛനെ 'അത്ത'യെന്നും അമ്മയെ 'അമ്മ' യെന്നും വിളിക്കുന്നു. 'ഉമ്മ'യെന്നോ 'ഉപ്പ' എന്നോ 'ബാപ്പ' എന്നോ ഉള്ള പദങ്ങൾ അല്ല മാതാപിതാക്കളെ സംബോധനചെയ്യാൻ ഇവർ ഉപയോഗിക്കുന്നത്.

ഈ രീതിയിലുള്ള ജീവിതഭൂമികയിൽ നിന്ന് തോറ്റിയെടുക്കുന്ന പലവിതാനത്തിൽപ്പെട്ട കഥകളിലൂടെയാണ് നോവലിലെ ഉപാഖ്യാനപരമ്പരകൾ രൂപം കൊള്ളുന്നത്. മുഖ്യകഥാപാത്രങ്ങളും അവർ പ്രതിനിധാനം ചെയ്യുന്ന സാമൂഹികഗണവും സവിശേഷമായ സാംസ്കാരികസ്വത്വം പ്രകടിപ്പിക്കുന്ന ഒരു മതിവിഭാഗം ആണ് എന്നതിനാൽ അതിന്റെ അംശങ്ങൾക്ക് പ്രാധാന്യമുണ്ട്. പക്ഷേ അവർക്കുചുറ്റുമുള്ള പലജാതി മതവിഭാഗങ്ങളിൽപ്പെട്ട മനുഷ്യരുടെ പരസ്പരമുള്ള സഹവർത്തിത്തത്തോടുകൂടിയ സാമൂഹിക ജീവിതത്തിന്റെ ചിത്രങ്ങൾ ഇതിൽ ധാരാളമായുണ്ട്. ആ നിലയിൽ നോക്കുമ്പോൾ സവിശേഷമായ ഒരു മതവിഭാഗത്തിന്റെ സാംസ്കാക ഭൂമിയിൽ കേന്ദ്രീകരിക്കുമ്പോഴും അതിനുചുറ്റുമുള്ള ഇതരവിഭാഗങ്ങളെകൂടി സമന്വയിക്കുന്ന സാർവജനീനമായ ഒരു ജീവിതബോധമാണ് ഈ നോവലുകൾ മുന്നോട്ടുവയ്ക്കുന്നത്.

ഇക്കാര്യം കുറെക്കൂടി വ്യക്തമായി ഇങ്ങനെ പറയാമെന്നു തോന്നുന്നു: സൂഫിസത്തിന്റെ വീക്ഷണത്തോട് അടുത്തുനിൽക്കുന്ന പ്രകൃതിബോധവും പ്രപഞ്ചബോധവുമാണ് ഈ രചനകളിൽ

അന്തിമങ്ങൂഴംപോലെ അവ്യക്തമായി പ്രകാശിച്ചുനിൽക്കുന്നത്. അതിൽ മനുഷ്യരോളം തന്നെ പ്രാധാന്യം വഹിക്കുന്നുണ്ട് പ്രകൃതിയിലെ ഇതരാംശങ്ങളും. ജീവനുള്ളവയും ഇല്ലാത്തവയുമായ പ്രകൃത്യംശങ്ങളെല്ലാം അതിൽ പങ്കാളികളാകുന്നു. രോഹിണി പശുവും കുട്ടപ്പൻ ചേരയും കുരങ്ങന്മാരും മാക്രികളും വെള്ളത്തിലാശാന്മാരുമെല്ലാം അതിൽ വ്യക്തിത്വത്തോടെ തെളിഞ്ഞു നിൽക്കുന്നു. ഉറുമ്പുകളും പക്ഷികളും ഒരുപാടുകഥകളിലെ നായികാനായകന്മാരോ കഥാപാത്രങ്ങളോ ആയിത്തീരുന്നു. പടച്ചവന് പാലും പഴവുമായിപോകുന്ന പുഴുവും ഭൂതത്താൻ കുഴിയുടെ കിഴക്കേചെരുവിൽ നിന്ന് ചൂരൽ അറുത്തുകൊണ്ടിരുന്ന കാളിയെ ഇറുക്കിയിട്ട് കരിവങ്കിലേക്ക് തലവലിക്കുന്ന കരിനാഗവുമൊക്കെ ആ ലോകത്ത് തുല്യപ്രാധാന്യത്തോടെ വർത്തിക്കുന്നു. തൈക്കാവിലെ ഉറുമ്പുകളിലെ ഒന്നാം അധ്യായത്തിന്റെ ഒടുവിൽ, മദ്രസയിലെ തീരെ ചെറിയ കുട്ടികൾ ഉസ്താദിനോടു ചോദിക്കുന്നു, ഉസ്താദേ, ഉറുമ്പുകൾ പേശുമോ? എന്ന്. അതിന് ഉസ്താദു നൽകുന്ന മറുപടി നോവലിലെ ജീവിതബോധത്തിന്റെ സാന്ദ്രീകരിച്ച വാങ്മയമാകുന്നു. അതിങ്ങനെ: 'ഉറുമ്പുകളും പുഴുക്കളും പേശും റബ് പടച്ചതെല്ലാം പേശും. മുറ്റത്തെ കല്ലും മണ്ണും പേശും'. ഈ ജീവിതബോധമാണ് സി. റഹിമിന്റെ രചനകളുടെ പ്രാണസാരം.

ഉറുമ്പുകളും പക്ഷികളുമൊക്കെ മനുഷ്യരോളം പ്രാധാന്യം നേടുന്ന ഈ കഥാലോകത്ത്, ഉറുമ്പുകളുടെയും പക്ഷികളുടെ ഭാഷതിരയുന്ന/തിരിയുന്ന പൊടിപ്പയലും പാലില്ലാത്ത മരങ്ങൾക്ക് ഇത്തിരി പാൽ ഇറ്റിച്ചുകൊടുക്കുന്ന കൊച്ചുനബീസാമ്മാളുമൊക്കെ, ഈ പ്രകൃതി ദർശനത്തിന്റെ പങ്കാളിത്തം വഹിക്കുന്ന ശൈശവ നിഷ്കളങ്കതയുടെ പ്രതിനിധികളാണ്. മുതിരുമ്പോഴും അവരിൽ നിന്ന് ആ മനോഭാവം വറ്റിപ്പോകുന്നില്ല. പക്ഷിനിരീക്ഷകനും പക്ഷികളെക്കുറിച്ച് ധാരാളമെഴുതിയിട്ടുള്ള ഗ്രന്ഥകാരനുമായ സി. റഹിമിന്റെ കഥാലോകത്ത് ഈ സമീപനം ഒരു സ്വാഭാവികഘടകം മാത്രമാകുന്നു.

നോവൽ എന്ന സാഹിത്യരൂപത്തെ സംബന്ധിച്ചിടത്തോളം പ്രത്യക്ഷമോ പരോക്ഷമോ ആയ ചരിത്രാംശങ്ങൾ അതിന്റെ ഘടനയ്ക്ക് ബലം പകരുന്ന ഘടകമാണ്. ഐതിഹ്യങ്ങളിലും കെട്ടുകഥകളിലും കൂടി ആ അംശത്തെ പരോക്ഷമായി സാക്ഷാത്കരിക്കുന്നു ഈ പരമ്പരയിലെ ആദ്യരണ്ടുനോവലുകൾ. അവയിൽ ചരിത്രാങ്കനങ്ങളുടെ പ്രത്യക്ഷസൂചനകൾ കാര്യമായി കാണാനില്ല. എന്നാൽ മൂന്നാഭാഗം ആയ തൈക്കാവിലെ പുരാണം

ആകുമ്പോഴേക്കും ചരിത്രസൂചനകൾ പ്രത്യക്ഷം ആകുന്നു. ഇന്ത്യയ്ക്ക് സ്വാതന്ത്ര്യം ലഭിക്കുന്നതിന്റെ തൊട്ടുമുമ്പുള്ള കാലമാണ് അവിടെ തെളിയുന്നത്. സ്വാതന്ത്ര്യസമരത്തിന്റെ അലയൊലികൾ നാട്ടിൻപുറങ്ങളെ ചലനാത്മകമാക്കുന്നതിന്റെ ചിത്രങ്ങൾ അവിടെയുണ്ട്. അങ്ങനെ ചരിത്രബദ്ധത അതീവസൂക്ഷ്മമായി അവിടെ കടന്നുവരുന്നു. പുതിയചിന്തകൾ മാത്രമല്ല, പുതിയ കാലത്തിന്റെ അടയാളവുമായി ഭൗതികജീവിതത്തിൽ മാറ്റംവരുത്തിയ യന്ത്രസംസ്കൃതിയുടെ ക്രമികവികാസവും നോവലിൽ ആവിഷ്കരിക്കപ്പെടുന്നുണ്ട്.

ആദ്യഭാഗത്ത് വാഹനമായി പരാമർശിക്കപ്പെടുന്നത് കുതിരകളെയാണ്. രണ്ടാംഭാഗത്ത് സൈക്കിൾ പ്രത്യക്ഷപ്പെടുന്നു. മൂന്നാംഭാഗത്ത് മോട്ടോർ ബസ് കടന്നുവരുന്നു. കാലപരിണാമത്തിന്റെ സൂചകമാകുന്നു ഇത്. ജീവിതത്തിലും മനുഷ്യബന്ധങ്ങളിലും വരുന്ന പരിവർത്തനങ്ങളെയും നോവൽ സൂചനാത്മകമായി രേഖപ്പെടുത്തുന്നുണ്ട്. ബസ് ഡ്രൈവറുടെകൂടെ നാട്ടിൻപുറത്തുകാരി പെണ്ണ് ഓടിപ്പോകുന്നത് പോലെയുള്ള സംഭവങ്ങൾ ആ ജീവിത പരിണാമത്തിന്റെ ഭാഗമാണ്. പരമ്പരാഗത ജീവിതക്രമങ്ങളിൽ യന്ത്രസംസ്കൃതിവരുത്തുന്ന മാറ്റത്തിന്റെ ഒരുമുഖത്തെ അത് അടയാളപ്പെടുത്തുന്നു.

ചരിത്രം പരോക്ഷമായി അടയാളപ്പെടുന്നതിന്റെ മറ്റൊരുമുഖമാണ് ഇറച്ചിക്കായി പക്ഷികളെ വെടിവെയ്ക്കാൻ വരുന്ന സായ്പന്മാരിലൂടെ ആവിഷ്കരിക്കപ്പെടുന്നത്. കൊളോണിയൽ ചൂഷണത്തിന്റെ, അധിനിവേശത്തിന്റെ ഒരുമുഖമായി ഈ പ്രകൃതി ധ്വംസനത്തെ വേണമെങ്കിൽ വായിച്ചെടുക്കാം. ഇങ്ങനെ സൂക്ഷ്മവും ദ്വന്ദ്വാത്മകവുമായ ചരിത്രാങ്കനങ്ങളാണ് ഈ നോവലിൽ കാണാൻ കഴിയുന്നത്.

മറ്റൊന്ന് ഐതിഹ്യരൂപത്തിലുള്ള ചരിത്രസൂചനകളാണ്. ചാമക്കാവിലെ ഉത്സവത്തെക്കുറിച്ചുള്ള കഥകൾ പറയുമ്പോൾ ഓണാട്ടുപ്രദേശത്തിന്റെ ബുദ്ധമതസംസ്കൃതിയെയാണ് അത് അഭിവ്യക്തമാക്കുന്നത്. ആ പ്രദേശത്തെ ക്ഷേത്രോത്സവങ്ങളെക്കുറിച്ചും കെട്ടുകാഴ്ചയെക്കുറിച്ചുമെല്ലാമുള്ള കഥാത്മകവിവരണങ്ങൾ അത്തരമൊരു ചരിത്രഘട്ടത്തെയാണ് സൂചിപ്പിക്കുന്നത്.

ഇങ്ങനെ എന്തിനെയും നാട്ടുമൊഴിക്കഥയാക്കിമാറ്റുന്ന ഒരു രചനാപ്രക്രിയയാണ് ഈ നോവലുകളുടെ പിന്നിൽ പ്രവർത്തിച്ചിട്ടുള്ളത്. പ്രാദേശികചരിത്രവും കുടുംബങ്ങളുടെ ഉത്ഥാന പതനങ്ങളും വ്യക്തികളുടെ ദുരന്തങ്ങളുമെല്ലാം യഥാതഥത്വത്തെ അതിവർത്തിക്കുന്ന കെട്ടുകഥകളോ നാട്ടുമൊഴിക്കഥകളോ

ഐതിഹ്യങ്ങളോ ഒക്കെയായി മാറുന്നു. അതിനെല്ലാം കിരീടംവച്ചു കൊണ്ട് ഇസ്‌ലാമിക ചരിത്രത്തിലെയും പുരാവൃത്തങ്ങളിലെയും കഥകളും നാട്ടുമൊഴിക്കഥയുടെ സങ്കേതത്തിലൂടെ പുനരവതരിപ്പിക്കപ്പെടുന്നു. എന്തുമേതും കഥയായിമാറുന്ന ഒരു ആഖ്യാന മാന്ത്രികത ഈ കൃതിസമുച്ചയത്തെ കേരളത്തിന്റെ ആഖ്യാന പാരമ്പര്യത്തിൽ നിന്നുള്ള ഒരു പുതിയ കണ്ടെത്തലായി മാറുന്നു.

"രസകരമാകിയ കഥകൾ പറയണ-
മതിനാണല്ലോ മാനുഷജന്മം"

എന്ന അയ്യപ്പപ്പണിക്കരുടെ സങ്കൽപത്തെ സാക്ഷാത്കരിക്കുന്ന ഒരു ആഖ്യാതാവായി ഈ കൃതികളുടെ രചയിതാവ് മാറിയിരിക്കുന്നു.

കെ.എസ്. രവികുമാർ

■

ഒന്ന്

തൈക്കാവിലെ ഉറുമ്പുകൾ

തൈക്കാവിലെ ഉറുമ്പുകൾ

കിഴക്ക് വെള്ളരാശി വീശിത്തുടങ്ങി. മോദീൻ സാഹിബ് എണീറ്റു തട്ടു പടിയിൽ കുത്തിയിരുന്നു. ജനലഴികൾക്കിടയിലൂടെ തണുത്ത കിഴക്കൻ കാറ്റ് വന്നു മേലാകെ കുളിരുചൊരിയുന്നു. അരയിൽ കിടന്നു വീർപ്പു മുട്ടുന്ന പച്ച ബെൽറ്റിന്റെ അറയിൽ നിന്ന് ഒരു ബീഡി എടുത്തു കത്തിച്ചു. ഒന്നു രണ്ടു പുക ഊതി. മുറിയിലാകെ പുകച്ചുരുളുകൾ നൃത്തലാസ്യ തയോടെ പരന്നൊഴുകുന്നു. തണുപ്പിൽ നിന്നു തെല്ലൊരാശ്വാസം. അയയിൽ നിന്നു വെളുത്ത നീളൻ കുപ്പായം എടുത്തിട്ട് റാന്തൽവിളക്കും തെളിച്ച് നേരേ പള്ളിക്കുളത്തിനരികിലേക്ക് നടന്നു. പുൽനാമ്പുകളുടെ തണുത്ത ചുംബനം ആസ്വദിച്ച് മോദീൻ സാഹിബ് ഊടുവഴി പിന്നിട്ട് കുളക്കടവിലെത്തി. തലമുറകളുടെ പാദസ്പർശമേറ്റ പുരാതനമായ കൽപ്പടവുകളോരൊന്നും സൂക്ഷ്മതയോടെ ഇറങ്ങി. കാലത്തിന്റെ മഹാപ്രവാഹത്തിൽ കൽതിട്ടകൾ പലതും മൺതിട്ടകളായിത്തീർന്നിരി ക്കുന്നു. ഏതോ പോക്രി ചീവീടിന്റെ കലമ്പൽ കർണപുടങ്ങളെ അസ്വ സ്ഥമാക്കുന്നു. കുളത്തിൽ ചിരപരിചിതമായ പരൽമീനുകളുടെ ജല ക്രീഡയുടെ ഇക്കിളിപ്പെടുത്തുന്ന ശബ്ദം, മോദീൻ സാഹിബിന്റെ ചുണ്ടു കൾ കലിമയുടെ മന്ത്രാക്ഷരങ്ങളാൽ വിറപൂണ്ടു. കൈയും മുഖവും കഴുകി. തല തടവി. ചെവിക്കുള്ളിലേക്ക് ചെറുവിരൽ തിരുകി തള്ള വിരൽകൊണ്ട് ചെവിപ്പുറം തിരുമ്മി. പുറംവിലരുകൾകൊണ്ട് കഴുത്തു തടവി. കാൽ ഉരച്ചുകഴുകി. വുളു പൂർത്തിയായി. പള്ളിക്കാടിനരുകിലെ തൈക്കാവിലേക്കു നടന്നു. പരേതാത്മാക്കൾ തിരികെ പോകുന്നതിന്റെ തിക്കിലും തിരക്കിലും പള്ളിക്കാടുലയുന്നതിന്റെ മർമ്മരം. പരേതാത്മാ ക്കൾക്ക് ഇന്നലെ ശുഭരാത്രിയായിരുന്നിരിക്കണം. കബറുകളിലെങ്ങും തീ എരിഞ്ഞതിന്റെ ലക്ഷണമൊന്നും കാണാനില്ല. മോദീൻ സാഹിബ് അരണ്ട വെളിച്ചത്തിൽ റാന്തൽവിളക്കും പിടിച്ച് പള്ളിയിലേക്ക് കയറി. പള്ളിമേടയിൽ നിന്നും ചുറ്റും നോക്കി. പച്ചിലപ്പടർപ്പുകൾക്കുള്ളിൽ ഗ്രാമം സുഖനിദ്രയിലാണ്. മോദീൻ സാഹിബ് തന്റെ പഴക്കംചെന്ന ഞരമ്പു കളിലേക്ക് ഊർജം പകർന്നു. ഖിബിലയ്ക്കു നേരെ മുഖം തിരിച്ചുനിന്നു.

കൺപോളകൾ പാതിയടഞ്ഞു. കൈകൾ രണ്ടും ചെവിയോളം ഉയർത്തി വിരലുകൾ വിരിച്ച് ഉറക്കെ വിളിച്ചു:

"അസലാത്തു ഹയറും മിനന്നഹു
അസലാത്തു ഹയറും മിനന്നഹു
അല്ലാഹു അക്ബർ, അല്ലാഹു അക്ബർ
ലാഇലാഹഇല്ലല്ലാഹു"

"നമസ്കാരം ഉറക്കത്തേക്കാൾ ഏറ്റവും മഹത്തരമാണ്.
നമസ്കാരം ഉറക്കത്തേക്കാൾ ഏറ്റവും മഹത്തരമാണ്.
അല്ലാഹു ഏറ്റവും ഉന്നതൻ
അല്ലാഹു ഏറ്റവും ഉന്നതൻ
അല്ലാഹു അല്ലാതെ ഒരാരാധ്യനുമില്ല."

സുബഹിനമസ്കാരത്തിനായുള്ള ബാങ്കുവിളികേട്ട് ഗ്രാമം കണ്ണു മിഴിച്ചു. അകാശവും കാലവും ഉരുകിച്ചേർന്ന പ്രപഞ്ചത്തിന്റെ ഏതോ മൂശയിൽ നിന്ന് റുഹു[1]കളുടെ അഗ്നിവർഷം തുടങ്ങി. ഗ്രാമമുണരുകയാണ്. തെങ്ങിന്റെ പൊത്തിലിരുന്നു പല്ലി ചിലച്ചു. ഉക്കന്റെ കുറുകൽ, ഉസ്മാൻ റാവുത്തരുടെ ചായപ്പീടികയിൽ വെളിച്ചം മിന്നി. കൊച്ചുകുട്ടി ലബ്ബയുടെ കാറൽ പള്ളിമുറ്റത്തു കേൾക്കാം. ഹൗളുകല്ലിലും പള്ളിക്കുളത്തിലും മനുഷ്യരുടെ അടക്കിപ്പിടിച്ച സംസാരം. ദൂരെ ഉണ്ണിത്താന്റെ തൊഴുത്തിൽ കറവക്കാരൻ കുമാരൻ ഗുസ്തി തുടങ്ങി. ഖന്നാന്മാരുടെ അമ്മൻകോവിലിൽ കൊച്ചണ്ണൻപൂശാരി മണി കിലുക്കി. കുന്നിനപ്പുറത്തെ പറയക്കുടിലുകളിൽ ഈറച്ചീളുകളുടെ കിലുക്കം. ക്ഷേത്രത്തിൽ നിന്നും സുപ്രഭാതം ഗ്രാമത്തിലേക്കൊഴുകിവരുന്നു. പള്ളിയിലാളു നിറഞ്ഞു. കൊച്ചുകുട്ടി ലബ്ബയ്ക്കു പിന്നിലായി സഫ്സഫായി ജനം അണിനിരന്നു. നിർബന്ധമാക്കപ്പെട്ട രണ്ടു റക്കാഅത്ത്[2] സുബഹി നമസ്കാര[3]ത്തിനായി ചരാചരങ്ങളൊന്നടങ്കം കൈകളുയർത്തി. അല്ലാഹു അക്ബർ. നമസ്കാരം കഴിഞ്ഞ് റാവുത്തന്മാരൊക്കെ വീടുകളിലേക്കു പോയി. കൊച്ചുകുട്ടിലബ്ബ തൈക്കാവിനരുകിലൂടെ മദ്രസയിലേക്ക് നടന്നു. കൊച്ചുറാവുത്തന്മാരും അമ്മാളുമാരും ബീവിമാരും കൂട്ടംകൂട്ടമായി മദ്രസയിലേക്ക് ഓതാനായി വന്നുതുടങ്ങി. പള്ളിക്കൂടത്തിൽ പോകുന്നതിനു മുമ്പായി റാവുത്തരുകുട്ടികളെല്ലാം ഓതാൻ വരും. പള്ളിക്കൂടം ദുനിയാവി[4]നും ഓതൽ ആഹിറ[5]ത്തിനും എന്നാണ് നിയമം. കൊച്ചുകുട്ടിലബ്ബ നരകേറിത്തുടങ്ങിയ തന്റെ ചുരുളൻ മുടികൾ ചെവിക്കു പുറകിലേക്ക് ചീകി ഒതുക്കി. മുടി ചെവിക്ക് പുറകിലേക്ക് നീട്ടി വളർത്തുന്നതാണ് സുന്നത്ത്[6]. രണ്ടാംമുണ്ട് എടുത്ത് തലയിൽ വട്ടംചുറ്റി ഒരു കോന്തൽ

1. റുഹ് - ആത്മാവ് 2. റക്കാഅത്ത് - നിസ്കാരത്തിലെ ഒരു ഘട്ടം 3. സുബഹിനമസ്കാരം - പ്രഭാത നമസ്കാരം 4. ദുനിയാവ് - ഇഹലോകം 5. ആഹിറം - പരലോകം 6. സുന്നത്ത് - ഇഷ്ടാനുസരണം

പുറകിലേക്ക് വാലുമാതിരി ഞാത്തിയിട്ട് മറ്റേ കോന്തൽ തലയിൽ ഒരു വിശറിപോലെ വിടർത്തി വിരിച്ചു. കൊച്ചുകുട്ടിലബ്ബ ഇപ്പോൾ ഒരു രാജകുമാരനെപ്പോലെ സുന്ദരനായിരിക്കുന്നു.

"ഉസ്താദേ, ചായ"

നാഗൂർകണ്ണ് റാവുത്തരുടെ മോള് നബീസാമ്മാൾ കാപ്പിമൊന്തയും തൂക്കി നിൽക്കുന്നു.

"മോദീനുക്കു കൊടുത്തിയാ"

"കൊടുത്താച്ച്"

"അത്തമ്മായുടെ വയറുകടി എപ്പടി ഇരിക്ക്?"

"വേദന ഉണ്ടും"

"ശാപ്പാടുക്കു വരുമ്പോൾ മരിന്തിക്കു എളുതി താറെ"

ഇന്ന് ലബ്ബയ്ക്കും മോദീനും നാഗൂർകണ്ണ് റാവുത്തരുടെ വീട്ടിലാണ് ശാപ്പാട്. ഓരോ ദിവസവും ഓരോ വീട്ടുകാരാണ് ശാപ്പാട് നൽകുന്നത്.

"ചായ ഊത്തുങ്കെ", ഉസ്താദ് പറഞ്ഞു.

നബീസാ തണ്ണാരിലേക്ക് ചായ വ്യഗ്രയോടെ പകർന്നു. ചായ ഊതി ഊതി കുടിച്ചുകൊണ്ട് ലബ്ബസാഹിബ് പറഞ്ഞു.

"മദ്രസ[1]യിൽ പോയിരിന്തു ഓത് ഞാൻ എളുപ്പം വാറെ"

നബീസാ കായിത[2]യും മാറോടുചേർത്ത് മദ്രസയിലേക്ക് ഓടി.

ആലിഫ്, ബാ, താ... തുടങ്ങിയ ശബ്ദങ്ങളും ആയത്തുകളും കുട്ടികളുടെ ആരവവും മദ്രസയിൽനിന്നുയർന്നു. ഉസ്താദ് മദ്രസയിലേക്ക് വരുമ്പോൾ പൊടിപ്പയല് മുറ്റത്ത് ഉറുമ്പുകളുടെ ജാഥ കണ്ടു നടക്കുകയായിരുന്നു. ഒന്നിനു പുറകെ ഒന്നായി ശവംതീനി ഉറുമ്പുകൾ മുട്ടി ഉരുമ്മി പോകുന്നു. ഇതിലൊന്നു കടിച്ചാൽ അരപ്പ് ഒരു നാഴിക നിൽക്കും. ചോന്നൽ ഉറുമ്പുകളാണ്. പാവം. കറുത്ത് കടുകുമണി മാതിരി നൂറായിരമെണ്ണം കിടന്നു നുരയ്ക്കുന്നതു കാണുമ്പോൾ ആരുമൊന്നമ്പരന്നു പോകും. ഇവയും കടിയനുറുമ്പുകളാണെന്നു ധരിക്കും. പക്ഷേ, പാവങ്ങൾ ഒരു കുഞ്ഞനെപ്പോലും നോവിക്കില്ല. ചോന്നലുറുമ്പുകളേ മേത്തൂടെ കേറ്റിവിട്ടാൽ എന്തുരസാ. മേലാകെ ഇക്കിളി വീഴും. ചോന്നലുറുമ്പുകളെ ചൂലുകൊണ്ട് തൊടരുതെന്നാ അമ്മ പറയാറ്. ദോഷാത്രെ. ഒരിക്കൽ കോലായിൽ ചോന്നലുറുമ്പുകളുടെ കൂട്ടം വന്നിറങ്ങിയ ദിവസം ഞാൻ ചൂലുകൊണ്ട് അവയെ തൂത്തുകളയാൻ നോക്കിയപ്പം, അമ്മ എന്തു പുകിലാ ഉണ്ടാക്കിയത്! ഈ ശവം തീനി ഉറുമ്പുകളുടെ കാര്യം അങ്ങനെയല്ല. എനിക്കവയെ കാണുന്നതുതന്നെ പേടിയാ. എന്നാലും ഇവയുടെ ജാഥ കാണാൻ നല്ല രസാ. മുഴുത്ത തലയുള്ള തലയനുറുമ്പുകളാണെന്നു

1. മദ്രസ - പാഠശാല 2. കായിത - ബാലപാഠം

തോന്നുന്നു ഇവയുടെ നേതാക്കൾ. അവറ്റകൾ അങ്ങോട്ടും ഇങ്ങോട്ടു മൊക്കെ നടന്ന് മറ്റ് ഉറുമ്പുകൾക്ക് എന്തൊക്കെയോ നിർദ്ദേശങ്ങൾ നൽകുന്നുണ്ട്.

“ഇന്ത ഉറുമ്പുകളെല്ലാം എങ്കോട്ടു പോവുത്?”

പൊടിപ്പയല് പമ്മി പമ്മി അതിന്റെ പിന്നാലെ നടന്നു.

“അമ്പോ, ഇതു മണ്ണും തൊള്ളായിരമെണ്ണമുണ്ടാവും.”

ഒരു പെരുമ്പാമ്പിനെപ്പോലെ ഇഴഞ്ഞിഴഞ്ഞ് ഉരുമ്പിൻകൂട്ടം പള്ളിക്കാട്ടിലേക്ക് പോകുന്നു. ശവംതീനി ഉറുമ്പുകൾ അത്തിത്തായുടെ കബറിലേക്ക് നുരച്ചിറങ്ങുന്നത് പൊടിപ്പയല് ഒന്നേ നോക്കിയുള്ളു. നെഞ്ചിലാരോ തീ കോരിയെറിഞ്ഞമാതിരി നീറി. അത്തിത്താ[1]യെക്കുറിച്ചുള്ള ഒരായിരം ഓർമ്മകൾ മനസ്സിനുള്ളിൽ കിടന്നു വിങ്ങിപ്പൊട്ടുന്നു. മനസിന്റെ തേങ്ങൽ കണ്ണീർകണങ്ങളായി ഒഴുകി. വൃശ്ചികത്തണുപ്പിൽ കാച്ചിൽ പടലുകൾ കൂട്ടിയിട്ട് കത്തിച്ച് ഗ്രാമവാസികൾ ഒന്നടങ്കം തീകായുമ്പോൾ അത്തിത്താ എന്നേയും തൂക്കി അതിനരുകിൽ ചെന്നു നിൽക്കുമായിരുന്നു. നാട്ടുകാർക്കൊക്കെ എന്തു ഭയ ഭക്തിബഹുമാനമായിരുന്നു അത്തിത്തായെ! അത്തിത്തായുടെ മാറിൽ പറ്റിച്ചേർന്നിരുന്ന് കഥ കേൾക്കുന്നത് എനിക്കെന്തിഷ്ടമായിരുന്നു! അമ്മ ചക്കരക്കാപ്പിയിൽ നെയ്യൊഴിച്ച് അത്തിത്തായ്ക്കു കൊടുക്കുമ്പോൾ അതിലൊരു കവിൾ എനിക്കും തരും. അത് ഊതി ഊതി കുടിച്ചുകൊണ്ട് അങ്ങനെ എത്രയിരുന്നാലും എനിക്കു മതിവരില്ല. വൃശ്ചികത്തിലെ മഴ. കാവുമ്പാട്ടെ പള്ളിക്കൂടത്തിന്റെ മുറ്റം ചെളിവെള്ളംകൊണ്ട് നിറഞ്ഞു. ഞാൻ ജനലരികിൽ ആർത്തലയ്ക്കുന്ന മഴയുടെ രോദനം കേട്ടുകൊണ്ട് വെറുതെയിരിക്കുമ്പോഴാണ് ഹസ്സൻമാമ കരഞ്ഞുകൊണ്ടുവന്ന് എന്നെ വിളിച്ചത്. എന്തോ പന്തികേടുണ്ടെന്ന് അപ്പഴേ എനിക്കും തോന്നി. ഞാനും കരഞ്ഞു. വീട്ടിൽ വന്നപ്പോൾ ആളുകൾ കൂടിനിൽക്കുന്നു. കുന്തിരിക്കത്തിന്റെ രൂക്ഷഗന്ധം. അത്തിത്തായെ വെള്ളത്തുണിയിൽ പുതച്ചു നിലത്തു കിടത്തിയിരിക്കുന്നു. അപ്പച്ചിമാരും കരയുന്നു. അണ്ണൻ കരയുന്നു. മാമി കരയുന്നു. തങ്കമ്മാ അക്കാ കരയുന്നു. എല്ലാവരും കരയുന്നു. ഞാനും ഉറക്കെ ഉറക്കെ കരഞ്ഞു.

“തമ്പുരാനെ അത്തിത്തായെ കബറുക്കകത്തിലെ ഉറുമ്പുതിന്നാമെ കാത്തുകൊള്ളണമേ.”

പരിസരം മറന്ന് പൊടിപ്പയല് ഉറക്കെ പ്രാർഥിച്ചു. പള്ളിക്കാട്ടിൽ നിന്ന് പൊടിപ്പയല് എന്തൊക്കെയോ പിറുപിറുക്കുന്നതുനോക്കി കൊച്ചുകുട്ടി ലബ്ബ മദ്രസയുടെ പുറത്തേക്കിറങ്ങിവന്ന് നീട്ടിവിളിച്ചു.

“പൊടിപ്പയലേ, ഇങ്കേ വാ”

---

1. അത്തിത്ത - അപ്പൂപ്പൻ

പൊടിപ്പയല് തിരിഞ്ഞുനോക്കുമ്പോൾ കുട്ടികൾ ആർത്തുചിരിക്കുന്നു. ഉസ്താദിന്റെ കൈയിൽ ചൂരൽകമ്പ് താളംതുള്ളുന്നു. പൊടിപ്പയല് ജാള്യതയോടെ മദ്രസയിലേക്ക് വന്നു.

"നീ എന്നെശെയ്‌വായിരുന്തുത്?"

"ഞാൻ പള്ളിക്കാട്ടിലേക്ക് ഉറുമ്പുപോവുതതു പാക്കുവായിരുന്തത്"

"നീ, ഉറുമ്പുക്കു പുറമേ നടന്താ മതിയാ? ഓതണ്ടാമാ?"

"ഉറുമ്പുപ്പയല്, ഉറുമ്പുപ്പയല്" കുട്ടികൾ ആർത്തുവിളിച്ചു.

"നീ ഉറുമ്പയെല്ലാം എണ്ണി പാത്തിയാ?"

പൊടിപ്പയല് കുനിഞ്ഞുനിന്നു.

"അവങ്ക വല്ലതും ഉങ്കട്ടെ ചൊല്ലിച്ചാ"

പിള്ളേർക്കു ചിരിപൊട്ടി. അവർ ആർത്തുചിരിച്ചു.

പൊടിപ്പയലിന് കരയണമെന്ന് തോന്നി.

ഇപ്പോൾ കുണ്ടിക്കടിവീഴുമെന്നു വിചാരിച്ച് പൊടിപ്പയല് ബലംപിടിച്ചുനിന്നു. അതുകണ്ട് നബീസാമ്മാളുമാത്രം വേദനയോടെ പൊടിപ്പയലിനെ നോക്കി. ഉസ്താദ് വടി മേശപ്പുറത്ത് ഇട്ടു. എന്നിട്ട് എല്ലാവരോടുമായി പറഞ്ഞു.

"അടെ, ഓത വന്താൽ ഓതണം. അങ്കെം ഇങ്കെയും കറങ്ങി നടന്താ പോരാത്. പോയി ഇരി."

പൊടിപ്പയല് ബെഞ്ചിനടുത്തേക്ക് നടക്കുമ്പോഴും കുട്ടികൾ ഉറുമ്പുപ്പയലേ, ഉറുമ്പുപ്പയലേ എന്നു കളിയാക്കിക്കൊണ്ടിരുന്നു. ഉസ്താദ് കസേരയിൽ കുറച്ചുനേരം മിണ്ടാതെ ഇരുന്നു. ചരിത്രത്തിന്റെ ഏതൊക്കെയോ ഇറുളടഞ്ഞ വഴികളിലൂടെ ഉസ്താദിന്റെ ബോധം അലയാൻ തുടങ്ങി. എന്നിട്ട് വെളിപാടുപോലെ വിളിച്ചുപറഞ്ഞു.

"കുട്ടികളേ, ഞാനൊരു കഥ ചൊല്ലപോറെ. സത്യം ഇതു കഥയല്ലെ. ചരിത്രം താ."

മൗനമായി ഇരുന്ന കുട്ടികൾ ഇളകി. അവർ കണ്ണും കാതും കൂർപ്പിച്ചു.

"ആരും കമാന്നൊരക്ഷരം ഉരിയാടപെടാത്. നബീക്കെ ചരിത്രമാക്കും ചൊല്ലപോറെ."

എല്ലാവരും ഒത്തുമൂളി. ഉസ്താദ് പറഞ്ഞുതുടങ്ങി.

"സുലൈമാൻ നബീനെ ഒങ്കുളുക്ക് തെരിയുമാ? ഈസാനെബിക്കും മൂസാനെബിക്കും മുമ്പ് ജീവിച്ചിരുന്ന നബി" എല്ലാവരും അറിയാമെന്നഭാവത്തിൽ തലകുലുക്കി. "സുലൈമാൻ നബി വലിയ ഒരു രാജാവായിരുന്നു. നമ്മുടെ പൊടിപ്പയലു മാതിരി ഉറുമ്പുകളുടെയും കിളികളുടെയുമൊക്കെ ഭാഷ തെരിയുമായിരുന്നു."

കുട്ടികൾ പൊടിപ്പയലിന്റെ മുഖത്തുനോക്കി ഊറി ഊറി ചിരിച്ചു. പോടിപ്പയല് മുഖം കുനിച്ചിരുന്നു.

"സുലൈമാൻ നബിയുടെ സൈന്യത്തിൽ ആനയും കുതിരയും പക്ഷികളും പുലികളും എന്നുവേണ്ട സകലമാന ജീവികളും ഉണ്ടായിരുന്നു. ജിന്നും മലക്കും ഉണ്ടായിരുന്നു. മനുഷ്യരെ റമ്പ് പടച്ചത് മണ്ണുകൊണ്ട്, മലക്കുകളെ പടച്ചത് ഒളികൊണ്ട്, ജിന്നു[1]കളെ തീകൊണ്ട്, മലക്കുകളും[2] ജിന്നുകളുമൊന്നും നമ്മെ മാതിരിയല്ല. അവയ്ക്കു ഭക്ഷണമൊന്നും വേണ്ട. ഉറക്കമോ ക്ഷീണമോ ഇല്ല. ആകാശംമുട്ടെ വളരാനും ഉറുമ്പിനേക്കാൾ ചെറുതാകാനും അവയ്ക്ക് കഴിയും. ജിന്നുകളുടെയും മലക്കുകളുടെയും ഒക്കെ സഹായമുണ്ടായിരുന്ന സുലൈമാൻ നബിയുടെ സൈന്യത്തെ തോൽപിക്കാൻ തക്ക ശേഷിയുള്ള ഒരു സൈന്യവും അന്ന് ഭൂമിയിൽ ഇല്ലായിരുന്നു. യുദ്ധങ്ങളൊക്കെ ജയിച്ച് വിജയശ്രീലാളിതനായി അദ്ദേഹത്തിന്റെ പട നാടുകുലുക്കി അങ്ങനെ നീങ്ങിക്കൊണ്ടിരിക്കുന്നതിനിടയിൽ ഉറുമ്പിന്റെ കൂട്ടങ്ങൾ പാർത്തിരുന്ന ഒരു താഴ്വരയിലൂടെ അവർക്ക് പോകേണ്ടിവന്നു. സുലൈമാൻ നബിയുടെ പട അതുവഴി പോയാൽ പിന്നെ ഒരൊറ്റ ഉറുമ്പുപോലും അവിടെ അവശേഷിക്കില്ല. എല്ലാം ചവിട്ടി അരയ്ക്കപ്പെടും. പട വരുന്നതുകണ്ട് ഉറുമ്പിൻകൂട്ടങ്ങൾ മരണവെപ്രാളത്തോടെ പരക്കംപാഞ്ഞു. കാവൽ ഉറുമ്പുകൾ എല്ലാ ഉറുമ്പുകളോടും മാളത്തിൽ കേറി ഒളിക്കാൻ വിളിച്ചുപറഞ്ഞു. ഉറുമ്പുകളുടെ രോദനം അവിടമാകെ മുഴങ്ങി. അവസാനം ഉറുമ്പിന്റെ കരച്ചില് നബിയുടെ ചെവിയിലും എത്തി. നബി ഉടൻ സൈന്യത്തോട് നിൽക്കാൻ ആവശ്യപ്പെട്ടു. ഉറുമ്പിന്റെ താഴ്വര ഒഴിച്ച് യാത്ര തുടരാൻ നിർദ്ദേശിക്കുകയും ചെയ്തു. ലോകത്തെ ഒന്നാമത്തെ ചക്രവർത്തിയായിട്ടും വമ്പിച്ച സൈന്യമുണ്ടായിട്ടും ഉറുമ്പിനെപ്പോലും അകാരണമായി വേദനിപ്പിക്കാൻ നബി മുതിർന്നില്ല. അതാണ് ചരിത്രം. ചരിത്രം കേട്ട് കുട്ടികൾ കണ്ണുമിഴിച്ചു. പലർക്കും സംശയം. ഉറുമ്പുകൾ നമ്മെപ്പോലെ പേശുമോ? പക്ഷേ, ഉസ്താദിനോടാരതു ചോദിക്കും? അവസാനം പട്ടാളക്കാരൻ ബദറുമീരാന്റെ അരുത്തിക്കുഞ്ഞ് ജമീലാഅമ്മാള് തന്റെ തലയിലെ ഇളംനീലത്തുണി നേരെയാക്കി ഉറക്കെ ചോദിച്ചു.

ഉസ്താദേ, ഉറുമ്പുകൾ പേശുമാ?

ഉസ്താദ് ഇത്തിരിനേരം മൗനം പൂണ്ടിരുന്നു. എന്നിട്ട് പറഞ്ഞു.

ഉറുമ്പുകളും പുഴുക്കളും പേശും. റമ്പ് പടച്ചതെല്ലാം പേശും. മുറ്റത്തെ കല്ലും മണ്ണും പേശും.

ഉസ്താദിന്റെ വാക്കുകൾ അവിശ്വസിക്ക വയ്യ. എല്ലാവരും തലകുലുക്കി സമ്മതിച്ചു.

---

1. ജിന്നുകൾ - അഗ്നികൊണ്ട് സൃഷ്ടിക്കപ്പെട്ട ജീവിവർഗം (ഭൂതം) 2. മലക്കുകൾ - പ്രകാശംകൊണ്ട് സൃഷ്ടിക്കപ്പെട്ട ജീവിവർഗം (മാലാഖ)

കുപ്പി

തെക്കേ ഇറയത്തിരുന്ന് കാതിയക്കായുടെ തങ്കച്ചി കൊച്ചമ്മാളും കുഞ്ഞിച്ചോത്തിയും വിസ്തരിച്ചു മുറുക്കിക്കൊണ്ടിരുന്നപ്പോഴാണ് ലബ്ബയും മോദീനും കിഴക്കേ പടികടന്നു വരുന്നതുകണ്ടത്. കൊച്ചമ്മാൾ ചേലയുടെ കോന്തൽ എടുത്തു തലയിലിട്ടുകൊണ്ട് വിളിച്ചുപറഞ്ഞു.

"മോളേ, ജമീലാ, ലബ്ബയും മോദീനും വാറാങ്കെ".

"ങാ! വരട്ട് മാമി. കാപ്പി ശരിയാച്ച്". അടുക്കളയിൽ നിന്ന് ജമീല മറുപടി പറഞ്ഞു. ലബ്ബയും മോദീനും തിണ്ണയിലേക്ക് കയറാൻനേരം സലാം പറഞ്ഞു. കാതിയമ്മാളത് മടക്കി. അവർ കസേരയിലിരുന്നു.

"നാവിരു കണ്ണ് എങ്കേ?"

"ഇന്നു പറക്കോട്ടു ചന്തയാക്കും. വിടീമിന്നെ പോച്ച്."

"കാതിയക്കാടെ വയറ്റുകടി എപ്പടിയിരിക്കിത്?"

"അന്ത ഉമ്മട്ടിയാശാൻ വന്തു മരുന്ത് കൊടുത്തിട്ട് പോനാര്"

ലബ്ബ കാതിയക്ക കിടക്കുന്ന പത്തായപ്പുരയിലേക്ക് കയറി. കട്ടിലിൽ കിടന്നു കാതിയക്ക ഞരങ്ങുന്നു. ലബ്ബയെ കണ്ടപ്പോൾ കട്ടിലിൽ നിന്ന് എണീക്കാൻ ശ്രമിച്ചു. ലബ്ബ കൈകാട്ടി തടഞ്ഞു. കാതിയക്കായുടെ വെളുത്ത് ഞൊറിവീണ മുഖത്ത് മൂക്ക്വാളി കിടന്ന് തിളങ്ങി.

"അക്ക കിടന്ത്ക്കെ, ദീനം കുറഞ്ചിതാ"

"വൈദ്യരുക്കെ മരുന്തു കുടിച്ചപ്പം ഇമ്മിണി കുറവുണ്ടും".

"ഞാൻ ഒരു പിഞ്ഞാണം എഴുതിതാറെ".

കാതിയക്ക തല കുലുക്കി. ജമീല ദോശയും സാമ്പാറും വാഴപ്പഴവും തട്ടുപടിയിൽ കൊണ്ടുവച്ച് ഉമ്മറപ്പടിയിൽ നിന്നു വിളിച്ചു.

"മുസ്‌ലിയാരേ, കാപ്പി കുടിയിങ്കെ".

ലബ്ബയും മോദീനും കാപ്പി കുടിച്ച് കിണ്ടിയിൽ നിന്ന് വെള്ളമെടുത്ത് വാ കുലുക്കുഴിഞ്ഞ് നീട്ടി തുപ്പി. കോലായിൽ വന്നിരുന്ന് ദുആ ഇരന്നു. പള്ളിയിലേക്ക് പിള്ളേരെ ആരെയെങ്കിലും പറഞ്ഞയച്ചാൽ പിഞ്ഞാണം എഴുതി കൊടുത്തയ്ക്കാമെന്ന് പറഞ്ഞ് ലബ്ബയും മോദീനും ഇറങ്ങി. ളുഹറിന്[1] ബാങ്കു കേൾക്കാൻ നേരം ആയിട്ടും കാതിയക്കായുടെ വേദനയ്ക്കു വലിയ കുറവുവില്ല. കൊച്ചമ്മാൾ ജമീലായെ വിളിച്ച് മാമിക്ക് ലബ്ബക്കിട്ടേന്ന് മരുന്നു വാങ്ങി കൊണ്ടുവരുവാൻ വടക്കേലെ മൈതീൻപിച്ച കൊച്ചിത്തായെ പറഞ്ഞുവിടാൻ പറഞ്ഞു. ജമീല ഇടമിറ്റത്തൂടെ വടക്കേ പുരയിലേക്കോടി കുറച്ചുകഴിഞ്ഞ് തിരിച്ചുവന്നു പറഞ്ഞു.

---

1. ളുഹറ് - ഉച്ചനമസ്കാരം

“മാമീ, കൊച്ചിത്ത അങ്കയില്ലെ. തെരുവിക്കു പോനാര്. സിദ്ധീഖെ ചൊല്ലിവിട്ടാര്.”

സിദ്ധിഖ് പള്ളിയിൽ ചെല്ലുമ്പോൾ കൃഷ്ണൻ താങ്കളിന്റെ മോളു പുഷ്പവല്ലിക്കു ലബ്ബ ചരടു ജപിച്ചു കൊടുക്കുകയായിരുന്നു. സിദ്ധിഖ് വാതുക്കൽ കാത്തുനിന്നു. ലബ്ബ എന്തൊക്കെയോ മന്ത്രങ്ങൾ ജപിച്ച് ചരടിൽ ഊതി ഊതി കെട്ടുന്നു. മന്ത്രങ്ങൾ മുറുക്കിക്കെട്ടിയ കറുപ്പു ചരട് പുഷ്പവല്ലിയുടെ ഏണിൽ കെട്ടിക്കൊള്ളാൻ പറഞ്ഞിട്ട് ലബ്ബ ദക്ഷിണ വാങ്ങി കീശയിലിട്ടു. സിദ്ധിഖ് കാതിയക്കായുടെ കാര്യം ഓർമ്മിപ്പിച്ചു. ലബ്ബ തടിപ്പെട്ടിയിൽ സൂക്ഷിച്ചിരുന്ന മഷിയുമെടുത്തു തൈക്കാവിന്റെ കോലായിൽ വന്നിരുന്നു. പിഞ്ഞാണം നിറയെ അറബി അക്ഷരങ്ങൾ കുരുകുരാന്ന് എഴുതിനിറച്ചു. മന്ത്രാക്ഷരങ്ങൾ നിറച്ച പിഞ്ഞാണം ഉരിയാടാതെ കാതിയക്കായുടെ അടുക്കൽ കൊടുക്കാൻ പറഞ്ഞു. സിദ്ധിഖ് കൊണ്ടുകൊടുത്ത പാത്രം വാങ്ങി അതിൽ വെള്ളമൊഴിച്ച് മന്ത്രാക്ഷരക്കൂട്ട് ചാലിച്ച് കൊച്ചമ്മാൾ മരുന്നുണ്ടാക്കി. കറുത്തു കൊഴുത്ത ആ ദ്രാവകം ബിസ്മി ചൊല്ലി കാതിയക്കായുടെ വായിലേക്കിറ്റിച്ചു. ഉമ്മട്ടിയാശാന്റെ മരുന്നും ലബ്ബയുടെ മന്ത്രാക്ഷരങ്ങളും തമ്മിൽ കാതിയക്കായുടെ വയറ്റിൽ കിടന്നു ശണ്ഠതുടങ്ങി. അതിപുരാതനമായ ശണ്ഠ. ശണ്ഠ മൂത്തുപൊട്ടലും ചീറ്റലുമായി. മൂളലും ഞരങ്ങലും ഉയർന്നു. കൊടിയ യുദ്ധത്തിനൊടുവിൽ കാതിയക്കായ്ക്കു തൂറാൻ മുട്ടി. ഒന്നു രണ്ടുതവണ തൂറിക്കഴിഞ്ഞതോടെ കാതിയക്ക ആശ്വാസമുതിർത്തു. വയറ്റുകടി ശമിച്ചു. കാതിയക്കാടെ സുഖക്കേട് അറിഞ്ഞ് ലപ്പച്ചി വന്നു. നാട്ടിലെ ഏതു പെമ്പിളകൾക്ക് സുഖക്കേടു വന്നാലും പെണ്ണ് ഒരുത്തി തിരണ്ടാലും ഒരു മയ്യത്തു വീണാലും ലപ്പച്ചിമാർ അവിടെ ഓടിയെത്തും. ഇറക്കമുള്ള ചട്ടയും മുണ്ടുമാണ് ലപ്പച്ചിമാരുടെ വേഷം. കസവുനേരിയത് തലയിലൂടെ മേലാകെ പുതച്ചിരിക്കും. മൂക്കുകുത്തിയും കുരിശുമണിമാലയും കാതിൽ മൊരിശുമണിഞ്ഞാണ് നടപ്പ്. ലപ്പയമ്മ കാതിയക്കായുടെ അരുകിൽ വന്നിരുന്ന് പാത്തുമ്മാനായകത്തിന്റെ കഥ പറഞ്ഞു. ഷിറാവ് പുരാണം പാടി. തൈക്കാ അപ്പായുടെ കുതിറത്തിനെക്കുറിച്ചു പറഞ്ഞു. കാതിയക്കായുടെ തലയ്ക്കു പിടിച്ചു കുറച്ചുനേരം ഓതുകയും തൈക്കാഅപ്പയുടെ കബറിലേക്ക് പച്ചപ്പട്ടു നേരുകയും ചെയ്തു. കഥയും നാട്ടുവർത്തമാനങ്ങളും പൊടിപൊടിച്ചു. ഒടുക്കം അസറിന് ബാങ്കു കേട്ടപ്പോൾ അവർ ധൃതിവച്ചു.

“തൊളുവത്തിക്ക നേരമാച്ച് പിള്ളെ, ഞാനങ്കോട്ടു പോട്ടും”.

ജമീല കുടുക്ക തപ്പി കാശുമായി വന്നു ലപ്പച്ചിക്ക് കൈമടക്കു കൊടുത്തു. സർവസ്തുതിയും സർവലോകപരിപാലകനായ തമ്പുരാന് അൽഹമ്ദുലില്ലാ. ലപ്പയമ്മ കൊച്ചുകുട്ടിലബ്ബയുടെ പൊണ്ടാട്ടിയാണ്. അവർക്ക് അത്ത ഇട്ട പേര് സുഹ്റാമ്മാൾ. അവരുടെ അമ്മ പാത്തുമ്മ ബീവി മരിക്കുവോളം വിളിച്ചിരുന്നത് സൂറാ. റൊമ്പ അരുമയാന പേര്.

പക്ഷേ, നാട്ടുകാർക്കിതൊന്നും തെരിയാത്. അവർ ലപ്പയമ്മായെന്നു വിളിക്കുന്നു. ലബ്ബമാരുടെ കുടുംബത്തിലെ പെമ്പിള്ളേരൊക്കെ നാട്ടുകാർക്ക് ലപ്പച്ചികളാണ്. ലബ്ബമാർ റാവുത്തരമാർക്ക് ആത്മീയനേതൃത്വം നൽകുമ്പോൾ ലപ്പച്ചികളാണ് ബീവിമാർക്കും അമ്മാളുമാർക്കും ഈമാൻ പകർന്നു നൽകുന്നത്. ഒരു റാവുത്തരുകുട്ടിക്ക് ലപ്പയമ്മായുടെ നാവിൽ നിന്നുയരുന്ന ബാങ്കിന്റെ ശബ്ദമാണ് ആദ്യ പ്രപഞ്ചനാദം. കുഞ്ഞിനു തേനും പൊന്നും ചേർത്ത് തൊട്ടുകൊടുക്കുതന്ന് കുടുംബത്തിലെ മുതിർ പെണ്ണുങ്ങൾ ആരെങ്കിലും ആയിരിക്കും. അപ്പച്ചിമാരോ അമ്മച്ചിയമ്മായോ അത്തമ്മായോ നിമാരോ ചിന്നമ്മമാരോ പെരിയമ്മമാരോ മാമിമാരോ ആരെങ്കിലും അത് ചെയ്യുന്നു. തൊട്ടുകൊടുക്കുന്ന ആളിന്റെ സ്വഭാവം കുഞ്ഞിലേക്ക് നൂഴ്ന്നിറങ്ങും. അതുകൊണ്ട് മൂശേട്ടകൾക്കൊന്നും കുഞ്ഞിന് തൊട്ടുകൊടുക്കാൻ അനുവാദം കിട്ടാറില്ല. നാലാൾ അംഗീകരിക്കുന്ന പെണ്ണുങ്ങളെയാണ് തൊട്ടുകൊടുക്കൽ ചടങ്ങിന് ക്ഷണിക്കുന്നത്. പന്ത്രണ്ടിന് കുഞ്ഞിന്റെ മുടികളച്ചിൽ ചടങ്ങിന് ഒസ്താട്ടി വരും. അയമ്പാമാർ, അവരാണ് കുഞ്ഞിന്റെ മുടി കളയുന്നത്. ആൺകുട്ടികളെ മാർക്കം നടത്തി ദീനിൽ ചേർക്കുന്നതും അയമ്പമാമാർ തന്നെ. ഒരു മയ്യത്തുവീണാൽ കുളിപ്പിക്കാനും ഓതാനും മയ്യത്തു നിസ്കാരത്തിനും ലബ്ബമാരുടെ സഹായം വേണം. കുഴിവെട്ടാനും മയ്യത്തു സംസ്കരിക്കുന്നതിനും അയമ്പാമാരും. നബിപരമ്പരകളിലൂടെ പടപ്പുകൾക്ക് കിട്ടിയ ജ്ഞാനം തങ്ങന്മാരിലൂടെയും ഔലിയാക്കളിലൂടെയും ലബ്ബമാരിലൂടെയും അയമ്പാമാരിലൂടെയും കാലത്തിന്റെ മഹാപ്രവാഹത്തിലേക്ക് ഒഴുകിക്കൊണ്ടേയിരിക്കുന്നു.

നബീസാ പള്ളിക്കൂടത്തീന്നു വന്നു മീരാമോദി പെരിയത്തായുടെ വീട്ടിലേക്ക് ചെന്നു. അവിടെ പെണ്ണുങ്ങൾ കൂട്ടംകൂടി ഇരുന്ന് മാലകെട്ടുന്ന തിരക്കിലാണ്. തിണ്ണയിൽ രുദ്രാക്ഷമണികൾ കൂനകൂട്ടിയിട്ടിരിക്കുന്നു. പെണ്ണുങ്ങൾ നാട്ടുവർത്താനം പറഞ്ഞ് കമ്പിനൂലും ചവണയും ഉപയോഗിച്ച് മാല കോർത്തിടുകയാണ്. നാട്ടിലെ പെണ്ണുങ്ങൾ എല്ലാം അവിടെ കൂടിയിട്ടുണ്ട്. വൃശ്ചികം പിറന്നാൽ അയലത്തെ പെണ്ണുങ്ങൾക്കൊക്കെ നാലു കാശുണ്ടാക്കാനുള്ള വഴി ഇങ്ങനെ ഒരുങ്ങുന്നു. എന്തൊരു തിരക്കാണവിടെ? നിന്നു തിരിയാൻ നേരമില്ല. അതിനിടയ്ക്ക് നബീസായുടെ വരവ് ആരും അത്ര ഗൗനിച്ചില്ല. നബീസാ നേരെ അടുക്കളയിലേക്ക് ചെന്നു. അവിടെ സൈനബു അക്ക ഉണ്ണിയപ്പം പൊരിച്ചിടുകയാണ്. സൈനബു അക്ക നബീസായോട് അത്തമ്മായുടെ വയറ്റുകടിയെക്കുറിച്ച് ചോദിച്ചു. ലേശം കുറവുണ്ടെന്നവൾ പറയുകയും ചെയ്തു. സൈനബു അക്ക ഒന്നു രണ്ട് ഉണ്ണിയപ്പം എടുത്ത് അവർക്ക് നീട്ടി. ഉണ്ണിയപ്പം ഒന്നും വേണ്ടാന്ന് നബീസാ ആവതു പറഞ്ഞെങ്കിലും അത് തീറ്റിച്ചിട്ടേ അക്ക വിട്ടുള്ളു. അല്ലെങ്കിലും ആ അക്ക അങ്ങനെയാണ്. നിറഞ്ഞ മനസാണവരുടേത്. ഏതു കുട്ടികൾ ആ വീട്ടിൽ വന്നാലും എന്തെങ്കിലും മധുര

പലഹാരം കൊടുക്കാതെ വിടില്ല. മാല കോർക്കുന്ന പെണ്ണുങ്ങൾ അയ്യപ്പ സ്വാമിയുടെയും വാവരുസ്വാമിയുടെയും കഥ പറഞ്ഞിരുന്നു. പെണ്ണുങ്ങൾക്ക് പറഞ്ഞാലും പറഞ്ഞാലും മതിവരാത്ത കഥകൾ. കൊച്ചുന്നാളിൽ മാളികപ്പുറത്തമ്മമാരായി കൊടുംകാടു താണ്ടിയ ഓർമ്മകൾ ഭീതിയും ഭക്തിയും ഇഴചേർത്ത് അവരുടെ മേൽ വലവിരിച്ചു. പുലിയെ കണ്ട കഥ കൊച്ചുപാറോതി പറഞ്ഞത് വടക്കേലെ കതിയാകൊച്ച് വാപൊളിച്ചിരുന്നാണ് കേട്ടത്. കാട്ടിലൂടെ പെരിയസ്വാമിയുടെ നേതൃത്വത്തിൽവച്ചും ഉണ്ടും നടന്നുപോയ ആ പഴയകാല ഓർമ്മകൾ പല പെണ്ണുങ്ങളുടേയും മുഖത്തു നഷ്ടബോധത്തിന്റെ നിഴൽ പരത്തി. കുട്ടിക്കാലത്തിന്റെ ഓർമ്മകൾ അവരിൽ പ്രായബോധം ഇല്ലാതാക്കിയമാതിരി. ചിലർ വാതുറന്ന് ഉച്ചത്തിൽ ചിരിക്കുകയും പരസ്പരം കളിതമാശകൾ പറഞ്ഞ് ശണ്ഠകൂടുകയും ചെയ്തുകൊണ്ടിരുന്നു. വൃശ്ചികം പിറന്നാൾ ഗ്രാമമാകെ ഭക്തിസാന്ദ്രമാകും. ശരണംവിളികൾ നാടിന്റെ നാനാഭാഗങ്ങളിൽ നിന്നും ഉയർന്നുപൊങ്ങും.

കല്ലും, മുള്ളും കാലുക്കുമെത്തേ.

സ്വാമിയേ, അയ്യപ്പോ

ശബരിമല ശാസ്താവേ, ശരണം പൊന്നയ്യപ്പാ

വാവരു സ്വാമിയേ, ശരണം പൊന്നയ്യപ്പാ.

കാഷായവസ്ത്രം ധരിച്ച് തലയിൽ ഇരുമുടിക്കെട്ടുമായി മോക്ഷം തേടി കൂട്ടംകൂട്ടമായി ജനം മലയിലേക്കു പോകുന്നതു കാണാനായി കുട്ടികളെല്ലാം പാതയോരത്ത് വന്നു നിൽക്കും. മലയ്ക്കു പോയിട്ടു വരുന്നവർ. എന്തെല്ലാം കഥകളാണ് അവരോടു പറയുക! മരം കോച്ചുന്ന തണുപ്പിൽ പമ്പയിലെ കുളി, കാട്ടിൽ ആനയെയും പുലികളെയും കണ്ട കഥകൾ, എരുമേലി പേട്ടതുള്ളലിന്റെ കാര്യങ്ങൾ, ശരംകുത്തിയാലിന്റെയും അഴുതമേട്ടിലെയും വിശേഷങ്ങൾ, ഭാണ്ഡം ചുമന്ന നടക്കുന്ന കഴുതകളുടെ ദുഃഖങ്ങൾ - അങ്ങനെ അങ്ങനെ എന്തെല്ലാം കാര്യങ്ങൾ! നബീസാ ഇതൊക്കെ കേട്ട് മനസാ മോഹിച്ചിട്ടുണ്ട്. ഞാനൊരു ഹിന്ദു കുട്ടിയായിരുന്നെങ്കിൽ ഇവരുടെകൂടെ മലയിൽ പോയി ഇതൊക്കെ കാണാമായിരുല്ലോ എന്ന്. നബീസായുടെ കൂട്ടുകാരി ശാരദക്കുട്ടി കഴിഞ്ഞ വർഷം മാളികപ്പുറത്തമ്മയായി മലകയറി വന്നപ്പം മലരും പ്രസാദവും ഉണ്ണിയപ്പവുമൊക്കെ കൊണ്ടുകൊടുത്തു. നാട്ടിൽ നിന്നും ആര് മലകേറി വന്നാലും റാവുത്തന്മാർക്ക് അതിന്റെ പങ്ക് കൊടുക്കും. വാവരുസ്വാമീടെ പങ്കാണത്രേയത്. വാവരുസ്വാമി മുസ്ലിമായത് എത്ര നന്നായി! അതുകൊണ്ടല്ലേ ഇതൊക്കെ നമുക്കു കിട്ടുന്നത്. ശാരദക്കുട്ടി മാളികപ്പുറത്തമ്മയുടെ കഥ പറഞ്ഞപ്പോൾ നബീസായ്ക്കു വേദനിച്ചു. പാവം എത്ര കൊല്ലമായി അയ്യപ്പനെ വിവാഹം ചെയ്യാനായി അവർ കാത്തിരിക്കുന്നു. കന്നി അയ്യപ്പന്മാർ ആരും അവിടെ ചെല്ലാതിരുന്നാൽ മാത്രമേ അയ്യപ്പനും

മാളികപ്പുറത്തമ്മയും തമ്മിൽ കല്യാണം കഴിക്കുകയുള്ളത്രെ. സത്യത്തിൽ നബീസയ്ക്ക് ശാരദക്കുട്ടിയോട് ദേഷ്യം തോന്നി. എന്തിനാ ശാരദക്കുട്ടി മലയ്ക്കു പോയത്? ആരും പുതുതായി പോകാതിരുന്നാൽ മാളികപ്പുറത്തമ്മയ്ക്ക് അയ്യപ്പനെ വിവാഹം കഴിക്കാമായിരുല്ലോ! പക്ഷേ എന്തു ചെയ്യും? മാളികപ്പുറത്തെമ്മയെ വേദനിപ്പിച്ചുകൊണ്ട് ഉറുമ്പുകളുടെ ജാഥ ഓരോ കൊല്ലവും മല ചവിട്ടിക്കൊണ്ടേയിരിക്കുന്നു. മലയ്ക്കു പോകുന്നവരുടെ കഥയൊക്കെ അത്തമ്മായുടെ വായിൽ നിന്നു തന്നെ കേൾക്കണം. എത്ര ഭംഗിയായാണ് അവർ കഥകൾ പറയുന്നത്! എന്തൊരു ഓർമ്മയാണിപ്പോഴും! പണ്ട് മലയ്ക്ക് ആളുപോകുമ്പം വീടിന്റെ മുന്നിൽ വിറകുകൾകൂട്ടി വലിയ ആഴി ഇടുമായിരുന്നു. രാത്രിയിൽ ഭജന കഴിഞ്ഞ്, തൊട്ടാൽ പൊള്ളുന്ന തീക്കനലിന്റെ മുകളിൽ ചവുട്ടി അയ്യപ്പന്മാർ ശരണം വിളിക്കും. അവരുടെ കാലൊന്നും പൊള്ളുകയേയില്ല. കൊട്ടും മേളവും ശരണംവിളിയുമെല്ലാം നേരം വെളുക്കുവോളം നീളും. അത്തമ്മായ്ക്ക് അറിയാൻ വയ്യാത്ത കഥയും ചരിത്രവും ഇല്ല. വവുള്ള്[1] പറയുന്നമാതിരി അങ്ങനെ പറഞ്ഞുകൊണ്ടേയിരിക്കും. ഖദിയാകുപ്പി പണ്ട് കിണറ്റിൽ വീണ കഥ പറയുമ്പോൾ വെളുത്ത ഞൊറികൾ വീണ ആ മുഖം ചവുതുടുക്കും. പല്ലില്ലാത്ത മോണവിരിച്ച് കുലുങ്ങിക്കുലുങ്ങി ചിരിക്കും. അത്തമ്മാ ഒരു കൊച്ചുകുഞ്ഞായിരുന്ന കാലം ഒരിക്കൽ ഖദിയാകുപ്പിയുടെ കൂടെ പടനിലത്ത് ശിവരാത്രി ഉത്സവം കാണാൻ പോയി. നാട്ടിലെ പുരുഷാരം മുഴുവൻ അവിടുണ്ട്. തലമുറകൾ വെട്ടിമരിച്ച ശ്മശാനഭൂമിയിൽ സന്തതിപരമ്പരകളുടെ പിതൃബലിയുടെ തേരോട്ടം തുടങ്ങി. കൂറ്റൻ കെട്ടുകാളകളേയും തോളിലേറ്റി ആർത്തുവിളിച്ച് കരക്കാർ വന്നുംപോയുമിരുന്നു. മയിൽപീലി വിശറി ചെവിയിലണിഞ്ഞ്, ഓട്ടുമണിമാലകൾ കഴുത്തിലണിഞ്ഞ്, ചുവന്ന പട്ടും വെള്ളപ്പട്ടും ധരിച്ച്, നെറ്റിപ്പട്ടവും ചൂടി കെട്ടുകാളകൾ വന്ന് അമ്പലത്തിൽ വലംവച്ചുതുങ്ങുന്നതോടെ ജനം നുരച്ചുപൊന്തും ആർപ്പുവിളി ഉയരും. ഇതൊക്കെ കാണാൻ എന്തു രസാ! വച്ചുവാണിഭക്കാരൻ വാവാ റാവുത്തരുടെ കടയിൽ നിന്നും കുപ്പി അത്തമ്മായ്ക്ക് കൈനിറയെ പച്ചകുപ്പിവളകൾ വാങ്ങിക്കൊടുത്തു. സൂര്യൻ പടിഞ്ഞാറ് തല ചായ്ച്ചു. ഉത്സവബഹളവും നിന്നു. അത്തമ്മായും കുപ്പിയും വയൽവരമ്പിലൂടെ വീട്ടിലേക്കു വരുമ്പോൾ കുപ്പിക്കൊരു മൂത്രശങ്ക. ഖദിയാകുപ്പി അടുത്ത കുറ്റിക്കാട്ടിലേക്ക് കയറിയതും ഒരു നിലവിളി കേട്ടു. പേടിച്ചരണ്ട് അത്തമ്മാ കുറ്റിക്കാട്ടിൽ ചെന്നു നോക്കുമ്പോൾ ഖദിയാകുപ്പി ഒരു പൊട്ടക്കിണറ്റിൽ കിടന്നു ഞെരങ്ങുന്നു. അതുകണ്ട് അത്തമ്മാ ഭയപ്പാടോടെ നിലവിളിച്ചു.

"അയ്യോ, കുപ്പി കെണത്തിലെ വിളിന്തിരിച്ചേ, ഓടി വാങ്കളോ"

---

1. വവള്ളു - ഉപദേശം

അത്തമ്മായുടെ നിലവിളി നാടുമുഴുവൻ മുഴങ്ങി. ഉത്സവം കണ്ടു വരു വഴിപോക്കർ അതത്ര കാര്യമാക്കിയില്ല. ഒരു കുപ്പിയല്ലേ കിണറ്റീ വീണൊള്ളു. അതിനെന്തിത്തറ കിടന്നു മോങ്ങാൻ? കൊച്ചിന്റെ കൂടെ മുതിർന്നവരാരും ഇല്ലേ? ദയതോന്നിയ ചിലർ വന്നു ചോദിച്ചു. മോളേ, കരയാതെ. കൊച്ചാട്ടൻ മോൾക്ക് ഒരു പുത്തൻ കുപ്പി വാങ്ങിത്തരാം എന്നൊക്കെ പറഞ്ഞ് ചിലർ സമാധാനിപ്പിച്ചു. എന്നാൽ ഇതൊന്നും കേട്ട് അത്തമ്മ കരച്ചിൽ നിറുത്തിയില്ല. കുഞ്ഞിന്റെ വെപ്രാളവും കരച്ചിലും കേട്ട് എന്തോ സംശയം തോന്നിയ ചിലർ കിണറ്റിൽ ചെന്നു നോക്കു മ്പോഴാണ് ഒരു സ്ത്രീ അതിൽ കിടക്കുന്നതു കണ്ടത്. പെട്ടെന്ന് ആളു കൾ ഓടിക്കൂടി കുപ്പിയെ കരകയറ്റുകയും ചെയ്തു.

"കുപ്പിയെന്നു ചൊന്നാ
അപ്പച്ചീന്നാക്കുമെന്ന്
ശൂദ്രർക്കുതേരീമാ?"

അത്തമ്മ കുലുങ്ങി കുലുങ്ങി ചിരിച്ചു.

കാക്കേമൊൻ

തൈക്കാവിൽ ആണ്ടുനേർച്ചയ്ക്കുള്ള ഒരുക്കങ്ങൾ തുടങ്ങി. തേരാ പ്പാടൊക്കെ ചെത്തി മിനുക്കി. ചുവരുകളിൽ ഉസ്മാൻ റാവുത്തരുടെ നേതൃത്വത്തിൽ പിള്ളേരുവന്നു ചായംപൂശി മിനുക്കി. ഔലിയായുടെ കബറിൽ പുത്തൻ പച്ചപ്പട്ട് പുതച്ചു. കാവിൽ പടർന്നു പന്തലിച്ചു കിട ന്നിരുന്ന മുല്ലവള്ളികളിൽ നിന്നു പൂക്കളിറുത്ത് ഓതാൻ വന്ന പിള്ളേർ മാലകോർക്കുന്ന തിരക്കിലാണ്. മോദീൻ സാഹിബ് നേർച്ചയ്ക്കുള്ള മാലിസാപ്പൊടി പാത്രത്തിൽ നിറച്ചുവച്ചു. കൊടിതോരണങ്ങൾ തൂക്കി. ഗ്രാമമാകെ ഭക്തിസാന്ദ്രമായി. ഉസ്മാൻ റാവുത്തരുടെ ചായപ്പീടികയിൽ നാനാവിധത്തിലുള്ള പലഹാരങ്ങൾ പൊരിച്ച് ചില്ലിട്ട അലമാരിയിൽ ഭദ്രമായി അടുക്കിവച്ചു. ബലൂൺ കച്ചവടക്കാരൻ കരീമും വച്ചുവാണിഭ ക്കാരും ഉഷാറായി. പള്ളിമുറ്റത്ത് കച്ചവടക്കാർ തങ്ങളുടെ ഇടം ഉറപ്പി ക്കുന്ന തിരക്കിലാണ്. തൈക്കാഅപ്പായ്ക്ക് ജാതിഭേദമില്ല.

അതുകൊണ്ടുതന്നെ ഗ്രാമവാസികളൊന്നടങ്കം തൈക്കാവിൽ നേർച്ച അർപ്പിക്കാനായി വരും. കോഴിയൊന്നു പിനട്ടിയാൽ വീട്ടുകാർ പറയും "ആദ്യമൊട്ട തൈക്കാഅപ്പായ്ക്ക്". പശുക്കളുടെ അകിടിലൂറുന്ന ആദ്യത്തെ പാലും തൈക്കാവിലേക്ക്. തൈക്കാവിന്റെ കോലായിലിരുന്നു പിള്ളേർ യാസീൻ[1] ഓതിത്തുടങ്ങി. കരിമ്പനച്ചുവട്ടിൽ ചന്ദനത്തിരിയുടെ പുകപടലങ്ങളുയർന്നു. തൈക്കാവിലേക്ക് മുക്കാടിട്ട് പെണ്ണുങ്ങളുടെ വരവു

1. യാസീൻ - ഖുർ ആനിലെ ഒരു അദ്ധ്യായം

തുടങ്ങി. പണ്ട് വസൂരി പടർന്നു പിടിച്ചകാലം. മനുഷ്യർ പുഴുക്കളെപ്പോലെ ചത്തുമലർന്നു. പുന്തലയമ്മച്ചി മുത്തപ്പം തിന്നു മടുത്തു. പിശാചുക്കളുടെ ഒഴിയാബാധ അകറ്റാൻ കവലകളിൽ നിന്നു ബാങ്കുവിളികളുയർന്നു. കോവിലിൽ മണിയടി മുറുകി. ക്ഷേത്രത്തിൽ മന്ത്രവാദം തുടങ്ങി. എന്നിട്ടും പിശാചുക്കൾ വസൂരിവിത്തുകൾ വാരിവിതച്ചുകൊണ്ടേയിരുന്നു. അസ്റാഈലും[1] കാലദേവനും മുസ്‌ലിങ്ങളുടെയും ഹിന്ദുക്കളുടെയും വീടുകളിൽകയറി മടുത്തു. അവർ എടുപ്പതു ജീവനുംകൊണ്ടാണ് ഓരോ ദിവസവും മടങ്ങിയിരുന്നത്. കണ്ണീർമഴ പെയ്തിറങ്ങുന്ന ഒരു നാളിൽ ആരും ക്ഷണിക്കാത്ത ഒരതിഥിയായി ഔലിയാ[2] ഗ്രാമത്തിലേക്കു വന്നു. വസൂരി മഴവെള്ളത്തോടൊപ്പം ഒലിച്ചിറങ്ങി. ഔലിയ തൊട്ട രോഗികളൊക്കെ സുഖം പ്രാപിച്ചു. ഔലിയ മാറാരോഗികൾക്ക് അദ്ഭുതരോഗശാന്തി വരുത്തുന്ന വിവരം നാടും നഗരവും അറിഞ്ഞു. കൊടുംവരൾച്ചയിൽ ഔലിയ മഴ പെയ്യിച്ചു. പുഞ്ചനിലങ്ങളിൽ വെള്ളംകയറി കൃഷി നശിക്കാറായപ്പോൾ ഔലിയ ചാലിലെ വെള്ളം മുഴുവൻ കുടിച്ചുവറ്റിച്ചു. മീനച്ചൂടിൽ നാട്ടുകാർ കുടിവെള്ളത്തിന് പരക്കം പാഞ്ഞു നടന്നപ്പോൾ ഒറ്റ രാത്രികൊണ്ട് ഔലിയ കുഴിച്ച കുളമാണ് നേർച്ചക്കുളം. ഔലിയായ്ക്ക് ജിന്നുകളുടെ സഹായമുണ്ടൊണ് കേഴ്‌വി. ഔലിയ കുഴിച്ച കുളത്തിൽ മാക്രികൾ വാഴുകയില്ല. ക്ഷുദ്രജീവികൾ ഒന്നും അതിൽ ജീവിക്കില്ല. കരിക്കിൻവെള്ളം പോലെ അതിന്നും ശുദ്ധം. രോഗികൾ നേർച്ചക്കുളത്തിൽ നിന്നും വെള്ളം കുടിച്ച് രോഗശാന്തി വരുത്തുന്നു. ഔലിയായുടെ കീർത്തി ദേശങ്ങൾ വിട്ട് പറന്നു. പരദേശങ്ങളിൽ നിന്നുപോലും വിശ്വാസികൾ ഗ്രാമത്തിലേക്ക് വന്നുതുടങ്ങി. ഒരിക്കൽ പത്തനംതിട്ട കുന്നുകളിൽ തമ്പടിച്ചിരുന്ന റാവുത്തരമാരുടെ പട കുന്നിറങ്ങിവന്നു. ഔലിയായെ അവരുടെ ഗ്രാമത്തിലേക്ക് ക്ഷണിച്ചു. ഔലിയ പോകാൻ മനസു കാട്ടിയില്ല. എന്നാൽ ഒരു പെരുന്നാളിന് അവിടെ വന്നു ഞങ്ങൾക്ക് ഇമാമായി നിന്നു നമസ്കരിപ്പിക്കണമെന്നായി റാവുത്തരമാർ. അവരുടെ നിർബന്ധത്തിനു വഴങ്ങി ഔലിയ അത് സമ്മതിക്കുകയും ചെയ്തു. ഔലിയ ഗ്രാമം ഉപേക്ഷിച്ചു പോകുന്ന വിവരം കാറ്റ് ഗ്രാമമാകെ വിളിച്ചോതി നടന്നു. പത്തനംതിട്ട കുന്നുകളിൽ ഇരുന്നു കാക്ക വിരുന്നു വിളിച്ചു. കോഴികൾ വെയിലു കാഞ്ഞു. ഇതറിഞ്ഞു നാട്ടുകാർ ഒടങ്കം ഔലിയായുടെ മുമ്പിൽ വന്നു. ഗ്രാമം ഉപേക്ഷിച്ചു പോകരുതെന്ന് കേണപേക്ഷിച്ചു. പടപ്പുകളുടെ സ്നേഹത്തിനു മുന്നിൽ ഔലിയായുടെ കണ്ണു നിറഞ്ഞു. പടച്ചതമ്പുരാനോട് അവരുടെ നന്മയ്ക്കായി പ്രാർഥിച്ചു. ഒടുക്കം ഔലിയ അരുളിച്ചെയ്തു. ഞാൻ തന്നെ ഇവിടെയും പെരുനാളിന് ഇമാമായി നിന്ന് നിങ്ങളെ നമസ്കരിപ്പിക്കും. ഔലിയായുടെ വാക്കുകൾ കേട്ട് റാവുത്തരന്മാർ ആനന്ദാശ്രുക്കൾ പൊഴിച്ചു. സൂര്യൻ തെളിഞ്ഞും മറഞ്ഞും കളി തുടർന്നു

1. അസ്റാഈൽ - ആത്മാവിനെ പിടിക്കാൻ ഏല്പിക്കപ്പെട്ട മാലാഖ. 2. ഔലിയ - ദൈവത്തിന്റെ ഇഷ്ടദാസൻ

പെരുന്നാളു വന്നു. ഔലിയ ഒരേസമയം പത്തനംതിട്ട പള്ളിയിലും ഇവിടെയും ഖുത്തുബാ[1] ഓതുകയും നിസ്കരിപ്പിക്കുകയും ചെയ്തു. തെങ്ങിന്റെ മോളിൽ ഇരുന്ന് കള്ള് ചെത്തിക്കൊണ്ടിരുന്ന കുമാരൻ ഔലിയാ മിന്നായംപോലെ പറന്നുപോകുന്നതു കണ്ട് ബോധരഹിതനായി താഴെ വീണു. റമ്പിന്റെ കുതിറത്ത് കിട്ടിയ ഔലിയായുടെ സഹായത്തോടെ ഗ്രാമവാസികൾ സന്തുഷ്ടരായി കാലംപോക്കി. കാലഗതി അറിയാമായിരുന്ന ഔലിയ ഒരു ദിവസം കൊടുംതപസു തുടങ്ങി. കാലം ശൂന്യതയിൽ നിന്നും ഓരോന്ന് ഉയർത്തികൊണ്ട് വരുന്നു. പിന്നീടെപ്പോഴൊ അവയെല്ലാം ശൂന്യതയിലേക്ക് വലിച്ചു താഴ്ത്തുകയും ചെയ്യുന്നു. ശൂന്യതയിൽ പ്രപഞ്ചമാകെ ഒളിഞ്ഞിരിക്കുന്നു. അതാക്കും സത്യം. ധ്യാനത്തിന്റെ മൂർധന്യതയിൽ റുഹാനിക്കിളി[2]കളുടെ രോദനം നാടാകെ മുഴങ്ങി. ഔലിയായുടെ മയ്യത്തുനമസ്കാരത്തിന് മനുഷ്യരോടൊപ്പം പുല്ലും പുഴുക്കളും വന്നു. ചിതലും കിളികളും വന്നു. മണ്ണും കല്ലും ഉണർന്നു. ഗ്രാമവാസികളുടെ സ്നേഹാദരം ഔലിയായുടെ കബറിൽ കോഴിമുട്ടയായും പാലായും കാശായും ഒഴുകിവുകൊണ്ടേയിരുന്നു. ലബ്ബ പള്ളിയുടെ മട്ടുപ്പാവിൽ ഇരുന്നു ഖുർആൻ ഓതുകയായിരുന്നു. പുറത്തു പതിവില്ലാതെ കാക്കകളുടെ കലപിലാരവം ലബ്ബ ഓതൽ നിറുത്തി മട്ടുപ്പാവിൽ നിന്നു ചുറ്റും നോക്കി. കാക്കകൾക്ക് പതിവില്ലാത്തൊരു ഭാവമാറ്റം. വിറളിപിടിച്ച് അവ പരക്കം പായുന്നു. ലബ്ബ സാഹിബിന്റെ മുഖം സന്തോഷം കൊണ്ട് തുടുത്തു.

"കാക്കേമാൻ വാറാ".

ലബ്ബ കോണിപ്പടികൾ ധൃതിയിലിറങ്ങി. തൈക്കാവിൽ നേർച്ചക്കാരുടെ വരവ് ഏതാണ്ട് തീർന്ന മട്ടുണ്ട്. എപ്പോഴും അവസാനത്തെ ആളായി കാക്കേമാനാവും വരിക. കുട്ടികളുടെ കൂവലും ആരവങ്ങളും കേൾക്കാം. തൈക്കാവിന്റെ തിണ്ണയിൽ നിന്ന് റോഡിലേക്ക് ദൃഷ്ടിപായിച്ച് ലബ്ബ നിന്നു. പിള്ളേരുടെ കൂക്കുവിളികളുടെയും പിതൃക്കളുടെ കലപിലാരവങ്ങളുടെയും അകമ്പടിയോടെ കാക്കേമാൻ തൈക്കാവിലേക്ക് കയറി വന്നു. ലബ്ബ ചാടി ഇറങ്ങിവന്നു പിതൃക്കളെയും പിള്ളേരെയും ആട്ടിയകറ്റി. ഭൂതവും ഭാവിയുമില്ലാത്ത വർത്തമാനത്തിൽ നിന്ന് അവർ പരസ്പരം ആശ്ലേഷിച്ചു. കാക്കേമാന്റെ തൊലിയും കാവിമുണ്ടും ഏറെ പഴകിയിരിക്കുന്നു. തൊലിയെല്ലാം ചുക്കിച്ചുളിഞ്ഞു. കാവിമുണ്ട് പിഞ്ചി ചവുണ്ടു. തലയിലെ കാവി തലപ്പാവ് അഴിച്ചുവച്ച് തന്റെ ചെവിയിൽ തിരുകിവച്ചിരുന്ന വിടർന്ന കാക്കാത്തിപ്പൂക്കൾ എടുത്ത് ലബ്ബയുടെ കൈയിൽ കൊടുത്തിട്ട് കാക്കേമാൻ പറഞ്ഞു. "ഇതുമാത്രമേ എന്റെ കൈയിലുള്ളു. ഔലിയായ്ക്ക് കൊടുത്തേക്ക്". തൈക്കാവിൽ നിന്ന് മുല്ലപ്പൂക്കളുടെ സുഗന്ധം അവിടമാകെ പരന്നു.

---

1. ഖുത്ത്ബ - വെള്ളിയാഴ്ച നമസ്കാരത്തിന് മുമ്പായുള്ള പ്രസംഗം 2. റുഹാനിക്കിളി - ഓലേഞ്ഞാലിക്കിളി

“എങ്കെയായിരുന്തിത്? ആണ്ടുനേർച്ചയ്ക്ക് നിശ്ചയമായിട്ടും വരുവായെണ്ടു നിനച്ചു. നിനച്ചതുപോലെ നടന്തിത്”. ലബ്ബ പറഞ്ഞു.

”ഔലിയ വിളിച്ചപ്പോൾ വന്നു”

“തെരിയും”

മഗരിബിന്റെ ബാങ്ക് വിളി ഉയർന്നു.

“ലബ്ബ പോയി വാ. ഞാൻ ഇവിടെ ഉണ്ടാവും”

ലബ്ബ പള്ളിയിലേക്കും കാക്കേമാൻ പള്ളിക്കാട്ടിലേക്കും നടന്നു. കാക്കേമാന്റെ സാന്നിധ്യം ലബ്ബയ്ക്ക് വൈദ്യുതാകർഷണത്തിന്റേതാണ്. അപ്പോൾ മനസിനുള്ളിന്റെയുള്ളിലെവിടെയോ മാസ്മര രശ്മികൾ ഉറവയെടുക്കും. ധ്യാനത്തിന്റെ മൂർധന്യതയിൽ അനുഭവിക്കുന്ന കാന്തിക സമ്മർദ്ദംപോലെ. ലബ്ബ മോദീനോടായി പറഞ്ഞു. വേദങ്ങളുടെ അതിരുകണ്ട ജ്ഞാനിയാക്കും കാക്കേമാൻ. പഴവും പഴത്തൊലിയും വേർതിരിക്കാത്തവൻ. കുപ്പത്തൊട്ടിയിലെ എച്ചിലും തേങ്ങാച്ചോറും ഒരുപോലെ ഭക്ഷിക്കുന്നവൻ. മീൻചന്തയിലും പട്ടുമെത്തയിലും ഒരുപോലെ ശയിക്കുന്നവൻ. തൈക്കാഅപ്പായുടെ അരുമശിഷ്യൻ ഇതൊന്നും ശ്രദ്ധിക്കാതെ ദൂരെ പള്ളിക്കാട്ടിലിരുന്നു കാക്കേമാൻ കാക്കകളോട് പേശിക്കൊണ്ടേയിരുന്നു.

“അസതോ മാ സത്ഗമയാ
തമസോ മാ ജ്യോതിർഗമയാ
മൃത്യോർ മാ അമൃതം ഗമയാ”

മഗ്രിബ്നിസ്കാരം കഴിഞ്ഞ് റാവുത്തരന്മാരൊക്കെ പിരിഞ്ഞു. ലബ്ബ മുറ്റത്തിറങ്ങി പള്ളിക്കാട്ടിലേക്കു നോക്കി. ഇരുട്ട് കനംവച്ചു വരുന്നു. പൊളിഞ്ഞ കബർ കുഴികളിൽ കാക്കക്കുഞ്ഞുങ്ങൾ കരയുന്നു. കാക്കേമാന്റെ പുലമ്പൽ കേൾക്കാം. ലബ്ബ പള്ളിക്കാടിനരുകിലേക്ക് നടന്നു. എന്നിട്ട് ഉറക്കെ വിളിച്ചു:

“വാങ്കെ, തൈക്കാവിലെ ഇരിക്കലാം.”

കാക്കേമാൻ പള്ളിക്കാട്ടിലെ പൂർവികരോട് യാത്ര പറഞ്ഞു. കോണത്തെ ഹസനാരുകുഞ്ഞിനു കഷ്ടകാലമാണ്. ജീവിച്ചിരുന്നപ്പോൾ ചെയ്തുകൂട്ടിയ ദുഷ്കർമ്മങ്ങളുടെ ഫലം. ഹസൻകുട്ടിയുടെ കാര്യം... തണുത്ത കാറ്റ് ചുറ്റിവീശാൻ തുടങ്ങി. ഇരുട്ടിന്റെ മറപറ്റി ഒരു മഴത്തുള്ളി വന്ന് ലബ്ബയുടെ മൂക്കിൻതുമ്പിൽ വീണു. അവർ തൈക്കാവിന്റെ കോലായിലേക്ക് കയറി. മഴ ചാറിത്തുടങ്ങി. നിമിഷനേരംകൊണ്ട് മഴയുടെ അലർച്ചയിൽ ഗ്രാമമാകെ പ്രകമ്പനം കൊണ്ടു.

“മഴ ഇന്നച്ചിട്ടാ.” കാക്കേമാൻ പറഞ്ഞു.

“ങാ! ഞാനും അതുന്നെ പാത്ത്കൊണ്ടിരിക്കയാക്കും.”

ഔലിയ കൊടുംമഴയോടൊപ്പം ഗ്രാമത്തിൽ വന്നതിന്റെ ഓർമ്മ. പ്രകൃതിയുടെ ഓരോ കുസൃതിത്തരങ്ങൾ.

'മഴക്കെ മലക്കാക്കും മീഖായീൽ'

'ദേവേന്ദ്രൻ മഴയുടെ ദേവൻ.'

അവർക്കിതൊക്കെ തെരിയുമേ. കാക്കേമൊൻ ഓർമ്മകളുടെ കാണാക്കയത്തിൽ മുങ്ങിത്തപ്പി. ആശ്രിതരും വേലക്കാരും ഒക്കെ ഉള്ള തറവാട്. അച്ഛൻ പട്ടരുണ്ണി നാടുവാഴുന്ന കാലം. അഞ്ഞൂറു പറ കണ്ടം. കണ്ണെത്താദൂരത്ത് പരന്നുകിടക്കുന്ന വയല്. തൊഴുത്ത് നിറയെ പശുക്കൾ. വില്ലുവണ്ടി. കുത്താനും അരയ്ക്കാനും പൊടിക്കാനും അകത്തളങ്ങളിൽ പെണ്ണുങ്ങൾ. അങ്ങനെ എന്തെല്ലാം സുഖസൗകര്യമുള്ള കുടുംബത്തിലാണ് ഉണ്ണി പിറന്നത്. ഉണ്ണിയിൽ നിന്നും കാക്കേമൊനിലേക്കുള്ള പരിവർത്തനം കാലനിശ്ചയമായിരുന്നു. വേദം പഠിച്ചിരുന്ന കാലത്ത് ഗുരു ഗോപാലശാസ്ത്രികൾ പറഞ്ഞതാണ് ഉണ്ണിക്കു സന്യാസയോഗമുണ്ടെന്ന്. ഉണ്ണിയുടെ ചിന്ത എപ്പോഴും നിലംതൊടാതെ നിന്നു. കൗമാരം കൊഴിയുന്നതിനുമുമ്പേ ഉണ്ണി പരദേശയാത്രയ്ക്ക് പുറപ്പെട്ടു. നാടും നഗരവും കണ്ടു. വല്ലപ്പോഴും ഒരിക്കൽ വീട്ടിൽ വന്നാലായി. കൂടുതൽ പഠിപ്പിച്ചതിൽ അച്ഛൻ പട്ടരുണ്ണിക്ക് ഏറെ മനഃക്ലേശമുണ്ടായി.

"അവൻ ശങ്കരാചാര്യരെപ്പോലെ ഇറങ്ങി പുറപ്പെട്ടില്ലെ! ഇനി ഈ തറവാട് ആര് നോക്കും?" മകനെക്കുറിച്ച് ഓർത്ത മനംനൊന്ത് ആ ചങ്ക് പൊട്ടി. ഉണ്ണിയപ്പോഴും ഹിമാലയസാനുക്കളുടെ ഔന്നത്യം തേടി ചുറ്റിക്കറങ്ങിക്കൊണ്ടിരുന്നു. അങ്ങനെയിരിക്കെ ഒരു പാതിരാത്രി ഉണ്ണി സ്വന്തം ഗ്രാമത്തിൽ വന്നിറങ്ങി. തെരുവ് ഗാഢനിദ്രയിലാണ്. ഒരു കറുത്ത പൂച്ച ഉണ്ണിയുടെ മുമ്പിലൂടെ അതിശീഘ്രം പാഞ്ഞുപോയി. തൊട്ടുപിലെ ഒരു നായ മുരണ്ടുകൊണ്ടു വന്നു. അകാരണമായ ഒരു ഭീതി മനസിൽ ഉരുണ്ടുകൂടുന്നു. ഇനിയും കെടാത്ത വഴിവിളക്കിനരികിലേക്ക് ഉണ്ണി നീങ്ങിനിന്നു. ഒരു പരിചയക്കാരനെയും കാണുന്നില്ല. കാലംതെറ്റിയതെത്തുന്ന ഒരു വഴിയാത്രക്കാരനുവേണ്ടി ഉണ്ണിയുടെ കണ്ണുകൾ ദാഹിക്കുവാൻ തുടങ്ങി. ദൂരെ ഇരുട്ടിൽ പട്ടിയും പൂച്ചയും തമ്മിലുള്ള പോര് മൂത്തു. പൂച്ച മനുഷ്യക്കുഞ്ഞുങ്ങളെപ്പോലെ വാവിട്ടുകരയുന്നു. നായയുടെ മോങ്ങൽ കാട്ടാരമുള്ളുപോലെ കർണ്ണപുടങ്ങളിൽ വന്നു തറയ്ക്കുന്നു. ഇക്കണ്ട ദേശമൊക്കെ ചുറ്റിയടിച്ചിട്ടും ഇതുപോലൊരനുഭവം ഉണ്ണിക്ക് ഇതിനു മുമ്പ് ഉണ്ടായിട്ടില്ല. പാറമേക്കാവ് ഭഗവതിയെ അറിയാതെ വിളിച്ചുപോയി. ശരീരത്തിനൊരു ഭാരമില്ലായ്മ. അന്തരീക്ഷത്തിൽ നിന്ന് ആരോ തന്നെ തൂക്കി നിർത്തുന്നതുപോലെ. ഉണ്ണി നമ്പൂതിരി സകല ദേവതകളേയും ഉള്ളുരുകി പ്രാർഥിച്ചു. മന്ത്രങ്ങളുരുവിട്ടു. ദൂരെ റാന്തൽവിളക്കുമായി ഒരാൾ നിൽക്കുന്നത് ഉണ്ണിനമ്പൂതിരിയുടെ ശ്രദ്ധയിൽപെട്ടു. തെല്ലൊരാശ്വാസമുതിർത്തുകൊണ്ട് ഉണ്ണി വെളിച്ചത്തിനരികിലേക്ക് നടന്നു. തലേക്കെട്ടും

അയഞ്ഞ നീളൻ കുപ്പായവും ധരിച്ച ഒരു നെടിയ മനുഷ്യനാണ് റാന്തൽ വിളക്കും ഏന്തി നിൽക്കുന്നതെന്ന് വേഗം മനസിലായി. ഒരു വെള്ളി കെട്ടിയ കമ്പും കൈയിലുണ്ട്. പ്രായംചെന്ന ഏതോ റാവുത്തരായിരിക്കും. എനിക്കു തറവാട്ടിലേക്ക് പോകാൻ ഒരുപക്ഷേ ഇദ്ദേഹമൊരു കൂട്ടായാലോ എന്നു വിചാരിച്ച് അരികിൽ ചെപ്പോൾ അസാധാരണമായ ഒരു മനുഷ്യ നെയാണ് ഉണ്ണി കണ്ടത്. നീണ്ടുവളർന്ന നരച്ച താടിരോമങ്ങൾ കാറ്റി ലിളകിയാടുന്നു. മുഖത്തുനിന്നും ദിവ്യമായ ഒരു പ്രകാശം ചുറ്റും പര ക്കുന്നു. ചന്ദനത്തിരിയുടെ ഗന്ധം. കണ്ണുകളിൽ മിന്നൽപിണറുകൾ. ഉണ്ണിനമ്പൂതിരി ഉൾക്കിടിലത്തോടെ തരിച്ചുനിന്നു. അജ്ഞാത ശബ്ദ വീചികളുടെ പെരുമ്പറ ചുറ്റും മുഴങ്ങി. നാവിൽ വെള്ളം വറ്റി. ബോധ മണ്ഡലത്തിൽ ഇരുട്ട് വ്യാപിച്ചു. ശ്വാസകോശങ്ങൾ വീർത്തുപൊട്ടുമെന്നു ഭയപ്പെട്ടു. അതീന്ദ്രിയമായ അനുഭൂതിവിശേഷത്താൽ ഉണ്ണി തൈക്കാ വിന് മുമ്പിൽ കുഴഞ്ഞുവീണു. 'അഹം ബ്രഹ്മാസ്മി'. ഉറക്കമുണരുമ്പോൾ ചുറ്റും റാവുത്തരമാർ നിന്നു ശുശ്രൂഷിക്കുകയാണ്. കാര്യങ്ങൾ എല്ലാം അവർ മനസിലാക്കിയിരിക്കുന്നു. മുടി നീട്ടിവളർത്തിയ കൈയിൽ വെള്ളി മോതിരമണിഞ്ഞ പ്രായംചെന്ന ആ മനുഷ്യൻ, എല്ലാവരും കേൾക്കേ പറഞ്ഞു.

'സത്യം, അതു തൈക്കാഅപ്പതന്നെ'.

ഉണ്ണി അടുത്ത ഒരു പരദേശയാത്രയ്ക്കുള്ള ഭാണ്ഡം മുറുക്കി. എവിടെ ല്ലാമോ അലഞ്ഞു നടന്നു. ഓരോ ദിക്കിൽ നിന്നും ഓരോരുത്തരെ കൂട്ടിനു കിട്ടി. അവറ്റകൾ തലയ്ക്ക് ചുറ്റും പാറി നടന്ന് കലമ്പൽകൂട്ടി. ഉണ്ണി കാക്കേമൊനായി. ആഴക്കടലിന്റെ ശാന്തി തേടി ഒഴുകുന്ന നദിപോലെ കാക്കേമൊൻ ഇന്നും സഞ്ചരിച്ചുകൊണ്ടേയിരിക്കുന്നു.

അല്ലാഹുവിന്റെ പുഴു

തൈക്കാവിന്റെ മുറ്റത്ത് ഓതാൻ വന്ന പിള്ളേർ കളി തുടങ്ങിക്കഴിഞ്ഞു. നബീസാമ്മാൾ കാൽപത്തിയുടെ മുകളിൽ പൊന്നുവച്ച് ഒരു സർക്കസു കാരിയെപ്പോലെ ഒറ്റക്കാലിൽ നിലത്തു കോറിയിട്ട കണ്ണങ്ങൾ ചാടിക്കളി ക്കുന്നതിനിടയിലാണതു കണ്ടത്. ഇളംമഞ്ഞയും തവിട്ടും നിറമുള്ള ഒരു കുഞ്ഞുപുഴു. ആ കുഞ്ഞുപുഴുവിന്റെ പിന്നിലായി പ്രപഞ്ചത്തിന്റെ അതി രോളം നീളുന്ന ഒരു വഴി തുറന്നിട്ടുണ്ട്. പുഴുവിനെ കണ്ടതും നബീസാ മ്മാൾ തന്റെ ചാട്ടം നിറുത്തി. പട്ടുപാവാടയിൽ പറ്റിയിരുന്ന പൊടിമണ്ണാകെ തട്ടിക്കുടഞ്ഞു. മൈലാഞ്ചിയണിഞ്ഞ തന്റെ സുന്ദരമായ കൈവിരലി ലൊന്ന് വായിലേക്കു തിരുകി ഓർമ്മയുടെ ഗ്രന്ഥപ്പുരയിലേക്ക് ഊളി യിട്ടു. നബീസാമ്മാളിന്റെ ഭാവമാറ്റം കണ്ട് കൂടെ കളിച്ചുകൊണ്ടിരുന്ന

പിള്ളേരെല്ലാം കളി നിർത്തി അത് നോക്കിനിന്നു. പെട്ടെന്ന് എന്തോ ഓർമ്മകിട്ടിയ മാതിരി നബീസാമ്മാൾ ഉറക്കെ വിളിച്ചുകൂവി.

"അള്ളാവുക്കു പാലും പഴവും കൊണ്ടുപോകുന്ന പുഴു"

പിള്ളേർ എല്ലാവരും പുഴുവിന് ചുറ്റിലും ഓടിക്കൂടി. പലരും ഭയഭക്തി ബഹുമാനപുരസരം പുഴുവിനെ വീക്ഷിച്ചു. ചിലർ അതിന് ഇഴഞ്ഞു നീങ്ങാൻ വഴി ഒരുക്കി. പുഴുവിന്റെ തടസങ്ങളൊക്കെ നൊടിയിട നേരം കൊണ്ട് മാറ്റപ്പെട്ടു. കുട്ടികളുടെ കൂട്ടത്തിൽ നിന്ന് പൊടിപ്പയല് തിക്കി ത്തിരക്കി മുന്നിൽവന്ന് തറയിൽ കുനിഞ്ഞിരുന്നു. പുഴുവിനെ ശ്രദ്ധയോടെ നിരീക്ഷിച്ചു. അല്ലാഹുവിന് പാലും പഴവും കൊണ്ടുപോകുന്ന പുഴുവിനെ പൊടിപ്പയല് ആദ്യമായി കാണുകയാണ്. ഈ കുഞ്ഞുപുഴുവിന്റെ വയറ്റിൽ പാലും പഴവും ഇരിപ്പുണ്ടെന്ന് പൊടിപ്പയലിന് വിശ്വസിക്കാനാ വുന്നില്ല. പൊടിപ്പയല് കുനിഞ്ഞു കിടന്ന് തിരിഞ്ഞും മറിഞ്ഞും നോക്കി. അവസാനം പുഴുവിന് കടുകുമണി മാതിരി രണ്ട് ഊമ്പ്രിക്കകണ്ണുകളു ണ്ടെന്ന് കണ്ടെത്തി. നബീസാമ്മാൾ തന്റെ കണ്ടെത്തൽ എല്ലാവരും കേൾക്കാനായി ഉച്ചത്തിൽ വിളിച്ചുപറഞ്ഞു.

"പുളുവിക്കെ വെളുത്ത ഭാഗത്തിലെയാക്കും പാലിരിക്കറത്."

ചുറ്റും കൂടിനിന്ന പിള്ളേരെല്ലാം അത് തലകുലുക്കി സമ്മതിച്ചു.

"അതു ശരിയാക്കും. പാല് ഇരിക്കിതുകൊണ്ടാക്കും അന്ത ഭാഗം മാത്രം വെളുത്തിരിക്കിറത്" സലീം പറഞ്ഞു.

നൂഹുകണ്ണ് അതുകേട്ട് ഈർഷ്യയോടെ പറഞ്ഞു.

"ചുമ്മാ, നിങ്കെയൊക്കെ ചൊല്ലുറതു വെറും പുളുവാക്കും. അല്ലാഹു പാലും പളവും ഒന്നും തിന്നമാട്ടാൻ. നമ്മളുക്ക് കൂട്ട് വായും വയറുമൊന്നു മില്ലെ. ആദിയും അന്തവും ഇല്ലാത്തവനാക്കും".

നൂഹുകണ്ണ് പറഞ്ഞത് ആരും അത്ര കാര്യമാക്കിയില്ല. എല്ലാവർക്കും പുഴുവിന്റെ ദേഹത്ത് സൂക്ഷിച്ചുവച്ചിരിക്കുന്ന പാലിനും പഴത്തിലുമായി രുന്നു ശ്രദ്ധ. തന്റെ ചുറ്റിലും നടക്കുന്ന കാര്യങ്ങൾ ഒന്നും അറിഞ്ഞ ഭാവം നടിക്കാതെ അല്ലാഹുവിന്റെ പുഴു ഇഴഞ്ഞിഴഞ്ഞ് തൈക്കാവിന്റെ പുരാതനമായ കരിങ്കൽത്തൂണിലേക്ക് കയറി. കാൽ വഴുതിവീഴാതെ അല്ലാഹുവിന്റെ അരുമയായ പുഴു മച്ചിലേക്ക് കയറിപ്പോകുന്നതു നോക്കി കുട്ടികൾ അദ്ഭുതം കൂറിനിന്നു. മച്ചിന്റെ കാണാമറയത്തിരുന്ന് ഒരു പല്ലി ഇതൊക്കെ കാണുന്നുണ്ടായിരുന്നു. അത് തലനീട്ടി തക്കം പാർത്തിരുന്നു. പാലും പഴവും മുകളിലേക്ക് ഇഴഞ്ഞുവരുന്നു. പല്ലി മച്ചിലെ തടിയുടെ മറപറ്റി ഇഴഞ്ഞുവന്നു. പുഴുവിനെ നൊടിയിട നേരംകൊണ്ട് നാക്കിൽ തൂക്കിയെടുത്തു വായിലിട്ടു. ശുഭം. അല്ലാഹുവിനു പാലും പഴവും കൊണ്ടുപോയ പുഴുവിനെ കട്ടുതിന്ന പല്ലിക്കെതിരെ ഒരു ശബ്ദംപോലും പുറപ്പെടുവിക്കാനാവാതെ വിശ്വാസികൾ കണ്ണുമിഴിച്ചുനിന്നു.

"അല്ലാഹുക്കല്ലെ അന്ത പല്ലിക്കാക്കും പുഴു പാലും പളവും കൊണ്ടു പോയത്."

നൂഹുകണ്ണിന്റെ പരിഹാസം പ്രപഞ്ചമാകെ മുഴങ്ങി. വിശ്വാസികൾക്കതു കേട്ട് കലി ബാധിച്ചു. പലരും കോപത്താൽ വിറച്ചുതുള്ളി. അല്ലാഹുവിന്റെ പുഴുവിനെ കൊല ചെയ്ത ആ പല്ലിയെ വകവരുത്താനായി ഇസ്ലാമിന്റെ വീരയോദ്ധാക്കൾ സടകുടഞ്ഞെണീറ്റു. വടിയും കല്ലുമായി അവർ പല്ലിക്കുനേരെ പാഞ്ഞടുത്തു. പല്ലി മുസ്ലിങ്ങളുടെ പരമ്പരാഗത വൈരിയാണ്. പല്ലിയെ കൊന്നാൽ പള്ളിവച്ച കൂലി കിട്ടുമെന്നു പറഞ്ഞ് സലീം അവരെ പ്രോത്സാഹിപ്പിച്ചു. "ഞാനാ പല്ലിയെ കൊല്ലും" - അലിറാവുത്തരുടെ പോർവിളി പള്ളിമുറ്റത്ത് മുഴങ്ങി. പല്ലിയുമായുള്ള വിശുദ്ധയുദ്ധം പ്രഖ്യാപിക്കപ്പെട്ടു. പല്ലി മച്ചിലിരുന്നു പോരാളികളുമായി ഒളിച്ചുകളിച്ചു. യുദ്ധം കൊടുമ്പിരിക്കൊണ്ടു. വിശുദ്ധ യുദ്ധത്തിൽ പങ്കെടുക്കാതെ ദൂരെ മാവിൻചുവട്ടിൽ ഇരുന്നു കണ്ണിമാങ്ങ കടിച്ചുതിന്നുകൊണ്ടിരുന്ന അലസപ്രജകൾക്കായി സലീം തന്റെ പല്ലിപുരാണത്തിന്റെ ഹദീഥ്[1] പുറത്തെടുത്തു. എല്ലാ മടിയന്മാരെയും ചുറ്റിലും വിളിച്ചുകൂട്ടി സലീം പറഞ്ഞു. "പണ്ടു പണ്ട് മുത്ത്നബീന്റെ കാലം. നമ്മുടെ അത്തിത്താമാരുടെ അത്തിത്താമാരുടെയും എത്രയോ കാലം മുമ്പ്, തെളിച്ചുപറഞ്ഞാൽ മുസ്ലിങ്ങളുടെ കാലത്തിന്റെ ഉറവപൊട്ടിയ നാള്, ഹിജിറ, തെരിയുമാ. ആ കാലത്തിലൊരിക്കൽ ഇസ്ലാമിന്റെ ശത്രുക്കൾ നബിയെയും കൂട്ടുകാരെയും വേട്ടയാടുകയായിരുന്നു. നബിയും അനുചരരും ശത്രുക്കളുടെ ആക്രമണം ഭയന്ന് ഒരു മലഞ്ചരുവിൽ അഭയം തേടി. ശത്രുക്കൾ വിടാതെ അവരെ പിൻതുടരുന്നുണ്ടായിരുന്നു. നബി ഏതു നിമിഷവും ശത്രുക്കളുടെ പിടിയിൽ അകപ്പെടാവുന്ന സ്ഥിതി. ഒരു രക്ഷാകവാടത്തിനായി നബിയും സഹായികളും ഉടയമ്പുരാനോട് പ്രാർഥിച്ചു. പെട്ടെന്ന് അതാ മുന്നിലൊരു ഗുഹ. 'സൗർ' എ ഗുഹയായിരുന്നു അത്. റമ്പിൽ ആലമീനായ തമ്പുരാനു സ്തുതി. അവർ അതിനുള്ളിലേക്ക് ഓടിക്കയറി. ഇതെല്ലാം കണ്ടുകൊണ്ട് ഒരു പല്ലിയും ചിലന്തിയും അവിടെ ഇരിപ്പുണ്ടായിരുന്നു. പാവം ചിലന്തിക്ക് നബിയെ സഹായിക്കണമെന്നു തോന്നി. നബിയും കൂട്ടുകാരും ഗുഹയ്ക്കുള്ളിൽ കയറിയതും ചിലന്തി ഗുഹാമുഖം മുഴുവൻ വല നെയ്തുമറച്ചു. ഇനി ഒരീച്ചയ്ക്കുപോലും അതിനുള്ളിലേക്ക് കടക്കാനാവില്ല. എന്നാൽ പല്ലി ഇതൊന്നും ശ്രദ്ധിക്കാതെ അലസമായി അവിടെ ഇരുന്നു. ദൂരെ ശത്രുക്കളുടെ തലകണ്ടതും നബി ഗുഹയ്ക്കുള്ളിൽ പാത്തിരിപ്പുണ്ടെന്ന് പല്ലി വിളിച്ചുപറഞ്ഞു. പല്ലിയുടെ ചൊല്ലിൽ പൊളിയില്ലൊണല്ലോ ശൊല്ല്. എന്തായാലും ശത്രുക്കൾ ഗുഹാമുഖത്തേക്ക് പാഞ്ഞടുത്തു. ഗുഹാമുഖം അപ്പോഴത്തേക്കും ഏതോ പ്രാചീനകാലത്തെ ഓർമ്മിപ്പിച്ചു. ഒരു കാട്ടു

1. ഹദീഥ് - നബിവചനം

മുയലുപോലും ഗുഹയ്ക്കുള്ളിലേക്ക് ഇപ്പോഴെങ്ങും പോയിട്ടില്ല. ദേ കണ്ടില്ലേ ഒരു ചിലന്തി. നൂലുപോലും പൊട്ടിയിട്ടുണ്ടോ? അവരുടെ നേതാവ് പറഞ്ഞു. ശത്രുക്കൾ നബിയെ തേടി മറ്റു വഴികളിലൂടെ പാഞ്ഞു നടന്നു. പല്ലിയുടെ വാക്കുകേട്ട് അവർ ഗുഹയ്ക്കുള്ളിൽ കണ്ടിരുന്നെങ്കിലോ? ഇസ്‌ലാമിന്റെ പൊടിപോലും പിന്നെ ഇവിടെ മുളപൊട്ടുമായിരുന്നോ? അതാണ് ഞാൻ പറഞ്ഞത് പല്ലികൾ നമ്മുടെ ശത്രുക്കളും ചിലന്തികൾ മിത്രങ്ങളുമാണെന്ന്. വിശ്വാസികളുടെ രക്തം തിളിച്ചു. അവർ തക്ബീർ ധ്വനികളുയർത്തി. നൂഹുകണ്ണ് അസഹിഷ്ണുതയോടെ സലീമിനോട് ചോദിച്ചു.

"പല്ലി കള്ളം ചൊല്ലേലിയേ സത്യ ചൊന്നതു കുറ്റമാ"

നൂഹുകണ്ണിനെ തള്ളിമാറ്റി വിശ്വാസികളുടെ കൂട്ടം തൈക്കാവിന്റെ മുറ്റത്തേക്ക് പാഞ്ഞു. അവർ ആർപ്പുവിളികളോടെ വിശുദ്ധയുദ്ധത്തിൽ പങ്കുചേർന്നു. ഇതെല്ലാം കണ്ട് മാവിൻകൊമ്പിൽ ഇരന്നു അണ്ണാറക്കണ്ണൻ ചിൽചിൽ എന്നു ചിലച്ചു. യുദ്ധത്തിനു പെരുമ്പറ മുഴക്കിയതാണോ അതോ കൊഞ്ഞനം കുത്തിയതാണോയെന്നു നിരീക്ഷിച്ചറിയുക പ്രയാസം. കൊടിയ യുദ്ധത്തിനൊടുവിൽ അലിറാവുത്തരുടെ വിജയഭേരി മുഴങ്ങി. പല്ലിയുടെ വാൽ തറയിൽ കിടന്നു പിടയ്ക്കുന്നു. ഇസ്‌ലാമിന്റെ ശത്രുവിനെ വകവരുത്തിയതിൽ എല്ലാവരും അലിറാവുത്തരെ അഭിനന്ദിച്ചു. അലിറാവുത്തരെയും തോളിലേറ്റി അവർ വിജയനൃത്തം ചവിട്ടി. തക്ബീർ ധ്വനികൾ മാനംമുട്ടെ ഉയർന്നു. കഴുക്കോലിന്റെ ഏതോ വിടവിലിരുന്നു മുറിച്ചിട്ട വാലുകുലുക്കി പല്ലി ഇതുകണ്ട് കുലുങ്ങികുലുങ്ങി ചിരിച്ചു. കുട്ടികളുടെ വിജയഭേരി പ്രപഞ്ചത്തിന്റെ അതിരുകളിൽ തട്ടി പ്രതിധ്വനിച്ചു. ദൂരെ മലമുകളിലെങ്ങോ ഇരുന്നു ഭോഗിച്ചുകൊണ്ടിരുന്ന ചിലന്തികളെ അത് അലോസരപ്പെടുത്തി. കാമം ശമിക്കാത്ത പെൺചിലന്തി തന്റെ ഇണയെ വരിഞ്ഞുമുറുക്കി ശാപ്പിട്ടു. ഇക്കഥ നാട്ടിലറിഞ്ഞപ്പോൾ വിശ്വാസികൾ പറഞ്ഞുപരത്തി 'സ്നേഹംകൊണ്ടാക്കും പെൺചിലന്തി തന്റെ ഇണയെ ശാപ്പിട്ടത്'. ആ ചിലന്തിയുടെ അകാലമരണം കേട്ട് ഗ്രന്ഥപ്പുരയിൽ എടുപ്പത് പണിയുണ്ടായിരുന്ന ചിതലുകൾ പണി നിറുത്തി പറഞ്ഞു. 'ഇനാലില്ലാഹിവ ഇാ ഇലൈഹി റാജി ഹുൻ' – തീർച്ചയായും നാം സ്രഷ്ടാവിലേക്കു മടങ്ങുന്നവരാണ്.

പറയപ്പൈതങ്ങൾ

കിഴക്കൻകാട്ടിൽ ഈറ്റ തേടിപ്പോയ പറയപ്പൈതങ്ങളെ ആന പിടിച്ചു. കൊച്ചുവും കോരനും ആനയുടെ കുത്തേറ്റു കുടൽമാല ചാടി ചത്തു. എന്തിനും പോന്ന കരുത്തുണ്ടായിരുന്ന കൊച്ചാളിയെ ഒറ്റയാൻ ചവിട്ടി

ച്ചതച്ചു. മലദൈവങ്ങളുടെ ഭാഗ്യം. കൊച്ചാളിയുടെ ശ്വാസം നിലച്ചില്ല. ചത്തവരെ കാട്ടിൽ മണ്ണു തുരന്നുമൂടി. അർധപ്രാണനോടെ കിടന്നുപിടച്ച കൊച്ചാളിയെയും ചുമന്നു ബാക്കിയായ പറയപ്പൈതങ്ങൾ കുന്നുകയറി വന്നപ്പോൾ പറയക്കുടിലുകൾ വാവിട്ടു നിലവിളിച്ചു. ചീറ്റലും പിഴിച്ചിലും മോങ്ങലും വെളുക്കുവോളം കുന്നിനെ ഞെരിപൊരികൊള്ളിച്ചു. പറയപ്പൈതങ്ങളുടെ കണ്ണുനീർപുഴ അടിവാരത്തേക്കൊഴുകി. കണ്ണുനീരിന്റെ ഉപ്പിൽ കിടന്നു ഗ്രാമം നീറി. ചത്തവർക്ക് മാടൻനടയിൽ കുരുതി കഴിച്ചു. ഏമം തട്ടി നിലത്തുകിടന്ന് ഒച്ചിനെപ്പോലെ ഇഴയുന്ന കൊച്ചാളിയെ നോക്കി നായ്ക്കൾ ഓരിയിട്ടു. ഉമ്മിട്ടിയാശാനും പരിവാരങ്ങളും കുന്നു കയറി ഉഴിച്ചിലും പിഴിച്ചിലും നടത്തി. കാടായകാടൊക്കെ വെട്ടിനുറുക്കി ആറ്റിക്കുറുക്കി സേവിപ്പിച്ചു. പഥ്യം പിടിച്ചു കൊച്ചാളി വിരയെപ്പോലെ കിടന്നു പുളച്ചു. പഥ്യം കഴിഞ്ഞിട്ടും കൊച്ചാളി ഒച്ചിനെപ്പോലെ ഇഴഞ്ഞു നടന്നു ചോര തുപ്പി. ഉമ്മിട്ടിയാശാൻ തോറ്റു മടങ്ങിയേടത്ത് ഒരു കൈപയറ്റാൻ ലബ്ബസാഹിബ് കുന്നുകയറി വന്നു. പഠിച്ചപണി പതിനെട്ടും നോക്കി ലബ്ബസാഹിബും മൗനിയായി കുന്നിറങ്ങിപ്പോയി. വടക്കൻദിക്കിൽ നിന്ന് തങ്ങളുപ്പൂപ്പാ വന്നു യുനാനി ചികിത്സ നടത്തി. എന്നിട്ടും കൊച്ചാളി പാമ്പിനെപ്പോലെ ഇഴഞ്ഞുതന്നെ നടന്നു. കാട്ടിൽവച്ച് ഏറ്റ ഏമത്തിന് കാടന്റെ വൈദ്യംതന്നെ കേമമെന്ന് കണ്ട് പരദേശിപ്പാണ്ടി കുരുതേവൻ ലാടനെ വരുത്തി. മെലിഞ്ഞുണങ്ങി ചുള്ളിക്കമ്പുപോലിരുന്ന ആ വികൃത രൂപം മലമുകളിൽ പൊറുതി തുടങ്ങി. നാണവും മാനവും ഇല്ലാത്ത കുരുതേവൻ ലാടൻ നാഴികയ്ക്ക് നാൽപതുവട്ടം മല മുഴുവൻ മുറുക്കിത്തുപ്പി. അവസാനം മരുന്ന് കണ്ടെത്തി. ഏഴുമുഴം നീളമുള്ളൊരു മഞ്ഞച്ചേര. കേട്ടവർ കേട്ടവർക്ക് ഓക്കാനം വന്നു. പരദേശിപ്പാണ്ടി കുരുദേവൻ ലാടൻ ഇതൊന്നും കണ്ട് കുലുങ്ങിയില്ല. കുരുതേവൻ ലാടൻ ചേരയെ പിടിക്കാൻ ഇറങ്ങിയ വിവരം നാടായ നാടൊക്കെ അറിഞ്ഞു. മൂക്കള ഒലിപ്പിച്ചു പറയപ്പൈതങ്ങൾ ലാടന്റെ പിന്നാലെ ജാഥയായി നീങ്ങി. കുരുതേവൻ ലാടന്റെ വീരസാഹസിക കഥകൾ കേട്ട് അടിവാരത്തുനിന്നും പിള്ളേരുടെ പട കുന്നുകയറി വന്നു. ഉമ്മിട്ടിയാശാനും ലബ്ബസാഹിബും തങ്ങളുപ്പൂപ്പായും തോറ്റുമടങ്ങിയിടത്ത് പരദേശിപ്പാണ്ടി കുരുതേവൻ ലാടന്റെ വേല കാണാൻ കരക്കാരെല്ലാം ചാമക്കാവിന്റെ പുറ്റിന് ചുറ്റും അണിനിരന്നു. പുറ്റ് തുളച്ച് പുറത്തുവന്ന ഏഴടി നീളമുള്ള ഒരു മഞ്ഞച്ചേര കരക്കാരെയും കുരുതേവൻ ലാടനെയും മാറിമാറി നോക്കി. അതിന്റെ ശൽക്കങ്ങൾ ഇളംവെയിലിൽ മിന്നിത്തിളങ്ങി. സംഗതി അത്ര പന്തിയല്ലെന്നു കണ്ട് പതുക്കെ അത് പുറ്റിനുള്ളിലേക്ക് തലവലിച്ചു. ഇതു കണ്ട കരുതേവൻ ലാടന്റെ കറുത്തുമെലിഞ്ഞ നീണ്ട കൈകൾ പാമ്പിനെപ്പോലെ ഇഴഞ്ഞുചെന്നു. പാമ്പും ചേരയും തമ്മിൽ മാറാട്ടം തുടങ്ങി. ഇതുകണ്ട് നിന്ന ജനത്തിനു മേലു കോരിത്തരിച്ചു. ചിലർക്ക് കിടുകിടുപ്പും പനിയും ബാധിച്ചു. പിള്ളേർ കൂകിവിളിച്ചു ഭയമകറ്റി. എല്ലുകൊരുത്ത

മഞ്ഞച്ചേരയെ കുരുതേവൻ ലാടൻ തന്റെ സഞ്ചിയിലാക്കി വീമ്പിളക്കി നടന്നു. മഞ്ഞച്ചേര കുരുതേവൻ ലാടന്റെ സഞ്ചിയിൽ വിരയെപ്പോലെ കിടന്നു പുളച്ചു. ഉസ്മാൻ റാവുത്തരുടെ ചായപ്പീടികയിലും തെരുവിലെ മീൻചന്തയിലും ചേരവിശേഷം പൊടിപൊടിച്ചു. പതിയാട്ടി പെണ്ണുങ്ങൾ അലക്കുനിർത്തി പരദേശിപ്പാണ്ടി കുരുതേവൻ ലാടന്റെ വീരകൃത്യം പറഞ്ഞിരുന്നു. കാക്കാത്തികൾ വീടുനിരങ്ങി കഥ പറഞ്ഞു. പാണൻ പാടി നടന്നു. പരദേശിപ്പാണ്ടി കുരുതേവൻ ലാടന്റെ കീർത്തി കാറ്റ് കടലും കടത്തി. പത്തിടങ്ങഴി വെള്ളത്തിൽ കുരുതേവൻ ലാടൻ ചേരയെ മുഴുവനോടിട്ടു പുഴുങ്ങി. അതിൽ നാരുഴി നെല്ലിട്ട് വറ്റിച്ചു. നെല്ലു ചിക്കി തോർത്തി. ഇനി അതു തിന്നാൽ കരിങ്കോഴി വേണം. കരിങ്കോഴിയെ തേടി പറയപ്പൈതങ്ങൾ നാലുദിക്കും അലഞ്ഞു. അവസാനം പണ്ടാരത്തി അക്കാളിന്റെ കോഴിക്കൂട്ടിൽ കൂവിത്തെളിഞ്ഞൊരു കരിങ്കോഴിച്ചെക്കൻ പിടകളോടൊത്തു രമിച്ചു വാഴുന്നവിവരം അറിഞ്ഞു. അക്കാളിനോടും അണ്ണനോടും പറയപ്പൈതങ്ങൾ സങ്കടമുണർത്തിച്ചു. തങ്ങൾ ഓമനിച്ചു വളർത്തുന്ന കരിങ്കോഴിക്കുട്ടനെ വിൽക്കാനവർക്ക് മനസുവില്ല. പപ്പടത്തിനു മാവുകുഴച്ചുകൊണ്ടിരുന്ന അക്കാൾ ഒടുവിൽ അണ്ണനോട് പറഞ്ഞു. "ഒരു സൂക്കേട് മാറാനില്ലിയോ? പോട്ട്?" പപ്പടം പരത്തി വീശിയിടുന്നതിനിടയിൽ അണ്ണൻ അർധമനസോടെ മൂളി. 'ഉം, ഒരു ജീവൻ രക്ഷിക്കാനല്ലേ? ഞങ്ങൾ ആറ്റുനോറ്റു വളർത്തിയ കരിങ്കോഴിയാ. കാശ് ഇത്തിരി കൂടും'. അണ്ണൻ ചോദിച്ച കാശും കൊടുത്ത് പറയപ്പൈതങ്ങൾ കോഴിയെ പിടിക്കാനായി കൂടു വളഞ്ഞു. കരിങ്കോഴി പൂവന്റെ നിലവിളി കേട്ട് നാട്ടിലെ പിടക്കോഴികളെല്ലാം വലിയവായിൽ കരഞ്ഞു. കണ്ണീർ വാർത്തു. വിഷമംകൊണ്ട് പല പിടകളും വളർച്ചമുറ്റാതെ തുകൽമുട്ടയിട്ടു. കരിങ്കോഴിപ്പൂവന്റെ മോങ്ങൽ കുന്നിന്റെ നെറുകയിൽ ചെവസാനിച്ചു കരിങ്കോഴിപ്പൂവനു പിന്നാലെ വേദനയോടെ ഓടിത്തളർന്ന പല പിടകളും വഴിയിൽ മാണ്ടുകിടന്നു പിനട്ടി. കരിങ്കോഴിപ്പൂവൻ ഏഴു ദിവസംകൊണ്ട് നാഴൂരി നെല്ലും കൊത്തി പെറുക്കി. വെളുത്തവാവ് ദിവസം മലമുകളിൽ മാടൻനടയിൽ വെളിച്ചപ്പാട് കുഞ്ഞിച്ചോതി വാളുകുലുക്കി തുള്ളി പറയച്ചെണ്ടകൾ അടിച്ചുതിമിർത്തു. പെണ്ണുങ്ങൾ മുടിയഴിച്ചാടി. കരിങ്കോഴിയുട ചുടുരക്തം കുടിച്ച മാടൻ ചുവന്നു തുടുത്തു. കുരുതി കഴിച്ച കോഴിയെ ഇരുപതിടങ്ങഴി വെള്ളത്തിൽ കൊത്തിനുറുക്കി അങ്ങാടിക്കൂട്ടും ചേർത്ത് കുരുതേവൻ ലാടൻ മുന്നാഴുരിയാക്കി വറ്റിച്ചു. കൊച്ചാളി കാലത്തും മൂവന്ത്യക്കും സൂപ്പ് സേവിച്ചു ചീർത്തു. കൊച്ചാളി ഒരു കൊച്ചു കുഞ്ഞിനെപ്പോലെ വേച്ചുവേച്ച് ഇരുകാലിൽ നിന്നു. കൊച്ചാളി പതിയെ പിച്ചവച്ചു നടന്നു തുടങ്ങിയ വിവരം അറിഞ്ഞ് മാലോകരെല്ലാം മൂക്കത്ത് വിരൽവച്ചു. മേലിലെ നീരിറങ്ങി. കൊച്ചാളിയുടെ കൊരച്ച് തുപ്പൽ നിന്നു. അപ്പോഴും പരദേശിപ്പാണ്ടി കുരുതേവൻ ലാടൻ നാടുമുഴുവൻ നാഴികയ്ക്ക് നാൽപതുവട്ടം മുറുക്കിത്തുപ്പി. കൊച്ചാളി

പരസഹായം കൂടാതെ നടന്നുതുടങ്ങി. പരദേശിപ്പാണ്ടി കുരുതേവൻ ലാടൻ യാത്ര പറഞ്ഞ് കുന്ന് ഇറങ്ങുമ്പോൾ നാട്ടിലെ പല പെണ്ണുങ്ങൾക്കും ഓക്കാനം വന്നു. വെളുമ്പന്റെ മോളു കുഞ്ഞിത്തേയിയാണാദ്യം ഓക്കാനിച്ചത്. പറയപ്പെണ്ണുങ്ങൾ വട്ടമിട്ടിരുന്നു വെടി പറഞ്ഞ് കൊട്ടേം വട്ടീം മെടഞ്ഞുകൊണ്ടിരിക്കുമ്പോൾ പതിനേഴു തികഞ്ഞ കുഞ്ഞിത്തേയിക്ക് പുളിച്ചു തികട്ടി. അടിവയറ്റീന്നു വിഷനീര് ഒരു കവിള് തുപ്പി. പെണ്ണുങ്ങൾ കൊട്ടേം വട്ടീം വരിച്ചിൽ നിറുത്തി തമ്മിൽ തമ്മിൽ നോക്കി. രാവിലെ കഴിച്ച പഴങ്കഞ്ഞി എന്റെ കൊച്ചിന് വയറ്റിപിടിക്കാത്തതുകൊണ്ടാണ് ഈ മനം പുരട്ടലെ് അമ്മ കാളി മാളോരു കേൾക്കാൻ ഇത്തിരി ഉറക്കെത്തന്നെ ഉരിയാടി. പന്ത്രണ്ടു പെറ്റ ലച്ചിമിത്തള്ള പെണ്ണിന്റെ മാറിലും വയറിലും മാറി മാറി ചുഴിഞ്ഞു നോക്കിയിട്ട് പറഞ്ഞു:

"തലയും മുലയും കിളിച്ച പെമ്പിള്ളേര് വേണ്ടാതീനമൊന്നും വരുത്തി മാനക്കേടുണ്ടാക്കല്ലേ". ലച്ചിമിത്തള്ളയുടെ വർത്തമാനം കാളിക്കത്ര പിടിച്ചില്ല.

"തള്ള, തള്ളേടെ പാടുനോക്ക്". അവർ ദേഷ്യത്തോടെ പറഞ്ഞു. ലച്ചിമിത്തള്ള കുനിഞ്ഞിരുന്നു കൂമനെപ്പോലെ മൂളിമൂളി കൊട്ടവരിഞ്ഞു.

"പെണ്ണേ, നീയിന്നു കൊട്ട വരിഞ്ഞതു മതി. പോയി കൊമ്പനു കാടി തിളപ്പിക്ക്". കാളി പറഞ്ഞു.

കുഞ്ഞിത്തേയി കുണുങ്ങിക്കുണുങ്ങി ചെറ്റപ്പുരയിലേക്ക് പോയി. കുഞ്ഞിത്തേയിയുടെ ഉള്ള് ഒന്നു പിടഞ്ഞു. കാളി കൊമ്പനു കാടി തിളപ്പിക്കുമ്പോൾ മനസ്സുനിറയെ പരദേശിപ്പാണ്ടി കുരുദേവൻ ലാടന്റെ വിഷനീരായിരുന്നു.

'ഹെയ്, ഇതു വെറും കൊതിയാ'

പഴങ്കഞ്ഞി കുടിക്കുന്നത് വടക്കേലെ കൊച്ചിക്ക കണ്ടപ്പോഴേ നിനച്ചതാ ഇന്നെന്തെങ്കിലും ഏനക്കേട് വരുമെന്ന്. കാടിപ്പാത്രം നക്കിത്തോർത്തി കാളക്കൊമ്പൻ മുക്രയിട്ടു. അതിന്റെ കൊഴക്കട്ട മാതിരിയുള്ള പേശികൾ നിന്നു തുടിച്ചു. ഉച്ചതിരിഞ്ഞപ്പം പശുക്കിടാവിനേംകൊണ്ട് കുന്നുകേറി ചാന്നാനും ചാന്നാട്ടിയും വന്നു.

"കറുമ്പിപ്പശുവിന്റെ മോളായിത് - കൊച്ചുകറമ്പി".

അവർ പശുവിന്റെ വർണ്ണന തുടങ്ങി. കൊച്ചുകറമ്പീന്നു വിളിച്ചാൽ ഏതു പറമ്പിൽ നിന്നും 'ഇമ്പേ ... മ്പേ'ന്ന് അവളു വിളികേൾക്കും. നല്ല ഐശ്വര്യമുള്ള കിടാവാ. ഇവളെ പെറ്റതീ പിന്നാ എന്റെ മൂത്ത മോളു സരസ്വതിക്ക് കുട്ടിയുണ്ടായേ. വീട് ഓട് മേഞ്ഞത്. ചാന്നാട്ടിയുടെ പൊങ്ങച്ചംപറച്ചിൽകേട്ട് കുഞ്ഞിത്തേയിക്ക് വീണ്ടും പുളിച്ചുതികട്ടി. അവൾ ആരും കാണാതെ അടുക്കളവാതിൽക്കൽ ചെന്നിരുന്ന് ഓക്കാനിച്ചു. പറമ്പിൽ കാളക്കൊമ്പൻ കൊച്ചുകറമ്പിയുടെ മേൽ മുക്രയിട്ടു.

'ഇവുടത്തെ കൊമ്പൻ ലക്ഷണമൊത്തതാ. ഒന്നു വിട്ടാൽ കുട്ടിയുറപ്പ്.'

ചേർപ്പിച്ച പശുക്കിടാവിനെയുംകൊണ്ട് ചാന്നാനും ചാന്നാട്ടിയും കുന്നിറങ്ങിപോയപ്പോൾ പരദേശിപ്പാണ്ടി കുരുതേവൻ ലാടൻ മുക്രയിട്ടത് ഇടിത്തീപോലെ കുഞ്ഞിത്തേയിയുടെ മനസ്സിൽ വന്നു നിറഞ്ഞു. ഉള്ളു കാളി, കണ്ണിൽ ആവി നിറഞ്ഞു. കുഞ്ഞിത്തേയി മലദൈവങ്ങളെ വിളിച്ചു കേണു:

'കാപ്പാക്കണേ, അരുതാത്തതു വരുത്തല്ലേ.'

മാടൻനടയിൽ കോഴീം ചാരായവും നേർന്നു. വൈകിട്ട് കുഞ്ഞിത്തേയിക്ക് വീണ്ടും പുളിച്ചുതികട്ടി. ആരും കാണാതെ വാ കഴുകി വന്ന് കുടിലിനുള്ളിൽ കയറി പുതച്ചിരുന്നു. ഒരു പനിക്കോള് മാതിരി. മനസിലെരിയുന്ന തീക്കനലിന്റെ ചൂട് മേനിയിൽ കുളിർ ചൊരിഞ്ഞു. അമ്മ കാളി പണി കഴിഞ്ഞുവന്നിട്ടും കുഞ്ഞിത്തേയിയുടെ മുഖത്തുന്നു കർക്കിടക്കോളിറങ്ങിയിട്ടില്ല. മൂശേട്ട കേറിയഭാവം. എന്റെ കൊച്ചിനെ ആ അറവാണിച്ചി ലച്ചിമിത്തള്ള കണ്ണുവച്ചതാണെന്ന് പറഞ്ഞ് അവര് കുറെ കിടന്നു പിരാകി. പിന്നെ അതിനുള്ള പ്രതിവിധിയും കണ്ടു. അടുക്കളയിൽ ചെന്ന് മൂന്നു മുഴുത്ത ചരട്മുളക് എടുത്തുകൊണ്ടുവന്നു. ഇത്തിരി ഉപ്പും കടുകും എടുത്തു. അതെല്ലാം വലതുകൈയിൽ ചുരുട്ടിപ്പിടിച്ചു. കുഞ്ഞിത്തേയിയുടെ തലയിലൂടെ, മാറിലൂടെ, വയറ്റിലൂടെ കാൽപാദം വരെ ഉഴിഞ്ഞു. എന്നിട്ട് മന്ത്രമുരുവിട്ടു. 'കണ്ണുദോഷം, നാവുദോഷം, പേയും, പ്രാക്കും, പിരാശും, ചുട്ടുകരിച്ചുപോട്ടെ. ക്രീം ക്രീം ക്രീം ശൂ ശൂ ശൂ...' അടുപ്പിലെ തീക്കനലിലേക്ക് അതിട്ട് തീക്കൊള്ളികൊണ്ട് കുത്തിക്കുത്തി കരിച്ചു. കാളി നായ്ക്കളെപ്പോലെ പേർത്തും പേർത്തും മൂക്കു വിടർത്തി മണത്തു.

"കണ്ടോ, വാടയുണ്ടോ? ഇത് ആ ലച്ചിമിത്തള്ളയുടെ കണ്ണുതന്നെ" കാളി പറഞ്ഞു.

കുഞ്ഞിത്തേയി ഒന്നും ഉരിയാടിയില്ല. രാത്രി കുഞ്ഞിത്തേയി കീറപ്പായിൽ തിരിഞ്ഞും മറിഞ്ഞും കിടന്നു. കുരുതേവൻ ലാടൻ പാമ്പിനെപ്പോലെ ഇഴഞ്ഞുവന്ന് മാറാട്ടം നടത്തുന്നു. ചോതിയുടെ മോള് ലളിതയ്ക്കും മനം പുരട്ടൽ തുടങ്ങിയെന്നു പൂച്ചം പൂച്ചം വർത്തമാനം കേട്ടു. അതു വെറും കൊതിയാണെന്ന് ചോതി പറഞ്ഞു. കുഞ്ഞിത്തേയി പാത്തും പതുങ്ങിയും ഓക്കാനിക്കുംതോറും വയറു വീർത്തു വീർത്തുവന്നു.

ചോതി ലളിതയുടെ മുറച്ചെക്കൻ എലുമ്പൻനാരായണനെ രാമപുരത്തുന്ന് ആളുവിട്ടു വരുത്തി വാക്കുറപ്പിച്ചു. മകരത്തിൽ തന്നെ കെട്ടും നടത്തി. കുഞ്ഞിത്തേയി വയറു മുറുക്കി നടന്നു. ലച്ചിമിത്തള്ള വയറ്റിൽ ചുഴിഞ്ഞു നോക്കിയപ്പം ഇതു വെറും കുടവയറാണെന്നു പറഞ്ഞൊഴിഞ്ഞു. ലച്ചിമിത്തള്ള കൂമനെപ്പോലെ മൂളിമൂളി നടന്നു.

ഫക്കീറുമാമ തന്റെ കിഴവൻ കുതിരയെയും പിടിച്ചുകൊണ്ട് മുടന്തി മുടന്തി തെരുവിലേക്ക് വന്നു. കയ്യാലയ്ക്ക് അപ്പുറത്തുനിന്ന് ആകാശ മുല്ല തലനീട്ടി ചിരിച്ചു പരിചയം ഭാവിച്ചു. കാലത്തിനൊത്തു കോലം മാറാത്ത ഫക്കീറുമാമയെ നോക്കി തെങ്ങിന്റെ പൊത്തിലിരുന്ന് ഓന്ത് പരിഹസിച്ചു ചിരിച്ചു. ഫക്കീറുമാമായുടെ കണ്ണുകളിൽ കാലം ഉറവവറ്റി കിടന്നു. മെസാപൊട്ടാമിയായിലെ അബുഹനീഫായുടെ പാതയിലൂടെ വീര്യമാർ തുർക്കിരക്തം സിരകളിലേക്കാവാഹിച്ച് ഇരമ്പിവന്ന കുതിര പ്പടയുടെ വംശപരമ്പരകളുടെ ഓർമ്മകൾ കിഴവൻ കുതിരയുടെ കൺപോ ളകളിൽ നീരുവീഴ്ത്തി. വീര്യമുള്ള രജപുത്ര രക്തവുമായി ഇഴുകിച്ചേർന്നു മുഴപൊട്ടിയ റാവുത്തരന്മാരുടെ തലമുറകളുടെ കഥകൾ ഫക്കീറുമാമാ യുടെ കാലുകളിൽ ചാലുകൾ കീറി. ഉസ്മാന്റാവുത്തരുടെ ചായപ്പീടിക യിലിരുന്നു റാവുത്തരന്മാർ ഫക്കീറുമാമയെയും കിഴവൻകുതിരയെയും നിർവികാരതയോടെ നോക്കി. ഫക്കീറുമാമ ഗ്രാമം ഉപേക്ഷിച്ച് പ്രാചീ നമായ ആൽത്തറയിൽ വന്നിരുന്നു. ദൂരെ അസ്തമയസൂര്യന്റെ പൊൻകി രണങ്ങൾ മാനത്ത് നിറംപൂശുന്നു. ഫക്കീറുമാമ തന്റെ രോമംകൊഴിഞ്ഞ തുർക്കിത്തൊപ്പി ആൽത്തറമേൽവച്ചു. പിന്നിലോട്ടു നീട്ടി വളർത്തിയ മുടി യിഴകളിലൂടെ കൈവിരലുകളോടിച്ചുഴിഞ്ഞു. കുതിരയുടെ വൃദ്ധമായ കുള മ്പുകൾ ഉറക്കം തൂങ്ങുന്നു. ഫക്കീറുമാമ നരച്ച ബെൽറ്റൂരി വയറിനെ മേയാൻ വിട്ടു. അയഞ്ഞ നീളൻകുപ്പായത്തിന്റെ പോക്കറ്റിൽ നിന്ന് തസ്ബിമണിയെടുത്തു. ദിക്കിർ ചൊല്ലിത്തുടങ്ങി. ഇരുട്ടും നിലാവും തമ്മിൽ പുറത്ത് പോരു തുടങ്ങി. നിലാവിന്റെ വെളുത്ത കൈകൾ രാത്രി യുടെ അവകാശങ്ങൾക്കു മേൽ വെന്നിക്കൊടി പാറിച്ചു. രാക്കൊക്കുക ളുടെ കൂവൽ ഫക്കീറുമാമായുടെ ഹൃദയതന്ത്രികളിൽ തട്ടി രാഗമു തിർത്തു. സഞ്ചിയിൽ നിന്നു പഴകിദ്രവിച്ച അറബനയെടുത്തു നിലാവിനെ നോക്കി ഉറക്കെ കൊട്ടിപ്പാടി.

സ സ സരി സരി സകിജനു കിണപമ
സരി സസരി സരി സകിതരും ഇരുതലം
സ സ സാ സരികം
ആരെത്തെളിവരെ സാരഗുണം അബു
നേരം അണിയവതിൻ കാരം കതിർ മികിം
ഒലികളിൽ അതി പതിതിരുപൊരുൾ
മുഹയദ്ദീൻ
സ സാ സരികം...

ഫക്കീറുമാമായുടെ പാട്ടു കേട്ട് മരിച്ചുമണ്ണടിഞ്ഞ കുതിരപ്പട മണ്ണിൽ നിന്ന് ഉയിർത്തെണീറ്റു. കുതിരക്കുളമ്പടികൾ ഫക്കീറുമാമായുടെ ചെവി കളിൽ പെരുമ്പറ മുഴക്കി. കുന്നും താഴ്വാരവും കടന്ന് പട പാഞ്ഞു കൊണ്ടേയിരുന്നു. ഒരു പച്ചക്കുതിര പുല്ലിനിടയിൽനിന്ന് പറന്നുവന്ന് ഫക്കീറു മാമായുടെ നരച്ച തുർക്കിത്തൊപ്പിയിൽ വിരുന്ന് കൊഞ്ഞനംകുത്തി.

ഫക്കീറുമാമ

ഹാ ഹീ ഹു ഹയ്യിൻ
ഹാ ഹീ ഹു ഹയ്യിൻ
ഹു ഹു ഹു യാമൻഹു
ഹു ഹൂ ഹൂ യാമൻഹു

രാവേറെ ചെന്നപ്പോൾ മാമ്പള്ളിൽ മിന്നാപ്പിള്ള റാവുത്തരുടെ വീടിന്റെ പൂമുഖത്തു നിന്നു റാത്തീബി[1]ന്റെ മന്ത്രധ്വനികളുയർന്നു. ഇറയത്ത് പുൽപ്പാവിരിച്ച് അതിൽ റാവുത്തരന്മാർ രണ്ടു വരിയായിരുന്ന് ഓതുകയാണ്. നിലവിളക്കിൽ നിന്ന് ചുറ്റും പൊൻപ്രഭ ചിതറിത്തെറിച്ചു. ചന്ദനത്തിരിയുടെ ഗന്ധം. ലോട്ടയിൽ വെള്ളം തുമ്പിത്തുളുമ്പി നിന്നു. നിലവിളക്കിന്റെ വെളിച്ചത്തിൽ വലിയ തലേക്കെട്ടുകൾ കെട്ടി റാവുത്തരന്മാർ ഇരുകാലുകളും ഇടതുവശത്തേക്ക് മടക്കിവച്ച് വലതുകൈപ്പത്തി നിലത്തൂന്നിയിരുന്നു റാത്തീബ് ഓതുന്നതു കാണാൻ നല്ല ശേല്. മാനത്തുന്നു വല്ല മലക്കുകളുടെയും കൂട്ടം ഭൂമിയിൽ വന്നിരുന്ന് ഓതുകയാണോ എന്നു തോന്നിപ്പോവും. കൊച്ചുകുട്ടിലബ്ബയുടെ നേതൃത്വത്തിൽ റാത്തീബ് ഓതൽ മുറുകിയും അയഞ്ഞും താളത്തിലങ്ങനെ മുന്നേറുകയാണ്. തെങ്ങിന്റെ പൊത്തിലിരുന്നു നത്തുകൾ അതുകേട്ട് ഭയപ്പാടോടെ ചിറകടിച്ചു. ഭയമകറ്റാൻ തന്റെ നരച്ച താടി തടവി നത്തുകൾ ദിഖിർ[2] ചൊല്ലിക്കൊണ്ടിരുന്നു. ഓതൽ അലർച്ചമാതിരി ഉച്ചത്തിലായി. ഓതി ഓതി തൊണ്ടപൊട്ടിയ റാവുത്തരന്മാർക്ക് കൽക്കണ്ടം ചേർത്ത് പൊടിച്ചെടുത്ത കുരുമുളകുപൊടി കൊണ്ടുവച്ചു. അവർ നുള്ളിനുള്ളി അത് വായിലിട്ടു. മന്ത്രാക്ഷരങ്ങൾ നീറ്റലിൽ കുരുങ്ങി പുറത്തുചാടിക്കൊണ്ടിരുന്നു. തൊണ്ട വരണ്ടപ്പോൾ ചക്കരക്കാപ്പി വന്നു. മുളകുപൊടി തിന്നും കാപ്പി കുടിച്ചും റാത്തീബ് ഓതൽ അതിന്റെ താളത്തിലങ്ങനെ മുറുകി. ദൂരെ തെരുവുപേക്ഷിച്ച ആൽത്തറയിലിരുന്നു ഫക്കീറുമാമ തന്റെ മൂന്നാംകണ്ണിന്റെ സൂക്ഷ്മചർമ്മമുയർത്തി നോക്കി. മിന്നാപിള്ളറാവുത്തരുടെ വീടിന്റെ അടുക്കളയിൽ മൈതീൻ ബീവിയും പരിവാരങ്ങളും കൈയൊറോട്ടിചുടുന്നു. തേങ്ങാച്ചോറിന്റെയും വെന്ത കോഴിക്കറിയുടെയും മണം ഭൂമി മുഴുവൻ വ്യാപിച്ചു. ഫക്കീറുമാമ തന്റെ പച്ച ബെൽറ്റു മുറുക്കി തയ്യാറെടുത്തു. വൃദ്ധനായ എലുമ്പൻ കുതിരയുടെ ഒട്ടിയ വയറിൽ വെള്ളിമോതിരമണിഞ്ഞ വൃദ്ധമായ കൈവിരലുകൾകൊണ്ട് തടവി ഉഷാറു വരുത്തി. മാമ്പള്ളിയിലേക്കുള്ള ഊടുവഴിയിലൂടെ വയസ്സൻ കുതിരയും ഫക്കീറുമാമായും ഏന്തി ഏന്തി നടന്നു.

വയറു പയ്ക്കതു പടാ പടാ
കാലു കിഴക്കതു നടാനടാ

1. റാത്തീബ് – ചിട്ടപ്പെടുത്തിയുണ്ടാക്കിയ പുകഴ്ത്തൽ സമാഹാരം 2. ദിഖിർ – ദൈവസ്മരണ

ഫക്കീറുമാമായുടെ വിശപ്പുപാട്ടിനു ചെളിക്കുണ്ടിലിരുന്നു തവളകൾ തകിലുകൊട്ടി. കുറ്റിക്കാട്ടിലെ ചെറുമാളങ്ങളിലിരുന്നു ചീവീടുകൾ വീണ മീട്ടി. ഫക്കീറുമാമ മാമ്പള്ളിൽ വീടിന്റെ മുറ്റത്തെത്തിയപ്പോഴേക്കും റാത്തീബ് ഓതൽ ഒരു ഞരക്കത്തോടെ നിലച്ചിരുന്നു. ഇറയത്ത് തൂശനിലകൾ നിരന്നു. കുതിരയുടെ കാൽപ്പെരുമാറ്റം കേട്ട് മിന്നാപിള്ള റാവുത്തർ മുറ്റത്തേക്കിറങ്ങി നോക്കി. ഫക്കീറുമാമ.

"വാങ്കെ, വാങ്കെ".

ഫക്കീറുമാമ മാമ്പള്ളിൽ തറവാടിന്റെ പടിഞ്ഞാറെയരികിൽ നിന്നിരുന്ന ചക്കരമാവിൻചുവട്ടിൽ കുതിരയെകെട്ടി. കാര്യക്കാരൻ കാസീമിനോടു കുതിരയ്ക്ക് തീറ്റകൊടുക്കാൻ ഏർപ്പാട് ചെയ്തു. തെക്കുവശത്തു നിന്നിരുന്ന പുളിമരത്തെ നോക്കി പറഞ്ഞു. "വീടിനു തെക്കുവശത്ത് പുളി നിന്നാൽ ഐശ്വര്യമാകും. ഒരിക്കലുമത് മുറിക്കക്കൂടാതെ". കോലായിരുന്ന കിണ്ടിയിൽ നിന്നു കാലിലേക്ക് വെള്ളമിറ്റിച്ചു. ഇറയത്തേക്കു കയറി.

"അണ്ണൻ എങ്കയായിരുന്തിത്?"

കൊച്ചുകുട്ടിലബ്ബയുടെ കുശലാന്വേഷണം.

"തക്കല, പീരുമുഹമ്മദ് സായ്‌വുക്ക് നേർച്ചയ്ക്ക് പോയിട്ടുവരുവാക്കും". മിന്നാപിള്ളാറാവുത്തർ കൈയൊറോട്ടിയും തേങ്ങാച്ചോറും കോഴിക്കറിയും വിളമ്പി. തേങ്ങാച്ചോറ് ഉരുട്ടി തിന്നുന്നതിനിടയിൽ ഉസനണ്ണൻ പറഞ്ഞു.

"പീരു മുഹമ്മദ് സായ്‌വ് ഒത്തിരി കുതിറത്തു കാട്ടിതാ. ഔലിയ ആക്കും - നാടുക്കു നാനാഭാഗത്തിലേയും ഒരേ സമയം സഞ്ചരിച്ച് മൗത്തായാ ആളാ".

"പീരുമേടിക്കടുത്ത് ഒരു പീരുമുഹമ്മദ് സായ്‌വുക്ക് കബറു ഞാൻ കണ്ടിട്ടുണ്ടും. ഒരു കുന്നിക്ക് പുറത്തിലെ ആരും പോകത്തികയില്ലാമെ കിടന്തു ദ്രവിച്ചുപോവുന്നതു. പണ്ട് തിരുവിതാംകൂറിലെ ഏതോ മഹാരാജാവാക്കുംമാ അതു പണി കഴിപ്പിച്ചത്. എനിക്കതേക്കുറിച്ചൊന്നും കൂടുതൽ തെരിയാത്. അന്ത പീരുമുഹമ്മദ് സായ്‌വ്തന്നെയാക്കുമോ തക്കലയിലും".

ചേവൂട്ടി സംശയം പ്രകടിപ്പിച്ചു.

ഉസനണ്ണൻ അറിയില്ലെന്ന ഭാവത്തിൽ തലയാട്ടി. ഫക്കീറുമാമ മൗനിയായിരുന്നു ഭക്ഷണം കഴിക്കുകയാണ്. "അണ്ണനുക്കു തെരിയുമേ! അണ്ണൻ ശൊല്ല്" കൊച്ചുകുട്ടിലബ്ബ പറഞ്ഞു.

ഫക്കീറുമാമ തന്റെ നീണ്ടുവളർന്ന് നരച്ച താടിരോമങ്ങളുഴിഞ്ഞു കൊണ്ട് പറഞ്ഞു.

"പീരുമുഹമ്മദ് സായ്‌വെക്കുറിച്ച് എനിക്ക് തെരിയിത കഥയെല്ലാം ഞാൻ ശൊല്ലുതേൻ. പക്ഷേ, തിന്നുമ്പം ഒന്നും ശൊല്ലിക്കൂടാത്. അതാക്കും

ഇസ്‌ലാമിക്ക് വിധി. തെരിയുമോ." തേങ്ങാച്ചോറു വലിയ ഉരുളയാക്കി വായിൽ കുത്തിനിറച്ചുകൊണ്ട് ഫക്കീറുമാമ പറഞ്ഞു.

"ശരിയാക്കും അതാക്കും വിധി".

ഫക്കീറുമാമയുടെ ശാസന കേട്ട് എല്ലാവരും തലകുലുക്കി മിണ്ടാതിരുന്നു ശാപ്പിട്ടു. കൈകഴുകി ഏമ്പക്കം വിട്ട് മിന്നാപിള്ള റാവുത്തരുടെ നേതൃത്വത്തിൽ ജനം ഒന്നടങ്കം തിണ്ണയിൽ ഫക്കീറുമാമായ്ക്ക് വട്ടം കൂടിയിരുന്നു. ഫക്കീറുമാമ കഥയുടെ ചെപ്പുകളോരോന്ന് അഴിച്ചു. പീരുമുഹമ്മദ് സായ്‌വ് മഹാജ്ഞാനിയായ ഒരു ഔലിയ ആയിരുന്നു. മഹാദ്ഭുതങ്ങൾ കാണിക്കാൻ കുതിറത്തു കിട്ടിയ ഔലിയ ജ്ഞാനവും സമ്പത്തും ഒരിടത്തിരിക്കില്ലെന്നാണല്ലോ വിധി. അന്തമാതിരി ഒരു ജ്ഞാനി. പാമരനായ ഔലിയ. നിത്യവൃത്തിക്കുതന്നെ വളരെ ബുദ്ധിമുട്ടിയാണ് ഔലിയായും കുടുംബവും ജീവിച്ചിരുന്നത്. പീരുമുഹമ്മദ് സായ്‌വിന്റെ ചെയ്തികളൊന്നും സാധാരണ ജനങ്ങൾക്ക് പിടികിട്ടാത്തതായിരുന്നു. മുസ്ലിമിനു നിർബന്ധമാക്കപ്പെട്ട നമസ്കാരംപോലും ചിലപ്പോൾ സായ്‌വ് ചെയ്യാറില്ല. മാനത്തു നോക്കിയങ്ങനെ നടക്കും. ഉറുമ്പുകളോടും പാമ്പുകളോടും സംസാരിക്കും. വിശക്കുമ്പോൾ, അപ്പോൾ കൈയിൽ കിട്ടുന്നതെന്തും ഭക്ഷിക്കും. പീരുമുഹമ്മദ് സായ്‌വിന്റെ വിചിത്രമായ ഈ സ്വഭാവങ്ങൾ നാട്ടുകാരിൽ അദ്ഭുതമുണർത്തി. പള്ളിയിലേക്കുള്ള വരവ് കുറഞ്ഞതോടെ വിശ്വാസികൾ ഒത്തുകൂടി. മഹാജ്ഞാനിയായ പീരുമുഹമ്മദ് സായ്‌വ് പള്ളിയിൽ കേറാതായാൽ പിന്നെ വല്ലവരും നിസ്കാരത്തിനായി ഇവിടേക്കു വരുമോ? ഇപ്പോഴേ പിള്ളേരൊക്കെ തർക്കുത്തരം പറഞ്ഞുതുടങ്ങിക്കഴിഞ്ഞു. ജുംഅയ്ക്ക് പള്ളിയിൽ വരാൻ പറഞ്ഞാൽ ആദ്യം പീരുമുഹമ്മദ് സായ്‌വിനെ ചെന്നു വിളിക്ക്, പിന്നീടു വരാം ഞങ്ങൾ - എന്നാണിപ്പോൾ അവരുടെ പറച്ചിൽ. പീരുമുഹമ്മദ് സായ്‌വിനെ നിസ്കാരത്തിനു ചെന്നു വിളിക്കാൻ ആർക്കും ധൈര്യം പോരാ. നാട്ടുമൂപ്പനായ മൈതീൻ തരകനാണ് ഒരു വഴി കണ്ടെത്തിയത്. നേരെ ചെന്ന് കാതിരിത്തങ്ങളോട് വിവരം പറയുക. കാതിരിത്തങ്ങളാകുമ്പം എന്തും പറയാം. ബാല്യകാലസുഹൃത്തല്ലേ? കുന്നുംപുറത്തെ തങ്ങളുടെ അരുമശിഷ്യരല്ലേ? മൈതീൻ തരകന്റെ നേതൃത്വത്തിൽ ജനം ഒടങ്കം കാതിരിത്തങ്ങളുടെ അരികിൽ ചെന്നു സങ്കടമുണർത്തിച്ചു. തങ്ങളു ചെന്ന് പീരുമുഹമ്മദ് സായ്‌വിനെ ഒന്നുപദേശിക്കണം. ഇങ്ങനെ നിസ്കാരം ഇല്ലാണ്ടായാൽ കഷ്ടമല്ലേ?

"ഹെയ്, പീരുമുഹമ്മദ് സായ്‌വെ ഉപദേശിക്കാനൊന്നും ഞാനാളല്ലെ". അങ്ങനെ പറഞ്ഞ് ഉപേക്ഷിക്കരുതെന്നായി മൈതീൻ തരകൻ.

"എന്തായാലും ഞാനൊന്നു പീരുമുഹമ്മദ് സായ്‌വിനെ കാണുന്നുണ്ട്. കുറെക്കാലമായി തമ്മിൽ കണ്ടിട്ട്".

ആശ്വാസമുതിർത്തു ജനം പടിയിറങ്ങിപ്പോയി. മുറ്റത്തെ മുല്ലയിൽ പൂക്കൾ വിരിഞ്ഞു കൊഴിഞ്ഞു. കാതിരിത്തങ്ങൾ പീരുമുഹമ്മദിന്റെ വീട്ടിലേക്കു പോകാനായി തയ്യാറെടുത്തു. വില്ലുവണ്ടി ഒരുക്കി നിറുത്തി. അത്തറുപൂശി, വെള്ള മുണ്ടുധരിച്ച് കുപ്പായവുമിട്ടു. പീരുമുഹമ്മദ് സായ്‌വ് തന്റെ വീടിന്റെ കോലായിലിരുന്ന് വെറ്റിലയിൽ ചുണ്ണാമ്പുതേച്ചു കൊണ്ടിരിക്കുമ്പോൾ അത്തറിന്റെ മണം അദ്ദേഹത്തിന്റെ മൂക്കിലേക്ക് തുളച്ചു കേറി. വാഴക്കൈയിൽ ഇരുന്നു വടക്കോട്ടു നോക്കി കാക്കകൾ വിരുന്നു വിളിക്കുന്നു. പീരുമുഹമ്മദ് സായ്‌വ് തന്റെ പൊണ്ടാട്ടിയെ നീട്ടിവിളിച്ചു.

"ബീവിക്കുട്ടീ, ഇന്ന് ഒരു വിരുന്നുകാരൻ വരുവാര്, ശാപ്പാട് ഒരുക്ക്. അരിയോ നെല്ലോ മറ്റോ ഇരിക്കതാ".

വളരെ വിഷമത്തോടെ ബീവി മറുപടി പറഞ്ഞു.

"ഇന്ന് എന്നെ പരിപാലിക്കണം യെണ്ട ഞാൻ ഓർമ്മിച്ചുകൊണ്ടിരിക്കയാക്കും. ഒരു നെൽമണിപോലും ഇങ്കെയില്ല".

"നീ വിഷമിക്കണ്ടാ. മുറ്റത്തിലെ കല്ലും മണ്ണും ഉണ്ടാമേ. അതു വാരി അവിച്ചാപോതും".

പീരുമുഹമ്മദ് സായ്‌വിന്റെ വാക്കിൽ വിശ്വാസമുണ്ടായിരുന്ന ബീവി മുറ്റത്തുനിന്ന് കല്ലും മണ്ണും വാരി വേവിച്ച് ഊറ്റിവച്ചു. പോലുത്തേക്കിനു നേരമായപ്പോൾ കാതിരിത്തങ്ങളുടെ വില്ലുവണ്ടി മുറ്റത്തു വന്നുനിന്നു. പീരുമുഹമ്മദ് സായ്‌വ് സതീർഥ്യനെ സ്നേഹാദരവോടെ സ്വീകരിച്ചു. പരസ്പരം കെട്ടിപ്പിടിച്ചു. വിശേഷങ്ങൾ ചോദിച്ചറിഞ്ഞ് നാട്ടുവർത്തമാനങ്ങൾ പറഞ്ഞു. ബാല്യകാലാനുഭവങ്ങൾ അയവിറക്കി.

"വാങ്കെ, ഊണ് ശരിയാച്ച്" ബീവി വന്നു വിളിച്ചു.

രണ്ടുപേർക്കും ഒരുപോലെ ഭക്ഷണം വിളമ്പിവച്ചു. പീരുമുഹമ്മദ് സായ്‌വ് ആസ്വദിച്ചു ഭക്ഷണം കഴിച്ചു. എന്നാൽ കാതിരിത്തങ്ങൾക്ക് വായിൽ കല്ലും മണ്ണും കടിച്ചു. ഒരുവിധം ഭക്ഷണം കഴിച്ചതായി നടിച്ച് കാതിരിത്തങ്ങൾ എഴുന്നേറ്റു. കോലായിൽ വന്നിരുന്നു. വേദങ്ങളക്കുറിച്ചും പ്രപഞ്ചത്തെക്കുറിച്ചും സംസാരിച്ചു. അസറിന് ബാങ്ക് കേട്ട് നിസ്കാരത്തിനായി കാതിരിത്തങ്ങൾ വുളുവെടുത്തു. പീരുമുഹമ്മദ് സായ്‌വ് അതൊന്നും കണ്ടഭാവംപോലും നടിച്ചില്ല. ക്ഷമനശിച്ച് കാതിരിത്തങ്ങൾ ചോദിച്ചു:

"വാങ്കെ, ഒന്നിച്ച് നിസ്കരിക്കലാം".

"ഞാൻ മക്കത്തിലെയാക്കും നിസ്കരിക്കേത്".

കാതിരിത്തങ്ങളുടെ മുമ്പിൽ ഭൂമി ചുരുങ്ങി ചുരുങ്ങി വന്നു. പീരുമുഹമ്മദ് സായ്‌വ് മക്കയിലെ പള്ളിയിൽ നിന്ന് നിസ്കാരം കഴിഞ്ഞ് പുറത്തേക്ക് ഇറങ്ങി വരുന്നു. കാതിരിത്തങ്ങൾ അദ്ഭുതസ്തബ്ധനായിപ്പോയി. തെറ്റിദ്ധരിച്ചതിൽ ക്ഷമ പറഞ്ഞ് കാതിരിത്തങ്ങൾ നിസ്കാരം

നടത്തി. യാത്രയായി. ഫക്കീറുമാമയുടെ കഥകേട്ട് മുറ്റത്തു നിന്നിരു വയസൻ കുതിര ചാണകമിട്ടു. തൊഴുത്തിൽ പശുക്കൾ ഓർമ്മകളുടെ അറകളിൽ നിന്നു കുറേശെ തികട്ടിയെടുത്ത് അയവെട്ടി നിന്നു. പുല്ലായും പുഴുവായും കിളിയായും മീനായും ബോധം കാലത്തിലൂടെ ഒഴുകി മറഞ്ഞുകൊണ്ടേയിരുന്നു. ബോധമാണ് ജനം. ഏഴാകാശവും സൃഷ്ടിച്ച തമ്പുരാനു സ്തുതി. അൽഹമ്ദുലില്ലാ. കൊള്ളിയാപ്പേകൾ മാനത്തൂടെ തീ ചുഴറ്റിക്കൊണ്ട് പാഞ്ഞുപൊയ്ക്കൊണ്ടിരുന്നു. മാടൻനടയിൽ ഗന്ധർവ ന്മാർ കൂടിയിരിക്കുന്ന ഏഴിലംപാല മദംപൊട്ടിച്ചിരിച്ചു. കുന്നിന്റെ വടക്കേ ചെരുവിലെ ഭൂതത്താൻകുഴിയിലെ വെള്ളം കുഞ്ഞോളംപോലുമു തിർക്കാതെ കാതോർത്തിരുന്നു. രാത്രിയുടെ ഏതോ യാമത്തിൽ അതു സംഭവിച്ചു.

പരദേശിപ്പാണ്ടി കുരുതേവൻലാടന്റെ വിഷവിത്ത് ആൾരൂപം പൂണ്ടു കിടന്നു കീറി. ചാപിള്ളപോലൊരു വൃത്തികെട്ട ജന്തു. ആണോ, പെണ്ണോ എന്നു നോക്കാൻപോലും കുഞ്ഞിനെ പെറ്റ കുഞ്ഞിത്തേയിയോ അവ ളുടെ അമ്മ കാളിയോ മിനക്കെട്ടില്ല. തൊണ്ടകീറി മാളോരെ ഉണർത്തും മുമ്പ് രായ്ക്ക് രാമാനം ആ ജന്തുവിനേം ചുമന്ന് കാളി ഇരുട്ടിലൂടെ പാത്ത് പതുങ്ങി ഭൂതത്താൻകുഴിയിലേക്ക് നടന്നു. കാളിയുടെ പാദസ്പർശമേറ്റ് കല്ലും മണ്ണും ഉറക്കമുണർന്ന് കണ്ണുമിഴിച്ചു. ഭയവിഹ്വലരായി ആ കാഴ്ച നോക്കി നിന്നു. പോച്ചകൾ മൂശാട്ടയോടെ തിരിഞ്ഞും മറിഞ്ഞും കിടന്നു. ചില പുല്ലുകൾ ഭയപ്പാടോടെ കിടന്ന് നിലവിളിച്ചു. ദൂരെ കാലൻകോഴി യുടെ ദീനരോദനം ഉയർന്നുകേട്ടു. ഭൂതത്താൻകുഴിയുടെ വക്കിൽ നിന്ന് കാളി മാടൻ തേവരോടു പ്രാർഥിച്ചു.

“പെണ്ണിന്റെ മാനം കാക്കാനാണേ, തേവരേ ശപിക്കരുതേ”.

കുഞ്ഞിനെ ഭൂതത്താൻകുഴിയിലേക്ക് വിമ്മിട്ടത്തോടെ വലിച്ചെറിഞ്ഞു. ഉള്ളു കാളി. വേദനയും ആശ്വാസവുമുതിർന്ന മനസ്സുമായിട്ടാണ് കാളി തിരിച്ചു നടന്നത്. ഭൂതത്താൻകുഴിയിലെ ഊറ്റുവെള്ളം വിരിമാറു തുറന്ന് അതിഥിയെ സ്വീകരിച്ചു. കൽപ്പോടിലിരുന്ന് ഉറക്കം തൂങ്ങിയ കാവൽ ഞണ്ടുകൾ ഉണർന്നു. ആഴക്കയങ്ങളിൽ അവകാശികൾ തമ്മിൽ പോരു മൂത്തു. കുഞ്ഞിത്തേയി വിങ്ങി വിങ്ങി കരഞ്ഞു. കാളി മുഖത്തു നോക്കി ഒരാട്ടു കൊടുത്തു.

“ഛി, തേവിടിശ്ശീ, വേണ്ടാതീനം വരുത്തിവച്ചിട്ട് കിടന്നു മോങ്ങുന്നോ?”

വിളക്കിലെ പുന്നയെണ്ണ തീർന്നപ്പം കണ്ണീർതുള്ളികളും വറ്റി. കുഞ്ഞി ത്തേയി തിരിഞ്ഞും മറിഞ്ഞും കിടന്നു നേരംവെളുക്കാൻ ഇനിയും നാഴിക കൾ ബാക്കി. അമ്മ കാളിയുടെ പിറുപിറുക്കൽ നേരം വെളുക്കുവോളം ചെറ്റപ്പുരയെ കരണ്ടുതിന്നുകൊണ്ടിരുന്നു. കുഞ്ഞിത്തേയി മാളോരുടെ മുമ്പിൽ പനി നടിച്ചുകിടന്നു. രണ്ടുമൂന്നു ദിവസം പുറത്തേക്കിറങ്ങിയ തേയില്ല. അമ്മ കാളി മുറുമുറുത്തുകൊണ്ടാണെങ്കിലും മരുന്നിടിച്ചു

കൊടുത്തു. കുണുക്കിട്ടാട്ടിയും കാട്ടുകാച്ചിലും കുറുന്തോട്ടിയുമൊക്കെ ചേർത്ത് എണ്ണകാച്ചിക്കൊടുത്തു. തെങ്ങിൻകൂമ്പു കുറുക്കിക്കൊടുത്തു. കരിങ്കുറുഞ്ഞി കഞ്ഞിവെച്ചു കൊടുത്തു. മോളൊരുത്തി പെഴച്ചുകൊണ്ടാണെങ്കിലും പെറ്റതല്ലേ. കുഞ്ഞിത്തേയിക്ക് നിറഞ്ഞ മുലഞെട്ടുകൾ വിങ്ങി വേദന തുടങ്ങി. തഴപ്പായിൽ നിറഞ്ഞ മുലയമർത്തി വേദനയകറ്റാൻ അവൾ പാടുപെട്ടു. മുലയുടെ വിങ്ങൽ നിമിഷംപ്രതി കൂടിക്കൂടി വരുന്നു. മുലകൾ വിങ്ങിപ്പൊട്ടി തെറിക്കുമെന്ന് കുഞ്ഞിത്തേയി ഭയപ്പെട്ടു. കുഞ്ഞിത്തേയി മലർന്നു കിടന്നു തന്റെ കൈകൾകൊണ്ട് നിറഞ്ഞ മുലകളിൽ അമർത്തി ഞെക്കി. മുലക്കണ്ണിലൂടെ ചുടുപാൽ ചീറ്റിത്തെറിച്ച് മാറും വയറും നനഞ്ഞു. ആശ്വാസം അണപൊട്ടിയൊഴുകുന്നു. കുഞ്ഞിത്തേയിയുടെ കൈകൾ വീണ്ടും വീണ്ടും പൊങ്ങുകയും താഴുകയും ചെയ്തു കൊണ്ടിരുന്നു. മേലും പായും പാലിൽ കുതിർന്നു. പാലിൽ കുളിച്ചു കിടന്നുകൊണ്ട് കുഞ്ഞിത്തേയി കിനാവു കണ്ടു. ദൂരെ, കാടും മലയും ഇളക്കി ഒരു മലദേവൻ വരുന്നു.

കാതിയക്കായുടെ മരണം

കാതിയക്കായ്ക്കു വീണ്ടും വയറ്റുകടി തുടങ്ങി. കാതിയക്കാ കട്ടിലിൽ മാണ്ടു കിടന്നു ഞെരങ്ങി. വാർധക്യത്തിന്റെ ജനാനരകൾ വേരുകൾ ആഴ്ത്തിയ മുഖത്ത് വിളർച്ച വീണു. ഉമ്മട്ടിയാശാനും ലബ്ബസാഹിബും ഇടക്കിടെ വന്നും പോയും ഇരുന്നു. മരുന്നും മന്ത്രവും മുറയ്ക്കങ്ങനെ നടന്നു. കാതിയക്കായെ ശുശ്രൂഷിക്കാൻ മക്കളും കൊച്ചുമക്കളും വന്നു. മരണത്തിന്റെ മണം അത് ആദ്യമായി മണത്തറിഞ്ഞത് കാതിയക്കായുടെ തലയിലെ പേനുകളായിരുന്നു. മുടിയിഴകളിൽ മരണം മണത്ത് നായ്ക്കളെപ്പോലെ അവ ചീറി നടന്നു. കുറച്ചു ദിവസമായി മരണത്തിന്റെ ഗന്ധം പുകയാൻ തുടങ്ങിയിട്ട്. ഇപ്പോഴത് അസഹനീയമാംവിധമായിരിക്കുന്നു. പേനുകളുടെ ദേശാടനചോദനയുണർന്നു. അന്ത്യയാത്രാമൊഴിയും കാതിയക്കായോട് പറഞ്ഞ് ഗൃഹാതുരത്വത്തോടെ ആ വെളുത്ത തലയോട്ടിയിലും മുടിയിഴകളിലും മാറി മാറി ചുംബിച്ചു. തങ്ങൾക്കിത്രയും കാലം ചോരയും ഇടവും തന്ന ആ തലയുപേക്ഷിച്ചു പോകുന്നതിന്റെ വിരഹവേദനയിൽ പേനുകൾ വെന്തുനീറി. പേനുകളും ഈരുകളും കണ്ണീർവാർത്തുകൊണ്ട് കാതിയക്കായുടെ മുടിത്തുമ്പിലൂടെ ഇഴഞ്ഞ് തിണ്ണയിലെത്തി. കാതിയക്കായുടെ മരണം അഭയാർഥികളാക്കപ്പെട്ടവരുടെ നീണ്ടനിര. അവരുടെ വേദന ആരറിയുന്നു? പേനുകൾ പരസ്പരം കെട്ടിപ്പിടിച്ചുകരഞ്ഞു. ഇനി ഒരു ജന്മം ഉണ്ടെങ്കിൽ ഒരു തലയിൽ, ഒന്നിച്ചു പാർക്കാൻ ഉടയതമ്പുരാൻ ഇടയാക്കട്ടെയെന്നുപ്രാർഥിച്ചു. വിങ്ങുന്ന ഹൃദയത്തോടെ പേനുകൾ പുത്തൻ തലയോട്ടി തേടി അലഞ്ഞു. അസ്റാ

ഈൽ മലക്ക് കാതിയക്കായുടെ മുറിയുടെ വാതിൽക്കൽ വന്ന് ഒളിഞ്ഞു നോക്കി. കാതിയക്ക അതു കണ്ടു കണ്ണുമിഴിച്ചു. ആ മുഖത്ത് ഭയത്തിന്റെ നിഴലായിരുന്നോ മന്ദഹാസമായിരുന്നോ എന്ന് തിരിച്ചറിയുക പ്രയാസം. കാതിയക്കായുടെ ഇനിയും ഭംഗി കൊഴിഞ്ഞിട്ടില്ലാത്ത മാംസളമായ തവിട്ടുനിറമുള്ള ചിറികൾ എന്തോ പറയുവാനായി വിതുമ്പി. കതിയാ ബീവിക്കൊച്ച് തന്റെ ചെവി കാതിയക്കായുടെ ചുണ്ടിലേക്ക് ചേർത്തു ചോദിച്ചു:

"എന്നെ, ശൊല്ലിതീർക്കയമ്മാ".

"ആരാക്കും മോളേ, അന്ത വാതലിലെ വന്ത് എന്നെ സൂക്ഷിച്ച് പാക്കേത്?".

മുറിയിൽ നിറഞ്ഞു നിന്നിരുന്ന ജനം വാതിൽക്കലേക്ക് നോക്കി. അസ്റാഈലിന്റെ അദൃശ്യസാന്നിധ്യം ആർക്കും തിരിച്ചറിയാനായില്ല.

"ആരും, ഇല്ലമ്മ. ഒങ്കുളുക്ക് ചുമ്മാ തോന്നുന്നതാക്കും".

കതിയാബീവി സമാശ്വാസിപ്പിച്ചു.

"നാങ്കെയെല്ലാം ഒങ്കളുക്കെ അടുത്തുതന്നെയുണ്ടും".

നാഗുർകണ്ണ് പറഞ്ഞു.

നബീസാമ്മാൾ അത്തമ്മായുടെ കൈകൾ തന്റെ മടിയിൽ എടുത്തു വച്ച് തടവിക്കൊണ്ടിരുന്നു. പള്ളിയിൽ നിന്ന് അസറിന്റെ ബാങ്കുവിളി മുഴങ്ങി. പെണ്ണുങ്ങളുടെ തലയിൽ കുടിയിരുന്ന ഇബ്‌ലീസ്[1] പറപറന്നു. തലയിൽ സാരിയുടെ കോന്തൽ വലിച്ചിട്ട് പെണ്ണുങ്ങൾ അതബ്[2] കാട്ടി. കാതിയക്കായുടെ കൃഷ്ണമണികൾ ചലിക്കുന്നില്ലെന്ന് ആദ്യം കണ്ടെത്തിയത് പാത്തിപ്പെണ്ണാണ്. അതൊരു മോങ്ങലായി പുറത്തു വന്നു. റുഹാനിക്കിളിയുടെ കരച്ചിൽപോലെ ഏങ്ങി ഏങ്ങി കരച്ചിൽ ഒരാളിൽ നിന്ന് മറ്റൊരാളിലേക്കു പകർന്നുകൊണ്ടിരുന്നു. അത്തമ്മായുടെ പേനുകൾ അവകാശികളുടെ തലകളിലിരുന്നു മയ്യത്തിനെ നോക്കി വാവിട്ടു നിലവിളിച്ചു. തലമുറകളായി ഞങ്ങൾക്ക് ചോരയും നീരും തന്നു പോറ്റിയ ആ ശരീരത്തിന്റെ മരണത്തിൽ അവർ ഏറെ ദുഃഖിച്ചു. അത്തമ്മായുടെ ജീവനുള്ള ചോരയും പേറി നടക്കുന്ന പേനുകൾ അത്തമ്മായുടെ ജീവന്റെ ബിന്ദുക്കൾതന്നെ. അവരിപ്പോഴനുഭവിക്കുന്ന ദുഃഖം മറ്റൊരാൾക്കും ഉണ്ടാവാൻ തരമില്ല. ഫാത്തി മുത്തുവും അയമ്പാട്ടിയും ഉമ്മുകുത്സുവും മരണവാർത്തയും പേറി കുന്നും താഴ്‌വരയും കടന്ന് ഒഴുകി മറഞ്ഞു. ഉസ്മാൻ റാവുത്തരുടെ ചായപ്പീടികയിൽ കാതിയക്കായുടെ ഗുണഗണങ്ങളെക്കുറിച്ച് ഗ്രാമം കഥ പറഞ്ഞിരുന്നു. ഓരോരുത്തർക്കും ഓരോ കഥ പറയാനുണ്ടായിരുന്നു.

ഉണ്ണിത്താൻ പറഞ്ഞു :

1. ഇബ്‌ലീസ് - മനുഷ്യരെ വഴിതെറ്റിക്കുന്ന പിശാച് 2. അതബ് - മര്യാദ

"നമ്മുടെ നാട്ടിലൊന്നും ഇതുപോലെ ഐശ്വര്യമുള്ള ഒരു സ്ത്രീ ഉണ്ടായിരുന്നില്ല. മുതലാളിയുടെ എല്ലാ ഐശ്വര്യത്തിനും കാരണം അവരുതന്നെയായിരുന്നു".

ഉണ്ണിത്താന്റെ വാക്കുകൾ എല്ലാവരും ശരിവച്ചു. കുന്തിരിക്കത്തിന്റെ പുക നാടാകെ പടർന്നു. തെങ്ങിന്റെ പൊത്തിലിരുന്ന നത്തുകൾ ശ്വാസം മുട്ടി ചിറകടിച്ചു. വിമ്മിട്ടത്തോടെ വട്ടമിട്ടു പറന്നു. തുമ്പികൾ പൂവിതളുകൾക്കുള്ളിൽ അഭയം തേടി. ഉറുമ്പുകളും ഈച്ചകളും കാക്കകളുമൊക്കെ മരണം കാണാൻ വന്നു. മറപ്പുര കെട്ടി. ലപ്പച്ചിയുടെ നേതൃത്വത്തിൽ പെണ്ണുങ്ങൾ മയ്യത്തു കുളിപ്പിച്ചു. വെള്ളത്തുണിയിൽ മയ്യത്തു പൊതിഞ്ഞ് തിണ്ണയിൽ കിടത്തി. നിലവിളക്ക് കത്തിച്ചുവച്ചു. മദ്രസയിൽ നിന്നും പിള്ളേരുടെ പടവന്ന് ഓതൽ[1] തുടങ്ങി. പതിയാപിള്ളേരും കാക്കാപിള്ളേരും പുറത്തു കഥ പറഞ്ഞിരുന്നു. പള്ളിക്കാട്ടിൽ അയമ്പാമാർ കുഴി വെട്ടു തുടങ്ങി. മാവിൻപലക വന്നു. ആശാരിച്ചെക്കൻ പലക ചിന്തേരിട്ട് ഒരുക്കി. മാമ്പലകകളിറക്കി കുഴി ഒരുക്കി അവർ കാത്തിരുന്നു. ചന്തുക്കിൽ മയ്യത്തും എടുത്തോണ്ട് റാവുത്തരന്മാരുടെ ജാഥ വന്നു. 'ലാ ഇലാഹ ഇല്ലല്ലാ' 'ദൈവം ഏകനാണ്' അവർ വിളിച്ചു പറഞ്ഞുകൊണ്ടിരുന്നു. മയ്യത്തു നിസ്കാരത്തിനു പള്ളിക്കാടൊരുങ്ങി. പള്ളിക്കുളത്തിലും ഹൗളുകല്ലിലും വൊളുവെടുക്കാനുള്ള തിക്കും തിരക്കും. മണ്ണും കല്ലും തയമം[2] ചെയ്ത് ഒരുങ്ങി നിന്നു. കൊച്ചുകുട്ടിലബ്ബ സാഹിബിന്റെ നേതൃത്വത്തിൽ മയ്യത്തു നിസ്കാരം കഴിഞ്ഞ് ജനം മയ്യത്തിറക്കി കുഴിയിൽ വച്ചു. അന്ത്യപ്രണാമം. പുല്ലും മരങ്ങളും നിശ്ചേഷ്ടരായി അതു നോക്കി നിന്നു. അവസാനപിടി മണ്ണും കബറിൽ വീണു ചിതറി. റാവുത്തരന്മാരെല്ലാം പിരിഞ്ഞുപോയി. നബീസായുടെ മനസ് അസ്വസ്ഥമായിരുന്നു. കബറടക്കം കഴിഞ്ഞ് അവസാനത്തെ ആളും പോകുമ്പോഴാണ് കബറിനുള്ളിലേക്ക് മുങ്കറും നക്കീറും[3] വരുന്നത്. നബീസായ്ക്ക് പള്ളിക്കാട്ടിൽ നിന്നു പോകാൻ മനസു വന്നില്ല. കബറിൽ ചോദ്യങ്ങൾ ചോദിക്കുന്ന മലക്കുകളാണ് മുങ്കറും നക്കീറും. അവരുടെ ചോദ്യങ്ങൾക്കെല്ലാം അത്തമ്മായ്ക്ക് ഉത്തരം പറയാനാകുമോ? അവർ എന്തെല്ലാം ചോദ്യങ്ങളാകും ചോദിക്കുക? മദ്രസയിൽ ഉസ്താദ് പറഞ്ഞുകൊടുത്ത പല ചോദ്യങ്ങളും അവളുടെ മനസ്സിലേക്ക് ഇരച്ചുവന്നു.

'വ ഇസുമുക്ക?'

നിന്റെ പേരെന്താണ്?

'മ അബുക്ക?'

നിന്റെ പിതാവാര്?

---

1. ഓതൽ - ഖുറാൻ പാരായണം 2. തയമം - മണ്ണുകൊണ്ടുള്ള ശുദ്ധീകരണം 3. മുങ്കറും നക്കീറും - ശവക്കല്ലറയിൽ നന്മതിന്മകളെക്കുറിച്ച് ചോദിക്കാൻ ഏൽപ്പിക്കപ്പെട്ട രണ്ടു മാലാഖമാർ.

പിതാവ് ആരെന്നു ചോദിച്ചാൽ ആദം നബീന്നു വേണം ഉത്തരം ചൊല്ലാൻ. ആദം ആക്കും മനുഷ്യരുടെയെല്ലാം പിതാവ്.

'മദീനുക്ക'

ഇസ്‌ലാംദീൻ.

നബീസാ അത്തമ്മായ്ക്ക് ഒരാപത്തും വരുത്തരുതേയെ് മനമുരുകി പ്രാർഥിച്ചു. സർവ്വ ചരാചരങ്ങളെയും സൃഷ്ടിച്ച തമ്പുരാനേ, അത്തമ്മായ്ക്ക് കബറിനുള്ളിൽ മുങ്കറിന്റെയും നക്കീറിന്റെയും ചോദ്യങ്ങൾക്ക് മണിമണിയായി ഉത്തരം നൽകാൻ കെൽപ്പുനൽകണേ. അമീൻ. നബീസായുടെ പ്രാർഥന കേട്ട് കൂട്ടുകാരി ശാരദക്കുട്ടി ചോദിച്ചു.

"ഞങ്ങടെ അപ്പൂപ്പനെ ദഹിപ്പിക്കുകയായിരുന്നല്ലോ. അപ്പോഴെങ്ങനാ ഈ മുങ്കറും നക്കീറും വരിക?"

നബീസാ കുറച്ചുനേരം മിണ്ടാതെയിരുന്നു. എന്നിട്ട് പറഞ്ഞു.

"ശരിയാക്കും. അത്തമ്മായെ ദഹിപ്പിച്ചാൽ മതിയായിരുന്നു. അപ്പോൾ മുങ്കറിന്റെയും നക്കീറിന്റെയും ചോദ്യങ്ങൾക്ക് ഉത്തരം പറയണ്ടല്ലോ!..., എന്നാലും അത്തമ്മായെ തീയിൽ ചുടുന്നതു കാണാൻ എനിക്കു വയ്യ".

"കബറിൽ മുങ്കറും നക്കീറും വരുന്നതു കണ്ടവരുണ്ട്".

ചിന്നമ്മ പറഞ്ഞുതന്നതാ. പണ്ടെങ്ങാണ്ട് ഒരിക്കൽ ഒരു ഒസ്താ[1] യുടെ മോതിരം കബർ അടയ്ക്കുന്നതിനിടയിൽ കുഴിയിൽ വീണുപോയി. മണ്ണെല്ലാം മൂടിക്കഴിഞ്ഞപ്പോഴാണ് അയാളത് ഓർത്തത്. അപ്പോഴവിടെങ്ങും ആരും ഇല്ലായിരുന്നു. എല്ലാവരും മയ്യത്തടക്കി പിരിഞ്ഞിരുന്നു. മോതിരം വെറുതെ കുഴിയിൽ കളയാൻ ഒസ്തായ്ക്ക് മനസു വന്നില്ല. മോതിരം എടുക്കാനായി കുഴി മാന്തിത്തുടങ്ങി. പെട്ടെന്ന് ഇടിമുഴക്കം പോലൊരു ശബ്ദം. ഒസ്ത ശബ്ദം കേട്ടതും ബോധരഹിതനായി വീണു. പിന്നീടെപ്പോഴോ മോദീൻ സാഹിബ് അതുവഴി വന്നപ്പഴാ ഒരാൾ കബറിനുമുകളിൽ കിടക്കുന്നതു കണ്ടത്. ശാരദക്കുട്ടിക്ക് ഇതു കേട്ടിട്ടു സംശയം ബാക്കി.

'മുങ്കറും നക്കീറും മുസ്‌ലീങ്ങ'ളോട് മാത്രമേ ചോദ്യം ചോദിക്കുകയുള്ളോ?

എല്ലാ ജാതിക്കാരോടും ചോദിക്കും. അട്ടകളോടും പൂച്ചികളോടും കിളികളോടും ആനകളോടും ചോദിക്കും. നമ്മുക്കാർക്കും കള്ളം പറഞ്ഞ് രക്ഷപ്പെടാനാവില്ല. മനുഷ്യരുടെ ഇരുതോളിലും രണ്ടു മലക്കുകൾ ഇരിപ്പുണ്ട്. റത്തീബ്, അത്തീബ് എന്നാണവരുടെ പേര്. നമ്മൾ ചെയ്യുന്നതും പറയുതും ഒക്കെ രേഖപ്പെടുത്തിക്കൊണ്ടേയിരിക്കുന്നു. കിയാമനാളിൽ[2] സൂര്യൻ നൊട്ടച്ചാൽ ദൂരത്തിൽ ഉദിക്കും. അപ്പോൾ പ്രപഞ്ചമെല്ലാം ഉരുകി

1. ഒസ്ത - ഷുരകൻ 2. കിയാമനാൾ - അന്ത്യദിനം

ഒരു ചെമ്പുതകിടുമാതിരി നീണ്ടു നിവർന്നു കിടക്കും. അവിടെ വച്ചാകും അവസാനവിധി നിർണയിക്കുന്നത്. നന്മചെയ്തവരൊക്കെ സ്വർഗത്തിൽ. തിന്മ ചെയ്തവർ കൊടും നരകത്തിൽ. ശാരദയുടെ മനസ്സിൽ ഭയം നുരച്ചു പൊന്തി. അവൾ മാറി മാറി ഇരുതോളിലും നോക്കിക്കൊണ്ടിരുന്നു. അതിനുള്ളിലിരുന്നാരെങ്കിലും അനങ്ങുന്നുണ്ടോന്നറിയാൻ. അത്തമ്മായുടെ മരണം ഏല്പിച്ച വേദനയിൽ നിന്ന് നബീസായ്ക്ക് വളരെ വേഗമൊന്നും കരകയറാൻ കഴിഞ്ഞില്ല. അത്തമ്മ ഓർമ്മകളിൽ ജീവൻ പൂണ്ടു വന്നുകൊണ്ടിരുന്നു. നബീസായുടെ അരക്കെട്ടോളം നീളത്തിൽ വിരിഞ്ഞു കിടക്കുന്ന മുടിയിഴകളിൽ തലോടിക്കൊണ്ട് അത്തമ്മ ഇപ്പോഴും ഒരായിരം കഥകളുടെ ചെപ്പുകൾ തുറക്കുന്നു. പഴയ ഓർമ്മകൾ അവളുടെ കണ്ണുകളെ ഈറനണിയിച്ചു. ഒക്കെ അവൾക്കു ചുറ്റും ജീവൻവച്ചു നിന്നു. നബീസാ ഒരുപാട് ചിന്തിക്കുകയും ഒരു പാട് കരയുകയും ചെയ്തു. ദിവസങ്ങൾ ആരേയും കാത്തുനിൽക്കാതെ കൊഴിഞ്ഞു വീണുകൊണ്ടിരുന്നു. നബീസാ മദ്രസയിൽ വന്ന് ഓതാനിരുന്നപ്പോഴും അവളുടെ മനസുനിറയെ മരണത്തെക്കുറിച്ചുള്ള ചിന്തകളായിരുന്നു. അത്തമ്മായെപ്പോലെ എങ്ങോട്ടോ ഒലിച്ചുപോയ ഒരായിരം പൂർവികരുടെ ചിന്ത. ഇവരൊക്കെ ഇപ്പോഴെവിടെയായിരിക്കും? ഞങ്ങളെയൊക്കെ അവർ ഓർക്കുന്നുണ്ടാകുമോ? ഹെയ്, അവരൊക്കെ നമ്മളെ എങ്ങനെ ഓർക്കാൻ? അവർ ജനിച്ചുവളർന്നു മണ്ണടിഞ്ഞു കാലമെത്ര കഴിഞ്ഞിട്ടാക്കും ഞാനൊക്കെ ജനിച്ചത്? നബീസയുടെ കണ്ണുകളിൽ ചിന്തകൾ ഓളമുതിർത്തു. അത്തമ്മാ എന്തായാലും എന്നെ ഓർക്കുന്നുണ്ടാവും. തീർച്ച. അത്തമ്മ നരകത്തിലാണോ സ്വർഗത്തിലാണോ പോവുക? ഈ ചിന്ത നബീസായുടെ മനസിൽ കിടന്നു മഥിച്ചു. അത്തമ്മ ഒരു പാവമായിരുന്നു. ഒരു ദ്രോഹവും ആരോടും ചെയ്യാത്ത പച്ചപ്പാവം. അങ്ങനെയുള്ളവരാരും ഒരിക്കലും നരകത്തിൽ പോകത്തില്ല. നബീസാ ആശ്വാസമുതിർത്തു. നബീസായുടെ ഒറ്റയ്ക്കിരുന്നുള്ള പിറുപിറുക്കൽ ഉസ്താദിന്റെ ശ്രദ്ധയിൽപ്പെട്ടു. ഉസ്താദ് ചൂരൽകമ്പ് മേശമേൽ അടിച്ച് ശബ്ദമുണ്ടാക്കി. നബീസാ ഓർമകളിൽ നിന്ന് ഞെട്ടി ഉണർന്നു.

"എന്നെ, നീ പൊടിപ്പയല്ക്കു കൂട്ട് കിനാവും കണ്ടിരിക്കിതിയാ". നബീസാ കുനിഞ്ഞിരുന്നു.

"എന്നെ, ശൊല്ല് ..." കുട്ടികളെല്ലാം നബീസായുടെ മുഖത്തേക്ക് തുറിച്ചുനോക്കിക്കൊണ്ടിരുന്നു.

"ഉസ്താദേ, ഒരാൾ മൗത്താനാ[1] നരകത്തിലാക്കുമോ സ്വർഗത്തിലാക്കുമോ എണ്ട് എപ്പടി തിരിച്ചറിയ ഒക്കും?"

ഉസ്താദ് നബീസായുടെ ചോദ്യം കേട്ട് ഒന്നു പരുങ്ങി. എന്നിട്ട് എല്ലാവരും കേൾക്കാനായി ഉറക്കെ പറഞ്ഞു: "നന്മ ചെയ്തവർക്കെല്ലാം

1. മൗത്താവുക - മരണപ്പെടുക

സ്വർഗം. തിന്മ ചെയ്തവർക്ക് നരകം. നരകത്തിന്റെ മുകളിലൂടെ സ്വർഗത്തിലേക്കു പോകാൻ ഒരു നേരിയ പാലം ഉണ്ട്. ഒരു തലമുടിനാര് നൂറായി കീറിയാൽ ഉള്ളത്ര നേരിയ പാലം. ഇതിന്റെ പേരാകും 'സിറാത്തുൽ മുത്തക്കിം! ഇന്ത പാലത്തിലൂടെ വേണം റൂഹുകൾക്ക് സ്വർഗത്തിലേക്കു കടക്കാൻ. നന്മ പ്രവർത്തിച്ചവർക്ക് പ്രയാസം കൂടാതെ ഈ പാലം കടക്കാനാകും. അല്ലാത്തവർ പാലത്തീനു കാൽ വഴുതി നരകത്തീയിൽ വീഴും. ഉസ്താദിന്റെ വാക്കുകൾ കേട്ട് എല്ലാവരും പേടിച്ചരണ്ടിരുന്നു. നരകവും സ്വർഗവും മദ്രസയിലേക്ക് കേറി വന്നു. ഉസ്താദ് അന്ന് പഠിപ്പിച്ചതെല്ലാം മരണാനന്തര ജീവിതത്തെക്കുറിച്ചായിരുന്നു. നരകാഗ്നിക്ക് മുകളിലൂടെ സുതാര്യമായ ഒരു പാലം കുട്ടികളുടെ മുമ്പിലേക്ക് നീണ്ടു നിവർന്നുകിടന്നു.

ചന്ദനക്കുടം

ചാമക്കാവിലെ ഉത്സവം കഴിഞ്ഞാലുടൻ തൈക്കാവിലെ ചന്ദനക്കുടത്തിനുള്ള കൊടിയേറും. കൊടിയേറി പത്താംനാളിലാണ് ചന്ദനക്കുടം. ദൂരദിക്കിൽ നിന്ന് ചാമക്കാവിൽ എത്തുന്ന വച്ചുവാണിഭക്കാരും ബലൂൺ കച്ചവടക്കാരും ഭിക്ഷക്കാരും സർക്കസുകാരും പിന്നെ ഓരോരോ കോപ്രായങ്ങൾ കാട്ടി കാശുപിടുങ്ങുന്നവരുമെല്ലാം ചന്ദനക്കുടം കഴിഞ്ഞേ തിരിച്ചുപോവുകയുള്ളൂ. ചാമക്കാവ് അച്ചൻകോവിലാറിന്റെ തീരത്താണ്. വൻമരങ്ങളും കുറ്റിക്കാടും നിറഞ്ഞ കാവ്. മുറ്റത്തു പടർന്നു പന്തലിച്ചു നിൽക്കുന്ന അരയാൽ. തെക്കേനടയിൽ പുരാതനമായ യക്ഷിയമ്പലം. കാവിൽ അനാഥമായി കിടക്കുന്ന കരിമാടിക്കുട്ടൻ. കുറ്റിക്കാട്ടിൽ സർപ്പങ്ങളും ഭൂതങ്ങളും ഉണ്ട്. ചാമക്കാവിലെ കരിമ്പനയിൽ യക്ഷികൾ മുടിയഴിച്ചാടുന്നതു കണ്ട് പഴമക്കാർ നിലവിളിച്ചിട്ടുണ്ട്. നിലാവ് പൂത്തു നിൽക്കുന്ന വെള്ളിയാഴ്ച രാത്രികളിൽ സുന്ദരിമാരുടെ രൂപം പൂണ്ട് യക്ഷികൾ നാട്ടിലിറങ്ങി നടക്കും. ആണുങ്ങളെ വശീകരിക്കാൻ. ഒരിക്കൽ അവരിലൊരുത്തി രാത്രി പണി കഴിഞ്ഞുവന്ന നമ്മുടെ കൊച്ചുകുഞ്ഞു കാരണവരോട് ഇത്തിരി ചുണ്ണാമ്പ് ചോദിച്ചു. ഭാഗ്യത്തിനു കാരണവർക്ക് എന്തോ പന്തികേട് തോന്നി. അയാൾ ചുണ്ണാമ്പ് തന്റെ കൊച്ചുപിച്ചാത്തിയിൽ തേച്ച് അവൾക്ക് നീട്ടിയതും സുന്ദരി മറഞ്ഞതും ഒന്നിച്ചായിരുന്നു. അപ്പോൾ അവിടെയാകെ പാലപ്പൂവിന്റെ രൂക്ഷഗന്ധമായിരുന്നു. അത് ഒരു ഒടിയനായിരുന്നുവത്രെ. കാരണവർ വീടിന്റെ പടിക്കൽ എത്തിയിട്ടേ തിരിഞ്ഞു നോക്കിയുള്ളൂ. യക്ഷികളെ കണ്ടാൽ തിരിഞ്ഞു നോക്കാതെ നടക്കണം. ഇരുമ്പു കൈവശമിരുന്നാൽ ആ വക ക്ഷുദ്രകാരികൾ അടുക്കുകയും ഇല്ല. ഇത് അറിയാമായിരുന്നതു

കൊണ്ടാണ് അന്ന് കാരണവർ രക്ഷപ്പെട്ടത്. ചാമക്കാവിൽ നിന്ന് പള്ളിമുക്കത്തെ ക്ഷേത്രത്തിലേക്ക് ഒരു വരുത്തുപോക്കുണ്ടാകാറുണ്ട്. ചൊവ്വയും വെള്ളിയുമാണവ ഇറങ്ങുക. അപ്പോൾ എല്ലാവരും സൂക്ഷിക്കണം. വരുത്തുപോക്കിനു മുമ്പിൽ പെടുന്നതിനെയെല്ലാം അത് അടിച്ചുകൊല്ലും. മാടൻ അടിച്ച് ഒത്തിരിയാളുകൾ മരിച്ചിട്ടുണ്ട്. കൊട്ടവരിയാൻ കാട്ടിൽ വയറാവള്ളി അറക്കാൻപോയ കറമ്പിപ്പെണ്ണ് മരിച്ചത് പിന്നെങ്ങനാ? കാലത്ത് പഴങ്കഞ്ഞി കുടിച്ച് നല്ല ഉഷാറായി പോയതല്ലേ? ഉച്ചയ്ക്ക് പോലുത്തേക്കിന് മോളു തേയി ചെന്നുനോക്കുമ്പോൾ വായീന്നു രക്തം കവിട്ടി ചത്തു കിടക്കുന്നു. പിന്നെ അവിടെ നടന്ന പുകില്! അതോർക്കുമ്പം കൂടി ആരുടെയും കണ്ണുനിറയും. മാടന്റെ അടിയേറ്റ് പശുക്കളും ആടുകളും കണ്ടമാനം ചത്തിട്ടുണ്ട്. ചാമക്കാവിൽ വിശ്വസിക്കാത്തവരായി ആരുംതന്നെയില്ല. ചാമക്കാവിലെ യക്ഷികൾക്ക് കൂട്ട് കുരങ്ങന്മാരാണ്. ചെറുതും വലുതുമായ കുരങ്ങന്മാരുടെ ഒരു നീണ്ടനിരതന്നെ ഇവിടെയുണ്ട്. വള്ളിക്കെട്ടിൽ വാലു ചുറ്റി കരണം മറിയുന്ന കൊച്ചു വികൃതിക്കുരങ്ങന്മാർ മുതൽ യക്ഷിയമ്പലത്തിനു കാവൽ ഇരിക്കുന്ന ഗൗരവക്കാരനായ തന്തക്കുരങ്ങുവരെ എത്ര വിചിത്രമായ സ്വഭാവക്കാരാണ്? ചാമക്കാവിൽ വരുന്നവരെല്ലാം കുരങ്ങന്മാർക്ക് തീറ്റയും കൊണ്ടാണ് വരിക. തേങ്ങാപ്പൂളോ, അവിലോ, മലരോ, പഴമോ എന്തായാലും മതി കൈയിലൊന്നുമില്ലാതെ ചാമക്കാവിൽ വരുവരെ കുരങ്ങന്മാർക്ക് കടുത്ത വെറുപ്പാണ്. അവറ്റകൾ ചിലപ്പോൾ ചാടി കടിച്ചെന്നുമിരിക്കും. കാഞ്ഞിരവിളയിലെ ലക്ഷ്മിക്കുട്ടിയെ കൊച്ചുന്നാളിൽ ഒരു കുരങ്ങാൻ കടിച്ചതാ. ഇപ്പോഴും കുരങ്ങുപാതീന്നാ നാട്ടിലെല്ലാവരും അവളെ വിളിക്കുക. ഉത്സവകാലം അടുക്കുന്നതോടെ വച്ചുവാണിഭക്കാരായ റാവുത്തരന്മാർ ചാമക്കാവിനു ചുറ്റും തമ്പടിക്കും. അവരുടെ പക്കൽ പട്ടാണിയും കടലയും കപ്പലണ്ടിയും മുറുക്കുമൊക്കെയുണ്ടാവും. ഉത്സവം കാണാൻ വരുന്നവർ അതൊക്കെ വാങ്ങി കുരങ്ങനു കൊടുക്കും. ഉത്സവകാലത്ത് കുരങ്ങന്മാർ തീറ്റ തിന്നു മടുക്കും. അവയുടെ അണയിൽ തീറ്റ നിറഞ്ഞുകിടക്കും. ഉത്സവം കഴിയുന്നതോടെ മിക്ക കുരങ്ങന്മാർക്കും തൂറ്റലു പിടിക്കും. ഉയർന്ന മരക്കൊമ്പിൽ ചാടിച്ചാടി അവ താഴേക്കു കാഷ്ഠിക്കും. പിന്നെ ഒന്നു രണ്ടു ദിവസത്തേക്ക ചാമക്കാവിനരികിൽ പോകാനേ പറ്റില്ല. എന്തൊരു ദുർഗന്ധമാണവിടെ! യക്ഷികൾ എങ്ങനെ അവിടെ കഴിയും? ചാമക്കാട് പണ്ട് പണ്ട് ബുദ്ധന്മാരുടെ കേന്ദ്രം ആയിരുന്നു പള്ളിക്കൽ നിന്നും കരുനാഗപ്പള്ളിയിൽ നിന്നുമൊക്കെ ബുദ്ധന്മാരുടെ കൂട്ടം മഞ്ഞപുതച്ചു വന്ന് ചാമക്കാവിന്റെ മുറ്റത്ത് കൂടുമായിരുന്നു. അവരുടെ പാഠശാലയാണ് അച്ചൻകോവിലാറിന്റെ വടക്കേ കരയിൽ ഇടിഞ്ഞുപൊളിഞ്ഞു കിടക്കുന്നത്. ഇപ്പോഴത് വെറും കല്ലും മണ്ണുമാത്രമായി മാറിയിരിക്കുന്നു അവിടെനിന്നാണ് കരിമാടിക്കുട്ടനെ നാട്ടുകാർക്ക് പണ്ട് കിട്ടിയത്. പക്ഷേ, കരിമാടിക്കുട്ടനെ ആർക്കും വേണ്ട. എല്ലാരും

കൂടെ അതിനെ കാട്ടിലേക്ക് വലിച്ചെറിച്ചെറിഞ്ഞുകളഞ്ഞു. കുരങ്ങന്മാരുടെ മൂത്രവും കാഷ്ഠവും വീണ് അതിപ്പോ തിരിച്ചറിയാണ്ടായി. മാവേലിക്കരയിലേക്ക് കൊണ്ടുപോയ കരിമാടിക്കുട്ടനെ അമ്പലത്തിന്റെ മുമ്പിൽ പുറമ്പോക്കിൽ അതേപടി ഉറപ്പിച്ചുവച്ചിട്ടുണ്ട്. ഓണത്തിനോ സംക്രാന്തിക്കോ വല്ലവരും വന്ന് ഒന്ന് വിളക്ക് കൊളുത്തിയെങ്കിലായി. ബുദ്ധന്മാരുടെ പാഠശാലയുണ്ടായിരുന്ന കാലത്ത് ദൂരദിക്കിൽ നിന്നു പോലും വൈദ്യംപഠിക്കാൻ കുട്ടികൾ വന്നിരുന്നു ചാമക്കാവ് മുഴുവൻ അവരുടെ വൈദ്യത്തിനുള്ള ഔഷധച്ചെടികൾ ആയിരുന്നു. മൂപ്പരുചെക്കൻ തെങ്ങേന്നു വീണ ഏമം തട്ടിയപ്പം ബുദ്ധന്മാരാണ് രക്ഷിച്ചത്. കൊടുവാളുവീണ് തച്ചന്റെ കൈ മുറിഞ്ഞു രണ്ടായപ്പോൾ കൂട്ടിച്ചേർത്തതും ബുദ്ധന്മാരാ. ഇങ്ങനെ ഒരു പാട് കഥകൾ പഴമക്കാർക്ക് പറയാനുണ്ട്. ബുദ്ധന്മാർ എങ്ങനെ ഇവിടെനിന്നു പോയെന്നു മാത്രം ആർക്കും അറിയില്ല. അച്ഛൻ കോവിലാറ്റിൽ ചാടി ജീവനൊടുക്കിയതാണെന്നും കൊന്ന് ആറ്റിലൊഴുക്കിയതാണെന്നും പറഞ്ഞു കേൾക്കുന്നുണ്ട്. എന്തായാലും ചാമക്കാവിൽ നിന്ന് ബുദ്ധന്മാർ പോയതിൽ പിന്നെയാണ് അവിടെ യക്ഷികൾ പാർപ്പുതുടങ്ങിയത്. വടക്കൻദിക്കിൽ നിന്നും പോറ്റിമാരും വന്നു. പോറ്റിമാരു കരുങ്ങാലിപുഞ്ചയുടെ കരയിൽ മനകൾ പണിതു. നാട്ടുകാർക്ക് കുളിച്ചുതൊഴാൻ അമ്പലം പണിതു. കര നാലും നിയന്ത്രിക്കുന്ന തമ്പുരാക്കന്മാരായി. കരക്കാരെല്ലാം ഞാറു നടാനും കൊയ്യാനും മെതിക്കാനും അവരുടെ വേലക്കാരായി. എന്നിട്ടും ചാമക്കാവിൽ ഉത്സവം തടയാൻ അവർക്ക് കഴിഞ്ഞില്ല. അത് മുറ തെറ്റാതെ നടന്നു. കരക്കാർ കൂറ്റൻ കുതിരകളെ കെട്ടി കാവിനു ചുറ്റും വലംവച്ച് ഉലുത്തി. ഓരോ കൊല്ലവും വാശിയോടെ കുതിരക്കെട്ടു നടന്നു. എല്ലാ കൊല്ലവും കിഴക്കേ കരക്കാരുടെ കുതിരതന്നെ മുന്നിട്ടുനിന്നു. ചാമക്കാവിൽ പോറ്റിമാർ വരാറില്ലെങ്കിലും അവരും ഉത്സവത്തിന്റെ കാര്യത്തിനു കൈയയച്ചു സഹായിച്ചു. കിഴക്കേ കരക്കാർക്കാണ് സഹായം കൂടുതൽ കിട്ടിയത്. അതുകൊണ്ടാവാം അവരുടെ കുതിര മാനംമുട്ടെ വളർന്നത്. ഏഴു നിലകളുള്ള കുതിരയാണവരുടേത്. ചെട്ടിക്കുളങ്ങരയിലെ ഉത്സവത്തിനുപോലും ഇതുപോലൊരു കുതിര ഉണ്ടോന്നു സംശയം. അതിന്റെ അഴകും കെട്ടും വൃത്തിയും ഒന്നു കണ്ടുതന്നെയറിയണം. കുതിരയുടെ ഓരോ നിലയും പൂക്കൾ വിരിച്ച്, കണ്ണാടിയും വിശറികളും നെറ്റിപ്പട്ടവും അണിയിച്ച് ഭംഗിയാക്കിയിരിക്കും. കിഴക്കേ കരക്കാരുടെ കുതിര ചങ്ങാടത്തിലേറി ആറ്റിലൂടെ ആർപ്പുവിളികളുടെയും കൊട്ടുമേളങ്ങളുടെയും അകമ്പടിയോടെ ഒഴുകി വരുമ്പോഴേ പെണ്ണുങ്ങളുടെ കുരവ ഉയരും. ചാമക്കാവിലെ വള്ളിക്കുടിലുള്ളിലിരുന്ന് കുരങ്ങന്മാർ കൈ കൊട്ടി ആർക്കും. ആറ്റിലെ പരൽമീനുകളും തവളക്കുഞ്ഞുങ്ങളും ജലപ്പരപ്പിൽ വന്ന് നീന്തിത്തുടിക്കും. ഉത്സവലഹരിയിൽ ഗ്രാമമാകെ കുളിച്ചുനിൽക്കുമ്പോൾ ചാമക്കാവിലെ ചെളിക്കുണ്ടിൽ കിടന്ന് കരിമാടിക്കുട്ടൻ മാത്രം

വിലപിക്കും. ചാമക്കാവിലെ ഉത്സവത്തിന്റെ കൊടി ഇറങ്ങിക്കഴിഞ്ഞാൽ പിന്നെ ചന്ദനക്കുടത്തിനുള്ള ഒരുക്കങ്ങളാരിക്കുകയായി. പറയപ്പെത ങ്ങൾ കുന്നിറങ്ങി വന്ന് തൈക്കാവിന്റെ മുറ്റത്ത് ചെണ്ടയടിച്ച് തിമർക്കും. മിന്നാപിള്ള റാവുത്തരുടെയും അപ്പാറാവുത്തരുടെയും നേതൃത്വത്തിൽ റാവുത്തരന്മാർ തെക്കിനിവീട്ടിലെ അപ്പുനായരുടെ വീട്ടിൽ നിന്ന് കൊടി മരം മുറിച്ചെടുക്കും. കൊടിമരവും തോളിലേന്തി തടിമിടുക്കുള്ള റാവു ത്തരന്മാർ ഗ്രാമപ്രദക്ഷിണം നടത്തും. കൊടിമരം മുകളിലേക്കെറിഞ്ഞും പിടിച്ചും ആവേശത്തോട തക്ബീർ മുഴക്കി കൊട്ടും മേളവുമായി നീങ്ങും. നാട്ടിലെ പുരുഷാരം മുഴുവൻ അതിനു പിന്നിൽ അണിനിരക്കും. കൊടി മരം നാട്ടി അതിൽ കൊടി ഉയർത്തുന്നതോടെ ചന്ദനക്കുടത്തിനുള്ള തുടക്കമായി. തൈക്കാവിനു ചറ്റും കച്ചവടക്കാരു സ്ഥാനം പിടിക്കും. വിവിധ തരത്തിലുള്ള പലഹാരങ്ങളുടെ എരിവും മണവും ഗ്രാമം മുഴുവൻ നിറഞ്ഞു നിൽക്കും. കൊതിയൻ കാക്കകൾ തക്കം പാർത്തി രിക്കും. പിള്ളേരെ വീടുകളിൽ ശണ്ഠ കൂടും. നാടിന്റെ നാനാഭാഗത്തു നിന്നും ഈച്ചകളുടെ കൂട്ടങ്ങൾ പറന്നു വന്ന് ഈന്തപ്പഴക്കടയിലും അലു വാക്കടകളിലും നുരച്ചു തിമർക്കും. ഈച്ചക്കൂട്ടങ്ങളെ ആട്ടിയകറ്റി ഈന്ത പ്പഴക്കൊതിയന്മാർക്ക് റാവുത്തരന്മാർ ഈന്തപ്പഴം തൂക്കിക്കൊടുക്കും. പിള്ളേർ ഈന്തപ്പഴം തിന്ന് കൈ നക്കി നക്കി നടന്നു കാഴ്ച കാണും. ചന്ദനക്കുടത്തിന് എഴുന്നള്ളിക്കാനുള്ള ആനകളുടെ വരവു തുട ങ്ങുന്നതോടെ ഗ്രാമമാകെ ഉത്സവലഹരി പിടിക്കും. ആനയടിയിലെ ഉത്സവ ത്തിൽ നിരനിരയായി നിൽക്കുന്ന ആനകളിൽ നല്ലൊരുപങ്കും ചന്ദനക്കുടം കഴിഞ്ഞേ മടങ്ങുകയുള്ളു ആനക്കൂട്ടം അപ്പാറാവുത്തരുടെ വിശാലമായ പറമ്പിലാണ് താവളമടിക്കുക. ആനയുടെ കുസൃതിത്തരങ്ങൾ കാണാൻ പിള്ളേരുടെയും പെണ്ണുങ്ങളുടെയും പട അപ്പാറാവുത്തരുടെ പറമ്പിൽ നിരക്കും. പെണ്ണുങ്ങൾക്ക് ആനവാലു വേണം.

ആനവാലുമോതിരം അണിഞ്ഞുനടന്നാൽ പേടികിട്ടില്ല. ആന വാലു രണ്ടുമടക്കിനു ചുറ്റിയ മോതിരമണിഞ്ഞു നടക്കുന്ന പെണ്ണിന്റെ അഴകു കണ്ട് ആണുങ്ങൾ കണ്ണുവയ്ക്കും. ആനവാലു കിട്ടാൻ പെണ്ണുങ്ങൾ ആന ക്കാരോട് കിന്നാരം പറയും. ആനവാലും മുറിച്ചു കൊടുത്തിട്ട് ആനപ്പാ പ്പാൻ പെണ്ണുങ്ങളെ കണ്ണും കവിളും കാണിക്കും. ആനകളിതുകണ്ട് കാമ മിളകി പിണ്ഡമിടും. ആനപ്പിണ്ഡത്തിന്റെ രൂക്ഷഗന്ധം മണത്തു കരിവണ്ടു കൾ വരും. കരിവണ്ടുകൾ തുളച്ചിട്ട ആനപ്പിണ്ഡം വാരാൻ വേലത്തിത്ത ള്ളവരും. വേലത്തിത്തള്ളെ ചീത്ത പറയാൻ മകൻ കുടിയൻപാക്കരൻ വരും. ആനപ്പാപ്പാൻമാരുടെ താവളം വാറ്റുകാരി തങ്കമ്മയുടെ ചായിപ്പി ലാണ്. പരദൂഷണം പറയുന്ന പെണ്ണുങ്ങൾ കുളക്കടവിലിരുന്നു വാറ്റുകാരി തങ്കമ്മയെക്കുറിച്ച് കുശുകുശുക്കും. ആനക്കാരും താറാവുകാരും കേറുന്ന വീട് ശരിയല്ലെന്ന് ചുണ്ണാമ്പുകാരി ചെല്ലമ്മയുടെ പ്രസ്താവന എല്ലാരും

ശരിവയ്ക്കും. വറ്റുകാരി തങ്കമ്മയുടെ ഒരേ ഒരു ആങ്ങള നാണുച്ചാര് തെങ്ങേന്നു വീണു ചത്തതിൽ പിന്നാ തങ്കമ്മ വാറ്റുകാരിയായത്. തങ്കമ്മ മൂത്തു നരച്ചു തുടങ്ങിയിട്ടും ആണുങ്ങളാരും കെട്ടാൻ വന്നില്ല. ആരും കേറി പൊറുത്തതുമില്ല. നാട്ടുകാർക്ക് ഓരോന്നു പറഞ്ഞുനടക്കാൻ എളുപ്പമാ. ഒരു വയറു കാഞ്ഞാൽ അത് അറിയാനാരുമില്ല. പേടിച്ചുതൂറി പ്പിള്ളേരെ ആനയുടെ കീഴിലൂടെ വലം ചുറ്റിയാൽ പേടി മാറുമെന്നാണ് പഴമ്പുരാണം. അതുകൊണ്ടാവാം മൂവന്തിയാവുമ്പം മുറ്റത്തിറങ്ങാത്ത പിള്ളാരേംകൊണ്ട് ആളുകൾ ആനമൂട്ടിൽ വരുന്നത്. പാപ്പാനെന്തെങ്കിലും കൊടുത്താൽ പിള്ളാരെ ആനയുടെ കീഴിലൂടെ നടത്തിക്കും. അതോടെ അവരുടെ പേടി പമ്പ കടക്കും. ജലീലിനേംകൊണ്ട് കൊച്ചിത്ത ഷേക് മൈതീൻ ആനച്ചോട്ടിൽ വന്നു. പയ്യൻ ആനച്ചോട്ടിലേക്കു പോയപ്പം അതു നോക്കിനിന്ന് മാക്കൊട്ട[1]ക്കാരി സരസമ്മ ഉറക്കെ പറഞ്ഞു. ഇതുപോലൊരു കുഞ്ഞിനേംകൊണ്ട് ഒരു തന്തേം തള്ളേം പണ്ട് ആനമൂട്ടിൽ വന്നു. ആന യുടെ മുന്നിലൂടെ കുഞ്ഞിനെ ഉഴിഞ്ഞെടുക്കാൻ ഭാവിച്ചതും ആന കുഞ്ഞിനെ തട്ടിയെടുത്തു... കഥ മുഴുപ്പിക്കും മുമ്പ് ഷേക് മൈതീൻ ഒരു ആട്ടുകൊടുത്തു: 'ഛീ, നച്ചൊല്ലു പറയുന്നോ?' അതുകണ്ടുനിന്ന കേശവൻ വൈദ്യരു വാപൊത്തി ചിരിച്ചു. എവിടെ ആനയുണ്ടോ അവിടെ കേശവൻ വൈദ്യരും കാണും. ആനവൈദ്യനെന്നാണ് എല്ലാവരും വിളി ക്കുക. കേശവൻ വൈദ്യരോളം ആനക്കമ്പമുള്ളവരാരും ഈ ഭൂമിമല യാളത്തിലുണ്ടാകില്ല. ആനയുടെ പിന്നാലെ മണം പിടിച്ചു നടക്കുന്ന കേശവൻ വൈദ്യരെ നോക്കി നാട്ടുകാരു പരിഹാസ്യതയോടെ ചിരിക്കും. എന്നാലും കേശവൻ വൈദ്യർക്ക് അതൊന്നും ഒരു പ്രശ്നമല്ല. ഗുരുവാ യൂരിലെ ആനകളുടെ കഥ മുതൽ കോന്നിയിലെ ഇബ്രാഹിം ഹാജി യുടെ ആനക്കൊട്ടിലിലെ കഥ വരെ കേശവൻ വൈദ്യർക്ക് മനപ്പാഠമാണ്. കൂപ്പിൽ തടിപിടിക്കുന്ന ആനയുടെ കദനകഥ കേട്ട് പല പിള്ളേരും കണ്ണു നീരൊലിപ്പിച്ചു കേശവൻ വൈദ്യർക്കു പിന്നാലെ നടക്കും. ചന്ദനക്കുട ത്തിന് വരുന്ന ആനകൾക്ക് തീറ്റതേടി പാപ്പാന്മാർക്ക് കൂടുതൽ അല യേണ്ടിവരില്ല. എല്ലാം നേർച്ചയായിട്ട് കിട്ടും. മാലിസാ എഴുന്നള്ളത്തിന് ആനകളിറങ്ങുമ്പോഴാണ് അവയ്ക്ക് കുശാൽ. ചന്ദനക്കുടം പട്ടിൽ പൊതിഞ്ഞ് ആനമേൽ വയ്ക്കും. ആനയേയും കുളിച്ചൊരുക്കി നെറ്റി പ്പട്ടം ചൂടിക്കും. കൊട്ടും മേളവുമായി മാലിസാപൊടിക്കായി വീടുവീടാ ന്തര കേറിയിറങ്ങും. അപ്പോൾ വീട്ടുകാര് ആനയ്ക്ക് തിന്നാൽ ചക്കരയു ണ്ടയും തേങ്ങായും പഴവുമെല്ലാം കൊടുക്കും. ആന തിന്നു തിന്നു മടുക്കും. മാലിസാ എഴുന്നള്ളത്തിന് ആനമേലിരുന്നതു പൊടിപ്പയലാ യിരുന്നു. ആനയും മേളവും വീടുവീടാന്തരം കേറിയിറങ്ങി. നബീസാ മ്മാളിന്റെ വീട്ടിൽ ചെന്നപ്പോൾ പൊടിപ്പയല് നബീസായെ അവിടമാകെ

1. മാക്കൊട്ട - തെങ്ങിന്റെ ഓലകൊണ്ട് നിർമ്മിക്കുന്ന സഞ്ചി

നോക്കി. താൻ ആനപ്പുറത്തിരിക്കുന്നത് നബീസാ കാണുന്നുണ്ടോ എന്ന ആകാംക്ഷയായിരുന്നു പൊടിപ്പയലിന്റെ മനസ്സു നിറയെ. ആനപ്പുറത്തിരുന്ന് ചരിഞ്ഞും മറിഞ്ഞും നോക്കി. പക്ഷേ, നബീസായെ ആൾക്കൂട്ടത്തിലെങ്ങും കണ്ടില്ല. പൊടിപ്പയലിന്റെ മുഖം മ്ലാനമായി. നബീസാ അറപ്പുരയുടെ കിളിവാതിലിലൂടെ പൊടിപ്പയല് ആനപ്പുറത്തിരിക്കുന്നത് കാണുന്നുണ്ടായിരുന്നു. ഭയം അവളെ പുറത്തിറങ്ങാൻ അനുവദിച്ചില്ല. ആനയും മേളവും പറമ്പിൽ നിന്നു പോയീന്ന് ഉറപ്പ് വരുത്തിയിട്ടേ നബീസാ വീട്ടിനു പുറത്തിറങ്ങിയുള്ളു. തൈക്കാവിനു മുമ്പിൽ ആനകൾ നിരന്നു നിന്നു. ഏറ്റവും ഉയരവും തലയെടുപ്പുമുള്ള ദേവസ്വത്തിന്റെ ആനയാണ് ഒന്നാമൻ. ആനപ്പുറത്ത് കേറുന്നവർക്കുള്ള ലേലം തുടങ്ങി. നാട്ടിലെ ഉശിരുള്ള ചെറുപ്പക്കാരൊക്ക വാശിയോടെ ലേലം വിളിച്ചു. ഒന്നാമത്തെ ആനയുടെ ഒന്നാമത്തെ ഇരിപ്പിടം രണ്ടു രൂപാ. ആൾക്കൂട്ടത്തിൽ നിന്നാരോ പറഞ്ഞു - മൂന്ന് രൂപ. മീൻകാരൻ കുഞ്ഞുമുഹമ്മദ് വിളിച്ചു - അഞ്ചു രൂപ. കൈതമനയിലെ ശിബ്ലൻ പരീതും കുഞ്ഞുമമ്മതും തമ്മിൽ ഒന്നാമത്തെ ആനയുടെ ഒന്നാമത്തെ സീറ്റിനുള്ള പോരു മൂത്തു. ലേലത്തുക കൂടിക്കൂടി വന്നു. അവസാനം അപ്പാറാവുത്തർ വിളിച്ചു "ഒന്നാമത്തെ ആനയുടെ ഒന്നാമത്തെ ഇരിപ്പിടം കുഞ്ഞുമ്മത് - ഏഴു രൂപ. ആർക്കും വിളിക്കാം. ഒരു തരം... രണ്ട് തരം... "ആൾക്കൂട്ടം നിശബ്ദമായി. ശിബ്ലൻ പരീത് ആൾക്കൂട്ടത്തിനിടയിൽ നിന്ന് പിന്നോട്ട് വലിഞ്ഞു. അപ്പാറാവുത്തർ ഉറപ്പിച്ചു: "മൂന്നുതരം". യുദ്ധം ജയിച്ചുവന്ന വീരസേനാനിയെപ്പോലെ മീൻകാരൻ മമ്മത് ആനമേല് കേറിയിരുന്നു ചുറ്റും നോക്കി. പുരുഷാരം മമ്മതിനെത്തന്നെ നോക്കി നിൽക്കുന്നു അഭിമാനം കൊണ്ട മമ്മതിന്റെ തല മാനത്തോളം ഉയർന്നു. ഒന്നാമത്തെ ആനയുടെ രണ്ടാമത്തെ ഇരിപ്പിടം - ഒരു രൂപ, മൂന്നാമത്തെ ഇരിപ്പിടം ... നാലാമത്തെ ഇരിപ്പിടം... ആനയുടെ വാലറ്റം വരെ ജനം അള്ളിപ്പിടിച്ചിരുന്നു. ആനയുടെ മൂന്നാം തണ്ട് പലരുടെയും ചന്തിക്ക് കുന്തം പോലെ തറച്ചിരുന്നു. വേദനകൊണ്ട് ഞെരിപിരികൊണ്ട് ആനപ്പുറത്തിരുന്നു വികൃതമായി അവർ ചിരിച്ചു. മുത്തുക്കുടകൾ ചൂടി നെറ്റിപ്പട്ടമണിഞ്ഞ ആനകൾ തൈക്കാവിനു മുമ്പിൽ അണിനിരന്നു. അറബനമുട്ടും കോൽകളിയും മുറയ്ക്ക് നടന്നു. കൊട്ടും കുരവയും മൂർച്ഛിച്ചു. മധുരക്കാരൻ ദുരൈ സ്വാമിയുടെ നാദസ്വരക്കച്ചേരി തുടങ്ങി. പമ്പമേളവും കുംഭമേളവും തുടങ്ങി. ഇനി ഊരുചുറ്റലാണ്. വിളക്കും ചുമന്ന് ചുമട്ടുകാർ മുന്നിൽ നടന്നു ആനകളോടൊപ്പം ഗ്രാമത്തിലെ ആബാലവൃദ്ധം ജനവും ഉറുമ്പുകളെപ്പോലെ പിന്നാലെ ഇഴഞ്ഞു നീങ്ങി നേരം വെളുക്കുവോളം തൈക്കാവിന്റെ മുറ്റത്ത് കലാപരിപാടികളുണ്ടായിരുന്നു. രാവിലത്തെ എഴുന്നള്ളത്തോടെ ചന്ദനകുടത്തിന്റെ കൊടിയിറങ്ങി ഉറക്കച്ചടവോടെ പള്ളിമുറ്റത്തെ ഉറുമ്പിൻകൂട്ടം പിരിഞ്ഞുപോയി.

പശു

ഓതാൻ വന്ന പിള്ളേരുടെ കൂട്ടം തൈക്കാവിന്റെ മുറ്റത്ത് ചന്ദനക്കുടത്തിന്റെ ഉച്ഛിഷ്ടങ്ങൾക്കിടയിൽ പരതിനടന്നു. നാസറിനു പൊട്ടാത്ത ഒരു ഓലപ്പടക്കം കിട്ടി. ഓലപ്പടക്കവും കൊണ്ട് കുറച്ചു പിള്ളേർ പള്ളിക്കാടിനരികിലേക്കു പോയി. പള്ളിക്കാട്ടിൽ നിന്നു കാതടപ്പിക്കുന്ന ശബ്ദം ഉയർന്നു. പിള്ളേരുടെ ആരവം കുറച്ചുനേരം കൂടി അവിടെ തങ്ങിനിന്നു. കരീമിനു കിട്ടിയ പമ്പരത്തിനുവേണ്ടി പിള്ളേർ വഴക്ക് തുടങ്ങി. ഉന്തും തള്ളും നടന്നു. തടിയൻ ഹമീദ് കരീമിന്റെ കൈയിൽ നിന്ന് അത് തട്ടിപ്പറിച്ചുകൊണ്ടോടി. കരീമിന്റെ കരച്ചിൽ കുട്ടികളുടെ ആരവങ്ങൾക്കിടയിൽ മുങ്ങിമരിച്ചു. റുക്കിയാബീവിക്ക് ഒരു നീല റിബൺ കിട്ടി. നബീസാമ്മാളിന് ഒരു ചുവ കുപ്പിവള. പിള്ളേർ കോഴികളെപ്പോലെ ചപ്പുചവറുകൾക്കിടയിൽ ചിതഞ്ഞു ചിതഞ്ഞു നടന്നു. പൊടിപ്പയലു മാത്രം ബഹളങ്ങളിൽ നിന്നെല്ലാം ഒഴിഞ്ഞ് ദൂരെ പള്ളിക്കാടിനരികിലെ കാട്ടുകല്ലിലിരുന്നു. പൊടിപ്പയലിനെ കളിക്കാനും ഓടാനും ചാടാനുമൊന്നും കിട്ടില്ല. എപ്പോഴും കിനാവുകണ്ട് നടക്കാനാണിഷ്ടം. കിനാവുകൾ നീരു വീഴ്ത്തിയ പൊടിപ്പയലിന്റെ ഉറക്കം തൂങ്ങിക്കണ്ണുകൾ പള്ളിക്കാട്ടിലൂടെ ഇഴഞ്ഞു നടന്നു. തേക്കിലകൾ കൂട്ടിച്ചേർത്തു കുഞ്ഞുകുരുവികൾ കൂടൊരുക്കുന്നു. എവിടെനിന്നൊക്കെയോ നാരും പഞ്ഞിയുമൊക്കെ കൊണ്ടുവന്ന് ഇലകൾ തമ്മിൽ തുന്നി എത്ര വേഗമാണവ കൂടു നിർമ്മിക്കുന്നത്! മുട്ടയ്ക്കുള്ളിലെ കൊഴുത്ത ദ്രാവകമായി കുരുവികൾ ജീവിച്ചിരുന്നപ്പോഴെ ഉടയതമ്പുരാൻ ഈ തുന്നൽപ്പണിയൊക്കെ അവയെ പഠിപ്പിച്ചിട്ടുണ്ടാവും. അമ്മ മുട്ട പൊരിക്കുമ്പോൾ ചീനച്ചട്ടിക്കുള്ളിൽ നിന്നുയരുന്ന കോഴിക്കുഞ്ഞുങ്ങളുടെ നിലവിളി പൊടിപ്പയലിനെ അസ്വസ്ഥനാക്കിയിട്ടുണ്ട്. ഒരു പുഴുങ്ങിയ മുട്ട മരിച്ച കോഴിക്കുഞ്ഞിനെയാണ് ഓർമ്മിപ്പിക്കുക. പൊടിപ്പയലിനിതു കാണുമ്പോൾ ഓക്കാനം വരും. നബീസാമ്മാൾ പൊടിപ്പയലിനെ മുറ്റത്തെല്ലാം തിരഞ്ഞു. പള്ളിക്കാടിനരികിൽ ഉണ്ടാവുമെന്നു കരുതി അവിടേക്ക് പോയി. പള്ളിക്കാടിനരികിലെ കാട്ടുകല്ലിൽ കുത്തിയിരുന്നു സ്വപ്നങ്ങൾ കാണുന്ന പൊടിപ്പയലിനരികിൽ നബീസാമ്മാൾ ശബ്ദമുണ്ടാക്കാതെ വന്നു നിന്നിട്ട് ഉറക്കെ ചോദിച്ചു:

"ഉറുമ്പുപ്പയലേ, ഉറുമ്പെ എണ്ണിക്കൊണ്ടിരിക്കയാക്കുമോ". പൊടിപ്പയല് ഞെട്ടിത്തിരിഞ്ഞു നോക്കുമ്പോൾ, കാട്ടാറിനെപ്പോലെ അവൾ കിലുകിലെ ചിരിച്ചു. നബീസാമ്മാൾ ഉറുമ്പുപ്പയലേന്ന് വിളിച്ചതിന്റെ ദേഷ്യം മുഴുവൻ അവളുടെ നിഷ്കളങ്കമായ പൊട്ടിച്ചിരിയിൽ അലിഞ്ഞില്ലാതായി.

"തുന്നാരൻ കുരുവി തേക്കിലയില കൂടുനെയ്ത് ഉണ്ടാക്കതു കണ്ടിതാ".

പൊടിപ്പയല് ചോദിച്ചു: “ഉറമ്പുപ്പയലിക്ക് ഇനി കിളിപ്പയലെന്നു കൂടി പേരു വീഴുമേ.” രണ്ടു കുരുവികൾ മാറിമാറിയാണ് കൂടു നെയ്യുന്നത്. കുരുവികളുടെ ചുണ്ടുകൾ സൂചിപോലെ കൂർത്തിരിക്കുന്നു. ഒന്ന് പൂവനും ഒന്ന് പിടയുമായിരിക്കും.

“കുരുവികളിൽ പൂവനുക്കാക്കും അഴക്.”

പൊടിപ്പയല് പറഞ്ഞു.

“മനുഷ്യരുടെയിടയിൽ പെമ്പിളകൾക്കും അല്ലേ?” നബീസാമ്മാൾ അതു പറഞ്ഞിട്ട് വീണ്ടും കിലുകിലെ ചിരിച്ചു. അവളുടെ മുഖത്തു നിന്നും മുല്ലമൊട്ടുകൾ ചുറ്റും വീണു ചിതറി. പൊടിപ്പയലിന്റെ ഉറക്കംതൂങ്ങി ക്കണ്ണുകൾ ഒന്നു വിടർന്നു കൂമ്പി. നബീസാമ്മാൾ ചിരിക്കുമ്പും കാണാൻ എന്തു നല്ല ശേല്! മയിലുകൾ പീലിവിരിച്ചു നൃത്തം ചെയ്യുന്നതുപോലെ.

“കായ്ത പഠിച്ചിയാ?”

നബീസാമ്മാൾ ചോദിച്ചു.

“ഉം”

ഉക്കനെപ്പോലെ പൊടിപ്പയല് കുറുകി.

“കായ്ത പഠിക്കാമെ കിളിയേയും പാത്തുകൊണ്ടു നടന്താൽ ഉസ്താതുക്കു കൈയു കൊണ്ടു വീക്കുവാങ്കുവാ”.

“വിടിയും മിന്നെ[1] ഉസ്താദ് അടിച്ചപ്പം നീ എന്നെ അളുവേല്ലെ?”.

“നോവാഞ്ചിട്ട്”.

“പച്ചക്കള്ളം”.

“കൈപാക്കട്ടും”. നബീസാമ്മാൾ തന്റെ ചുവന്നു തുടുത്ത കൈകൾ നീട്ടിക്കാണിച്ചുകൊണ്ടു പറഞ്ഞു. നബീസാമ്മാളിന്റെ കൈയിലെ വെട്ടിയും തിരുത്തിയും കോറിയിട്ട വരകളിലായിരുന്നു പൊടിപ്പയലിന്റെ നോട്ടം മുഴുവൻ. പൊടിപ്പയല് പതുക്കെ കൈകൾ നീട്ടിക്കാണിച്ചു. അരി ച്ചൂരലിന്റെ പാട് കൈവെള്ളകളിൽ കരിനീലനിറം പടർത്തിയിരിക്കുന്നു. നബീസാമ്മാളിന്റെ കണ്ണുകളിൽ ഒരു മണിമുത്ത് മിന്നിത്തിളങ്ങിയോ? നബീസാമ്മാളിന്റെ മൃദുലകരങ്ങൾ പൊടിപ്പയലിന്റെ വിരലുകളിൽ തൊട്ടു. പൊടിപ്പയലു പറഞ്ഞു.

“ഞാൻ ചന്ദനക്കുടത്തിക്കു വന്തിരുന്തേൻ ആരെയും കാണേലേ”.

“എനിക്ക് ആനകളെ പേടിയാക്കും. അതുകൊണ്ട് നാൻ വെളിയിലെ ഇരങ്കേലെ”.

നബീസാമ്മാളിന്റെ നീല പട്ടുപാവാട നോക്കി പൊടിപ്പയല് ചോദിച്ചു: “ചന്ദനക്കുടത്തിക്കു പുത്തനെടുത്തതാക്കുമോ?”.

1. വിടിമിന്നെ - അതിരാവിലെ

“ഉം, മാമി വാങ്ങി തന്നതാക്കും”.

മദ്രസയിൽ മണിമുഴങ്ങി. പിള്ളേര് ദുനിയാവിലെ കളിനിറുത്തി ആഹിറത്തിന്റെ പടികൾ ഓടിക്കയറി മറഞ്ഞു. നബീസാമ്മാൾ ഓതൽ കഴിഞ്ഞ് വീട്ടിൽ വരുമ്പോൾ അമ്മ ജമീലാമ്മാൾ തൊഴുത്തിൽ പശുക്കൾക്ക് പോച്ചയിട്ടുകൊടുക്കുകയായിരുന്നു. രോഹിണിപ്പശുവിനോടെന്തൊക്കെയോ പറഞ്ഞുകൊണ്ട് അതിന്റെ മുഖത്തും മേത്തുമൊക്കെ തൊട്ടുതലോടുന്നു. രോഹിണിപ്പശു ചെനനിറഞ്ഞു നിൽക്കുകയാണ്. പെറ്റവർക്കല്ലേ പേറിന്റെ വേദനയറിയൂ. പശുക്കൾ ചെന നിറഞ്ഞു നിന്നാൽപിന്നെ അമ്മായ്ക്ക് ഊണും ഉറക്കവും ഒന്നുമില്ല. എപ്പോഴും അമ്മ തൊഴുത്തിൽതന്നെയാവും. പശുക്കൾക്ക് തീറ്റകൊടുക്കുന്നതും കുളിപ്പിക്കുന്നതുമൊക്കെ അമ്മതന്നെയാണ്. പശുക്കൾക്കും അങ്ങനെ തന്നെയാ. മറ്റുള്ളവരു ചെന്നാൽ അതു പായും. എന്നാൽ അമ്മായുടെ മുമ്പിൽ കൊച്ചുകുഞ്ഞുങ്ങളെപ്പോലെ അതു വഴങ്ങും. പറമ്പിൽ ഏതു മൂലയിൽ നിന്നാലും അമ്മ രോഹിണീ... ന്നു വിളിച്ചാൽ േ...മ്പേ ...് അവൾ വിളികേൾക്കും. അമ്മ വീട്ടിലില്ലെങ്കിൽ രോഹിണിപ്പശു തൊഴുത്തിളക്കി ബഹളം വയ്ക്കും. അമ്മായുടെ തലവെട്ടം കണ്ടാലുടൻ അവൾ കരച്ചിൽ തുടങ്ങും. കുഞ്ഞും തള്ളേം തമ്മിലുള്ള ബന്ധം മാതിരിയാണ് അവരുടെ ബന്ധമെന്ന് ചിലപ്പോ തോന്നിപ്പോകും. അമ്മ രോഹിണീന്നു വിളിച്ച് ഒന്നു തൊട്ടുതടവിയാലേ അവൾ അടങ്ങൂ. സമയം ഒച്ചിനെപ്പോലെ ഇഴഞ്ഞും മാനിനെപ്പോലെ കുതിച്ചും മറഞ്ഞുകൊണ്ടിരുന്നു. കിടക്കാൻ നേരം അമ്മാ അത്തായോട് പറയുത് അവൾ ശ്രദ്ധിച്ചു:

പശു ഇന്നു രാത്രി പെറുമെണ്ടാക്കും തോന്നുന്നത്. എരുത്തിലിലെ ഒരു കണ്ണു വേണം.

ചിമ്മിനിവിളക്ക് തൊഴുത്തിൽ തിരിതാഴ്ത്തിവച്ചു. രാത്രിയുടെ ഏതോ യാമത്തിൽ തൊഴുത്തിൽ ആളനക്കം കേട്ടു. ജമീലാമ്മാളും നാഗൂർകണ്ണും തൊഴുത്തിൽ ചെന്നു നോക്കുമ്പം തള്ളയെപ്പോലൊരു കൊച്ചു കറമ്പി തൊഴുത്തിൽ പിച്ചവച്ചു നിൽക്കുന്നു. കിടാവിന് നെറ്റിത്തടത്തിൽ ഒരു വെള്ളച്ചുട്ടിയുണ്ട്. മുറ്റത്ത് അനക്കം കേട്ട് നബീസാമ്മാൾ ഉണർന്നു. പായയിലിരുന്നു കണ്ണുതിരുമ്മി. എണീറ്റു വാതിക്കൽ വന്നുനിന്നു നോക്കിയപ്പം അമ്മ മുറ്റത്ത് അടുപ്പുകൂട്ടി പശുവിനു കഞ്ഞിവയ്ക്കാനുള്ള ഒരുക്കത്തിലാണ്. കുമ്പളങ്ങാ പാത്തികൊച്ച് അടുക്കളയിൽ തിരുങ്ങുന്ന ശബ്ദം കേൾക്കാം. അത്ത തൊഴുത്തിൽ കുത്തിയിരിക്കുന്നു. ചിമ്മിനി വിളക്കിന്റെ ഇത്തിരിവെട്ടത്തിൽ ഒരു കുഞ്ഞിക്കിടാവിന്റെ ജീവതാളം നബീസാമ്മാൾ കൗതുകപൂർവം മുറ്റത്തേക്കിറങ്ങി വന്നു. കുഞ്ഞുകിടാവിന്റെ മേലുമുഴുവൻ തള്ള നക്കിത്തോർത്തുകയാണ്. കുട്ടി അകിടിൽ മുട്ടിയുരുമ്മിയും താഴേക്കു വേച്ചു വീണു വീണ്ടും പിച്ചവച്ച് എണീറ്റും മുലകുടിക്കാനുള്ള ശ്രമം തുടങ്ങി. നബീസാമ്മാൾ നിശബ്ദയായി ആ

കാഴ്ച നോക്കി നിന്നു. അവൾക്ക് ഒരുപാട് ചോദിക്കണമെന്നുണ്ടായിരുന്നു. പക്ഷേ, അവളൊന്നും ചോദിച്ചില്ല. മുറ്റത്തു വന്നു നിൽക്കുന്ന നബീസാമ്മാളിനെ കണ്ട് നാഗൂർകണ്ണ് പറഞ്ഞു :

“മോള് പോയി കിടന്ന് ഒറങ്ക്. വിടീമിന്നെ എന്തിരിക്കുമ്പം കിടാവെ പാക്കലാം”.

നേരം പരാപരാ വെളുത്തപ്പഴേ നബീസാമ്മാൾ എണീറ്റു തൊഴുത്തിനരുകിൽ വന്നു നോക്കി. കുഞ്ഞിക്കിടാവ് ഉറക്കമാണ്. അത് തലമേലോട് ചേർത്ത് തൊഴുത്തിലെ പുൽതൊട്ടിലിൽ കിടന്ന് ഉറങ്ങുന്നു. നബീസാമ്മാളിന്റെ മനസ് കിടാവിനോടുള്ള സ്നേഹവായ്പുകൊണ്ട് തുമ്പിത്തുളുമ്പി. കിടാവിനെ ഉണർത്താതെ അവൽ അവിടെ ചുറ്റിപ്പറ്റി നിന്നു. അമ്മായ്ക്ക് പശുവിന്റെ മാച്ച് ഇനിയും പിറക്കാത്തതിന്റെ ആധിയാണ്. അമ്മ അടുക്കളയിലും തൊഴുത്തിലുമായി എന്തോ ധൃതിവച്ച് നടന്ന് എന്തൊക്കെയോ എടുക്കുകയാണ്.

“നിങ്ങളുപോയി മാട് വൈദ്യനെ വിളിച്ചുകൊണ്ടുവാ.” അമ്മ ഇടയ്ക്കിടെ പറയുന്നുണ്ട്. അത്ത ഉടുപ്പിട്ട് പുറത്തേക്കുപോയി. കുറെ കഴിഞ്ഞപ്പോൾ അത്ത മാട്ടുവൈദ്യനെയും കൂട്ടി പടികടന്നു വരുന്നതു കണ്ടു. നബീസാമ്മാൾ മാടുവൈദ്യനെ ആദ്യമായി കാണുകയാണ്. പോത്തുപോലെ കറുത്തുതടിച്ചു കുറുകിയ ഒരു മനുഷ്യൻ. ചെവികളിൽ രോമം എഴുന്നുനിൽക്കുന്നു. ഇടത്തെ കാതിൽ കടുക്കൻ. തോളത്ത് ഒരു മുണ്ട് മടക്കിയിട്ടിട്ടുണ്ട്. പുറത്തും മാറിലുമെല്ലാം രോമം വളർന്നു നിൽക്കുന്നു. ഒരു കരടിക്കുട്ടനെപ്പോലെ. സാധാരണയിലും തടിച്ച പുരികം. ഉന്തിച്ച മൂക്ക്. ഊഴ്ന്ന് വീഴുമെന്ന ഭാവത്തിൽ കീഴ്ചുണ്ട്. എല്ലാവരോടും ഒരു പുച്ഛഭാവമായിരുന്നു ആ മുഖത്ത്. മാടുവൈദ്യൻ വന്ന് രോഹിണിപ്പശുവിന്റെ പള്ളയ്ക്കു ദയാരാഹിത്യത്തോടെ അമർത്തി കുത്തി. രോഹിണിപ്പശു ഭയചകിതയായി തൊഴുത്തിൽ കിടന്നു ചാടി. മാടുവൈദ്യൻ കൊണ്ടുവന്ന കുപ്പിയിലെ കഷായം പശുവിന്റെ വായിലേക്ക് കൈതിരുകി പിളർത്തി ഒഴിച്ചു. അത്ത കൊമ്പിലും മൂക്കുകയറിലും ബലമായി പിടിച്ചുകൊടുത്തു. മാടുവൈദ്യൻ ഉമ്മിണി തെക്കേ ഇറയത്ത് കയറിയിരുന്നു. തന്റെ വീരചികിത്സാപുരാണങ്ങളുടെ കഥ ഇയാൾ നാടൊട്ടുക്കും കേൾക്കെ വിളിച്ചുകൂവിക്കൊണ്ടിരുന്നു. പോത്തിന്റെ ശബ്ദംപോലെ തന്നെയായിരുന്നു ആ മനുഷ്യന്റെ ശബ്ദവും. നബീസാമ്മാൾ മദ്രസയിൽ പോയി വന്നപ്പോൾ മാടുവൈദ്യനെ അവിടെങ്ങും കണ്ടില്ല. വീട്ടിൽ എല്ലാവർക്കും സന്തോഷം. പശുവിന് മാച്ച് പിറന്നിരിക്കുന്നു. അമ്മ ഉമ്മിണി വൈദ്യന്റെ കൈപ്പുണ്യങ്ങൾ പാടിപ്പുകഴ്ത്തുകയാണ്. ഉമ്മിണി വൈദ്യൻ ചികിത്സയ്ക്ക് കാശൊന്നും വാങ്ങാറില്ലത്രെ. മാട്വൈദ്യം അയാൾക്ക് ധർമം. രോഹിണിപ്പശുവിന്റെ മാച്ചു പിറന്നതറിഞ്ഞ് കിഴക്കൻ കുന്നിന്റെ നെറുകയിൽ നിൽക്കുന്ന

യക്ഷിപ്പാല വിശുകരഞ്ഞു. പാ നെയ്യാൻ തഴ അറത്തുകൊണ്ടിരുന്ന വെളു മ്പനോട് അമ്മ വിളിച്ചുപറഞ്ഞു.

"വെളുമ്പാ, മാച്ച് കൊണ്ടുപോയി പാലക്കമ്പിൽ കെട്ടിത്തൂക്കിയി ട്ടുവാ".

വെളുമ്പൻ തഴയറപ്പു നിർത്തി പറമ്പിൽ നിന്ന് മുറംപോലൊരു പാളയും എടുത്തുകൊണ്ടുവന്ന് അത് മുറിച്ചുവച്ചു. തെങ്ങിൽ നിന്ന് വഴുക ഇരിച്ച് കൊണ്ടുവന്നതയ്ച്ച് തൊട്ടിലാക്കി. പശുവിന്റെ മാച്ച് അതിൽ നിറച്ച് കിഴക്കൻ ദിക്കിലേക്ക് പോയി. നിറയെ പാളക്കുമ്പിളുകൾ തൂങ്ങിക്കിട ക്കുന്ന യക്ഷിപ്പാലയുടെ ചുവട്ടിൽ നിന്നു. വെളുമ്പൻ യക്ഷിപ്പാലയെ നോക്കി. യക്ഷിപ്പാല ദാഹാർത്തയായി മുടിയഴിച്ചാടുന്നു. യക്ഷിപ്പാലയുടെ കൊമ്പുകളിൽ തൂങ്ങിക്കിടക്കുന്ന വാവലുകൾ ഭീതിദമായി കരഞ്ഞ് കടി പിടി കൂട്ടുന്നു. വെളുമ്പൻ യക്ഷിപ്പാലയുടെ തെക്കേ കൊമ്പിൽ മാച്ച് കെട്ടിത്തൂക്കി. പാലയുടെ അവകാശികൾ മാത്രമേ പാലച്ചോട്ടിൽ പോകൂ. അവർക്കു ഭൂതബാധ ഏൽക്കില്ലത്രെ. യക്ഷിപ്പാലയുടെ അടുത്തെങ്ങും മറ്റ് ആളുകൾ പകൽപോലും പോകില്ല. പേടിക്കും. രാത്രികാലങ്ങളിൽ പാലച്ചോട്ടിൽ യക്ഷികളുടെ അലർച്ചയും കൂവലും കേൾക്കാം. താഴ്വാര ങ്ങളിലെ പിള്ളേർ യക്ഷികളുടെ കൂവൽകേട്ട് ഞെട്ടി ഉണർന്നു കരയും. കുഞ്ഞിത്തള്ള വന്ന് പേടിക്ക് ഓതുന്നതോടെ കുട്ടികൾ കരച്ചിൽ നിറുത്തും. പുത്തൻമാച്ച് പാലക്കൊമ്പിൽ തൂങ്ങുന്ന ദിവസമാണ് യക്ഷി കളുടെ കൂവലും കുറുകലും കൂടുതലായി ഉയരുന്നത്. മാച്ചിനായി അവ ശണ്ഠകൂടുന്നതാവും. മാച്ചിന്റെ അവശിഷ്ടങ്ങൾ പാലച്ചോട്ടിൽ കിടന്നു ഭീതിപൂണ്ടു കരയുന്നതറിഞ്ഞ് താഴ്വാരങ്ങളിൽ നിന്ന് ഉറുമ്പുകളുടെ ജാഥ കുന്നുകയറിപ്പോയി. തൊഴുത്തിൽ നിന്നു കുഞ്ഞിക്കിടാവ് മുറ്റത്തി റങ്ങിവന്നു തുള്ളിക്കളിച്ചു. നബീസാമ്മാൾ തന്റെ പട്ടുപാവാടയുടെ കോന്തൽ ഒരു കൈകൊണ്ട് പൊക്കിപ്പിടിച്ച് പതിയെ ശബ്ദമുണ്ടാക്കാതെ നടന്നുവന്നു കിടാവിനെ തൊട്ടു. അതു സൗഹൃദപൂർവം നബീസാമ്മാ ളിനോടു മുട്ടി ഉരുമ്മി നിന്നിട്ട് വീണ്ടും കുതിച്ചുചാടി. പിന്നാലെ നബീ സാമ്മാളും. അവരാക്കളി തുടർന്നുകൊണ്ടിരുന്നു. നബീസാമ്മാളിനു പശു ക്കിടാവുമൊത്തുള്ള കളി നന്നേ ബോധിച്ചു. നബീസാമ്മാൾ പള്ളിക്കൂട ത്തിൽ നിന്നും വന്നപ്പം കൂടെ ശാരദക്കുട്ടിയുമുണ്ടായിരുന്നു. അവർ മൂന്ത്യ യാവുംവരെ പറമ്പിലെല്ലാം കിടാവുമൊന്നിച്ച് ഓടിച്ചാടി കളിച്ചു. കാവിൽ വിളക്കുവയ്ക്കാൻ നേരമായപ്പോഴാണ് ശാരദക്കുട്ടി പോയത്. പിറ്റേന്ന് ശാരദക്കുട്ടിയും ഇസ്ക്കിമുത്തു ആചാരിയുടെ ഇളയമകൾ ലക്ഷ്മിയ മ്മാളും വന്നു. അവർ കിടാവിനോടൊത്തു കളിച്ചു. കളിച്ചു ക്ഷീണിച്ചു വന്ന പൈതങ്ങൾക്ക് അമ്മ ജമീലാമ്മാളു കുമ്പളപ്പം ചുട്ടുകൊടുത്തു. മഴ പെയ്തുതോർന്ന ഒരു നേരത്ത് അത്ത ഒരു കുഞ്ഞിക്കയറുമായി കയറിവന്നു കിടാവിന്റെ കഴുത്തിൽ കയറുവീണു. നബീസാമ്മാള് ഏങ്ങ ലടിച്ച കരഞ്ഞു. അമ്മ സമാധാനിപ്പിച്ചു.

“കിടാവെ ഇനി കയറൂരി വിട്ടാൽ അതു വിളകളൊക്കെ നശിപ്പിക്കും. പാലെല്ലാം കട്ടു കുടിക്കും. മോളുക്കു കിടാവെ കയറിലെ പിടിച്ചുകൊണ്ടു നടന്ന് ഇനി തീറ്റലാമേ”. നബീസായ്ക്ക് എന്നിട്ടും വിഷമം തീർന്നില്ല. അവൾ ഉള്ളാലെ കരഞ്ഞു. ഒരു കിടാവിന്റെ ബാല്യം എത്ര പെട്ടെന്നാണ് അവസാനിക്കുന്നത്! ഇന്നലെവരെ അവൾക്കിവിടെയെല്ലാം ഓടിച്ചാടി കളിക്കാമായിരുന്നു. കളിച്ചു ക്ഷീണിക്കുമ്പോൾ തള്ളപ്പശുവിന്റെ അകിടില് നിന്ന് ഇഷ്ടംപോലെ പാലു നുകരാമായിരുന്നു. ഇനി അതൊന്നും പറ്റില്ല. കറവക്കാരൻ കുമാരൻ ഇന്നലെ വരുന്നതു കണ്ടു. ഇനി അയാൾ പശുവിന്റെ അകിടിൽ ഗുസ്തി തുടങ്ങും. നബീസാമ്മാൾ രാവിലെ ഉറക്കം എണീറ്റുനോക്കുമ്പോൾ ഒരു നേരിയ മഞ്ഞുപുക പറമ്പിലാകെ ഉണ്ടായിരുന്നു. അവൾക്ക് മഞ്ഞുകാലം വലിയ ഇഷ്ടമാണ്. മൂടിപ്പുതച്ചിരുന്ന് മഞ്ഞ് കാണാനായി അവൾ കാലത്തേ കോലായിൽ സ്ഥാനംപിടിക്കും. തൊഴുത്തിൽ കിടാവ് അകിടിൽ ആഞ്ഞാഞ്ഞ് ഇടിച്ച് ചോര പിഴിയുന്ന ശബ്ദം കേൾക്കാം. അമ്മ അടുക്കളയിൽ നിന്ന് വീട്ടി വിളിച്ചു;

“മോളേ, നബീസാ”

“എന്നെ അമ്മ”. അവൾ വിളികേട്ടു.

“ഇഞ്ചെ, വന്നാ”. നബീസാ അടുക്കളയിലേക്ക് ചെന്നു. ഒരു മൊന്ത നിറയെ പാൽ പത തൂകിയിരിക്കുന്നു.

“നീ ഇത് അയ്യത്തിലേ പാലുള്ള മരത്തുക്കെ ചെവിട്ടിലെ കുറേശെ ഊത്തിയിട്ടുവാ”.

കിടാവിന് കൊടുക്കാതെ ഈ പാൽ എന്തിനാ പറമ്പിലെ വൃക്ഷങ്ങൾക്ക് കൊടുക്കുന്നത്? അവൾക്ക് അമ്മയോട് ചോദിക്കണമെന്നുണ്ടായിരുന്നു. പക്ഷേ, അമ്മ അടുക്കളയിൽ ധൃതിയിൽ പണിയിലായിരുന്നു. ഇന്ന് കണ്ടത്തിൽ പണിക്കാരുണ്ടത്രെ. രാവിലെ കഞ്ഞീം പുഴുക്കും ഉണ്ടാക്കണം. ചേനപ്പൂളി അസ്ത്രം വയ്ക്കണം. നബീസാ പാലുമോന്തായും കൊണ്ട് പറമ്പിലേക്ക് നടന്നു. മഞ്ഞിന്റെ കുളിരുമുഖത്തു വന്നു തൊട്ടുരുമ്മുന്നു. പടപ്പൻപോച്ചകളിൽ മഞ്ഞുതുള്ളികൾ ഘനീഭവിച്ചു കിടന്നതിൽ ഒന്നിറുത്ത് അവൾ കൺപോളകൾക്കിടയിലൂടെ എഴുതി. നല്ല സുഖം. പാലുകൊതിപൂണ്ട് പാലയും പ്ലാവും ഓമയുമൊക്കെ നബീസാമ്മാളിനെ ചുഴിഞ്ഞുനോക്കി. അവൾ പ്ലാവിന്റെ ചോട്ടിൽ പാലിറ്റിച്ചു കൊടുത്തിട്ട് ചോദിച്ചു : “മതിയോ പ്ലാവേ?”.

ഇതെല്ലാംകൂടി നിനക്കു തന്നാലും കൊതി തീരത്തില്ലെന്ന് എനിക്കറിയാം. പാലിത്രയല്ലേയുള്ളു. എല്ലാവർക്കും കൊടുക്കേണ്ടേ? അവൾ പ്ലാമൂട്ടിൽ നിന്ന് പാലമൂട്ടിലേക്കു പോയി. പിന്നെ ഓമയുടെ മൂട്ടിലേക്ക്. പറമ്പിലെ പാലില്ലാത്ത മരങ്ങൾ പാലുകൊതിപൂണ്ട് കിടന്നു കരഞ്ഞു. പാലുള്ളവർക്ക് വീണ്ടും പാലു കൊടുക്കുന്നു. അതാണു ലോകം. പാലില്ലാത്ത ഞങ്ങൾക്കിത്തിരി പാലു തരാൻ ആരുമില്ല. മുതുക്കൻതെങ്ങ്

കേഴുന്നു. നബീസാമ്മാളിനു മനസുനൊന്തു. അവൾ ആരും കാണാതെ ഇത്തിരി പാൽ മുതുക്കൻതെങ്ങിന്റെ ചോട്ടിലൊഴിച്ചു. ശബ്ദം താഴ്ത്തി, എന്നിട്ടു പറഞ്ഞു.

"അമ്മ അറിയണ്ടാ, കേട്ടിയാ."

ചിതലുകൾ

ഉസ്മാൻ റാവുത്തരുടെ ചായപ്പീടികയിലിരുന്നു മീൻകാരൻ മമ്മദ് ചോദിച്ചു:

"നീങ്കെ അറിഞ്ചീങ്കളാ തിരുവമ്പലത്തെ കുഞ്ഞുമരയ്ക്കാരുറാവുത്ത രണ്ണന്റെ തറവാട് പടിഞ്ഞാറുകാരായ പട്ടന്മാർക്കു വിറ്റാങ്കെ". ഉസ്മാൻ റാവുത്തർ ചായയടി നിറുത്തി ആകാംക്ഷയോടെ മമ്മദിന്റെ അരികിൽ വന്നിരുന്നു. എന്നിട്ടു ചോദിച്ചു:

"നീ എപ്പടി അറിഞ്ചാ?"

ചായപ്പീടികയിലിരുന്നവരുടെ മുഴുവൻ ശ്രദ്ധയും മീൻകാരൻ മമ്മ ദിന്റെ മുഖത്തായിരുന്നു. "പുറക്കാട്ടുചന്തയിൽവച്ച് ശൊല്ലണതു കേട്ടേ. അങ്ങനേന്തു കാളവണ്ടികൾ വിടീമിന്നെ പുറപ്പെട്ടുകഴിഞ്ഞു". ചായക്കട യിരുന്നവരുടെ മുഖത്ത് ഒരു സഹതാപം മൗനംമുട്ടിനിന്നു. ആരും കുറച്ചു നേരത്തേക്ക് ഉരിയാടിയില്ല. അവസാനം നിശബ്ദതയുടെ കരിമ്പടം കീറി ക്കൊണ്ട് ഇസ്ക്കിമുത്തു ആചാരി പറഞ്ഞു.

"നമ്മ നാട്ടിലെ ഏറ്റവും വലിയ തറവാടിയായിരുന്നു. അതിപ്പം പടി ഞ്ഞാറംനാട്ടിലെ പട്ടന്മാരുടെ കൈയിലായി. അതാക്കും വിധി".

എങ്ങനെ പൊറുത്തവരാ? അടിയാന്മാരും കുടിയാന്മാരും ഒരു മല നിറയെ. നാല് ഒടി കണ്ടങ്ങളിൽ നിന്നുള്ള നെല്ലുതന്നെ പത്തായപ്പുര നിറഞ്ഞു. ബാക്കി കുതിരാലായത്തിൽ വാരിക്കൂട്ടിയിരുന്നു. തേങ്ങ ഒരു പറമ്പിൽ നിന്ന് വെട്ടിത്തുടങ്ങി മുഴുവൻ പറമ്പിലും കയറി വരുമ്പോ ഴേക്കും ആദ്യപറമ്പിൽ തേങ്ങാ വിളഞ്ഞിരിക്കും. തൊഴുത്തുനിറയെ പശു ക്കൾ. എല്ലാം നശിച്ചു. "ഇതാക്കും ചൊല്ലേതു സ്വത്തും പ്രതാപവും കണ്ട് ആരും അധികം നെഗളിക്ക കൂടാത്. അത് എപ്പോഴും ഒരിടത്തും ഇരിക്കാത്. ഇങ്ങനെ ചുറ്റി അടിച്ചുകൊണ്ടേയിരിക്കും".

നെയ്യപ്പം കടിച്ചുതിന്നുന്നതിനിടയിൽ മൈതീൻപിച്ച തന്റെ തത്ത്വ ജ്ഞാനം വിളമ്പി. എന്നിട്ട് അടക്കം പറഞ്ഞു:

"ഇതൊക്കെ നടക്കും. അന്ത തങ്ങളുക്കെ പിരാക്കാക്കും" എല്ലാവരും മൈതീൻപിച്ചയുടെ മുഖത്തേക്കു തന്നെ മിഴിവെട്ടാതെ നോക്കിയിരുന്നു.

മൈതീൻപിച്ച മൗനിയായി ഇരുന്ന് നെയ്യപ്പം കടിച്ചുപറിച്ചുതിന്നുകൊണ്ടിരുന്നു. ആകാംക്ഷ സഹികെട്ട് കൊച്ചുകുഞ്ഞുതാങ്കൾ ചോദിച്ചു:

"ഏതു തങ്ങടെ?"

"അന്തകഥ നിങ്ങൾക്ക് തെരിയാതാ?"

കൊച്ചുകുഞ്ഞുതാങ്കൾ അറിയില്ലെന്ന ഭാവത്തിൽ തലയാട്ടി. എന്നിട്ട് ഒരു കഥ കേൾക്കുവാനുള്ള ഭാവത്തിൽ മുഖം കൂർപ്പിച്ചിരുന്നു. "കുഞ്ഞു മരയ്ക്കാരുറാവുത്തരുടെ അത്ത മൗതണ്ണൻ റാവുത്തര് ഒരു അറുപിശുക്കനായിരുന്നുവെന്നു തെരിയുമാ. ഒരു ചീരയരി പാണൻ".

"കേട്ടിട്ടുണ്ട്. മുത്തച്ഛൻ പറഞ്ഞ് ധാരാളം കേട്ടിട്ടുണ്ട്".

കൊച്ചുകുഞ്ഞുതാങ്കൾ അധ്യാപകന്റെ ചോദ്യത്തിനു ശരിയുത്തരം പറഞ്ഞ കുട്ടിയെപ്പോലെ സന്തോഷത്തോടെ ചുറ്റുവട്ടത്തിരിക്കുന്നവരുടെ മുഖത്തേക്ക് നോക്കി ഇത്തിരി ഗമ പിടിച്ചിരുന്നു.

"എനിക്ക് കൊച്ചിലേ ഇമ്മിണി കഞ്ചിതണ്ണിക്ക് അങ്കെകേറി പോനാൽ ഒരുകെട്ട് പോച്ച പറിപ്പിച്ചിട്ടേ അതു തരൂ".

മൈതീൻപിച്ച ഓർമ്മകൾ അയവിറക്കി വീണ്ടും നീണ്ട മൗനത്തിലാണ്ടു.

റാവുത്തരു കാര്യം പറഞ്ഞില്ല. കൊച്ചുകുഞ്ഞുതാങ്കൾ ദേഷ്യത്തോടെ പറഞ്ഞു.

പെട്ടെന്ന് എന്തോ ഓർത്തിട്ടെന്ന പോലെ മൈതീൻപിച്ച പറഞ്ഞു തുടങ്ങി:

ഞങ്ങടെയിടയിൽ തങ്ങൾമാരുണ്ട്. വലിയ ആലിമീങ്ങള്. അവർ കുതിരപ്പുറത്തു കയറി ഊരുചുറ്റിക്കൊണ്ടിരിക്കും. തങ്ങൾമാരുടെ കൂടെ കുറച്ചധികം ശിൽപന്തികളും കാണും. അവർ വന്നാൽ കോഴിയെ അറുത്തു നല്ല ഭക്ഷണം ഒരുക്കിക്കൊടുക്കണം. അതാണ് നല്ലവരായ മുസ്‌ലിങ്ങളുടെ കടമ. അതു ചെയ്യാത്തവരെ അവരു ശപിക്കും. പിന്നെ ആ വീടിനു ഗുണം പിടിക്കില്ല. നശിച്ചു നാറാണക്കല്ലാകും .

തിരുവമ്പലത്തുവീട്ടിൽ തങ്ങൾമാരാരും തങ്ങാറില്ല. മൗതണ്ണൻ റാവുത്തരു പൂമുഖത്തിരുന്നാൽ ഭിക്ഷക്കാർപോലും ആ വഴി എത്തിനോക്കുകയില്ല. ഒരിക്കൽ എവിടെനിന്നോ ഒരു പ്രാകൃതവേഷക്കാരനായ ഒരു തങ്ങൾ ഗ്രാമത്തിൽ വന്നു. കണ്ടാലൊരു ഭിക്ഷക്കാരന്റെ കെട്ടും മട്ടും. വഴിയിൽ കണ്ട ആരോടോ എവിടെനിന്ന് ഇത്തിരി ഭക്ഷണം വിശപ്പിനു കിട്ടുമെന്നു ചോദിച്ചു. തിരുവമ്പലത്തുകാരുടെ പിശുക്കു നന്നായി അറിയാവുന്ന ആളായിരുന്നു വഴിപോക്കൻ. അയാൾ തങ്ങൾക്ക് നേരെ തിരുവമ്പലത്തു തറവാട്ടിലേക്കുള്ള വഴി പറഞ്ഞുകൊടുത്തു. തങ്ങൾ വിശന്നു പൊരിഞ്ഞ വയറുമായി തിരുവമ്പലത്തുവീടിന്റെ മുറ്റത്തുചെല്ലുമ്പോൾ

ഒരാൾ പൂമുഖത്തു ചാരുകസേരയിൽ കിടന്നു വിശ്രമിക്കുന്നു. തങ്ങളു വന്നതു കണ്ടിട്ടും കണ്ടില്ലെ ന്നഭാവം. അവഗണന തങ്ങൾക്ക് തീരെ പിടിച്ചില്ല. എങ്കിലും അതൊന്നും തങ്ങൾ കാര്യമാക്കിയില്ല. വിശപ്പു സഹിക്കവയ്യാതെ തങ്ങളു പറഞ്ഞു: വല്ലാതെ പശിക്കത്. ശാപ്പാടുവേണം .

മൗതണ്ണൻ റാവുത്തർ കലി ബാധിച്ചവനെപ്പോലെ ചാടിയെണീറ്റ് അലറി :

"മുറ്റത്തിലെ കൂന്താലി ഇരിക്കുന്നതു കണ്ടിയാ? എടുത്ത് അയ്യത്തിലെ പോയി ചീനിക്ക് ഒരു ഉഴവ് കിളച്ചിട്ടുവാ. ശാപ്പാടു തരലാം. നല്ല തടിമിടുക്കുണ്ടല്ലോ? ചുമ്മാ തെണ്ടിതിന്നത്തിക്ക നാണമില്ലിയോ?" തങ്ങൾ ഇടിവെട്ട് ഏറ്റവനെപ്പോലെ തരിച്ചുനിന്നു. യാതൊന്നും ഉരിയാടാതെ തിരിച്ചുനടന്നു. വന്നവഴിയിൽ ഒരു കാട്ടുകല്ലിൽ തിരുവമ്പലത്തുവീടിന്റെ ജാതകം കുറിച്ചിട്ടു. അന്നു തുടങ്ങിയ ഗ്രഹപ്പിഴയാണ് ആ കുടുംബത്തിന്. മൗതണ്ണൻ റാവുത്തരുടെ കാലത്തുതന്നെ നല്ലൊരു ശതമാനം സ്വത്തും നശിച്ചു. ഇപ്പോൾ അത് പൂർണമാകുന്നുവെന്നേയുള്ളു. കൊച്ചുകുഞ്ഞുതാങ്കൾ നെടുവീർപ്പിട്ടുകൊണ്ട് പുറത്തേക്കിറങ്ങി നടന്നു. ചിതലുകളെപ്പോലെ കാളവണ്ടികൾ ഇഴഞ്ഞിഴഞ്ഞ് ഗ്രാമത്തിലേക്കു വന്നുകൊണ്ടിരുന്നു. കാളവണ്ടിയുടെ നീണ്ടനിര കാണാൻ പിള്ളേരെല്ലാം പാതവക്കത്തുവന്നു കൂടിനിൽക്കുന്നു. കൊച്ചുകുഞ്ഞുതാങ്കൾ കാളവണ്ടികളുടെ നീണ്ടനിരകണ്ട് വീണ്ടും നെടുവീർപ്പിട്ടു. കാളവണ്ടികളുടെ മുമ്പിൽ കുതിരയെ പൂട്ടിയ ഒരു വില്ലുവണ്ടിയും ഉണ്ട്. തിരുവമ്പലത്തു വീടിന്റെ മുമ്പിൽവന്നു ചിതലുകൾ നിരനിരയായി കിടന്നു. വില്ലുവണ്ടിയിൽ നിന്നു വെളുത്തുകിരിഞ്ഞ വെങ്കിടേശ്വരപട്ടര് ഇറങ്ങിവന്നു. വാല്യക്കാരൻ കുഞ്ഞനന്തൻ നായര് അരയിൽ തോർത്തുകെട്ടി വാപൊത്തി നിന്നു. മലബാറിലെ മാപ്പിളമാരെപ്പോലെ വെങ്കിടേശ്വരപട്ടര് തല മുണ്ഡനം ചെയ്ത് തലയിലൊരു തൊപ്പിവച്ചിട്ടുണ്ട്. വിരലുകളിൽ നിറയെ ചുവപ്പും പച്ചയും കല്ലുകൾ അണിഞ്ഞ മോതിരം കുത്തി നിറച്ചിരിക്കുന്നു. തൊണ്ടിപ്പഴംപോലെ ചുവന്നുതൂങ്ങിക്കിടക്കുന്ന കീഴ്ച്ചുണ്ടിലൂടെ ഒലിച്ചിറങ്ങു വെറ്റേമാന്റെ കറ ഇടതുകൈയുടെ പുറംപത്തികൊണ്ട് തുടച്ച് പട്ടരു ചോദിച്ചു:

"റാവുത്തരേ, തറവാടു പൊളിക്കയാക്കും. എവരോടെങ്കിലും സമ്മതം കേക്കേണമാ? അതുതാനെ അതുക്കൊരു പൊരുത്തം."

കുഞ്ഞുമരയ്ക്കാരുറാവുത്തർ തന്റെ മുഖത്തു വളർന്നുനിൽക്കുന്ന കുറ്റിരോമങ്ങളിൽ ചൊറിഞ്ഞുകൊണ്ട് പറഞ്ഞു: "കുറച്ചു ചിലന്തികളും എലികളും ഒരു പൂച്ചയും പിന്നെ ചിതലുകളും. അവരോട് എന്തു സമ്മതം ചോദിക്കാനാ? അവർക്കു പൊളിക്കാൻ സമ്മതമല്ലാന്നു വെച്ചാലും പട്ടരു പൊളിച്ചോളു." കുഞ്ഞുമരയ്ക്കാരുറാവുത്തരുടെ ഉത്തരംകേട്ട് പട്ടര് ഉള്ളാലെ ചിരിച്ചു.

പാവം, സ്ഥിരബുദ്ധികൂടി നഷ്ടപ്പെട്ടിരിക്കുന്നു.

തറവാടിന്റെ മച്ചിലിരുന്ന് എലികൾ തറവാടു പൊളിക്കുന്നതിനെതിരെ ബഹളം വച്ചു. ചിലന്തികൾ നൂലുകളിലൂടെ അങ്ങോട്ടും ഇങ്ങോട്ടും ധൃതിയിൽ നടന്ന് അരിശംകൊണ്ടു. ചിതലുകൾ തേക്കിൻകാതലിൽ ആഞ്ഞാഞ്ഞു കടിച്ച് പല്ലിളകി നിലവിളിച്ചു. കുഞ്ഞുമരയ്ക്കാർ റാവുത്തർ കുതിരാലയത്തിന്റെ ഒരു മൂലയിൽ കുത്തിയിരുന്നു. ഓർമ്മയുടെ നരച്ച ചിത്രങ്ങളിൽ ചായം പുരട്ടിക്കൊണ്ടിരുന്നു. കണ്ണുകളിൽ രക്തം ഉറഞ്ഞുകൂടുന്നു. തണുത്ത ഒരു ഇളംകാറ്റ് എവിടെ നിന്നോ കുഞ്ഞുമരയ്ക്കാരുടെ മുഖത്ത് വന്നു സ്പർശിച്ചു. ഒരു താരാട്ടിന്റെ ഈണം ചന്ദനത്തൊട്ടിലിൽ ഒരു കുഞ്ഞിന്റെ ചിലമ്പൽ. അമ്മ ഫാത്തിമാ ബീവി കസവുനേരിയതിന്റെ കോന്തൽ അരയ്ക്ക് ചുറ്റി വന്നു തൊട്ടിലിൽ തൊട്ടു:

രാരീരം രാരീരം രാരാരോ
രാരീരം രാരീരം രാരാരോ
എൻ കണ്ണാനെ കണ്ണുറങ്ക്
എൻ കനകമണി നീയുറങ്ക്
പട്ടാലെ തൊട്ടിൽ കെട്ടി
എൻ പാലകനെ ഇട്ടാട്ടി
എൻ പുലിമാനൊരു തുറയോ
പൂജിക്കുവന്ത പുണ്ണിയരേ...
രാരാരോ രാരിരേരോ
രാരാരോ രാരിരേരോ
കണ്ണാനെ കൺമണിയെ
കനകമണി നീയുറങ്ക്
പൊന്നാനെ മേനിയെല്ലാം
പൊന്നായി ഉരുകുതടാ
കൺമണിയെ രാരാരോ
രാരീരേ രോ, രാരാരോ

കുഞ്ഞുമരയ്ക്കാരു റാവുത്തർ കുതിരപ്പുരയിലിരുന്നു താരാട്ടുകേട്ട് മയങ്ങി. മുറ്റത്തു ചിതലുകൾ തകൃതിയായി പണിചെയ്തുകൊണ്ടിരുന്നു. കുഞ്ഞുമരയ്ക്കാരുറാവുത്തരുടെ കർണ്ണപുടങ്ങളെ അസ്വസ്ഥമാക്കിക്കൊണ്ട് ഒരു വയസൻകുതിര മുറ്റത്തു വന്നു നിന്നു. ഫക്കീറുമാമ കുതിരയെ കുതിരലായത്തിലേക്ക് നയിച്ചു. കുതിരലായത്തിന്റെ ഒരു മൂലയ്ക്ക് കുഞ്ഞുമരയ്ക്കാരുറാവുത്തർ സ്വസ്ഥമായി ഉറങ്ങുകയാണ്. ഫക്കീറുമാമ കുഞ്ഞുമരയ്ക്കാരു റാവുത്തരുടെ അരികിലിരുന്നു. ഓർമ്മകളെ പിന്നോക്കം പായിച്ചു. മുറ്റത്തുനിന്ന കൂറ്റൻ പ്ലാവ് ചെറുതായി ചെറുതായി വന്നു. മരിച്ചു മണ്ണടിഞ്ഞവർ ഉയിർത്തെഴുന്നേറ്റുവന്നു. വാർധക്യം

കുടഞ്ഞു കളഞ്ഞു. തിരുവമ്പലത്തുവീട് യുവത്വത്തിന്റെ പ്രസരിപ്പോടെ തിളങ്ങി നിന്നു. ഫക്കീറുമാമ ഒരു വീരയോദ്ധാവിന്റെ രൂപം പൂണ്ടു. വളരെ വേഗം ഫക്കീറുമാമായും സ്വപ്നാടനത്തിന്റെ കുങ്കുമച്ചെപ്പിനുള്ളിലാണ്ടു. പാതിമയക്കത്തിലെപ്പോഴോ മുറ്റത്തു പട്ടരുടെ കാറൽ കേട്ടു:

"റാവുത്തരെ, ഉക്കാറുങ്കോ, നേരമല്ലാനേരത്ത് എന്നെ മയക്കമാക്കുമിത്?"

ഫക്കീറുമാമ ഉണർന്നു കുഞ്ഞുമരയ്ക്കാരു റാവുത്തരെ വിളിച്ചുണർത്തി. രണ്ടുപേരും കണ്ണുതിരുമ്മി മിഴിച്ചിരുന്നു. മുറ്റത്തു ചിതലുകൾ കരണ്ടുതിന്നുന്ന ശബ്ദം. ചിതലരിച്ച സാധനങ്ങൾ വണ്ടികളിൽ എടുപ്പതു വച്ചുകെട്ടിവച്ചിരിക്കുന്നു. തിരുവമ്പലത്തു തറവാട് ഒരുപിടി മണ്ണും ചാരവുമായി കിടക്കുന്നു. ഒരു ചുടലക്കാടിന്റെ പ്രതീതി. കുഞ്ഞുമരയ്ക്കാരുടെ മാറിലപ്പോഴും ശവദഹനം നടക്കുന്നതേയുണ്ടായിരുന്നുള്ളു. ആളിപ്പടരുന്ന അഗ്നിയിൽ എല്ലാം വെന്തു വെണ്ണീറായിക്കൊണ്ടിരിക്കുന്നു. പട്ടരുവന്ന് വീണ്ടും ചിറി തുടച്ചു തുപ്പി. കുഞ്ഞുമരയ്ക്കാരു റാവുത്തർക്കു കാശൊന്നും ഇനി ചെല്ലാനില്ല. എല്ലാം പണ്ട് പണ്ടേ വാങ്ങി തീർന്നിരുന്നു. എങ്കിലും പട്ടര് തന്റെ ബെൽറ്റിന്റെ അരയിൽ നിന്ന് ഒരു പണക്കിഴിയെടുത്ത് കുഞ്ഞുമരയ്ക്കാരുറാവുത്തരെ ഏൽപിച്ചു. കുഞ്ഞുമരക്കാർ ഗദ്ഗദകണ്ഠനായി. കുതിക്കാൻ കെൽപുകിട്ടിയ ഒരു തുള്ളികണ്ണുനീർ അപ്പോൾ തന്നെ ബാഷ്പീകൃതമായിപ്പോയി. പട്ടരു ചിതലുകൾക്ക് നിർദ്ദേശം കൊടുത്തു. ഇരുട്ടുന്നതിന് മുൻപ് വീട്ടിലെത്തണം. ചിതലുകൾ ഞെരങ്ങിയും മൂളിയും ഇഴഞ്ഞുനീങ്ങി. കാഴ്ചകണ്ട് കണ്ണുകിഴച്ച ഗ്രാമവാസികൾ തിരിച്ചുനടന്നു. പിള്ളേർ കൂക്കി വിളിച്ചു. കുഞ്ഞുമരയ്ക്കാരു റാവുത്തർക്ക് അവരെല്ലാം അപരിചിതരായിരുന്നു. ചിതലുകൾ ഇഴഞ്ഞകന്നതോടെ തിരുവമ്പലത്തുതറവാടിന്റെ ബാക്കിയായ അവകാശികൾ മുറ്റത്തു കിടന്നു ശണ്ഠകൂടി. കുടുംബം കുളംതോണ്ടിയ കുഞ്ഞുമരയ്ക്കാരുറാവുത്തരെ കിടന്നു പ്രാകി. കുഞ്ഞുമരയ്ക്കാരുറാവുത്തരു മിണ്ടാതിരുന്ന് അതൊക്കെ കേട്ടു. അവകാശികളുടെ തൊള്ള തുറക്കുന്ന ശബ്ദം കൂടിക്കൂടി വരുന്നതുകേട്ട് കലിമൂത്ത ഫക്കീറുമാമായുടെ വയസൻകുതിര നീട്ടി പെടുത്തു. മൂത്രത്തിന്റെ ശൂരും വാടയും കേട്ട് സഹിക്കവയ്യാതെ തറവാടിന്റെ ബാക്കിയായ അവകാശികളും ഓടിയകന്നു.

ഫക്കറീറുമാമ പറഞ്ഞു: "എല്ലാം തമ്പുരാൻ തരുന്നു. അവൻ ഉദ്ദേശിക്കുമ്പോൾ അതു തിരിച്ചെടുക്കുന്നു. നമ്മ കൈകളിലല്ലാ ഇതൊന്നും." കുഞ്ഞുമരയ്ക്കാരു റാവുത്തരുടെ മുഖത്തു വീർപ്പുമുട്ടിനിന്ന കാർമേഘങ്ങൾ കുറച്ചു പെയ്തൊഴിഞ്ഞു. മഴ ശമിച്ചിട്ടും ആകാശത്ത് ഇടിയും മിന്നലും ഇടയ്ക്കിടെ വന്നുകൊണ്ടിരുന്നു. അതാക്കും കൂടുതൽ അപകടം. മുറ്റത്ത് അനാഥമായി കിടന്ന തറവാടിന്റെ ബാക്കിയായ തുപ്പൽകോളാമ്പി കുഞ്ഞുമരയ്ക്കാരു റാവുത്തർ പതിയെ നടന്നെടുത്തു

മാറോട് ചേർത്തു. ഫക്കീറുമാമായുടെ വയസ്സൻകുതിര ഏന്തി ഏന്തി നടന്നു. പിന്നാലെ കുഞ്ഞുമരയ്ക്കാരു റാവുത്തരും ഫക്കീറുമാമായും. ഫക്കീറന്മാർക്ക് അവസാനമില്ല. അത് ഒരാളിൽ നിന്ന് മറ്റൊരാളിലേക്ക് ഊർജം പകർന്നുകൊണ്ടേയിരിക്കുന്നു. കുഞ്ഞുമരയ്ക്കാരു റാവുത്തരുടെ കൂനിക്കൂനിയുള്ള ദയനീയമായ പോക്കുകണ്ട് കുതിരലായത്തിന്റെ മൂലയിൽ കിടന്ന് പണക്കിഴി ദയനീയമായി നോക്കി. താനും വെറും ഒരു ഫക്കീർ മാത്രം. ഒരാളിൽ നിന്ന് മറ്റൊരാളുടെ കൈയിലേക്ക് ഒഴുകിക്കൊണ്ടേയിരിക്കുന്നു. പണക്കിഴി ചിന്തിച്ചു. ഇതൊക്കെ കണ്ടും കേട്ടും മാവിൻ കൊമ്പിലിരുന്ന കറമ്പിക്കാക്ക തൊള്ള തുറന്നു പാടി.

അമർത്തനായകനെ നീ പെരിയോൻ
ജിന്നു, ഇൻസയും മറ്റുമുള്ള ജീവജാലങ്കൾ
അത്തനയ്ക്കും,
ഉണ്ണും, ഒജീവനും പടിപടിയായി
തിനവും തൗറാമൽ നീ കൊടുത്ത്
ഏഴൈ, അടിയാർകൾ ഉൻ ദയവാൽ
എറണം മികവീന്ത് കൃപശയ്വായ്

കാക്കയുടെ പരുക്കൻ പാട്ട് കേൾക്കാൻ ചരാചരങ്ങൾ ഒടങ്കം കാതു കൂർപ്പിച്ചു.

ഇസ്ക്കിമുത്തു ആചാരിയുടെ മൂത്ത മകൾ ചേതമ്മാൾ അമ്മൻകോവിലിൽ തൊഴുതു മടങ്ങുന്നതും കാത്ത് പാതവക്കത്തെ ചുമടുതാങ്ങിക്കരുകിൽ ബദറുമീരാൻ കാത്തു നിന്നു. തെക്കേവീട്ടിലെ മക്കിട്ടുസാ റാവുത്തരുടെ മകനാണ് ബദറുമീരാൻ. ബദറുമീരാന്റെയും ചേതമ്മാളിന്റെയും വീട് അടുത്തടുത്താണ്. ഇസ്ക്കിമുത്തു ആചാരിയുടെ അപ്പൻ പേച്ചിമുത്തു ആചാരിയുടെ കാലം മുതൽ ഒരു വീടുപോലെയാണവർ കഴിയുന്നത്. ഏതൊക്കെയോ അപൂർവമായ കണ്ണികൾ അവരെ വിളക്കിച്ചേർക്കുന്നു. ചേതമ്മാളും ബദറുമീരാനും ഒന്നിച്ചു കളിച്ചു വളർന്നവരാണ്. മണ്ണപ്പം ചുട്ടും അച്ഛനും അമ്മയും കളിച്ചും നടന്നുകയറിവന്നവർ. ചേതമ്മാൾ നീലപ്പട്ടുസാരി ഉടുത്ത് കൂടുതൽ സുന്ദരിയായിരിക്കുന്നു. നീലക്കല്ലുവച്ച മൂക്കുത്തി സന്ധ്യാവെളിച്ചത്തിൽ മിന്നിത്തിളങ്ങുന്നു. പറങ്കിമാവിന്റെ ഇലകൾ നിറം ചാർത്തിയ പാതയരികിലൂടെ അവൾ ബദറുമീരാന്റെ അരികിലേക്കു നടന്നുവന്നു. “കാത്തു നിന്നു മുഷിഞ്ഞിതാ?” ചേതമ്മാൾ ചോദിച്ചു.

“ഹേയ്.”

അവർ കുമ്പഴക്കുളത്തിന്റെ അരികിലൂടെയുള്ള ഊടുവഴിയിലൂടെ നടന്നു തെങ്ങിൻതോപ്പിലെത്തി. താമരക്കുളത്തു ചന്തയിൽ വെറ്റ വിൽക്കുന്ന പാക്കരൻ എതിരെ വരുന്നു.

"വെത്തിലയ്ക്ക് എപ്പ് എന്നാ വെല?"

"കെട്ടിന് കാലണ."

അയാൾ പറഞ്ഞുകൊണ്ട് വേഗം നടന്നുപോയി.

ചേതമ്മാൾ പറഞ്ഞു.

"കൃഷ്ണപുരത്തുനിന്ന് ഇന്നലെ ഒരു ചെക്കൻ വന്നു. സ്വർണ്ണപ്പണിയാ. അച്ഛനും അമ്മയ്ക്കും നന്നേ ബോധിച്ചു. ഉറപ്പിക്കുന്ന ലക്ഷണമാക്കും."

"ഞാനറിഞ്ഞു. എങ്ങനെയുണ്ട് പയ്യൻ?"

"കാണാൻ നല്ല ശേലാ."

ചേതമ്മാൾ ഒന്നും മറുപടി ചൊല്ലിയില്ല.

നീണ്ട മൗനം അവരോടു വാചാലമായി സംസാരിച്ചുകൊണ്ടിരുന്നു. കൈതക്കാട്ടിൽ നിന്നും ഒരു പുളവൻ തലപൊക്കി നോക്കി. ഇണപ്രാവുകൾ തെങ്ങിന്റെ ഓലയിൽ വന്നിരുന്നു കുറുകി. അവർ കാട്ടുപുന്നയുടെ ചോട്ടിലിരുന്ന് ഒരുപാടു സംസാരിച്ചു. സൂര്യനെ ഇരുട്ടു വിഴുങ്ങിത്തുടങ്ങിയപ്പോൾ അവർ രണ്ടുവഴി പിരിഞ്ഞു. നേരം വെളുത്തപ്പോൾ കഥ നാട്ടിൽ കാട്ടുതീ പോലെ പടർന്നു.

ഖന്നാത്തിക്കൊച്ചും റാവുത്തരുചെക്കനും ഒളിച്ചോടിപ്പോയി. കേട്ടവർ കേട്ടവർ മൂക്കത്തു വിരൽവച്ചു. നോക്കണേ, കാലം പോകുന്ന പോക്ക്!

മാർക്കം

മാർക്കം നിശ്ചയിച്ചതോടെ ഒരു നേർച്ചക്കോഴിയുടെ ഭാവമായിരുന്നു പൊടിപ്പയലിന്. ഉത്സാഹമെല്ലാം ആറിത്തണുത്തു. പേടിച്ചരണ്ട പേടമാൻ മിഴികളുമായി പൊടിപ്പയല് കോലായിലും മുറ്റത്തുമായി കഴിച്ചുകൂട്ടി. കിഴക്കേ മുറ്റത്തു പന്തലിടുന്നതിന്റെ ബഹളങ്ങൾ. കാർത്ത്യായനി പതിയാട്ടി വെള്ള അലക്കിക്കൊണ്ടുവച്ച് അമ്മായുടെ കൈയിൽ നിന്നു കാശ് വാങ്ങുന്നു. മീരാൻമോദി പെരിയത്തായുടെ നേതൃത്വത്തിലാണ് പന്തൽ പണി. വടക്കേ ചായിപ്പിൽ വറുപ്പും ഇടിയും പൊടിയും തിരുമ്മലും അരയ്ക്കലും എല്ലാംകൂടി ആകെ ബഹളം. പെണ്ണുങ്ങളുടെ ബഹളങ്ങൾക്കിടയ്ക്ക് കൊച്ചമ്മാപെരിയമ്മായുടെ ഒച്ച ഉയർന്നുകേൾക്കാം. കൊച്ചമ്മാപെരിയമ്മായെ അവരു കേൾക്കാതെ എല്ലാവരും കോളാമ്പി എന്നാണ് വിളിക്കുക. കൊച്ചമ്മാപേരിയമ്മ വാ തുറാൽ ഒച്ച നാലുനാഴിക ദൂരെ കേൾക്കും. പൊടിപ്പയലിന്റെ ഉള്ളിലാകെ കത്തലായിരുന്നു. മനസിൽ വേദന കിനിഞ്ഞിറങ്ങുന്നു. മാർക്കത്തെക്കുറിച്ചുള്ള ചിന്തകൾ മനസിനെ

അസ്വസ്ഥതയോടെ കൊത്തി വലിക്കുന്നു. കുഞ്ഞിമൂസായുടെ മാർക്കത്തിനു പോയ ഓർമ്മ. അവനെന്തെല്ലാം ബഹളമണവിടെ ഉണ്ടാക്കിയത്? ഒടുക്കം മാവിന്റെ കൊമ്പിൽ കയറിയിരുന്നു. എന്നിട്ടും എല്ലാവരുംകൂടി അവനെ പിടിച്ചിറക്കി... പൊടിപ്പയലിന്റെ കാതുകളിൽ കുഞ്ഞിമൂസായുടെ നിർത്താതെയുള്ള തേങ്ങലുകൾ വന്നലച്ചു. പുട്ടിന് ആവി വരുന്നതു പോലെ ഒരു നീറ്റൽ ഉള്ളിൽനിന്നുയർന്നുപൊങ്ങി. പൊടിപ്പയല് പത്തായപ്പുരയിലേക്ക് കയറി. ഏങ്ങി ഏങ്ങി കരഞ്ഞു. ആണായി പിറന്നതിൽ അന്നാദ്യമായി പൊടിപ്പയല് ദുഃഖിച്ചു. പത്തായപ്പുരയിലേക്ക് എന്തോ എടുക്കാനായി കൊച്ചമ്മാപെരിയമ്മാ കയറിവന്നു. മുറിയുടെ ഇരുണ്ടമൂലയിൽ നിന്ന് മുഖം പൊത്തിക്കരയുന്ന പൊടിപ്പയലിനെ കണ്ടപ്പോൾ അവർ പറഞ്ഞു:

"യ്യ യ്യ യ്യേ... ആളു വിതിയാ നാണക്കേട്... നാണക്കേട് ആമ്പിളകൾ അളുവുവാങ്കളാ[1]?"

ആമ്പിളകൾ അളുവുവാങ്കളായെന്നു പൊടിപ്പയലിന് അറിയാൻ പാടില്ലായിരുന്നു. അവൻ ഒന്നുകൂടി ഉച്ചത്തിൽ ഏങ്ങി ഏങ്ങി കരഞ്ഞു. കൊച്ചമ്മാപെരിയമ്മ പൊടിപ്പയലിനെ പിടിച്ച് കോലായിൽ കൊണ്ടുവന്നു. കൊച്ചുതിണ്ണയിലിരുന്ന കിണ്ടിയിൽ നിന്ന് വെള്ളമിറ്റിച്ച് മുഖം കഴുകി. എന്നിട്ട് അവരുടെ സാരിത്തുമ്പുകൊണ്ട് മുഖം തുടച്ചു. പൊടിപ്പയലിനെ അടുക്കളയിലേക്ക് കൂട്ടിക്കൊണ്ടുപോയി. ഉറിയിൽ അടച്ചുവച്ചിരുന്ന കിണ്ണത്തപ്പക്കഷണത്തിലൊന്നെടുത്തു പോടിപ്പയലിന് കൊടുത്തിട്ട് പറഞ്ഞു:

"മാർക്കമെണ്ട ശൊന്നാൽ എന്നെ വെറുമൊരു കട്ടുറുമ്പു കടിക്കണതുപോലെയുള്ളു. ഇതുകാക്കുമാ കിടന്ന് അളുവുതാതു".

അടുക്കളയിൽ വട്ടമിട്ടിരുന്നു പണി ചെയ്തുകൊണ്ടിരുന്ന പെണ്ണുങ്ങളിലാരോ ഇതുകേട്ട് ചോദിച്ചു:

"അക്കാ, ഇത് ഉനക്ക് എപ്പടി തെരിയും?"

പെണ്ണുങ്ങളുടെ കൂച്ചട്ടിരി അവിടെയാകെ മുഴങ്ങി. പൊടിപ്പയലിന് അവിടെനിന്നും ഓടി രക്ഷപ്പെടണമെന്നുണ്ടായിരുന്നു. ചുറ്റും കടലിരമ്പുന്നു. എല്ലാവരുടെയും കണ്ണുകൾ പൊടിപ്പയലിനെ കൊത്തിവലിക്കുന്നതായി അവനു തോന്നി. നാണവും ഭീതിയുംകൊണ്ട് കൈകാൽ കുഴഞ്ഞു വരുന്നു. പൊടിപ്പയൽ പതിയെ നടന്ന് തട്ടുപടിയിൽ വന്നിരുന്നു. കിണ്ണത്തപ്പം കടിച്ചുതിന്നാൻ തുടങ്ങി. അറവുകാരൻ പരീത് ആടുകളേം മേച്ചുകൊണ്ട് വന്ന് അത്തായോടെന്തൊക്കെയോ പറയുന്നു. ഹനീഫാണ്ണൻ എണ്ണ ആട്ടിക്കൊണ്ടുവന്നു ഭരണിയിൽ നിറയ്ക്കുന്നു. തേങ്ങാപ്പിണ്ണാക്കിന് പിള്ളേർ ചുറ്റും തിക്കും തിരക്കും കൂട്ടുന്നു. പൊടിപ്പയല് അതൊക്കെ നോക്കി അവിടെയങ്ങനെ ഇരുന്നു. കുറച്ചുകഴിഞ്ഞപ്പോൾ അമ്മ വന്ന് വിളിച്ചു:

1. അളുവുവാങ്കളാ - കരയുമോ

"വേഗം കുളിച്ച് ഒരുങ്കിവാ. അത്താക്കകൂടെ പള്ളീലെ പോകണ്ടാമാ?".

പൊടിപ്പയല് തോർത്തും എടുത്ത് അലസതയോടെ കുളക്കടവിലേക്കു നടന്നു. ഒരു കുഞ്ഞോളംപോലുമുതിർക്കാതെ കുളം പൊടിപ്പയലിന്റെ വരവുനോക്കി കിടന്നു. പൊടിപ്പയല് കുളക്കടവിലിരുന്നു. വെള്ളത്തിലാശാന്മാർ പൊടിപ്പയലിനെ കാണിക്കാനെന്ന ഭാവേന വന്ന് നൃത്തമാടുന്നു. ഏതോ പ്രാകൃതസംഗീതത്തെ ഓർമ്മിക്കുംവിധം കൈതക്കാട്ടിൽ നിന്ന് കുളക്കോഴികളുടെ കൂവൽ ഉയർന്നു. അതു കുരവപോലെ കുറച്ചുസമയം നീണ്ടുനിന്നു. ഒന്നുരണ്ടു കുളക്കോഴിക്കുഞ്ഞുങ്ങൾ കാശാൻകുറ്റിക്കിടയിലൂടെ ഓടിവരുന്നു. കരിയിലകൾ വലിയ വായിൽ കരയുന്നു. ഒരു പൊടി പൊന്മാൻ വന്ന് കിളിമരക്കൊമ്പിലിരുന്നു തൂവൽ മിനുക്കുന്നു. പൊടിപ്പയലിന് അതിലൊന്നും ശ്രദ്ധിക്കാനായില്ല. മനസ്സു നീറുമ്പോൾ ഇതൊക്കെ എങ്ങനാ ശ്രദ്ധിക്കുക? കുഞ്ഞിമൂസായുടെ ഏങ്ങി ഏങ്ങിയുള്ള കരച്ചിലാണ് ചെവിക്കുള്ളിൽ.

"പൊടിപ്പയലേ, ശീഗ്രം കുളിച്ചുവാ". അമ്മായുടെ വിളി.

"വരുവാക്കും" പൊടിപ്പയല് വിളിച്ചുപറഞ്ഞു.

കുളം ചിറകുവിരിച്ചു നൃത്തമാടി. വെള്ളത്തിനു നല്ല കുളിര് കുളിച്ചു കയറിയപ്പോൾ പൊടിപ്പയലിന് ഒരു സുഖമൊക്കെ തോന്നി. അമ്മ കുരുമുളകുപൊടി തലയിൽ തിരുമ്മി വാത്സല്യത്തോടെ തല ഉഴിഞ്ഞു. അലമാരയിൽ നിന്ന് ഒരു വെളുത്ത ഉടുപ്പും കറുത്ത നിക്കറും എടുത്തു മേശപ്പുറത്ത് വച്ചിരുന്നു. പൊടിപ്പയല് അത് എടുത്തു ധരിച്ചു. അത്തായുടെ പിന്നാലെ പള്ളിയിലേക്ക് നടന്നു. ചുറ്റുപാടുമുള്ള പ്രകൃതിക്ക് എന്തൊക്കെയോ മാറ്റം സംഭവിച്ചതുപോലെ. ആകെയൊരു നിറംമാറ്റം. ചന്ദനക്കുടത്തിനു ബലൂണുകാരന്റെ കൈയിൽ നിന്നു മേടിച്ചു വച്ച കണ്ണാടിയിലൂടെ നോക്കുന്നതുപോലെ. പള്ളിമുറ്റത്തുനിന്നും കൊച്ചുകുട്ടി ലബ്ബ അത്തായോട് വർത്തമാനം പറഞ്ഞു. യാസീൻ ഓതിക്കാൻ ആരോ കൊണ്ടുവച്ച പഴത്തിൽ നിന്നൊരെണ്ണമെടുത്തു കൊച്ചുകുട്ടിലബ്ബ പൊടിപ്പയലിനു കൊടുത്തു. പൊടിപ്പയല് അത്ത കൊടുത്ത കാശ് തൈക്കാവിലെ വഞ്ചിയിൽ കൊണ്ടിട്ടിട്ടു തിരികെ വീട്ടിലേക്കു വരുന്നവഴി ഉസ്മാൻ റാവുത്തരുടെ ചായപ്പീടികയിൽ കയറി. മാർക്കത്തെക്കുറിച്ച് പലരും അത്തായോട് സംസാരിക്കുന്നു. ആരോ ചോദിച്ചു :

"ഇതാണോ പുതിയ പയല്?" അതു കേട്ടപ്പോൾ പൊടിപ്പയല് കുനിഞ്ഞിരുന്നു. ഉസ്മാൻ റാവുത്തരു ചോദിച്ചു:"പുതിയ പയലിന് എന്താ തിന്നാൻ വേണ്ടത്?" പൊടിപ്പയല് ഒന്നും വേണ്ടാന്നു തലയാട്ടി. അയാൾ എന്നിട്ടും ഒരു പാത്രത്തിൽ ബോണ്ടായും കുത്തുകോലും മടക്കുസാധനവുമൊക്കെ കൊണ്ടുവച്ചു. പൊടിപ്പയല് അതിലൊരെണ്ണമെടുത്തു കടിച്ചു. വീട്ടിൽ തിരിച്ചെത്തിയപ്പോൾ പടിഞ്ഞാറേ പറങ്കിമാവിൻചോട്ടിൽ നിന്ന് ആടുകളുടെ അലർച്ച കേൾക്കാം. മരണവെപ്രാളത്തോടെയുള്ള കരച്ചിൽ.

പൊടിപ്പയലിന്റെ മനസ്സ് ആകെ അസ്വസ്ഥമായി. മനസ്സിൽ നൂറായിരം ആടുകളുടെ രോദനം ശ്വാസം മുട്ടി നിൽക്കുന്നു. കരീമും ജലീലും ഹക്കീമും ദാസപ്പനും ശ്രീധരനും കൊച്ചുകണ്ണുമെല്ലാം കൂടി അയ്യത്തു പന്ത് കളിക്കുന്നു. കാലാംകീഴ് അടിക്കുന്നതിന്റെ ബഹളം. ഇനി ഉരുട്ടി ഗയിം. പൊടിപ്പയല് നേരെ വീട്ടിൽ വന്നു. തട്ടുപടിയിൽ ഇരുന്നു. സമയം ഒച്ചിന്റെ ചിപ്പിക്കുള്ളിൽ കിടന്നു വീർപ്പുമുട്ടുകയാണ്. ആരതിനെ ഒന്നു തുറന്നു വിടും? പറമ്പിൽ വീണ്ടും ഒറ്റയും ഇരട്ടയും. ചൊരുവും ആവർത്തിക്കുന്നു. ഇരുട്ടിന്റെ പുകച്ചുരുളുകൾ വ്യാപിച്ചു തുടങ്ങിയതോടെ അയ്യത്തെ ആരവം കുറഞ്ഞു. ഇരുട്ട് കനം വച്ചുവന്നു. പന്തലിൽ നിന്നു തേങ്ങാച്ചോറിന്റെ മണമുയർന്നു പൊങ്ങുന്നു. അത്താഴം വിളമ്പുന്നതിന്റെ ബഹളം. പൊടിപ്പയല് ചെറുതായി ഒന്നു മയങ്ങി. പാതി ഉറക്കത്തിലാരോ തന്നെ എടുത്തുയർത്തുന്നു. കട്ടുറുമ്പു കടിക്കുന്ന വേദന. കട്ടുറുമ്പു കടിച്ച പൊടിപ്പയല് മുറിയിൽ കിടന്നു വലിയവായിൽ കരഞ്ഞു. ചോര പോക്കു നിൽക്കാൻ കരുപ്പട്ടിയും പച്ചവെള്ളവും കുടിച്ചു. പതിയെ പൊടിപ്പയല് ഗാഢനിദ്രയിലാണ്ടു. നേരം വെളുത്തപ്പോഴെ പൊടിപ്പയല് കണ്ണു തുറന്നുള്ളു. മുറ്റത്തു കാക്കകളുടെ കല്യാണം. തൊള്ള തുറന്നവ കരയുന്നു. തെങ്ങോലകളിൽ നിറയെ കാക്കകൾ. പൊടിപ്പയല് ജനൽപാളികൾക്കിടയിലൂടെ കാക്കകളേയും നോക്കി കിടന്നു. അപ്പോഴാണ് തലേന്നു രാത്രി കട്ടുറുമ്പു കടിച്ച കാര്യം പൊടിപ്പയല് ഓർത്തത്. പൊടിപ്പയല് തുണിമാറ്റി നോക്കി. വലിയ കുഴപ്പമൊന്നും സംഭവിച്ചിട്ടില്ല. വേദനയ്ക്ക് വലിയ ആശ്വാസം. പെടുത്തപ്പോൾ പൂത്തിരിപോലെ ചിതറി. വേദനിച്ചു രണ്ടുമൂന്നു പെടുത്തതോടെ അതും ഇല്ലാതായി. മാർക്കം കാണാൻ ബന്ധുക്കളുടെയും നാട്ടുകാരുടെയും വരവുതുടങ്ങി. എല്ലാവരും പൊടിപ്പയലിനരുകില് വന്ന് സ്നേഹത്തോടെ ഓരോന്നു ചോദിച്ചു. അവർ കൊണ്ടുവന്ന പൊതിക്കെട്ടുകൾ ചുറ്റും നിരത്തിവച്ചു. മുട്ട, പാൽ, നെയ്യപ്പം, നെയ്യ്, ഒട്ടുമാവ് അലുവ, പഴം, ഓറഞ്ച്, ആപ്പിൾ... പലഹാരങ്ങളുടെയും പഴങ്ങളുടെയും ഒരു നീണ്ടനിര. നാട്ടിൽ ഇത്രമാത്രം പലഹാരങ്ങൾ ഉണ്ടെന്ന് അപ്പോഴാണ് പൊടിപ്പയലിന് ശരിക്കും മനസിലായത്. പൊടിപ്പയല് കയറിയും ഇറങ്ങിയും പലഹാരങ്ങൾ തിന്നുചെടിച്ചു. തിന്നുതിന്ന് പൊടിപ്പയല് കൊഴുത്തു കവിളുകൾ തുടുത്തു പലഹാരപ്പൊടികൾ വാരി കോഴിക്കും കാക്കയ്ക്കും കൊടുത്തു. അവയുടെ കൊത്തിപ്പെറുക്കിയുള്ള തീറ്റനോക്കിയിരുന്നു സമയം കഴിച്ചു. നബീസാമ്മാളും അമ്മായും എടുപ്പതു പൊതിയുമായി മാർക്കം കാണാൻ വന്നപ്പോൾ പൊടിപ്പയിന്റെ മുഖം നാണംകൊണ്ട് കൂടുതൽ ചുവന്നു തുടുത്തു. ജമീലാമ്മാൾ അടുക്കളയിലേക്ക് പോയി വർത്തമാനം തുടങ്ങിയപ്പോൾ നബീസാമ്മാൾ പൊടിപ്പയലിന്റെ മുറിയില് തനിച്ചായി.

നബീസാമ്മാൾ ചോദിച്ചു: “സുഖമായോ?”

നാണവും സന്തോഷവുംകൊണ്ട് പാതി വിടർന്ന ഒരു താമരമൊട്ടിന്റെ ഭാവമായിരുന്നു പൊടിപ്പയലിന്.

“എപ്പഴാ പള്ളിക്കൂടത്തീ പോകുക?”

“വരുന്ന വെള്ളിയാഴ്ച കുളിക്കാമെന്ന് അമ്മ പറഞ്ഞു. അന്ന് ഏഴാവും.”

രണ്ടുപേരും നീണ്ട മൗനത്തിലാണ്ടു. പൊടിപ്പയല് ഒരു ആപ്പിൾ എടുത്തു നബീസാമ്മാളിന് നീട്ടി. അവളത് വേണ്ടാന്ന് പറഞ്ഞ് ഒഴിഞ്ഞു. പൊടിപ്പയല് വീണ്ടും നിർബന്ധിച്ചപ്പോൾ അവളത് വാങ്ങി. ആപ്പിളുമായി മുറിയുടെ പുറത്തേക്കുവന്ന നബീസാമ്മാളിനെ കണ്ട് പൊടിപ്പയലിന്റെ അമ്മായും ജമീലാമ്മാളും എന്തോ പറഞ്ഞ് ഉറക്കെ ചിരിച്ചു.

ജനലഴികൾക്കിടയിലൂടെ സുഗന്ധപൂരിതമായ കാറ്റ് വീശുന്നു. കാപ്പി പൂത്തതാവും. പൊടിപ്പയല് കുളിച്ചു. പുത്തനുടുപ്പിട്ടു കോലായിൽ വന്നിരുന്നു. കട്ടുറുമ്പു കടിച്ച കഥയോർത്ത് പൊടിപ്പയലിന് ചിരിവന്നു. കുറച്ചു ദിവസം കൂടി കയറിയിറങ്ങി തിന്നാനുള്ള പലഹാരങ്ങളൊക്കെ പാട്ടകളിലുണ്ടായിരുന്നു. പലഹാരമൊക്കെ തീർന്നു. പൊടിപ്പയല് പള്ളിക്കൂടത്തിലും മദ്രസയിലും പോയിത്തുടങ്ങി. അങ്ങനെയിരിക്കെ ഒരു ദിവസം കൊച്ചമ്മാപെരിയമ്മ വീട്ടിൽവന്നു. പൊടിപ്പയല് കൊച്ചമ്മാപെരിയമ്മയോട് ചോദിച്ചു:

“പെരിയമ്മാ, ഇനിയും എന്നെ എന്നാക്കും കട്ടുറുമ്പു കടിക്കേത്?“ കൊച്ചമ്മാ പെരിയമ്മയ്ക്ക് അത് കേട്ട് ചിരിപൊട്ടി. അവർ പൊട്ടിപ്പൊട്ടി ചിരിച്ചു. കൊച്ചമ്മാപെരിയമ്മായുടെ നാടിളക്കിയുള്ള ചിരികേട്ട് അമ്മ ചിരിച്ചു. അമ്മായുടെ ചിരികണ്ട് അത്ത ചിരിച്ചു. വാവാക്കണ്ണുറാവുത്തരു ചിരിച്ചു. പാത്തികൊച്ചു ചിരിച്ചു. മുറ്റത്തു നെല്ല് കൊത്തിപ്പെറുക്കി തിന്നുകൊണ്ടിരുന്ന കോഴികൾ ചിരിച്ചു. തൊഴുത്തിലെ പശുക്കൾ ചിരിച്ചു. തെങ്ങോലകളിൽ ഇരുന്ന് കാക്കകൾ ചിരിച്ചു. പുല്ലും മരങ്ങളും ചിരിച്ചു. കല്ലും മണ്ണും ചിരിച്ചു. നാടായ നാട്ടിലെ ഉറുമ്പുകളെല്ലാം ചിരിച്ചു. പൊടിപ്പയലും ചിരിച്ചു.

കിഴക്കൻ മാനത്തു വെള്ളിപൊട്ടി. സുബഹിനമസ്കാരം കഴിഞ്ഞ് റാവുത്തരൻമാരൊക്കെ പിരിഞ്ഞു. കൊച്ചുകുട്ടിലബ്ബയും മോദീനും പള്ളിയുടെ പൂമുഖത്തിരുന്നു ദിഖിർ ചൊല്ലുകയാണ്. തസ്ബ മണികൾ കൃത്യതയോടെ നീക്കിക്കൊണ്ടിരിക്കുന്നു. പള്ളിക്കാട്ടിൽ കാക്കകളുടെ ആരവം കേൾക്കാം. കാക്കകളുടെ ഒടുങ്ങാത്ത ഈ കരച്ചിൽ രാത്രിയിൽ തുടങ്ങിയതാണ്. മോദീൻ സാഹിബ് അത് കേട്ടിരുന്നു. കഴിഞ്ഞ രാത്രിക്ക് നല്ല നിലാവുണ്ടായിരുന്നു. നിലാവുള്ള രാത്രികളിൽ പക്ഷികൾ ചിലയ്ക്കുക പതിവുള്ളതാണല്ലോ. അതുകേട്ട് കൂടുതൽ ചിന്തിച്ചില്ല. കൊച്ചുകുട്ടിലബ്ബ സാഹിബ് കാക്കകളുടെ രോദനം ശ്രദ്ധയോടെ കേട്ടിരുന്നു. എന്നിട്ട് വല്ലാതെ അസ്വസ്ഥനായി. കാക്കേമൊനെക്കുറിച്ചുള്ള ഓർമകൾ

ലബ്ബ സാഹിബിൽ കാന്തികസമ്മർദ്ദമുയർത്തി. ലബ്ബ സാഹിബിന്റെ ഏകാഗ്രത തെറ്റി. അസ്വസ്ഥതയോടെ അദ്ദേഹം അങ്ങോട്ടും ഇങ്ങോട്ടും ഉലാത്തി. നേരം വെട്ടം വീണപ്പോൾ പള്ളിക്കാടിനരികിലേക്കു നടന്നു. ഇടിഞ്ഞുകിടക്കുന്ന കബർകുഴികളിൽ അസ്ഥികളുടെ വെണ്മ മങ്ങിയ പ്രകാശത്തിലും തെളിഞ്ഞുകാണാം. പള്ളിക്കാടിനരികിൽ ഒരു കാവി മുണ്ട് കാക്കകൾ കൊത്തി വലിക്കുന്നു. ലബ്ബസാഹിബിന്റെ മനസ്സിൽ അശുഭ ചിന്തകൾ കിടന്നു പിരണ്ടു. ആകാംക്ഷയോടെ ലബ്ബസാഹിബ് കാവിമുണ്ടിനരികിലേക്ക് നടന്നു. കാട്ടാരമുള്ളുകൾ ലബ്ബ സാഹിബിന്റെ മുണ്ടിൽ കുത്തി പുറകോട്ട് വലിക്കുന്നതൊന്നും അദ്ദേഹം ശ്രദ്ധിച്ചില്ല. പ്രാചീനമായ ഒരു കബറിനരികിൽ കാക്കേമാൻ മുഖമമർത്തി കിടക്കുന്നു. ലബ്ബസാഹിബ് ഒരു നിമിഷം തരിച്ചുനിന്നു. എന്നിട്ട് ഭയപ്പാടോടെ വിളിച്ചു:

“ഉക്കാറുങ്കോ, ഇതെന്നകിടപ്പാക്കും?”

ലബ്ബസാഹിബിന്റെ ശബ്ദത്തിനു മറുപടി ഉണ്ടായില്ല. ലബ്ബസാഹിബ് കാക്കേമാന്റെ അരികിലെത്തി കൈകൊണ്ട് അദ്ദേഹത്തെ സ്പർശിച്ചു. ലബ്ബ സാഹിബിന് ഉൾക്കിടിലമുണ്ടായി. കാക്കേമാന്റെ കൈകൾ മഞ്ഞു തുള്ളിപോലെ തണുത്തു വിറങ്ങലിച്ചിരിക്കുന്നു. ലബ്ബ സാഹിബിന് ചുറ്റും കാക്കകൾ വികൃതമായ ശബ്ദത്തിൽ അലറിക്കരഞ്ഞുകൊണ്ട് വട്ടമിട്ടു പറന്നു. ലബ്ബസാഹിബ് വേഗം തിരിച്ചുവന്നു. മോദീനോടും വിവരം പറഞ്ഞു. മോദീൻ ഉസ്മാൻ റാവുത്തരുടെ ചായക്കടയിൽ അറിയിച്ചു. പൂച്ചം പൂച്ചം വർത്തമാനം നാടാകെ പരന്നു. ദൂരദിക്കിൽ നിന്നുപോലും പള്ളിക്കാട്ടിലേക്ക് ഉറുമ്പുകളുടെ വരവു തുടങ്ങി. പള്ളിമുറ്റത്ത് കൂടിനിന്ന ഉറുമ്പുകൾ ചേരി തിരിഞ്ഞ് വഴക്കടിച്ചു. കാക്കേമാന്റെ മയ്യത്തു റാവു ത്തരന്മാരെടുത്തു കുളിപ്പിച്ചു. ഇതറിഞ്ഞ നായന്മാരുബഹളം വച്ചു. അവരും ശവത്തിനു തർക്കമുന്നയിച്ചു. ലബ്ബസാഹിബ് എല്ലാവരോടുമായി പറഞ്ഞു:

“കാക്കേമാന് ജാതിയില്ല. തൈക്കാ അപ്പായുടെ അരുമശിഷ്യനാക്കും”.

അതുകണ്ട് കാക്കേമാനെ നമ്മുടെ പള്ളിക്കാട്ടിൽത്തന്നെ ദഹിപ്പിക്കാം. റാവുത്തരന്മാർ പിറുപിറുത്തു. നായന്മാരും പിറുപിറുത്തു. പക്ഷേ, അവ രാരും അതിനെ എതിർത്തില്ല. കബർകുഴികളിൽ മാവിൻവിറകുകളുടെ അട്ടികളുയർന്നു. കബർകുഴിയിൽ കിടന്ന പൂർവികർ ആ കാഴ്ച കാണാൻ ഉണർന്നിരുന്നു. കാക്കേമാന്റെ ശരീരം അഗ്നി നക്കിതുടച്ചു. മാനത്ത് കാക്ക കൾ വട്ടമിട്ട് അലറിക്കരഞ്ഞു. തൈക്കാവിന്റെ മുറ്റത്തുനിന്ന് ലബ്ബസാ ഹിബ് വിങ്ങിപ്പൊട്ടി. മാനത്തു കാർമേഘങ്ങൾ ഉരുണ്ടുകൂടി. മഴത്തുള്ളി കൾ കണ്ണുനീർതുള്ളികളെപ്പോലെ അടർന്നു വീണുതുടങ്ങി. ക്രമേണ മഴ ശക്തിപ്രാവിച്ചു. മുറ്റത്തെ ഉറുമ്പിൻകൂട്ടങ്ങൾ മഴയിൽ ഒലിച്ചുപോയി. കാക്കേമാൻ മഴവെള്ളത്തിലലിഞ്ഞ് നാടും നഗരവും ചുറ്റി സഞ്ചരിച്ചു കൊണ്ടേയിരുന്നു. പിറ്റേന്നു മാനത്തു വെള്ളിപൊട്ടുന്നതിനു മുമ്പേ

കാക്കകൾ ഉണർന്നു. ബാങ്കു വിളിച്ചു. ഉറുമ്പിൻകൂട്ടങ്ങൾ കാക്കകളുടെ ബാങ്കുവിളി കേട്ട് തരിച്ചിരുന്നു. പള്ളിക്കാട്ടിൽ പടർന്നു പന്തലിച്ചുകിടന്ന ഉപ്പനച്ചത്തിൽ രണ്ടു കാക്കാത്തിപ്പൂക്കൾ കാലം തെറ്റി വിടർന്നുവന്നു.

ചേക്കയിരിക്കുന്ന കാക്കകൾ അതിനുചുറ്റും വട്ടമിട്ടു പറന്നുവലിയ വായിൽ കരഞ്ഞു.

പിറ

ഒരു ദിവസം ചൂട്ടും മിന്നിച്ചുകൊണ്ട് റാവുത്തരന്മാരുടെ കൂട്ടം കിഴക്കൻ കുന്നു കയറിവന്നു. കുന്നിന്റെ നെറുകയിൽ നിന്നു മാനത്തു നോക്കി നടക്കുന്ന പീരുകണ്ണ് പടിഞ്ഞാറൻ ചക്രവാളത്തിലേക്കു നോക്കി. പീരുകണ്ണിന്റെ കണ്ണുകൾ ഒരു കുഴൽപോലെ പ്രപഞ്ചസീമകൾക്കും അപ്പുറത്തേക്കു നീണ്ടുകിടന്നു. ദൂരെ, ദൂരെയെങ്ങോ ഒരു വെള്ളിക്കീറു മിന്നുന്നു. വെള്ളിക്കൊലുസുപോലെ. അതുകണ്ട് പീരുകണ്ണ് വിളിച്ചുകൂവി :

“ദാ, മാനത്ത് പിറ, റംസാനിലെ പിറ”.

റാവുത്തരന്മാർ പിറയെ നോക്കി ഇരുകൈകളും മാനത്തേക്ക് ഉയർത്തി ആഹ്ലാദത്തോടെ പറഞ്ഞു: “ഈ ചന്ദ്രോദയത്തെ ഞങ്ങൾക്കു സമാധാനവും ഈമാനും[1] ബർക്കത്തും[2] രക്ഷയും സുഖവും പ്രധാനം ചെയ്യുന്നതാകണമേ! മാസപ്പിറവി എന്റെയും നിന്റെയും രക്ഷിതാവിന്റെ കോപത്തിന് ഇടയായേക്കാവുന്ന പ്രവൃത്തികൾ സൂക്ഷിക്കാൻ അല്ലാഹു അനുഗ്രഹിക്കട്ടെ! അതേ, സന്മാർഗത്തിന്റെയും നന്മയുടെയും മാസപ്പിറവിയാകട്ടെ ഇത്”.

ഇരുകൈകൾകൊണ്ടും മുഖം ഉഴിഞ്ഞു.

കുന്നിറങ്ങിവരുന്ന റാവുത്തരന്മാരെയും കാത്ത് പെണ്ണുങ്ങളും പിള്ളാരും താഴ്‌വാരത്തു കാത്തുനിന്നു. പിറകണ്ട് രാക്കൊക്കുകൾ മരച്ചില്ലകളിലിരുന്നു തക്ബീർ[3] മുഴക്കി. യക്ഷിപ്പാലയിലെ വാവലുകൾ ഭീതിദമായി കരഞ്ഞു ബഹളംകൂട്ടി. സ്വർഗത്തിന്റെയും നരകത്തിന്റെയും വാതിലുകൾ തുറന്ന് പ്രകാശബിന്ദുക്കൾ ഭൂമിയിലേക്ക് ഒഴുകാൻ തുടങ്ങി. ഇനി പരേതാത്മാക്കൾക്കു ഭൂമിയിൽ യഥേഷ്ടം സഞ്ചരിക്കാം. കബർകുഴികളിൽ തീയെരിയുകയില്ല. സന്തതിപരമ്പരകളുടെ അനുസ്യൂതമായ ഒഴുക്കിൽ എവിടെയോ കണ്ണി ചേർക്കപ്പെട്ടവരുടെ മുഖംകാണാൻ പരേതാത്മാക്കൾ പരക്കം പാഞ്ഞ് നടന്നു.

പള്ളിയിൽ മൗലൂദ്[4] പാരായണം തുടങ്ങി. പെണ്ണുങ്ങൾ ഇടയത്താഴത്തിനുള്ള വിഭവങ്ങൾ സ്വരുക്കൂട്ടി വയ്ക്കുന്ന തിരക്കിലാണ്. മാനത്തൂടെ

---

1. ഈമാൻ - വിശ്വാസം 2. ബർക്കത്ത് - ഐശ്വര്യം 3. തക്ബീർ - ദൈവത്തെ പ്രകീർത്തനം 4. മൗലൂദ് - സ്തുതി പാടൽ

കൊള്ളിയാപ്പേകൾ ഇടതടവില്ലാതെ ചീറിപ്പാഞ്ഞുകൊണ്ടിരുന്നു. പ്രപഞ്ചമാകെ ഉണർന്നു. പള്ളിയിൽ മൗലൂദ് ഓതിത്തീർപ്പം കൊച്ചുകുട്ടി ലബ്ബ സാഹിബ് നേർച്ചയ്ക്കായി പുറത്തു കാത്തുനിന്ന ഉറുമ്പിൻകൂട്ടങ്ങൾക്ക് പഴമെടുത്തു കൊത്തിയരിഞ്ഞു വിതറിക്കൊടുത്തു. അവറ്റകൾ അതിനായി അവിടെക്കിടന്ന് കടിപിടി കൂടി. ബാക്കിയായ പഴങ്ങൾ ലബ്ബ സാഹിബ് പൊടിപ്പയലിന് നീട്ടി. പൊടിപ്പയല് കൈ നീട്ടി അതു വാങ്ങിയപ്പോൾ ജാള്യതതോന്നി. പഴം തിന്നിട്ട് പൊടിപ്പയല് പഴത്തൊലികൾ മുറ്റത്തേക്ക് അലസമായി വലിച്ചെറിഞ്ഞു. ആ പഴത്തൊലിയിൽ ചവിട്ടി ഏതോ ഒരു പഴയ ആത്മാവ് മുറ്റത്ത് താൽതെറ്റി വീണ് വലിയ വായിൽ കരഞ്ഞു. പള്ളിയിൽ തറാബിയ[1] നിസ്കാരം രാവേറെ ചെല്ലുവോളം നീണ്ടു. കുനിഞ്ഞും നൂന്നും ദുഃആ[2] ഇരും റാവുത്തരന്മാർ പള്ളിയിലിരുന്നു വിയർത്തു. റാവുത്തരന്മാരുടെ രോമകൂപങ്ങളിലൂടെ പാപക്കറ പുറത്തേക്ക് ഒലിച്ചിറങ്ങി. അത് ആവിയായി പൊങ്ങി. ദാഹാർത്തയായി കിടന്നു നിലവിളിച്ച പാടങ്ങളിലതു പാപമഴയായി പെയ്തിറങ്ങി. റാവുത്തരന്മാർ ചെയ്തുകൂട്ടിയ പാപങ്ങൾ ഓരോന്നും വെട്ടിയും തിരുത്തിയും മലക്കുകളുടെ കൈ കുഴഞ്ഞു. റംസാനിൽ ഒരു സൽക്കർമ്മത്തിന് അതിന്റെ എഴുപതിനായിരം ഇരട്ടിയാണ് പ്രതിഫലം. സൽക്കർമ്മങ്ങൾ എഴുതി നിറച്ച കടലാസുകളുടെ കെട്ടുമായി റസാൻ രാവുകളിൽ മലക്കുകൾ മാനത്തൂടെ ചീറിപ്പാഞ്ഞുകൊണ്ടിരുന്നു. രാത്രിയുടെ ഏതോ യാമത്തിൽ ചരാചരങ്ങൾ ഉണർന്നു വിശന്നു കരഞ്ഞു. ഇടയത്താഴത്തിനായി ജമീലാമ്മാള് എഴുന്നേറ്റു. പൊടിപ്പയലുണർന്നു. പാത്തിക്കൊച്ച് ആർത്തി പൂണ്ട് തീറ്റതുടങ്ങി. ഉസ്മാൻ റാവുത്തരുടെ ചായപ്പീടികയിൽ വിളക്കു തെളിഞ്ഞു. ഉസ്മാൻ റാവുത്തരുടെ ചായപ്പീടികയിക്ക് പകലാണിനി ഉറക്കം. രാത്രി വെളുക്കുവോളം അവിടെ വറപ്പും പൊരിപ്പും ഉണ്ടാവും. നൊയമ്പുനോറ്റ റാവുത്തരന്മാരവിടെ തിക്കിത്തിരക്കിയിരിക്കും. തീനാളത്തിനു ചുറ്റും പൂച്ചികൾ വട്ടമിട്ടു പറന്നു. ചില പൂച്ചികൾ അതിൽ വീണ് വെന്തു മരിച്ചു. ഇറച്ചി വെന്ത മണം. ഇടയത്താഴംകഴിച്ച് ഏമ്പക്കം വിട്ട് ചരാചരങ്ങൾ പകൽനോമ്പ് നോക്കാനായി തയ്യാറെടുത്തു. വിശന്നു പൊരിഞ്ഞ അറേബ്യൻ പടക്കുതിരകളുടെ പട പേർഷ്യയിലൂടെ, സ്പെയിനിലൂടെ തുർക്കിയിലൂടെ, സിന്ധിലൂടെ ഓടിക്കിതച്ച് കിഴക്കൻ കുന്നിറങ്ങി പള്ളിക്കാട്ടിൽ വന്നു മറഞ്ഞു. രാത്രിയിൽ മാനത്ത് ഒളിച്ചുകളിക്കുന്ന റംസാൻ പിറയെ നോക്കി ഫക്കീറുമാമ ഊടുവഴികളിലൂടെ ഉറക്കെ പാടിനടന്നു.

“ബിസ്മില്ലാഹി റഹുമാനിറഹീമന്ത്
പേര് അരുളാനെ പെരും പൊരുളെ
പിശഹാ മാനതിൽ പെരുമൈ കൊണ്ടു നീ
വിലക്ക നില്ലടി മിന്നാളെ

1. തറാബിയ - റമദാനിലെ പ്രത്യേക വിശ്രമനമസ്കാരം 2. ദുഃആ - പ്രാർഥന

അൽഹന്തു എണ്ടതോർ അഞ്ച് എഴുത്തും
അനർവതി കാലന്തീ ധ്യാനം ചെയ്തു
അല്ലും പകലും ഒഹുത്തിൽ തെളിവാക്കി
അഞ്ചു തൊഴുതുങ്കോ മിന്നാളെ..."

പകൽ തെരുവ് നിദ്രയിലാണ്ടു കിടന്നു. നൊയമ്പിന്റെ കടുത്ത ധ്യാനത്തിൽ ചരാചരങ്ങളൊന്നടങ്കം വെന്തുനീറി. വിത്തിനുള്ളിലിരുന്നുമുള നൊയമ്പു നോറ്റു. ചേറിൽ പുതഞ്ഞുകിടന്നു മീനുകൾ നൊയമ്പുനോറ്റു. മീന്റെ പരിഞ്ഞിലിൽകിടന്നു മീൻകുഞ്ഞുങ്ങൾ നൊയമ്പു നോറ്റു. പട്ടു പുതച്ചുകിടന്ന് പുഴുക്കൾ നൊയമ്പു നോറ്റു. നൊയമ്പുകാലത്ത് പകൽ ഉമിനീരിറക്കുന്നതുപോലും കൊടുംപാപം. നബീസാമ്മാൾ പള്ളിക്കൂടത്തിന്റെ മുറ്റത്ത് തുപ്പി ത്തുപ്പി നടന്നു. ദൂരെ പുളിച്ചുവട്ടിൽ പൊടിപ്പയല് നിൽക്കുന്നു. കുട്ടികൾ പുറത്തു നൂറുകൂട്ടം കളികളിൽ മുഴുകിയിരിപ്പാണ്. നബീസാമ്മാള് പുളിച്ചുവട്ടിലേക്ക് നടന്നു. പുളിമരച്ചോട്ടിൽ ചുറ്റിക്കറങ്ങുന്ന പൊടിപ്പയലിനെ നോക്കി ഒരു കുമ്പഴപ്പൻ പുളി ഊറിചിരിച്ചു. പൊടിപ്പയലിനു നാവിൽ വെള്ളമൂറി. നൊയമ്പുകാരന്റെ നാവിൽ വെള്ളമൂറാൻ പാടില്ല. പൊടിപ്പയൽ പുല്ലും പുഴുക്കളും നോക്കി നിൽക്കേ നീട്ടി തുപ്പി: "ഥൂ..." വീണ്ടും നാവിൽ ഉറവപൊട്ടുന്നു. പടിപ്പയല് ആരോരും കാണാതെ അതിറക്കി. ചുറ്റും കണ്ണോടിച്ചു. ആരും തന്നെ കാണുന്നില്ല. പടപ്പുകളെല്ലാം കളിയിൽ മുഴുകിയിരിക്കുകയാണ്. പൊടിപ്പയല് ഒരു കുമ്പഴപ്പൻ പുളി കൈയെത്തിപ്പറിച്ചു. നിമിഷനേരം കൊണ്ടതു പൊളിച്ചു വായിലിട്ടു. പ്ലാവിനു മറഞ്ഞുനിന്നു നബീസാമ്മാളിതു കാണുന്നുണ്ടായിരുന്നു. അവൾ കള്ളനെ കൈയോടെ പിടികൂടാനായി ഓടിയടുത്തു. പൊടിപ്പയല് പുളിങ്കുരുസഹിതം വിഴുങ്ങി. മഞ്ഞളിച്ചു നിന്നു.

"നൊയമ്പാ?" നബീസാമ്മാളു ചോദിച്ചു.

"ഉം." പടിപ്പയല് വിമ്മിട്ടത്തോടെ മൂളി.

"എനാക്കും പുളി തിണ്ടാ".

പൊടിപ്പയല് മൗനം പൂണ്ട് നിന്നു. കയ്യാലപ്പോട്ടിലിരുന്ന് ഒരു മഞ്ഞച്ചേര പുറത്തേക്കു തലനീട്ടി അവരുടെ വർത്തമാനം ശ്രദ്ധിച്ചുകൊണ്ടിരുന്നു. തന്റെ പൂർവികർ ആദത്തെയും ഔവ്വയെയും പണ്ട് വിലക്കപ്പെട്ട കനി തീറ്റിച്ച കഥയോർത്ത് അത് ഊറി ഊറി ചിരിച്ചു.

"പൊടിപ്പയല്, നൊയമ്പായിട്ട് പുളിതിന്ന കാര്യം ഞാനെല്ലാരിട്ടം ചൊല്ലുവേൻ". നബീസാമ്മാളതു പറഞ്ഞുകൊണ്ട് മുന്നോട്ട് നടന്നു.

"ശൊല്ലാതെ, നബീസാ, ചൊല്ലപ്പെടാത്". പൊടിപ്പയല് ദയനീയമായി അവളുടെ പുറകേ നടന്നു പറഞ്ഞു. നബീസാ തിരിഞ്ഞുനിന്നു.

"ഇടയത്താളം[1], നേത്ത് കുടിക്കേലിയോ?"

1. ഇടയത്താളം - നുയമ്പുകാലത്ത് പ്രഭാത ഉദയത്തിനുമുമ്പായി കഴിക്കുന്ന ഭക്ഷണം

“കുടിച്ച്.”

“പിന്നെ, എന്നയിത്ര വിശപ്പ്?”

പൊടിപ്പയല് മിണ്ടാതെ നിന്നു. വീണ്ടും അവളോടു കേണു.

“ചൊല്ലാതെ നബീസാ, ഇനീ ചെയ്യമാട്ടെ.”

“ശരി, ഞാൻ ചൊല്ലമാട്ടെ. ഇനിയും കട്ടുതിന്നമാട്ടനെണ്ടു സത്യം ചെയ്യലാമാ?”

പൊടിപ്പയല് മൂളിക്കൊണ്ട് തലയാട്ടി. നബീസാമ്മാൾ കൈ നീട്ടി.

പൊടിപ്പയല് അവളുടെ പതുപതുത്ത കൈകളിൽ തന്റെ വലതുകൈ ചേർത്തുവച്ചു:

“സത്യം, പടച്ചവനാണെ സത്യം. നൊയമ്പുമുറിക്കേതുവരെ ഒന്നുമേ തിന്നമാട്ടെ.”

നബീസാമ്മാൾ പൊട്ടിച്ചിരിച്ചു:

“നൊയമ്പ്, പുളിതിന്നപ്പഴേ മുറിഞ്ചിതേ”.

അതുകേട്ട് പൊടിപ്പയലിന് കടുത്ത വിഷമം തോന്നി. നബീസാമ്മാളിന്റെ കൂട്ടുകാരികൾ കള്ളച്ചിരിയോടെ അവളെ കൈയാട്ടി വിളിച്ചു. അവൾ അവരുടെ അടുത്തേക്ക് ഓടിപ്പോയി. പൊടിപ്പയല് ദേഷ്യത്തോടെ പുളിയെ നോക്കി. ആയിരം കുമ്പഴപ്പൻപുളികൾ അവനെ നോക്കി കൈയാട്ടി വിളിക്കുന്നു. അവൻ ഭീതിപൂണ്ട് പള്ളിക്കൂടത്തിലേക്ക് തിരിഞ്ഞോടി. കയ്യാലയിലെ പുനത്തിലിരുന്നു മഞ്ഞച്ചേര തലനീട്ടി ആ ഓട്ടം നോക്കി പൊട്ടിപ്പൊട്ടി ചിരിച്ചു.

കാളി ഭൂതത്താൻകുഴിയുടെ കിഴക്കേ ചരുവിൽ നിന്നു ചൂരൽ വള്ളികൾ അറുക്കുകയായിരുന്നു. കാലിൽ എന്തോ ഒന്നിറുക്കി. രണ്ടുതുള്ളി ചോര പൊടിഞ്ഞുവന്നു. കാളിയതത്ര കാര്യാക്കിയില്ല. എങ്കിലും അടുത്തു നിന്നു ചൂരൽ മുറിച്ചടുക്കിക്കൊണ്ടിരുന്ന പാറുക്കുട്ടിയോടതു പറഞ്ഞു:

“ഞി കാലിലെന്തോ ഇറുക്കി. നല്ല നീറ്റലും കടച്ചിലും”.

“ഓ, മുള്ളു തറച്ചതാവുമെടീ, വെഷം പെരുത്ത മുള്ളുള്ള കാടാ. വീട്ടിൽ ചെന്ന് കാട്ടുള്ളി ചുട്ടിടാം”. പാറുക്കുട്ടി പറഞ്ഞു.

പണ്ട് ആൾരൂപം പൂണ്ട് കിടന്നുകീറിയ വിഷജന്തു പാമ്പിന്റെ രൂപം പൂണ്ട് ഭൂതത്താൻകുഴിയുടെ കരിവങ്കിലിരുന്ന് അത് കേട്ട് തല ഉള്ളിലേക്ക് വലിച്ചു. ചൂരൽവള്ളികളുമറത്തു തലച്ചുമടാക്കി കുന്നുകയറി വരുമ്പോൾ കാളിക്ക് കൈയും കാലും കുഴഞ്ഞുവന്നു. വെറുംവയറ്റിൽ പണി ചെയ്തതുകൊണ്ടാവുമെന്നു കൂടെയുണ്ടായിരുന്ന പാറുക്കുട്ടി ആശ്വസിപ്പിച്ചു. നടക്കാൻ തീരെ വയ്യാണ്ടായപ്പോൾ ചൂരൽക്കെട്ടുകൾ കാളിയുടെ തലയിൽനിന്ന് ഊഴ്ന്നു വീണു. പാറുക്കുട്ടി കാളിയുടെ മുഖത്തു തോർത്തുമുണ്ടെടുത്തു വീശി. കാളിയുടെ വായിൽ നുരയും പതയും വന്നു. കാളി കൈകാലിട്ടടിച്ചു. അതുകണ്ട് സഹിക്കവയ്യാതെ പാറുക്കുട്ടി വലിയ

വായിൽ നിലവിളിച്ചു. കാളിയുടെ പിടച്ചിൽ പതിയനെ നിന്നു. വലതു കാലിലെ പെരുവിരൽ നിവർന്നു ചലിച്ചു. ജീവൻ പെരുവരിലിലൂടെ ആവിയായി പോയി. പാറുക്കുട്ടിയുടെ നിലവിളികേട്ട് പറയക്കുടിലുകൾ ഇളകി വന്നു കരഞ്ഞു. കുന്നുംപുറത്തുനിന്നുള്ള കൂട്ടനിലവളി താഴ്‌വാരം വരെ കേട്ടു. ഉമ്മിട്ടിയാശാനും പരിവാരങ്ങളും കുന്നുകയറി വന്നു. കാളി ശത്തു. ഉമ്മിട്ടിയാശാൻ വിധിച്ചു. കുഞ്ഞിത്തേയി അത് കേട്ട് തലയറത്തു കരഞ്ഞു. കുഞ്ഞിത്തേയിയുടെ കണ്ണുനീർചാലുകൾ ഭൂതത്താൻകുഴിയിലേക്ക് ഒലിച്ചിറങ്ങി. അതിന്റെ ചൂരിലും ചൂടിലും കിടന്നു വിഷവിത്ത് നീറി നീറി ചത്തു. യക്ഷിപ്പാല മുടിയഴിച്ചാടി. കാളിയെപ്പോലെ കറുത്തുമെല്ലിച്ച ഒരു പുഴു പുല്ലിലൂടെ യക്ഷിപ്പാലയെ നോക്കി ഇഴഞ്ഞു നീങ്ങി. കാളി ചത്തതോടെ കുഞ്ഞിത്തേയിക്ക് ആരുമില്ലാതായി. അപ്പൻ ചോതി ഒരു ദിവസം കാലത്തേ കാളയേയും അഴിച്ചുകൊണ്ടിറങ്ങിപ്പോയി. പിന്നെ അവിടെ വന്നിട്ടില്ല. ചോതിയെ ഓച്ചിറ പന്ത്രണ്ടുവിളക്കിന് കണ്ടവരുണ്ട്. കുഞ്ഞിത്തേയി കൊട്ടയും വട്ടിയും വരിഞ്ഞ് കൈ മടുത്തപ്പോൾ മോരുകാരി കാത്തി ചെല്ലമ്മയുടെ വീട്ടിൽ മോരരങ്ങാൻ പോയിത്തുടങ്ങി. കാത്തി ചെല്ലമ്മ കുമ്പഴക്കുളത്തിനരുകിലെ തറയിലാണ് താമസം. കാത്തി പെമ്പിളകൾ കറുത്തു ചടച്ചവരാണ്. എന്നാൽ കാത്തി ചെല്ലമ്മ അങ്ങനെയല്ല. ചക്കുറ്റിപോലെ നല്ല ഉറച്ച ശരീരം. കുറേശെ നര തലയിൽ കയറിത്തുടങ്ങിയിട്ടുണ്ടങ്കിലും മാറും വയറുമൊന്നും ഇനിയും ഉടഞ്ഞിട്ടില്ല. കരിനീല നിറമാണ് മേനിക്ക്. വാഴക്കൂമ്പിന്റെ മണം. വിടർന്ന നാസിക, പരന്ന താടിയെല്ലുകൾ. ആരിലും കാമമുണർത്തുന്ന അവളുടെ കണ്ണുകൾ പാതിമയക്കത്തിലാണ്ടുകിടന്നു. കൺപോളകൾ നിറയെ കറുത്ത നീണ്ട പീലിരോമങ്ങൾ കാവൽ നിൽക്കുന്നു. മഴയും തണുപ്പും പേടിച്ച് ഉറുമ്പുകൾ രാത്രിയുടെ മറവിൽ അവിടേക്കിഴഞ്ഞുവരും. മാളോർക്കുമിതറിയാം. കണവൻ ശുപ്പനാചാരിക്കുമറിയാം. ശുപ്പനാചാരി ഇതുപോലെ ഏതോ തുലാമഴയിൽകയറി വന്നൊരു ചോന്നലാണ്. ശുപ്പനാചാരിക്ക് ചെമ്പും ഉരുളിയും വാർക്കാനറിയാം. സ്വർണപ്പണിയും തരക്കേടില്ലാതെ ചെയ്യും. എന്നിട്ടും ശുപ്പനാചാരി പണിക്കൊന്നും പോകില്ല. മടിപിടിച്ച് വാഴക്കൂമ്പിന്റെ മണവും പിടിച്ച് വീട്ടിൽ ചടഞ്ഞുകൂടിയിരിക്കും. കാന്നാത്തി ചെല്ലമ്മയുടെ വീട്ടിൽ മോരരങ്ങാൻ വരുന്ന പല പെമ്പിളകളെയും ഉറുമ്പുകൾ കടിച്ചിട്ടുണ്ട്. കുഞ്ഞിത്തേയി മോരരങ്ങുന്നതു നോക്കിയിരുന്ന ഒരുറുമ്പ് ഒരിക്കൽ കുഞ്ഞിത്തേയിയുടെ കൂടെ കുന്നു കയറിവന്നു. മിശ്രിനെപ്പോലെയൊരു ചുവന്ന ഉറുമ്പ്. ഉറുമ്പ് കുഞ്ഞിത്തേയിയുടെ കൂടെ പൊറുതിതുടങ്ങി. കാട്ടിൽ നിന്ന് എടുപ്പത് ഈറയുമായി മടിയില്ലാതെ കുന്നുകയറിവന്നു. കുഞ്ഞിത്തേയി ആ നെഞ്ചിലെ വിയർപ്പു തുടച്ച്, ആ മാറിലെ ചൂടുപറ്റിനിന്നു. ദൂരെ താഴ്‌വാരത്ത് പള്ളിയിൽ നിന്ന് ബാങ്ക് വിളികേൾക്കുമ്പോൾ മിശറ് മുറ്റത്ത് അസ്വസ്ഥതയോടെ നടന്നു. അതുനോക്കി കുഞ്ഞിത്തേയി ഉമ്മറപ്പടിയിലിരുന്നു വിറളിപിടിച്ചു.

ലൈലത്തുൽ കതിർ

അസറു നമസ്കാരം കഴിഞ്ഞു. ചിറകു മുളച്ച റാവുത്തരന്മാരെല്ലാം പറന്നുപോയി. നൊയമ്പിന്റെ ഭാരം താങ്ങാനാവാതെ ചിലർ പള്ളിക്കുള്ളിൽ കുഴഞ്ഞുകിടന്നു. മട്ടുപ്പാവിലിരുന്ന് ലബ്ബസാഹിബിന്റെ നേതൃത്വത്തിൽ മൂന്നാലാളുകൾ ഖുർ ആൻ ഓതുകയും അതു വ്യാഖ്യാനിച്ചു പഠിക്കുകയും ചെയ്തുകൊണ്ടിരുന്നു. മോദീൻ തൈക്കാവിന്റെ തിണ്ണയിൽ വന്ന് അസ്വസ്ഥതയോടെ കുത്തിയിരുന്നു. തെരുവ് അവ്യക്തമായി കാണാം. കണ്ണിനുള്ളിൽ മൂടൽമഞ്ഞ് വന്ന് നിറയുന്നു. മോദീൻ കണ്ണു തിരുമ്മി മുറ്റത്തേക്കു നോക്കിയിരുന്നു. അരണ്ട വെളിച്ചത്തിൽ തെരുവിലൂടെ ആരൊക്കെയോ നടന്നുനീങ്ങുന്നു. ഒരാൾ തൈക്കാവിന്റ പടികയറി വരുന്നതു കാണാം. അടുത്തു വന്നപ്പോഴാണ് ആളെ മനസിലായത്. സുറുമ എഴുത്തുകാരൻ മീരാണൻ റാവുത്തർ. മീരാണൻ റാവുത്തരെ കണ്ടാൽ ഭൂതകാലത്തിലെന്നോ മൺമറഞ്ഞ ഒരു ചീനസന്ന്യാസിയാണെന്നേ തോന്നൂ. പ്രാചീനമായ ആ മുഖം പരന്നു മഞ്ഞളിച്ചിരുന്നു. ഇറുങ്ങിയ കണ്ണുകൾ. മുഖത്ത് അങ്ങിങ്ങായിമാത്രം വളർന്നു നീണ്ട താടിരോമങ്ങൾ. മീരാണൻ റാവുത്തരുടെ ചിതലരിച്ച താടിരോമങ്ങളെക്കുറിച്ച് കളിയാക്കാൻ ആരെങ്കിലും ചോദിച്ചാൽ അയാൾ പറയും.

"ഉത്തമന് ഊശാൻതാടി. അധമന് കാടും പടലും". അതോടെ ചോദിക്കുന്നവന്റെ വാ അടയും. തമിഴിലും അറബിയിലും നല്ല പാണ്ഡിത്യമുള്ളയാളാണ് മീരാണൻ റാവുത്തർ. ആയുർവേദവും പേർഷ്യാക്കാരുടെ യുനാനി ചികിത്സയും പഠിച്ചിട്ടുണ്ട്. തലയിൽ വിവിധനിറത്തിലുള്ള തുണികൾ ഇഴപിരിച്ച് മീരാണൻ റാവുത്തർ കെട്ടിയുണ്ടാക്കുന്ന കൂറ്റൻ തലപ്പാവ് ആരിലും കൗതുകമുണ്ടാക്കും. കൈയിലൊരു തടിപ്പെട്ടി തൂക്കിയതല്ലാതെ മീരാണൻ റാവുത്തരെ കാണാനേ കഴിയില്ല. അയഞ്ഞ നീളൻ കുപ്പായവും ഞെരിയാണിക്കു[1] മുകളിൽ ഉയർന്നുനിൽക്കുന്ന വൃത്തിയും വെടിപ്പുമുള്ള ഒറ്റമുണ്ടുമാണ് സാധാരണവേഷം. മീരാണൻ റാവുത്തർ തിണ്ണയിലേക്ക് കയറി തടിപ്പെട്ടി ഒരു മൂലയിൽ വച്ചുകൊണ്ട് പറഞ്ഞു:

"അസലാമു അലൈക്കും."

"വ അലൈക്കും അസലാം."

"ഇന്തവളി വന്തിട്ട് ഒത്തരിനാളാച്ചേ. എങ്കെയായിരുന്തിതു ഇതു വരെ" മോദീൻ സാഹിബ് ചോദിച്ചു.

"നാൻ പടിഞ്ഞാറൻ നാട്ടിലായിരുന്നതു. ഷാഫിക്കാരുക്ക്[2] ഇടയില്."

"അങ്കെയെല്ലാം എന്നെയുണ്ട് വിശേളം?"

"എന്നെ വിശേളം. കാലം എല്ലാ ദിക്കിലും ഒരുപോലെ."

---

1. ഞെരിയാണി - കാൽക്കുഴ 2. ഷാഫിക്കാർ - മുസ്ലിങ്ങളുടെയിടയിലെ ഒരു വീക്ഷണക്കാർ

അലസമായി മീരാണൻ റാവുത്തർ മറുപടി പറഞ്ഞു.

“ചൂടുകാലമാനതു കൊണ്ട്, കുറച്ചൊക്കെ പണി കിട്ടിച്ച്. മോദീനിക്ക് സുറുമ എഴുതണമാ?”

“കണ്ണിൽ കാലത്തെ മുതലൊരു ചുടിച്ചില്, വല്ല കണ്ണുദീനവും ആക്കു മോന്നു പേടിച്ചിരിക്കയാക്കും.

കാഴ്ചയ്ക്ക് ഒരു കൂരാപ്പ്.

“സുറുമ എഴുതീട്ട് കുറെ നാളാവേലിയ. അതുകൊണ്ടാക്കും.”

“എണ്ടാ എഴുതിക്കോ. ആശ്വാസമുണ്ടോന്നു പാക്കലാം.”

മീരാണൻ റാവുത്തർ തടുക്കയെടുത്തു വിരിച്ച് അതിലിരുന്നു. മോദീൻ സാഹിബ് തന്റെ ബെൽറ്റിന്റെ കുടുക്കഴിച്ച് വയറിനെ തുറന്നുവിട്ടു. അതു പുറത്തേക്കു പരന്നൊഴുകി. മോദീൻ പുൽപ്പായയിൽ മലർന്നു കിടന്നു കൊണ്ട് പ്രാർഥിച്ചു. തമ്പുരാനേ, എന്റെ കാഴ്ചയും ഉൾക്കാഴ്ചയും എന്റെ ജീവിതരഹസ്യവും ചര്യയും പ്രകാശിപ്പിക്കണമേ! മച്ചിലിരു ഇസ്ലാമിന്റെ ശത്രു ഇമവെട്ടാതെ അതു ശ്രദ്ധിച്ചുകൊണ്ടിരുന്നു. മീരാണൻ റാവുത്തർ തന്റെ തടിപ്പെട്ടി തുറന്ന് വിവിധ തരത്തിലുള്ള കൊച്ചുകൊച്ച് പാത്രങ്ങൾ ചുറ്റും നിരത്തിവച്ചു. പഞ്ഞി കുഞ്ഞുകമ്പിയിൽ ചുറ്റി മിനുസം വരുത്തി. മോദീന്റെ കണ്ണിൽ സൂക്ഷ്മതയോടെ മരുന്നുതുള്ളികൾ ഇറ്റിച്ചു. കണ്ണിൽ കടൽ ഇരമ്പുന്നു. ആഴക്കയങ്ങളിൽ ഉഷ്ണജല പ്രവാഹങ്ങൾ ഉറവ പൊട്ടി. കടൽ തിളച്ചു പതഞ്ഞു. ആവിപൊങ്ങി. മോദീൻ സാഹിബ് നീറ്റ ലോടെ പിടഞ്ഞു. മീരാണൻ റാവുത്തർ കണ്ണിലേക്ക് ശീതക്കാറ്റൂതിയി റക്കി. മഴയുടെ ഇരമ്പൽ. ആലിപ്പഴം പൊഴിയുന്നു. ശീതജലപ്രവാഹം. ഒടുങ്ങാത്ത ശീതജലപ്രവാഹം. മഞ്ഞുരുകി വീഴുന്നതുപോലെ. പള്ളി ക്കാട്ടിൽ കാലം തെറ്റി വിരിയുന്ന കാക്കാത്തിപ്പൂക്കൾക്കു ചുറ്റും കാക്ക കൾ വട്ടമിട്ടു പറന്നു വലിയവായിൽ കരഞ്ഞു. അതു കേട്ടിട്ടെന്നവണ്ണം മോദീൻ സാഹിബ് ചോദിച്ചു:

“മീരാണ്ണൻ അറിഞ്ചിതാ, നമ്മ കാക്കാമാൻ മരിച്ചു.”

“എണ്ണക്ക്, ഞാൻ അറിയമാട്ടെ.”

“ആകാംക്ഷ മുറ്റിയ ശബ്ദം.”

“തൈക്കാ അപ്പായുടെ കൃപ അല്ലാമയെന്തു ചൊല്ലത്തിക്ക കാക്കേ മാൻ ഇങ്കെ വന്നുതന്നെ മയ്യത്തായി.”

“പള്ളിക്കാട്ടിൽ അവരുടെ വിധിപ്രകാരം ചുട്ടു.”

“നമ്മ പള്ളിക്കാട്ടിലാ?”

“അതുക്കെന്നെ?”

മീരാണൻ റാവുത്തർ മൗനം പൂണ്ടു. മൗനത്തിൽ നിന്നു വാക്കു കൾക്കു ചിറകുകൾ മുളച്ചു.

"കളിഞ്ച മുന്ത്യയ്ക്കു ഞാൻ ഒരു മറുതായെ[1] കണ്ടേൻ".

"എങ്കെവച്ച്?"

"നമ്മ ചാമക്കാവുക്ക കിട്ടവച്ച്"

"ഒരു പട്ടിക്കകുട്ടു നടക്കിതു"

"നീ എങ്കെ പോറേന്നു കേട്ടാ"

"ഇതു റമ്പ് എങ്കളുക്കു വിധിച്ച സമയമാക്കും. ഇങ്ക നേരത്ത് നീ എങ്കെ പോറേന്ന് അതു തിരിച്ചെങ്കിട്ടെ കേട്ടിത്".

"ശരിയാക്കും. അതു കേട്ടേതിലേം കാര്യമുണ്ട്" മോദീൻ പറഞ്ഞു.

"ഓരോ ജീവജാലങ്ങൾക്കും ഓരോ സമയമിരിക്ക്. പുറത്തിറങ്കാനും ഇരപിടിക്കാനും. തുങ്കാനുമെല്ലാം. രാക്കൊക്കുകളും മൂങ്ങകളും വാവലുകളുമൊക്കെ ഇരതേടുന്നത് നട്ടപ്പാതിരയ്ക്ക്. കാക്കകളും മൈനകളും പകല്. പാമ്പുകൾക്കും പൂച്ചികൾക്കും ഒരു സമയമിരിക്ക്. ഒച്ചിനും ഓന്തിനും ഒരു സമയമിരിക്ക്. ജിന്നിനും മലക്കിനും സമയമിരിക്ക്. എല്ലാം അളന്നുതൂക്കി ഉടയതമ്പുരാൻ കല്പിച്ചതാക്കും. അതു തെറ്റി നടക്കുന്നതാക്കും അപകടം".

മീരാണൻ റാവുത്തർ തലകുലുക്കി സമ്മതിച്ചു:

"ശരിയാക്കും. ശരിയാക്കും. എല്ലാം തമ്പുരാനുക്കു ഖുതിരത്ത്[2]."

നൊയമ്പുദിവസങ്ങൾ ഓരോന്ന് അടർന്ന് വീണുകൊണ്ടിരുന്നു. തെരുവ് ധ്യാനനിരതമായി. ഏഴാകാശവും തുറക്കുന്ന അനുഗ്രഹങ്ങളുടെ അദ്ഭുതരാവിനായി ചരാചരങ്ങൾ വേഴാമ്പലിനെപ്പോലെ കാത്തിരുന്നു. ശിവരാത്രിനാളിൽ പടനിലത്ത് പുല്ലും പുഴുക്കളും കുടിൽകെട്ടി ഉറക്കം തൂങ്ങാതെ അദ്ഭുതരാവ് കാത്തിരിക്കുന്നു. ലൈലത്തുൽകതിർ റംസാനിലെ ഇരുപത്തിയേഴാം രാവ്. സമയത്തിന്റെ ചുറ്റിക്കറക്കത്തിലെവിടെയോ ഒരു അദ്ഭുതസമയം പിറവിയെടുക്കുന്നു. പാലാഴികടഞ്ഞ് അമൃത് ഒഴുകുന്നതുപോലെ സമയമായ സമയങ്ങളുടെയെല്ലാം സമയം ലൈലത്തുൽ കതിർ. ചോദിക്കുന്നവർക്ക് എന്തും നൽകാൻ റമ്പ് കനിയുന്ന സമയം. ചരാചരങ്ങൾ കൈകൾ ഉയർത്തി ദുഃആ ഇരു. ളുഹറു[3] കഴിഞ്ഞതോടെ വറുപ്പും പൊടിപ്പും തുടങ്ങി. പഴനെല്ല് കുത്തി പാറ്റിപ്പെറുക്കിവച്ചു. ചക്കരപ്പാത്രത്തിൽ ഉറുമ്പുകളും ഈച്ചകളും വീണു മരിച്ചു. പായസവും നെയ്യപ്പവും ഉണ്ടാക്കാത്ത വീടുകൾ തെരുവിലുണ്ടാവില്ല. ഇരുപത്തിയേഴാം രാവിലെ അനുഗ്രഹങ്ങൾ വർഷിക്കുന്ന ഉപ്പൂപ്പ ലോകത്തെ എല്ലാ പള്ളികളിലും വിരുന്നു വരും. നൊയമ്പു മുറിക്കണനേരത്ത് ആദ്യം പള്ളിയിൽ കൊണ്ടുവരുന്ന പായസവും നെയ്യപ്പവും മാത്രമേ ഊപ്പൂപ്പ കഴിക്കൂ. ഉപ്പൂപ്പായ്ക്ക് കൂടുതൽ എങ്ങും തങ്ങാൻ നേരമില്ല. ലോകമായ

1. മറുത - യക്ഷി 2. ഖുതിരത്ത് - കഴിവ് 3. ളുഹറ് - ഉച്ചനമസ്കാരം

ലോകത്തെല്ലാം പള്ളികളുണ്ട്. അവിടെയെല്ലാം ഓരോരുത്തര് കാത്തിരിക്കുന്നു. നാടായ നാട്ടിലൊക്കെ പെണ്ണുങ്ങൾ ധൃതിവച്ച് പരസ്പരം മത്സരിച്ച് പായസം വയ്ക്കുകയും നെയ്യപ്പം പൊരിക്കുകയും ചെയ്തു. ആദ്യത്തെയാളിനാണല്ലോ കൂടുതൽ പോരുഷ. നെയ്യപ്പപ്പൊതിയും, പായസപ്പാത്രവുമായി പിള്ളേരുടെയും പെണ്ണുങ്ങളുടെയും പട വൈകുന്നേരമായതോടെ പള്ളിയിലേക്കു പ്രവഹിച്ചുതുടങ്ങി. പൊടിപ്പയല് നെയ്യപ്പപ്പൊതിയും പായസപ്പാത്രവും തൂക്കി വയൽവരമ്പിലൂടെ ധൃതിവെച്ചു നടക്കുകയായിരുന്നു. അതുകണ്ടിട്ടാവും ചുറ്റും മാക്രിപ്പൈതങ്ങൾ തകിലു കൊട്ടി പാട്ടുതുടങ്ങി. കൈതക്കാട്ടിലിരുന്നു വണ്ണാത്തിപ്പുള്ളുകൾ വീണ മീട്ടി. കുളക്കോഴികളുടെ ചിലമ്പൽ മുഴങ്ങി. കുളക്കോഴികളുടെ കരച്ചിൽ കേട്ടാൽ പൊടിപ്പയലിന്റെ മനസ്സ് പതഞ്ഞുതൂകും. പൊടിപ്പയൽ കാട്ടുപൊന്തയുടെയരികിൽ നിശ്ശബ്ദനായി നിന്നു. ഉള്ളിൽ നൂറായിരം ശബ്ദങ്ങളുടെ മേളം. ചുറ്റും പ്രപഞ്ചത്തിന്റെ അതിരുകളോളം ഉയരുന്ന സംഗീതപ്രവാഹം പൊടിപ്പയല് കുളക്കടവിനരികിലെ കല്ലിൽ കാലുകൾ വെള്ളത്തിലിറക്കിയിരുന്നു. നീർച്ചാലിലൂടെ ഊപ്പകളും പരൽമീനുകളും ഒഴുകിവന്ന് പൊടിപ്പയലിന്റെ കാലുകളെ തൊട്ടുരുമ്മി നിന്നു. എവിടെ നിന്നോ ഒരു കാക്ക പറന്നുവന്നു. പൊടിപ്പയലിന്റെ കൈയിലിരുന്ന നെയ്യപ്പപ്പൊതി തട്ടിയെടുത്തു. ഒരു നെയ്യപ്പവും റാഞ്ചി കാക്ക മുളഞ്ചില്ലയിൽ വന്നിരുന്നു. ബാക്കി നെയ്യപ്പം ചെളിയില് ചിതറി കിടന്നു. ചുറ്റും സംഗീതം നിലച്ചു. പൊടിപ്പയൽ ഭയപ്പാടോടെ ചുറ്റും നോക്കി. വയൽവരമ്പിലൂടെ പെണ്ണുങ്ങളുടെയും പിള്ളേരുടെയും പട കാലിപ്പാത്രവുമായി ഇഴഞ്ഞുവരുന്നു. പൊടിപ്പയൽ പായസപ്പാത്രവുമായി കാശാൻകുറ്റിക്കരുകിൽ പമ്മിനിന്നു. പട പൊയ്ക്കഴിഞ്ഞപ്പോൾ പൊടിപ്പയൽ വീണ്ടും കുളക്കടവിൽ വന്നിരുന്നു. ചുറ്റും ഇരുട്ടിന്റെ പുകച്ചുരുളുകൾ ആരോ ഊതിക്കളിക്കുന്നു. കുളത്തിൽ മീനുകളുടെ തുടിപ്പ്. പള്ളിയിൽ നിന്ന് നൊയമ്പു മുറിക്കുന്നതിന്റെ നിയ്യത്ത്[1] ഉയർന്നുകേൾക്കാം. പൊടിപ്പയൽ നെയ്യപ്പത്തിനു ചുറ്റും കലപില കൂട്ടു കാക്കളെ നോക്കിയിരുന്നു അവറ്റകളോട് പൊടിപ്പയലിന് തെല്ലും പരിഭവം തോന്നിയില്ല. പൊടിപ്പയൽ പതിയനെ പായസപ്പാത്രം തുറന്ന് പായസം കുളത്തിലേക്ക് തൂകി. മീനുകൾ പായസത്തിനു ചുറ്റും ഇരച്ചാർത്തു. കിളുകിള് ശബ്ദമുയർന്നു. പായസപ്പാത്രം കഴുകി വരമ്പിലൂടെ വീട്ടിലേക്കു പോകുമ്പോൾ പോരുഷ നൽകുന്ന ഉപ്പൂപ്പ കാറ്റിന്റെ ചിറകുകൾക്കുള്ളിലിരുന്നു പടിഞ്ഞാറൻ ദിക്കിലേക്ക് അതിശീഘ്രം പാഞ്ഞുപോകുന്നതുകണ്ടു. മരച്ചില്ലകളെല്ലാം തല കുമ്പിട്ടു വന്ദിക്കുന്നു. പൊടിപ്പയലും തലകുമ്പിട്ടു നടന്നു. ചിതൽ പുറ്റിലിരുന്നു മുപ്പതുനൊയമ്പും നോറ്റ ഉറുമ്പുകൾക്കു മാത്രം ചിറകുമുളച്ചു. ഇയ്യലുകളായി രൂപം മാറി അവ അനന്തതനോക്കി പറന്നു. കമ്പിളി പുതച്ചിരിന്നു നൊയമ്പു നോറ്റ പുഴുവിന് മനോഹരമായ വർണ്ണച്ചിറകുകൾ കിളിച്ചു. മുറ്റത്തും

1. നിയ്യത്ത് - കരുതൽ

മാനത്തും പെരുന്നാൾ പട്ടുകൾ പാടി അവ പറന്നുനടന്നു. ചേറിൽ പുതഞ്ഞുകിട മീനുകൾ ധ്യാനമുണർന്നു. മീൻ കുഞ്ഞുങ്ങൾ പുതുവെള്ള ത്തിൽ നീന്തിത്തുടിച്ചു. നൊയമ്പുനോറ്റ പാമ്പുകൾ പടം പൊഴിച്ച് ചുറു ചുറുക്കോടെ ഇഴഞ്ഞു നടന്നു. പൊടിപ്പയലിന് അമ്മ കസവുകരയുള്ള കുറിയ മുണ്ടെടുത്ത് ഉടുപ്പിച്ചു കൊടുത്തു. പൊടിപ്പയല് ആദ്യമായാണ് മുണ്ടുടുക്കുന്നത് ഇനി മുതൽ നിസ്കാരം നിർബന്ധം. പുത്തനുടുപ്പിട്ടു. ചെവിപ്പുറകിൽ അത്തറുമുക്കിയ പഞ്ഞിവച്ചു. ഊഴ്ന്നിറങ്ങുന്ന ഒറ്റമുണ്ട് തിരുകി മുകളിലേക്ക് കയറ്റി അത്തായുടെ പറകേ പള്ളിയിലേക്കു നടന്നു. പള്ളിയിൽ തക്ബീർ[1] ധ്വനികളുയർന്നു. പെരുന്നാൾ നിസ്കാരത്തിനായി ചരാചരങ്ങൾ ഒടങ്കം പള്ളിമുറ്റത്തേക്കു പ്രവഹിച്ചു. തൈക്കാവിന്റെ മുറ്റത്തുനിന്ന് നബീസാമ്മാൾ പൊടിപ്പയലിനെ നോക്കി. ഒരു പുതിയ ചെറുക്കനെപ്പോലെ സുന്ദരനായി പൊടിപ്പയല് പള്ളിക്കുളത്തിലേക്ക് വുളു ചെയ്യാൻ പോകുന്നു. നബീസാമ്മാൾ പള്ളിക്കകത്ത് ഇതുവരെ കയറി യിട്ടില്ല. പെണ്ണുങ്ങൾ വീട്ടിലാണുപോലും നിസ്കരിക്കേണ്ടത്. അതാക്കും നാട്ടുനടപ്പ്. അവൾക്ക് വല്ലാതെ തേങ്ങൽ വന്നു. ഇതെന്തു നാട്ടുനടപ്പ്? പൊടിപ്പയൽ അവയവങ്ങളെല്ലാം മന്ത്രാക്ഷരങ്ങൾ പുരട്ടി കഴുകി. ചരാ ചരങ്ങൾ പെരുന്നാൾ നിസ്കാരത്തിനായി അണിനിരന്നു. പൊടിപ്പയൽ അനന്തതയുമായുള്ള സംവേദനത്തിന്റെ മാന്ത്രികസ്പർശനം അനുഭവി ച്ചറിഞ്ഞു. കോശങ്ങളിൽ തീപിടിക്കുന്നു. അത്തൈയ്ഹാത്തി[2]ന്റെ ഇടി മിന്നൽ.

ശാന്തി

കുറിയമുണ്ടുടുത്ത് പൊടിപ്പയല് ആദ്യമായാണ് മദ്രസയിലേക്ക് വരുന്നത്. അതിന്റെ നാണവും അഭിമാനവുമെല്ലാം ആ മുഖത്തുണ്ടായി രുന്നു. മദ്രസയുടെ മുറ്റത്തെങ്ങും കുട്ടികളെയാരെയും കണ്ടില്ല. താൻ ഇന്നു വളരെ നേരത്തേയാണല്ലോ എന്നു പൊടിപ്പയൽ മനസിലോർത്തു. തൈക്കാവിന്റെ മുറ്റത്തൂടെ മദ്രസയിലേക്കു കയറാൻ നേരം എന്തോ ഒന്ന് തന്റെ കണ്ണുകൾക്ക് മുന്നിലൂടെ പാഞ്ഞുപോയി. പൊടിപ്പയൽ ഒരു നിമിഷം തരിച്ചു നിന്നു. അടുത്തു നിന്നിരുന്ന വാകമരത്തിലിടിച്ച് ഒരു ചെറുശബ്ദത്തോടെ അത് പൊട്ടിച്ചിതറി. അത് എന്താണെന്നറിയാനായി പൊടിപ്പയല് വേഗം വാകമരച്ചോട്ടിലേക്കു നടന്നു. ഒരു മുട്ട വാകമരത്തിൽ വീണ് പൊട്ടി ഒലിച്ചിറങ്ങുന്നു. പൊടിപ്പയൽ മദ്രസയിലേക്കു നോക്കി. അപരിചിതരായ മൂന്നാലാളുകൾ കൂടി നിൽക്കുന്നു. ലബ്ബസാഹിബ് കൊര ണ്ടിയിൽ ചന്ദനപ്പൂട്ട് ഇട്ടിരിക്കുകയാണ്. കൈയിൽ ചന്ദനത്തിരി കത്തിച്ചു

1. തക്ബീർ - പ്രകീർത്തനം 2. അത്തൈയ്ഹാത്ത് - വജ്രാസനം

പിടിച്ച് എന്തൊക്കെയോ ഉരുവിടുന്നുണ്ട്. പൊടിപ്പയൽ ജനൽപ്പാളികൾക്കിടയിലൂടെ എത്തിനോക്കി. മോദീൻ ഒരു തേങ്ങാ പൊതിച്ച് ചകിരിനാരു നിശ്ശേഷം ചുരണ്ടി മിനുസപ്പെടുത്തിക്കൊണ്ടിരിക്കുകയാണ്.

“കൊടുങ്ങല്ലൂർന്നു വരുകയാ. ഏറെ ക്ലേശിച്ചു.

ചെക്കനു രാത്രി ഉറക്കമില്ല. പിച്ചും പേയും പറഞ്ഞുകൊണ്ട് രാത്രി എണീറ്റു നടപ്പാ. ബന്ധുക്കൾ തന്നെയാ ചെയ്യിച്ചേ. പോറ്റി പ്രത്യേകം പറഞ്ഞാരുന്നു. ഇവിടെ വന്നുതന്നെ ഒഴിപ്പിക്കണമെന്ന്. നാലാംവേദക്കാരെക്കൊണ്ട് ചെയ്യിച്ചതാ. ഇവിടെയേ ഒഴിപ്പിക്കാനൊക്കൂ. ഏകപുത്രനാണേ, രക്ഷിക്കണം”. കൂട്ടത്തിലെ മുതിർന്ന മനുഷ്യൻ പറഞ്ഞു.

“കാർണോരു വിഷമിക്കണ്ട. ഒക്കെ ഞാനേറ്റു”.

ഉസ്താദ് അവരെ സമാധാനിപ്പിച്ചു.

മോദീൻസാഹിബ് ഉശകാറാവുത്തരുടെയും തേവലശേരി നമ്പിയുടെയും മന്ത്രവാദകഥ അവരോടു പറഞ്ഞു കേൾപ്പിച്ചു. മോദീൻ ചുരണ്ടി മിനുസപ്പെടുത്തിയ തേങ്ങ ഉസ്താദിന്റെ മുമ്പിൽ വച്ചുകൊണ്ട് പറഞ്ഞു. “ഉശകാറാവുത്തരുതന്നെയായിരുന്നു അവരിൽ കേമൻ.” ഉസ്താദ് മോദീന്റെ വർത്തമാനത്തിനു ചെവികൊടുക്കാതെ തേങ്ങയെടുത്തു തടവി മിനുസം പരിശോധിച്ചു. തന്റെ താടിരോമങ്ങൾ ഉഴിഞ്ഞുകൊണ്ടു പറഞ്ഞു.

“രോഗി, തേങ്ങായുടെ പുറത്തുകയറിയിരിക്കണം. കൈ രണ്ടും നിലത്തൂന്നി, കാലുകൾ ചേർത്തുവച്ച് കുത്തിയിരുന്നാൽ മതി”.

ചെറുപ്പക്കാരൻ വിമ്മിട്ടത്തോടെ തേങ്ങായുടെ മുകളിലേക്കു കയറി ഇരുന്നു. ഒന്നുരണ്ടു പ്രാവശ്യം ഉന്തിളിച്ച് വീഴാൻ ഭാവിച്ചു. കൈകുത്തി വീണ്ടും ഒരുവിധം തപ്പിപ്പിടിച്ചിരുന്നു. ഉസ്താദ് എന്തക്കെയോ ഉരുവിട്ടുകൊണ്ട് പുകയുന്ന ചന്ദനത്തിരി തേങ്ങായ്ക്കു ചുറ്റും വൃത്താകൃതിയിൽ ചലിപ്പിച്ചു.

‘ഇടത്തോട്ട് കറങ്ങട്ട് ഉം, വലത്തോട്ട് പോട്ട്’ എന്നൊക്കെ ആക്രോശിച്ചുകൊണ്ടിരുന്നു. തേങ്ങാപ്പുറത്തു വിമ്മിട്ടത്തോടെ കുത്തിയിരുന്നയാളിന്റെ കൈകൾ പതിയനെ ഇളകാൻ തുടങ്ങി. അതു കണ്ടുനിന്നവർ ഭക്തിപുരസരം കൈകൾ കൂപ്പി. ലബ്ബസാഹിബ് തന്റെ ഓതൽ ഉച്ചത്തിലാക്കി. ചന്ദനത്തിരിയുടെ പുകപടലങ്ങൾ മദ്രസ്യ്ക്കുള്ളിൽ നിറഞ്ഞു. മദ്രസ ശ്വാസം മുട്ടി ചുമച്ചു. തേങ്ങാ പതിയനെ ഇടത്തോട്ടു കറങ്ങാൻ തുടങ്ങി. അതിനനുസരിച്ച് തേങ്ങാപ്പുറത്തിരുന്ന ആൾ കൈകൾ ഇളക്കി കുത്തിക്കൊണ്ടിരുന്നു. മദ്രസയ്ക്ക് ചുറ്റും നൂറു നൂറു കണ്ണുകൾ അത് പാത്തുകൊണ്ടിരിക്കുകയായിരുന്നു. പൊടിപ്പയൽ അവരുടെ ഇടയിൽ നിന്ന് നൂഴ്ന്നിറങ്ങി വാകമരച്ചോട്ടിൽ വന്ന് നോക്കി. ഒലിച്ചിറങ്ങിയ മുട്ടക്കരു മുഴുവൻ ഉറുമ്പുകൾ പൊതിഞ്ഞിരിക്കുന്നു. ചില ഉറുമ്പുകൾ

ആ കൊഴുത്ത ദ്രാവകത്തിൽ വീണു ചത്തുകിടക്കുന്നു. ഉറുമ്പുകളുടെ ജാഥ മാനത്തുന്ന് അപ്പോഴും പുറപ്പെട്ടിട്ടേയുണ്ടായിരുന്നുള്ളു. പൊടിപ്പയല് മുണ്ടുടുത്തതു കാണാൻ ആരുമില്ല. എല്ലാവരുടെയും കണ്ണുകൾ മദ്രസയ്ക്കുള്ളിൽ തളയ്ക്കപ്പെട്ടു. ഇനി എപ്പോഴാണ് അതൊന്നു സ്വതന്ത്രമാകുക? പൊടിപ്പയൽ വാകമരച്ചോട്ടിൽ നിന്നു പിറുപിറുക്കുന്നതു കണ്ടിട്ടാവാം നബീസാമ്മാള് തന്റെ ഒന്നാം ജുസുവും മാറോട് ചേർത്തുപിടിച്ച് അവിടേക്കു വന്നു. പൊടിപ്പയലിനെ അടിമുടി ചുഴിഞ്ഞുനോക്കി. എന്നിട്ട് വിടർന്ന മിഴികളോടെ ചോദിച്ചു.

"മുണ്ടുടുത്തു വലിയ ആമ്പിള ആയിപോനിയെ".

തന്റെ മുണ്ട് ആദ്യമായി ശ്രദ്ധിച്ച നബീസാമ്മാളിനോട് പൊടിപ്പയലിന് അതിരറ്റ സ്നേഹം തോന്നി. പൊടിപ്പയല് അഭിമാനത്തോടെ തല ഉയർത്തി നിന്നു. മദ്രസയുടെ പുറത്തു പിള്ളേരുടെ കൂട്ടം വന്ന് പൊതിഞ്ഞത് അറിഞ്ഞതുകൊണ്ടാവാം മോദീൻ മദ്രസയ്ക്കു പുറത്തേക്ക് ഇറങ്ങിവന്ന് പറഞ്ഞു.

"ഇണ്ണയ്ക്ക് ഓതലില്ലെ. എല്ലാവർക്കും വീട്ടുക്കുപോലാം".

കുട്ടികൾ അത് കേട്ടതും ആഹ്ലാദത്തോടെ കൂകി വിളിച്ചു കൊണ്ടോടി. പൊടിപ്പയലിന് മോദിനോടു കടുത്ത വെറുപ്പ് തോന്നി.

പൊടിപ്പയലു വീണ്ടും ജനൽപ്പാളികൾക്കിടയിലൂടെ ഉള്ളിലേക്കു നോക്കിനിന്നു. നബീസാമ്മാൾ അരികിൽ വന്നുചോദിച്ചു.

"പൊടിപ്പയലു വാറിയാ?"

"നബീസാ പോ, ഞാൻ പിന്നെ വാറെ".

നബീസാ കുറച്ചുനേരംകൂടി ഇവിടാകെ ചുറ്റിപ്പറ്റിനിന്നിട്ട് നടന്നകന്നു. പൊടിപ്പയലിന്റെ കൺമുന്നിലൂടെ കോഴിമുട്ടകൾ ചീറിപ്പാഞ്ഞു പോയിക്കൊണ്ടിരുന്നു. മാനം മുട്ടെ വളർന്ന ഒരു തേങ്ങാപ്പുറത്തിരുന്ന് പൊടിപ്പയൽ കിഴക്കോട്ട് അതിശീഘ്രം ഉരുണ്ടുപോയി മറഞ്ഞു.

മഞ്ഞുപുതച്ച ഒരു വെളുപ്പാൻകാലത്ത് ഊടുവഴിയിലൂടെ ഒരു വയസ്സൻ കുതിരയും ഒരു തുർക്കിത്തൊപ്പിയും തെരുവ് ലക്ഷ്യമാക്കിവന്നു. തണുപ്പ് അകറ്റാൻ ഉസ്മൻ റാവുത്തരുടെ ചായപ്പീടികയിൽ ഒത്തുകൂടിയവരുടെ ഇടയിലിരുന്ന് കൊച്ചികുഞ്ഞുതാങ്കളാണ് അവ്യക്തമായ ആ രൂപങ്ങൾ ആദ്യം കണ്ടത്.

"ഫക്കീറുമാമ വരുന്നു".

ഉസനണ്ണൻ ഒരു കൊക്കിനെപ്പോലെ തല പുറത്തേക്കു നീട്ടി വലിച്ചിട്ടു പറഞ്ഞു:

"ഈ തണുപ്പും പിടിച്ച് ഇത്ര വിടീമിന്നെ ഫക്കീറുമാമ എങ്കേന്നു വരുവാക്കും?"

"എനിക്കോർമ്മയുള്ള കാലം മുതൽ ഫക്കീറുമാമ ഇതുപോലെയിരിക്കയാക്കും." ആരോ പറഞ്ഞു.

കുതിരയും തുർക്കിത്തൊപ്പിയും അടുത്തടുത്തുവന്നു. ഉസ്മാൻ റാവുത്തരുടെ ചായപ്പീടികയ്ക്കരികിൽ വന്നു കുതിര നിന്നു. കുതിരപ്പുറത്തു നിന്ന് ആളിറങ്ങി. തുർക്കിത്തൊപ്പി തലയിൽ നിന്നെടുത്തു കൈയിൽ പിടിച്ചു. പീടികയുടെ വരാന്തയിൽ കോച്ചിവലിച്ചുനിന്നുകൊണ്ട് പറഞ്ഞു:

"കടുപ്പത്തിലൊരു ചായ."

പീടികയിൽ ചായ കുടിച്ചുകൊണ്ടിരുന്നവർ അതുകേട്ട് ഞെട്ടി.

"കുഞ്ഞുമരയ്ക്കാരുറാവുത്തർ!"

അപ്പോഴാണ് ഉസ്മാൻ റാവുത്തർക്കും ആളെ മനസിലായത്.

കുറച്ചുനേരത്തേക്ക് ആരും ഒന്നും മിണ്ടിയില്ല. ചായ എടുത്തു കൊണ്ടിരുന്ന ഉസ്മാൻ റാവുത്തർതന്നെ അവസാനം സംസാരിച്ചു.

"ഫക്കീറുമാമ എങ്കേ അണ്ണേ?"

ഉസ്മാൻ റാവുത്തർ കൊണ്ടുകൊടുത്ത ചായ ഊതി ഊതി കുടിച്ചു കൊണ്ട് കുഞ്ഞുമരയ്ക്കാരുറാവുത്തർ പറഞ്ഞു.

"ഇനി മുതൽ നാൻതന്നെയാക്കും ഫക്കീറുമാമ."

ആ വാക്കുകളിൽ കണ്ണുനീരിന്റെ ഉപ്പും പുളിപ്പും ഉണ്ടായിരുന്നു. അതുകേട്ട് ചായക്കടയിൽ കൂടിയിരുന്ന പുരുഷാരം തമ്മിൽ തമ്മിൽ നോക്കി. തന്റെ പ്രതാപം നശിച്ച പഴയ കോട്ടിൽ നിന്നു കാശ് എണ്ണി മേശപ്പുറത്തു വച്ചു. കുതിരയുടെ കടിഞ്ഞാൺ പിടിച്ച് തെരുവുപേക്ഷിച്ച ആൽത്തറയിലേക്ക് ഞൊണ്ടി ഞൊണ്ടി നടന്നു.

സ സാ സ സരികം. കുഞ്ഞുമരയ്ക്കാരുറാവുത്തരുടെ പഴയ തുകൽ ചെരിപ്പു കരഞ്ഞു. ആൽത്തറയിലിരുന്ന് കുഞ്ഞുമരയ്ക്കാരു റാവുത്തർ താൻ ജനിച്ചുവളർന്ന ഗ്രാമത്തെ ദാഹാർത്തമായ കണ്ണുകളോടെ നോക്കി. മുമ്പൊരിക്കലും ഈ ഗ്രാമത്തിന് ഇത്രമാത്രം സൗന്ദര്യമുണ്ടെന്നു തോന്നിയിട്ടില്ല. നരകയറിയ നെൽവയലുകൾ ഒരു പേർഷ്യൻ ചിത്രത്തെ ഓർമ്മിപ്പിക്കുന്നു. തടിയിൽ കൊത്തുവേല ചെയ്തും കല്ലും ഓടും ഉപയോഗിച്ച് തന്റെ പൂർവികരാരോ നിർമ്മിച്ച പുരാതനമായ പള്ളിയുടെ മേക്കൂട് ഉയർന്നുകാണാം. കണ്ണിൽ പള്ളിക്കാടിന്റെ പച്ചപ്പ് കുളിരുപകരുന്നു. വളഞ്ഞും പുളഞ്ഞും പ്രപഞ്ചത്തിന്റെ അതിരിലേക്കു നീളുന്ന ചെമ്മൺ പാതകൾ. നേരിയ തണുപ്പിൽ ഉറക്കം നടിച്ചുകിടക്കുന്ന പീടികകൾ. എല്ലാം എല്ലാം ഞരമ്പുകളിൽ പറഞ്ഞറിയിക്കാനാവാത്ത ഒരു അനുഭൂതി പകർന്നു തരുന്നു. കുഞ്ഞുമരയ്ക്കാരു റാവുത്തർ മുമ്പൊരിക്കലും അനുഭവിച്ചിട്ടില്ലാത്ത വികാരതരളിതകൊണ്ട് ത്രസിച്ചുനിന്നു. രോമം കൊഴിഞ്ഞ തുർക്കിത്തൊപ്പിയെടുത്തു തട്ടിക്കുടഞ്ഞു ധരിച്ചു. പതിയനെ എണീറ്റു

വിറയാർന്ന കൈകളോടെ കുതിരയെ തൊട്ടു. തന്റെ ബാല്യവും കൗമാരവും നുള്ളിപ്പെറുക്കി ആ പഴയ വഴികളിലൂടെ കുഞ്ഞുമരയ്ക്കാരു റാവുത്തരും കുതിരയും നടന്നു. തെങ്ങിന്റെ പോട്ടിലിരുന്ന് ഒരു നത്ത് തന്റെ ഉണ്ടക്കണ്ണുകൾകൊണ്ട് ആ യാത്ര ഭയപ്പോടോടെ തുറിച്ചു നോക്കിയിരുന്നു. തിരുവമ്പലത്തു തറവാടിന്റെ ചിതലരിച്ച മൺകൂനയ്ക്കു മുമ്പിൽ വന്ന് കുതിര നിന്നു. കാൽവളകൾ കിലുങ്ങുന്നു. പിച്ചവച്ച് കുഞ്ഞിളം കാലുകൾ അവിടമാകെ ഓടിച്ചാടി നടന്നു. കുഞ്ഞുമരയ്ക്കാരു റാവുത്തരുടെ കണ്ണുകൾ നിറഞ്ഞൊഴുകി. ഓർമ്മകളുടെ നിലയ്ക്കാത്ത ജലപ്രവാഹത്തിലേക്ക് ആരോ വിവിധ നിറങ്ങളിലുള്ള സിന്ദൂരം വാരിവിതറിക്കൊണ്ടിരുന്നു. നിറഞ്ഞ മിഴികളോടെ കുഞ്ഞുമരയ്ക്കാരു റാവുത്തരവിടെ എന്തോ പ്രതീക്ഷിച്ചു നിന്നു. വേലിക്കൽ ആരൊക്കെയോ വന്ന് എത്തിനോക്കുന്നു. ഇവരെല്ലാം എനിക്ക് അപരിചിതരാണല്ലോ എന്നു കുഞ്ഞുമരയ്ക്കാർ ഓർത്തു. തന്റെ ഉറക്കം തൂങ്ങുന്ന കുളമ്പുകളെ കുടഞ്ഞ് ഉണർത്തി, കുതിര നടന്നു നടന്നു നടന്ന് അത് പുറക്കാട് ചന്തയിലെത്തി. ആകാശംപോലെ പരന്നുകിടക്കുന്ന കടൽ. കടലോരത്ത് വിസ്തൃതമായ തെങ്ങിൻതോപ്പിനിടയിൽ തിരുവമ്പലത്തു തറവാട് പുത്തൻ ജപം പൂണ്ട് നിൽക്കുന്നു. കുഞ്ഞുമരയ്ക്കാരുടെ കണ്ണുകളിലൂടെ ധാരധാരയായി കണ്ണുനീർ വാർന്നു. തറവാട് കുഞ്ഞുമരയ്ക്കാരെ നോക്കി മാതൃവാത്സല്യത്തോടെ കൈകൾ നീട്ടി. കുഞ്ഞുമരയ്ക്കാരു റാവുത്തർ ഒറ്റക്കുതിപ്പിനു തറവാടിന്റെ പടിപ്പുരയ്ക്കൽ എത്തിനിന്നു കിതച്ചു. പൂട്ടിയിട്ടിരുന്ന വാതിലിൽ പിടിച്ചു കുലുക്കി വിളിച്ചു:

“ആരുമില്ലിയാ, വാതിൽ തുറക്കൂ”.

വീട്ടിനുള്ളിൽ നിന്നാരോ പുറത്തിറങ്ങി വന്നു നോക്കി. ഒരു പെൺകുട്ടി. അവൾ വീണ്ടും വീട്ടിനുള്ളേക്ക് ഓടി. കുറച്ചുകഴിഞ്ഞ് തിരികെ വന്നു. ഒരു കിണ്ണത്തിൽ ഒരുപിടി അരി കൊണ്ടുവന്നു പൂട്ടിക്കിടന്ന വാതിലിനിടയിലൂടെ നീട്ടി. കുഞ്ഞുമരയ്ക്കാരുറാവുത്തർ ഇതിൽ നിന്നും കുറച്ച് അരി വാരി ചുറ്റും വിതറി. എന്നിട്ട് പറഞ്ഞു:

“എനിക്കു പട്ടരെ കാണണം”.

പെൺകുട്ടി തിരകെ വീട്ടിനുള്ളിലേക്ക് ഓടി. എന്നിട്ട് പടിക്കൽ നിന്നു വിളിച്ചു പറഞ്ഞു.

“അപ്പാ, ഒരു ഭ്രാന്തൻ പടിപ്പുരയിലെ വന്തു നിക്കിതാൻ”.

പട്ടരു മുറ്റത്തിറങ്ങി മുറുക്കാൻ കാറി നീട്ടിത്തുപ്പിക്കൊണ്ടു ചോദിച്ചു: “ആരാ?”

“ഞാനാ”. പടിക്കൽ നിന്നു കുഞ്ഞുമരയ്ക്കാരു റാവുത്തർ പറഞ്ഞു.

“ഞാ, എന്തുവേണം?”

"ഞാനാ സ്വാമി, കുഞ്ഞുമരയ്ക്കാരു റാവുത്തർ". ശ്വാസം കഴിക്കാൻ വിമ്മിട്ടപ്പെട്ടുകൊണ്ട് കുഞ്ഞുമരയ്ക്കാരു റാവുത്തർ പറഞ്ഞു.

"കുഞ്ഞുമരയ്ക്കാരു റാവുത്തരോ?

എന്താ, എന്താ മരയ്ക്കാരെ വിശേഷം?"

"വാതിലു തുറക്കൂ".

പട്ടര് വാതിൽ തുറന്നു. എനിക്കു വീടൊന്നു കാണണം. അത്യാവേശത്തോടെ കുഞ്ഞുമരയ്ക്കാരു റാവുത്തർ പറഞ്ഞു. പട്ടരുടെ മുഖം മ്ലാനമായി.

"അത് ... "

"തടസം പറയരുത്. ഒരൊറ്റ പ്രാവശ്യം. പിന്നെ നിങ്ങളെ ബുദ്ധിമുട്ടിക്കില്ല".

കുഞ്ഞുമരയ്ക്കാരു റാവുത്തർ പട്ടരുടെ കൈകളിൽ കടന്നുപിടിച്ചു. ആ കണ്ണുകൾ നിറഞ്ഞൊഴുകി. പട്ടര് കാണാതെ കണ്ണുനീർ തുടയ്ക്കാനായി തത്രപ്പെട്ടു.

"വാങ്കെ". പട്ടര് വിളിച്ചു.

തറവാടിന്റെ വാതിൽ ഒരു ഞരക്കത്തോടെ തുറന്നു. പട്ടത്തിപ്പെണ്ണുങ്ങൾ ഒരു ഭ്രാന്തൻ അറയ്ക്കുള്ളിലേക്കു കയറിവരുന്നതു കണ്ട് ഭയവും, വെറുപ്പുംനിറഞ്ഞ മുഖഭാവത്തോടെ ഒഴിഞ്ഞുനിന്നു. ഒരു കുഞ്ഞിന്റെ നിറുത്താതെയുള്ള കരച്ചിൽ.

"രാരാരോ രാരിരേ രോ

രാരാരോ രാരിരേ രോ"

താരാട്ടുപാട്ടിന്റെ ഈണത്തിൽ വിഷാദം തുളുമ്പി നിൽക്കുന്നതായി കുഞ്ഞുമരയ്ക്കാരുറാവുത്തർക്കു തോന്നി. കുഞ്ഞുമരയ്ക്കാരു റാവുത്തർ ഒരു കൊച്ചുകുഞ്ഞിനെപ്പോലെ ഇടനാഴികളിലൂടെ വേച്ചുവേച്ചു നടന്നു. പട്ടര് പൂമുഖത്തിരുന്നു മുറ്റത്തേക്കു വീണ്ടും നീട്ടിത്തുപ്പി. കുഞ്ഞുമരയ്ക്കാരുടെ ഉള്ളിൽ കൊടുങ്കാറ്റു നിലച്ചു. മഴ പെയ്തു തോർന്നതുപോലെ ആ മുഖം ശാന്തമായിരുന്നു.

"രൊമ്പ നന്ദിയുണ്ട്. ബുദ്ധിമുട്ടിച്ചതിൽ പൊറുക്കണം". കുഞ്ഞുമരയ്ക്കാരു റാവുത്തർ പറഞ്ഞു.

"ഹേയ് മരയ്ക്കാർക്ക് എപ്പോ വേണമെണ്ടാലും ഇങ്കെ വരലാമേ".

പട്ടര് ചെല്ലപ്പെട്ടി തുറന്നു കുറച്ചു നോട്ടെടുത്തു നീട്ടി. എത്ര നിർബന്ധിച്ചിട്ടും കുഞ്ഞുമരയ്ക്കാരു റാവുത്തരത് വാങ്ങിയില്ല. ഇതെല്ലാം കണ്ടും കേട്ടും മുറ്റത്തു മൂകനായി നിന്നിരുന്ന കുതിര ഇളകി. കുഞ്ഞുമരയ്ക്കാര് അതിന്റെ കടിഞ്ഞാണിൽ പിടിച്ചു നടന്നു. ചുറ്റും കാക്കകൾ അരികൾ കൊത്തിപ്പെറുക്കുന്നതിന്റെ കലപിലാരവം. കുഞ്ഞുമരയ്ക്കാരു റാവുത്തർ കടലിലേക്കു നോക്കി. അതു ശാന്തമായി ഉറങ്ങുകയാണ്. ശാന്തി തേടി

കുഞ്ഞുമരയ്ക്കാരു റാവുത്തരും കുതിരയും കടലിലേക്കിറങ്ങി. കുറച്ചു ദിവസങ്ങൾ കഴിഞ്ഞപ്പോൾ പഴകി ദ്രവിച്ച ഒരു തുപ്പൽകോളാമ്പി വന്ന് പുറക്കാട്ടുകരയ്ക്കടിഞ്ഞു. അതിനുചുറ്റും കാക്കകൾ ഒത്തുകൂടി വലിയ വായിൽ കരഞ്ഞു.

ദുനിയാവിന്റെ വഴി

അനാദികാലം മുതൽ സകലമാന ചരാചരങ്ങൾക്കും കൂരിരുളിൽ നിലാവുചൊരിഞ്ഞനുഗ്രഹിക്കുന്ന ചന്ദ്രബിംബത്തെ ഒരു കൂറ്റൻ പെരുമ്പാമ്പ് വിഴുങ്ങാൻ പോകുന്നുവെന്ന സത്യം, മാനത്തുനോക്കി നടക്കുന്ന പീരുകണ്ണാണ് ആദ്യം അറിഞ്ഞത്. പീരുകണ്ണത് കൊച്ചുകുഞ്ഞുതാങ്കളോട് പറഞ്ഞു. കൊച്ചുകുഞ്ഞുതാങ്കൾ പൂടയൻ ഗോവിന്ദപ്പിള്ളയോട് പറഞ്ഞു. ഉസ്മാൻ റവുത്തരും കുമാരനും കേശവൻവൈദ്യരുമെല്ലാം വേഗം വിവരമറിഞ്ഞു. ചന്ദ്രൻ നമുക്കു നഷ്ടമാകുന്നു. വിവരം കാട്ടുതീപോലെ നാടാകെ പരന്നു. വടിയും തടയും കൈയിൽകിട്ടിയ ആയുധങ്ങളുമായി രോഷാകുലരായ ജനം അമ്പലമുറ്റത്തേക്ക് ഒഴുകി. ലബ്ബസാഹിബിന്റെ നേതൃത്വത്തിൽ റാവുത്തർമാർ തൈക്കാവിന്റെ മുന്നിൽ ഒത്തുകൂടി. കുന്നിൻപുറത്തു പറയച്ചെണ്ടകൾ അടിച്ചു തിമിർത്തു. പെണ്ണുങ്ങളുടെയും പിള്ളേരുടെയും കൂവലും അലർച്ചയും ഉയർന്നു. പൊടിപ്പയൽ ആൾക്കൂട്ടത്തിൽ നിന്നെല്ലാം ഒഴിഞ്ഞ് തെരുവുപേക്ഷിച്ച ആൽത്തറയിൽ വന്നിരുന്നു മാനത്തേക്ക് നോക്കി. നിഴൽ വീണുതുടങ്ങി. ചന്ദ്രഗ്രഹണം. പൊടിപ്പയല് ചന്ദ്രഗ്രഹണം ആദ്യമായി കാണുകയാണ്. പണ്ടെന്നോ ഒരിക്കൽ മുറ്റത്ത് മടലടിയുടെ ഒച്ചകേട്ട് അവ്യക്തമായ ഒരോർമ്മ മാത്രം മനസിലുണ്ട്. 'രാകൂ, ചന്ദ്രഭഗവാനെ വിടൂ' അമ്പലമുറ്റത്തുനിന്നു ജനം ഒടങ്കം ആക്രോശിച്ചു. കൊച്ചുകുഞ്ഞുതാങ്കളുടെ നേതൃത്വത്തിൽ കൈയിലിരുന്ന മടലും വടിയും ഉലക്കയുമെല്ലാം നിലത്ത് ആഞ്ഞാഞ്ഞ് അടിച്ച് അവർ ബഹളം വച്ചു.

'വിടുപാമ്പെ, വിടുപാമ്പെ' എന്ന് അലറി വിളിച്ചു.

പെണ്ണുങ്ങളും പിള്ളേരും അതുകേട്ട് കൂകിവിളിച്ചു ഭയമകറ്റിക്കൊണ്ടിരുന്നു. ഗ്രാമം വലിയവായിൽ ഓരിയിടുന്നു. അതുകേട്ട് യക്ഷിപ്പാലയിലെ വാവലുകൾ ഭീതിദമായി കരഞ്ഞു ബഹളംവച്ചു. രാഹുവും ചന്ദ്രനും തമ്മിലുള്ള പോരുമൂത്തു. ഭൂമിയുടെമേൽ കൂരാപ്പു വീണുതുടങ്ങി. തൈക്കാവിന്റെ മുറ്റത്തു കൂടിനിന്നവരോട് പടിഞ്ഞാറൻനാട്ടിൽപോയി മതം പഠിച്ചുവന്ന അമീർ അലീഖാൻ സംസാരിച്ചു.

"നമ്മെ എത്തിക്കു ഇതിലു തലയിടണ്? ഇത് ഹിന്ദുക്കളുക്കകാര്യം. അവ്വളുക്ക ഭഗവാനെ അവ്വളുക്ക രാകു വിഴുങ്കിത്. ഇതിൽ നമുക്കെന്നെ കാര്യം?"

ഇതുകേട്ട് ദേഷ്യം മൂത്ത ലബ്ബസാഹിബ് ഒച്ച ഉയർത്തി ചോദിച്ചു: "ചന്ദ്രബിംബത്തെ അന്ത പാമ്പു വിഴുങ്കീട്ടാൽ പിന്നെ നമ്മയെപ്പടീ പിറയെ പാക്ക ഒക്കും?".

അതിന് അമീർഅലീഖാന് ഉത്തരമില്ലായിരുന്നു. ജനം ഒടുങ്കം ലബ്ബ സാഹിബിന്റെ പിന്നിൽ നിന്ന് തക്ബീർ മുഴക്കി. ചന്ദ്രൻ മറഞ്ഞുതുടങ്ങി. തർക്കിക്കാൻ ഇനി നേരമില്ല. ചുറ്റും ഇരുട്ട് വ്യാപിക്കുന്നു. ലബ്ബസാഹിബ് മടലെടുത്തു നിലത്താഞ്ഞടിച്ചു.

"വിടുവുങ്കോ പാമ്പെ, പിറയെ വിടുവുങ്കോ"

ചുറ്റും മടലടിയുടെ ആരവം ഉയർന്നു. തെരുവുപേക്ഷിച്ച ആൽത്തറ യിലിരുന്നു പൊടിപ്പയൽ മടലടിയുടെ ഒച്ച കേട്ടിരുന്നു. ചന്ദ്രഗ്രഹണത്തെ ക്കുറിച്ച് ഞാനാരോടാണൊന്നു സംസാരിക്കുക. എല്ലാവരും നിഴലിനോട് യുദ്ധം ചെയ്തുകൊണ്ടിരിക്കുകയാണ്. പാവം ഭൂമി. ഈ അടിയായ അടി യെല്ലാംകൊണ്ട് അതിപ്പോൾ എത്രമാത്രം വേദനിക്കുന്നുണ്ടാകും?

പൊടിപ്പയൽ മനസ്സിലോർത്തു. അമ്പലമുറ്റത്തും തൈക്കാവിനരി കിലും കുന്നിൻപുറത്തും മടലടി കഴിഞ്ഞ് ജനം കൈയും കാലും കുഴഞ്ഞ് ഇരുട്ടിൽ തളർന്നിരുന്നു. പെണ്ണുങ്ങളും പിള്ളേരും ഒച്ചയടച്ചു കുത്തിയി രുന്നു. അവസാനം മേഘങ്ങൾക്കിടയിലൂടെ ചന്ദ്രൻ വീണ്ടും ഒളിഞ്ഞു നോക്കി പുഞ്ചിരിതൂകി. അതുകണ്ട ജനം ആവേശത്തോടെ ചാടി എണീറ്റ് ആഹ്ലാദനൃത്തം ചവിട്ടി. പെണ്ണുങ്ങളുടെ കുരവ കുന്നും കടന്നു. തൈക്കാ വിന്റെ മുറ്റത്ത് തക്ബീർ മുഴങ്ങി. സർവചരാചരങ്ങളെയും സൃഷ്ടിച്ച തമ്പുരാന് സ്തുതി. ലബ്ബ സാഹിബ് പറഞ്ഞു. അമീർ അലീഖാൻ അതു കേട്ട് ഈർഷ്യയോടെ തൈക്കാവിന്റെ മുറ്റത്തൂടെ പള്ളിയിലേക്കു വേഗം നടന്നുപോയി. പള്ളിക്കാട്ടിൽ അപ്പോഴും കാക്കകളുടെ കലമ്പൽ കേൾക്കാം. അമീർ അലീഖാൻ പറഞ്ഞു: "നാശം".

റാത്തീവുമാമ അത്തായുടെ കൂടെ പടികടന്നുവരുന്നതു പൊടിപ്പയല് കോലായിരുന്നു കണ്ടു. അത്ത കാലത്തേ ഉസകാറാവുത്തരണ്ണന്റെ മോന്റെ കല്യാണത്തിനു പോയതായിരുന്നു. എവിടെ ഒരു കല്യാണമോ, ഒരു റാത്തിബോ, നേർച്ചയോ ഉണ്ടോ അവിടെ റാത്തീവുമാമ വന്നെത്തും. തിന്നാനാണ് തമ്പുരാൻ മനുഷ്യനെ പടച്ചതെന്നാണ് റാത്തീവുമാമയുടെ വിശ്വാസം. ആരും വിശേഷങ്ങൾക്ക് വിളിക്കണമെന്നില്ല. പട്ടിയെയും ആണുങ്ങളേയും സദ്യയ്ക്കു ക്ഷണിക്കേണ്ടന്നാണ് റാത്തീവുമാമായ്ക്കു കിട്ടിയ ദിവ്യസന്ദേശം. നിസ്ക്കാരപ്പായിൽ നെറ്റി അമർത്തി ഉരസിയു ണ്ടാക്കിയ പപ്പടവട്ടത്തിലുള്ള തഴമ്പ് ചൊറിഞ്ഞുകൊണ്ട് റാത്തീവുമാമ കോലായിൽ കയറിയിരുന്നു. തന്റെ പഴകിദ്രവിച്ച കാലൻകുട അപ്പോഴും ഇടതുകക്ഷത്തിൽ മുറുക്കിപിടിച്ചിരുന്നു. വലതുകൈകൊണ്ട് തലേക്കെ ട്ടഴിച്ച് മടിയിൽവച്ച് മൊട്ടത്തല തടവിക്കൊണ്ട് റാത്തീവുമാമ സംസാ രിച്ചു തുടങ്ങി.

"കല്യാണവീട്ടിലെ ശാപ്പാട് കഞ്ചിയായിരുന്നു. പരിപ്പിക്ക് കൊളുപ്പി ല്ലെല്ല. ഇറച്ചി വേവേലെ, മുതുകാളയിറച്ചി".

ഫക്കീറുമാമ മുറ്റത്തേക്കു നീട്ടിത്തുപ്പി. എന്നിട്ടു നീട്ടി ഏമ്പക്കം വിട്ടു. അതു പൊടിപ്പയല് ശ്രദ്ധിച്ചു എന്ന് കണ്ടിട്ടാവണം റാത്തീവുമാമ പറഞ്ഞു.

"വായു കോപിച്ചതാക്കും".

അത്ത ഇതൊന്നും ശ്രദ്ധിക്കാതെ നേരെ പുരയ്ക്കുള്ളിലേക്കു കയറി പ്പോയി. റാത്തീവുമാമായുടെ സദ്യയെക്കുറിച്ചുള്ള കുറ്റംപറച്ചിൽ മുറു കുന്നതു കണ്ടിട്ടാവണം അമ്മ കോലായിലേക്കു വന്നു ചോദിച്ചു.

"അല്ലാട്ടാലും, റാത്തീവുമാമായ്ക്ക് എന്നാക്കും ശാപ്പാട് പിടിക്കിതത്".

അതുകേട്ട് റാത്തീവുമാമാ മുറുക്കാന്റെ കറകൊണ്ട് ചിത്രപ്പണി ചെയ്ത രണ്ടുമൂന്ന് ഉന്തിളിച്ചു നിൽക്കുന്ന പല്ലുകൾ പുറത്തേക്ക് വിരിച്ച് വികൃതശബ്ദത്തിൽ ചിരിച്ചുകൊണ്ട് പറഞ്ഞു;

"പണ്ടത്തെ കല്യാണമായിരുന്നു കല്യാണം. ശാപ്പാടുക്കെ രുചി നാക്കിലിരിക്കിത് ഇപ്പോഴും".

ഇതുകേട്ട് പൊടിപ്പയല് റാത്തീവുമാമായോട് കുറച്ചൂടെ ചേർന്നി രുന്നുകൊണ്ട് ചോദിച്ചു:"അന്നത്തെ കല്യാണമെല്ലാം എപ്പടിയായിരുന്നു മാമാ?"

റാത്തീവുമാമ വീണ്ടും പല്ലു വിരിച്ചു ചിരിച്ചു:

"അന്നൊക്കെ വലിയ രസമുള്ള കാലമല്ലേ?". കുഞ്ഞുമരയ്ക്കാരു റാവുത്തരണ്ണന്റെ കല്യാണം ഒരുങ്ങിപ്പോയത് ആനപ്പുറത്തായിരുന്നു. മോന്റെ അത്താടെയത്ത കൊച്ചുതമ്പിറാവുത്തരുടെ കല്യാണം ഒരുങ്ങി പ്പോയത് ഒരു കുതിരപ്പുറത്ത് അറബനാമുട്ടും കോലുകളിയും പാട്ടും കൂത്തും ഒക്കെയായി നടന്നല്ലിയോ അന്നു കല്യാണത്തിനു പോകുക. പെണ്ണിന്റെ വീട്ടിൽ മൂന്നാലു ദിവസം ഇക്കണ്ട ജനമെല്ലാം വെച്ച് ഉണ്ട് പാർത്തിട്ടേ തിരികെ പോരൂ. മൂന്നാലു ദിവസം ശാപ്പാടു കുശാൽ. ശാപ്പാ ടിന് എന്തെല്ലാം വിഭവങ്ങളായിരുന്നു...! അത്ത കോലായിലേക്കുവന്നു. റാത്തീവുമാമായുടെ കഥ മുറിഞ്ഞു. അത്ത കീശയിൽ നിന്നു കാശെ ടുത്തു നീട്ടി. റാത്തീവുമാമ അതു രണ്ടുകൈയും നീട്ടി വാങ്ങി കീശയി ലിട്ടുകൊണ്ട് പറഞ്ഞു. 'അൽഹമ്ദുലില്ലാ' കക്ഷത്തുനിന്ന് ഊഴ്ന്നിറങ്ങിയ കുട വീണ്ടും തിരുകി മുകളിലേക്ക് കയറ്റിക്കൊണ്ട് പറഞ്ഞു: "എന്നാ ഇറങ്ങട്ടെ".

പൊടിപ്പയൽ പറഞ്ഞു: "മാമാ, കല്യാണക്കഥ".

"ഓ, അതോ, അതു പിന്ന ഒരിക്കലാകട്ട്".

റാത്തീവുമാമ വയൽവരമ്പു മുറിച്ചു നടന്നുപോകുന്നതു പൊടിപ്പ യൽ കോലായിരുന്നു നോക്കിക്കൊണ്ടിരുന്നു.

അഹിറത്തിൽ അന്ന് കിയാമനാളുകളെക്കുറിച്ചാണ് ഉസ്താദ് പഠിപ്പിച്ചത്. കുഴഞ്ഞ ശബ്ദത്തിൽ ഉസ്താദ് പറഞ്ഞുകൊണ്ടിരുന്നു. പുല്ലിനും പുഴുവിനും അവസാനമുണ്ട്. മരത്തിനും മനുഷ്യനും അവസാനമുണ്ട്. ഭൂമിക്കും പ്രപഞ്ചത്തിനും അവസാനമുണ്ട്. അവസാനമില്ലാത്തതു റമ്പിനു മാത്രം. കുട്ടികൾ കാതോർത്തിരുന്നു. അവസാനനാളടുക്കുമ്പോഴാക്കും ആ ദജ്ജാല് ഭൂമിയിലേക്ക് ഇറങ്ങിവരുന്നത്. മലയിടുക്കിൽ ചങ്ങലക്കിട്ട് പൂട്ടിയിരിക്കയാണിപ്പോഴാ പിശാശിനെ. ഒറ്റക്കണ്ണൻ ഞൊണ്ടി. നന്മചെയ്യുന്നവരെല്ലാം ഇല്ലാതാകുമ്പം അവൻ ചങ്ങല ഭേദിച്ച് ഇവിടേക്ക് ഇറങ്ങിവരും. കുട്ടികൾ ഭയപ്പാടോടെ കണ്ണുകൾ ഉന്തിച്ച് വീർപ്പടക്കിയിരുന്നു. ഉസ്താദിന്റെ നാവുകൾ വീണ്ടും കുഴഞ്ഞു കുഴഞ്ഞു വന്നു. ദജ്ജാല് അദ്ഭുതവിദ്യ കാണിക്കും. അവൻ പറയുമ്പോൾ മഴപെയ്യും. അവൻ സ്വയം റമ്പാണെന്ന് അവകാശപ്പെടും. അവനുദ്ദേശിക്കുന്നതെല്ലാം ഇവിടെ നടത്തും. സകല ചരാചരങ്ങളും അവനു കീഴ്പ്പെട്ടു ജീവിക്കും. അവസാനം മാനത്തു മറഞ്ഞിരിക്കുന്ന ഈസാ നബി വന്ന് അവനെ നശിപ്പിക്കും. കുറച്ചുകാലം ഭൂമിയിൽ നന്മ പുലരും. അതോടെ ഭൂമിയുടെ അവസാനമായി. ഇസ്റാഫീൽമലക്ക് സൂർ എന്ന കൊമ്പ് ഊതും. കൊടുങ്കാറ്റ് വട്ടിളകി ആഞ്ഞുവീശും. എല്ലാം തകർത്തുതരിപ്പണമാക്കുന്ന ഒടുക്കത്തെ കാറ്റ്. സൂര്യൻ ഭൂമിയിലേക്ക് ഇറങ്ങിവരും. കുട്ടികളുടെ നെഞ്ചിടിപ്പ് കൂടിക്കൂടി വന്നു. ഉസ്താദ് കസേരയിൽ നിന്ന് താഴേക്കു കോച്ചി വീണു. നിലത്തുകിടന്നു പിടയുന്ന ഉസ്താദിനെ കണ്ട് പിള്ളേർ വലിയ വായിൽ കരഞ്ഞുബഹളം വച്ചു. പൊടിപ്പയലും കരീമും ഉസ്താദിന്റെ അടുത്തേക്ക് ഓടിവന്നു. പിടിച്ചെണീപ്പിക്കാൻ പാടുപെട്ടുകൊണ്ടിരുന്ന ഉസ്താദിന്റെ കണ്ണുകൾ തുറിച്ചുവന്നു. പിള്ളേരുടെ കരച്ചിൽകേട്ട് തൈക്കാവിന്റെ മുറ്റത്തുനിന്ന് മോദീൻ ഓടിവന്നു. പള്ളിമുറ്റത്തുനിന്ന് ആരൊക്കെയോ മദ്രസിലേക്ക് ഓടിക്കേറിവന്നു. ഉസ്താദിനെ പൊക്കിയെടുത്ത് അവർ കട്ടിലിൽ കിടത്തി. കട്ടിലും പൊക്കി അവർ അതിവേഗം ആഹിറത്തിൽ നിന്നു ദുനിയാവിന്റെ വഴിയിലേക്ക് ഇറങ്ങിപ്പോയി. കുട്ടികൾ കണ്ണുനീർ തുടച്ച് മദ്രസയുടെ മുന്നിൽ നിന്ന് ദയനീയമായി അതു നോക്കിനിന്നു. ചെമ്മൺപാതയിലൂടെ പുഞ്ചവരമ്പിലൂടെ, കുന്നുംകടന്ന് ദുനിയാവിന്റെ വഴി നീണ്ടു നീണ്ടു കിടന്നു.

വീണ്ടും മുറ്റത്തെ മാവു പൂത്തു. തൈക്കാവിന്റെ മുറ്റത്ത് ഓതാൻ വന്നപിള്ളേർ കളി തുടങ്ങിക്കഴിഞ്ഞു. അമീർ അലീഖാൻ തന്റെ തലപ്പാവ് ശരിയാക്കി ചൂരൽകമ്പ് എടുത്ത് മേശമേൽ ആഞ്ഞാഞ്ഞ് അടിച്ചു. പിള്ളേർ കളിനിറുത്തി. ആഹിറത്തിന്റെ പടികൾ ഓടിക്കയറി. മദ്രസയിൽ നിന്നും ആരവമുയർന്നു. അലിഫ്, ബ, ത, ജീമ്... പള്ളിക്കാട്ടിൽ കലപില കൂട്ടിക്കൊണ്ടിരുന്ന കാക്കകൾ വായടച്ച് അത് കാതോർത്തിരുന്നു.

രണ്ട്

കായിത

കായിത

അയ്യത്തെ മരങ്ങളായ മരങ്ങളിലെല്ലാം കെട്ടിപിടിച്ചു വളരുന്ന നല്ല മുളകുവള്ളികൾ തിരിയിട്ടു കുരുമൂത്തു തുടങ്ങിയപ്പോൾ തെക്കെ എറയത്തുവന്നു ജമീലാമ്മാൾ നാവിരുകണ്ണിനോടു പറഞ്ഞു.

"പെമ്പിളകൾ ഇരുന്തിട്ടു എന്നിരിക്കതുപോലെയാക്കും വളരുതത്"

എന്തോ കുത്തിക്കുറിക്കുകയായിരുന്ന നാവിരുകണ്ണ് തലയുയർത്തി ബാക്കികൂടി കേൾക്കാനുള്ള ആകംക്ഷയോടെ ജമീലാമ്മാളിന്റെ മുഖത്തേക്ക് നോക്കി. ജമീലാമ്മാൾ ഇടത്തിണ്ണയിലെ കൊച്ചുഭിത്തിയിൽ തൂണിൽചാരിയിരുന്നുകൊണ്ടു പറഞ്ഞു

"ഇന്താണ്ടത്തെ നല്ലമുളക് വിറ്റിട്ടുവേണം നബീസായ്ക്കൊരു നല്ല മുളക് മണിമാല വാങ്കത്തിക്ക"

ഓ! ഇതാണോ കാര്യം. എന്ന ഭാവത്തിൽ നാവിരുകണ്ണ് വീണ്ടും കുത്തിക്കുറിക്കാൻ ഭാവിച്ചുകൊണ്ട് പറഞ്ഞു.

"കൃഷ്ണൻ തട്ടാരിക്കടുത്തുപോയി രണ്ടുപവനിക്ക് ഒരു നല്ലമുളക് മാല പണിതുവയ്ക്കച്ചൊല്ല്. അന്ത മൂത്ത തട്ടാര് അറിയപ്പെടാത്. പണിയത്തിക്ക മിടുക്കൻ കൃഷ്ണൻ തട്ടാരാക്കും"

തന്റെ തലയിൽ നിന്നൂഴ്ത്തിറങ്ങിയ സാരിയുടെ തുമ്പ് പിടിച്ചു നേരെയിട്ടുകൊണ്ട് ജമീലാമ്മാൾ പറഞ്ഞു.

"കൊച്ചമ്മാ പെരിയമ്മ ഉച്ചകഴിഞ്ഞ് ഇഞ്ചോട്ടുവരുവാങെ. അവ്വളുക്ക കൂടെ പോലാം.

എണ്ണക്ക് തരവാനെണ്ടു കേക്കണും?

"ദുരിശം കൂട്ടണ്ടാ. തട്ടാരു സമയംപോലെ തരട്ടെ".

കുഞ്ഞിച്ചോത്തി പടികടന്നു വരുന്നതുകണ്ട് ജമീലാമ്മാൾ അടുക്കളയിലേക്ക് പോയി. നബീസാമ്മാൾ പള്ളിക്കൂടത്തിൽ നിന്നുവന്നപ്പോൾ അമ്മ ജമീലാമ്മാൾ വീട്ടിലുണ്ടായിരുന്നില്ല. കുഞ്ഞിച്ചോത്തി

കോലായിലിരുന്നു മുറുക്കുന്നുണ്ടായിരുന്നു. നബീസാമ്മാൾ വന്നപാടെ അമ്മായെ തിരക്കി.

"അമ്മ എങ്കെ?!"

"അമ്മ മോൾക്ക് മാല പണിയിക്കാൻ തട്ടാന്റടുത്തുപോയിരിക്കുവാ." എന്നിട്ടു കുഞ്ഞിച്ചോത്തി അർത്ഥം വച്ചൊന്നു മൂളി. ഉം... ഉം...

കൂമനെപ്പോലെയുള്ള കുഞ്ഞിച്ചോത്തിയുടെ മൂളൽ കേട്ടശസ്വസ്ഥതയോടെ നബീസാമ്മാൾ നിൽക്കുമ്പോൾ അവർ നീട്ടിപറഞ്ഞു.

മോൾക്ക് ജിമിക്കയായി

വളയായി; ഇനി മാല...

ഇതൊക്കെയെന്തിനാ അമ്മ പണിയിച്ചു തരുന്നേ?

നബീസാമ്മാൾ തന്റെ മൈലാഞ്ചി പുരട്ടിചുമപ്പിച്ച കൈവിരലുകൾ വായിൽ തിരുകിപ്പറഞ്ഞു.

"പെമ്പിളയായതുകൊണ്ട്"

പെമ്പിളകൾക്കിതൊക്കെ വാങ്ങിത്തരുന്നതെന്തിനാണന്നാ ഞാൻ ചോദിച്ചത്?

നബീസാമ്മാൾ വീണ്ടും ചിന്തയിലാണ്ടു. പിന്നെയൊരെത്തുംപിടിയും കിട്ടാതെ പറഞ്ഞു.

'തെരിയാത്'

യ്യ യ്യ യ്യ യ്യേ യ്യേ... നബീസാമ്മാളിനിനിനും ഇതൊന്നും അറിയില്ല?! കുഞ്ഞിച്ചോത്തിയുടെ മുഖത്തെ അയഞ്ഞ പേശികൾ ഒന്നുകൂടിയയഞ്ഞു വികസിച്ചു.

അറിയില്ലന്ന ഭാവത്തിൽ നബീസാമ്മാൾ കുഞ്ഞിച്ചോത്തിയെ നോക്കി.

കുഞ്ഞിച്ചോത്തി എന്തോ അടക്കം പറയുമ്പോലെ ശബ്ദമടക്കി തല കുനിച്ച് നബീസാമ്മാളിന്റരുകിലേക്ക് ആഞ്ഞ് പറഞ്ഞു;

അതേ, മോളെ കെട്ടിച്ചുവിടാൻ പൂവ്വാ?

നബീസാമ്മാൾ അതുകേട്ടു ചിണുങ്ങിതുടങ്ങി. ദേഷ്യവും വേദനയും നാണവും ചാലിച്ചെടുത്ത മുഖഭാവത്തോടെ നബീസാമ്മാൾ പറഞ്ഞു

"ചുമ്മാ"

എന്നെ ഏഴാം വയസ്സിൽ എന്റെ ചോവൻ കല്ല്യാണം കഴിച്ചോണ്ടുവന്നതാ. എന്റെമ്മാവന്റെ തോളിലിരുന്നാ ഞാനിവിടേക്ക് വന്നത്. മോൾക്കിപ്പം വയസ്സൊമ്പതായില്ലേ?

നബീസാമ്മാളിന്റെ മനസ്സിൽ തീയാളി. എന്തിനാ എന്നെ കല്ല്യാണം കഴിച്ചുവിടുന്നത്.

നബീസാമ്മാൾ ദേഷ്യത്തോടെ ചോദിച്ചു.

"ആർക്കറിയാം"

കുഞ്ഞിച്ചോത്തി കുണുങ്ങി കുണുങ്ങിച്ചിരിച്ചു. നബീസാമ്മാളിനു തന്റെ ജിമിക്കയും വളകളും ഊരി ദൂരെയെറിയാനാണ് തോന്നിയത്.

'ഒരു കല്ല്യാണം'

നബീസാമ്മാൾ പുറുപുറുത്തുകൊണ്ടു മുറിക്കുള്ളിലേക്കു പോയി. അതുകേട്ട് കുഞ്ഞിച്ചോത്തി നത്തുകരയും പോലൊരു ശബ്ദം പുറപ്പെടുവിച്ചുകൊണ്ടു ചോദിച്ചു "മോളെന്താ പറഞ്ഞെ"

"കുന്തം" നബീസാമ്മാൾ ദേഷ്യത്തോടെ വിളിച്ചു പറഞ്ഞു കോക്രി കുത്തി.

അതുകണ്ട് കുഞ്ഞിച്ചോത്തി തന്റെ വെറ്റാമാന്റ കറപുരണ്ട പല്ലുകാട്ടി ഉറക്കെ ചിരിച്ചു.

അസറിന്റെ ബാങ്കുകേട്ടുകഴിഞ്ഞപ്പോൾ കൊച്ചമ്മാപെരിയമ്മായും ജമീലാമ്മാളും കൂടി വയൽവരമ്പിലൂടെ വീട്ടിലേക്ക് നടന്നുവന്നു. അതു കണ്ട് എരുത്തിലിൽ കിടന്നു രോഹിണിപ്പശുവും കിടാവും ബഹളം വച്ചു. കാലിളക്കി വാലു കുടഞ്ഞു മൂക്കുചീറ്റി തകുലുക്കിനിന്നു. ജമീലാമ്മാൾ വന്നു മുറ്റത്തുകൂട്ടിയിട്ടിരുന്ന പോച്ച കുറെവാരി പശുവിനും കിടാവിനും ഇട്ടുകൊടുത്തുകൊണ്ട് കിണറ്റിൻകരയിൽ നിക്കുന്ന നബീസായെ നോക്കി ചോദിച്ചു.

മോളു, വന്നതേയുള്ളോ?

മേശപ്പുറത്തുവച്ചിരുന്ന ശാപ്പാടെടുത്തു കഴിച്ചിയാ?

നബീസാമ്മാളതുകേട്ടതായി ഭാവിച്ചില്ല. ഒന്നു ചിറികോട്ടുകമാത്രം ചെയ്തു.

നബീസാമ്മാളിന്റെ നിൽപ്പും പടുതിയും ശ്രദ്ധിച്ചിട്ടു കൊച്ചമ്മാ പെരിയമ്മ തന്റെ കോളാമ്പി ശബ്ദത്തിലൂടെ വിളിച്ചുപറഞ്ഞു.

"നബീസാവുക്കു എന്തോ പന്തികേടു പറ്റിയിട്ടുണ്ട്. ആള് കെറുവിച്ചിരിക്കയാകും"

"എന്താ, എന്തുപറ്റി മോളേ"

ജമീലാമ്മാൾ ആകാംക്ഷയോടെ അടുത്തുവന്നു ചോദിച്ചു. നബീസാമ്മാൾ ഒന്നു ചിണുങ്ങി. പിന്നൊന്നു ചീറി.

"അമ്മ മോൾക്ക് നല്ല മുളകുമണിമാല പണിയിപ്പിക്കാൻ പോനതാക്കും" എന്നു പറഞ്ഞ് നബീസാമ്മാളിന്റെ തലയിൽ തഴുകി.

നബീസാമ്മാൾ വിങ്ങിപ്പൊട്ടിക്കൊണ്ടു ചോദിച്ചു;

അമ്മാ, അമ്മാ എന്നെ കല്ല്യാണം കഴിച്ചുവിടാൻ പുവ്വാണോ?

കൊച്ചമ്മ പെരിയമ്മയതുകേട്ടു തന്റെ കോളാമ്പിപോലുള്ള വാ തുറന്ന് പല്ലുമുപ്പത്തിരണ്ടു പുറത്തുകാട്ടി ഹ ഹ്ഹ ഹ ഹ യെന്നുറക്കെ ചിരിച്ചു കൊണ്ടു ചോദിച്ചു.

"നീ ഒനക്ക് ചെറുക്കനെ വല്ലതും കണ്ടുവച്ചിട്ടുണ്ടോ?"

അതുകേട്ട് നബീസാമ്മാൾ ഒച്ചിനെപ്പോലെയൊന്നു ചുരുണ്ടു. നബീസാമ്മാളിനെ ചേർത്തുപിടിച്ചുകൊണ്ട് ജമീലാമ്മാൾ പറഞ്ഞു.

"മോളോടിതാരുപറഞ്ഞു"

"കുഞ്ഞിച്ചോത്തിയമ്മൂമ്മ"

എന്റെ മോളെ ഇപ്പോയെങ്കും കല്ല്യാണം കഴിച്ചുവിടമാട്ടെ. മോളു പഠിച്ച് പഠിച്ച് വലിയാളാനശേഷമെ കല്ല്യാണം കഴിച്ചുവിടു.

മോൾക്ക് ഡാക്ടറാവണോ, വാദ്ധ്യാരാവണോ ജമീലമ്മാൾ ചോദിച്ചു.

എനിക്ക് കുഞ്ഞിയമ്മ സാറിനെപ്പോലെയായാൽമതി.

മോള് നന്നായി പഠിച്ചാ വദ്ധ്യാരാവാം. കേട്ടോ.

ജമീലാമ്മാൾ പറഞ്ഞു.

നബീസാമ്മാൾ തലകുലുക്കി കണ്ണീർ തുടച്ച് കൊഞ്ചിക്കൊണ്ടു പറഞ്ഞു.

എന്നെ കല്ല്യാണം കഴിച്ചുവിടണ്ടമ്മാ.

"അതെന്താ." "എനിക്കുപേടിയാ. എനിക്കത്തൊടെം അമ്മാടേം അടുത്തുന്നു പോകണ്ട'.

അതുകേട്ട് കൊച്ചമ്മാ പെരിയമ്മ വീണ്ടും തൊള്ളതുറന്നു ചിരിച്ചു. പിന്നെ കോളാമ്പിതുറന്നു.

"അതൊക്കെ ഇപ്പോ നിനക്കുതോന്നും കുറെ കഴിയട്ടു. അയ്യോ. എന്നെ കല്ല്യാണം കഴിച്ചുവിടോണ്ടെന്നു ചൊല്ലി കരയുന്നതു കാണാം."

നബീസാമ്മാൾ ദേഷ്യത്തോടെ കൊച്ചമ്മാ പെരിയമ്മായെ തുറിച്ചു നോക്കി. പിന്നെ കൊഞ്ഞണം കുത്തി. കൊച്ചമ്മാ പെരിയമ്മയതുകണ്ടു റക്കെ ചിരിച്ചു. നാവിരുകണ്ണ് കോലായിലിരുന്നു കിണ്ടിയിൽനിന്നു വെള്ള മിറ്റിച്ച് കാലുകഴുകി വീട്ടിനുള്ളിലേക്കു കയറുന്നതുകണ്ട് കൊച്ചമ്മാ പെരി യമ്മ പറഞ്ഞു.

"എന്നാ ഞാനങ്ങോട്ടു ചെല്ലട്ടും"

കൊച്ചമ്മാ പെരിയമ്മ പടിപ്പുരയിറങ്ങി. നബീസാമ്മാളിന്റെ മനസ്സു നിറയെ നല്ലമുളകുമണി മാലയായിരുന്നു. നല്ലമുളക് മണിമാല കഴുത്തി ലണിഞ്ഞ് പള്ളിക്കൂടത്തിൽ പോകാൻ അവളുടെ മനസ്സ് മോഹിച്ചു. നബീസാ കയ്യാലചാടി ഇടവഴിയിലൂടെ പടിഞ്ഞാറ്റയിലെ കുഞ്ഞിയമ്മ ചേച്ചിയുടെ മുറ്റത്തൂടെ വടക്കോട്ടോടി. നല്ലമുളകുമണിമാലയുടെ കാര്യം ശാരദക്കുട്ടിയോടു പറയാൻ അവളുടെ മനസ്സ് വെമ്പി. ശാരദക്കുട്ടി കാവിൽ വിളക്കുവെക്കുവാനുള്ള തയ്യാറെടുപ്പിലായിരുന്നു. തിരിതെറുത്തുകൊണ്ടു

നിന്ന ശാരദക്കുട്ടി നബീസാമ്മാൾ ഓടിവരുന്നതുകണ്ട് മുന്നോട്ടാഞ്ഞു വന്നുചോദിച്ചു

"എന്താടി വിശേഷം"

"അതെ" നബീസാ കിതപ്പടക്കിപറഞ്ഞു.

അമ്മയെനിക്ക് നല്ലമുളകുമണിമാല പണിയിക്കുന്നു. ശാരദക്കുട്ടിയും അമ്മയോടുപറഞ്ഞ് നല്ലമുളകുമണിമാല പണിയിപ്പിക്കാമോ?

മാമ്പിള്ളിയിലെ നൂർജ്ജഹാനും മേട്ടേലെ ചന്ദ്രമതിക്കുമെ ക്ലാസ്സിൽ സ്വർണ്ണമാലയുള്ളു. അവർക്കതുകൊണ്ട് എന്തുഗമയാ. നമുക്കും ഇനി പള്ളിക്കൂടത്തിൽ മാലയിട്ടുകൊണ്ടു പുവ്വാം. എന്താ?

"നബീസാ, അമ്മേടെ കൈയ്യിൽ മാല പണിയിക്കാൻ കാശു ണ്ടാവില്ല."

"അതുനിനക്കെങ്ങനെയറിയാം" നബീസാ ചോദിച്ചു.

കുഞ്ഞമ്മേടെ കല്ല്യാണത്തിനു വാങ്ങിയ സ്വർണ്ണത്തിന്റെ കടം ഇനിയും വീട്ടാനുണ്ടന്ന് അച്ഛൻ പറയുന്നതുകേട്ടു. തെക്കേപറമ്പിലെ ആഞ്ഞിലി വിറ്റുപണം കൊടുക്കാൻ പുവ്വാത്രെ.

ശാരദക്കുട്ടി നിർവ്വികാരതയോടെ പറഞ്ഞു. അതുകേട്ടു നബീസാമ്മാ ളിന്റെ മനസ്സുനൊന്തു. ശാരദക്കുട്ടിയ്ക്കുകൂടി മാലയില്ലങ്കിൽ ഒരുരസവും ഉണ്ടാവില്ല.

എന്തോ ആലോചിച്ചിട്ടു നബീസാ പറഞ്ഞു.

എന്റെ മാല ശാരദക്കുട്ടിക്കും ഇടാം തരാം.

പിന്നെ അടക്കം പറയുന്നതുപോലെ പറഞ്ഞു.

മാലപണിയിക്കുന്നകാര്യമൊന്നും സുശീലയോടു പറയല്ലേ. അവ ളൊരു കുശുമ്പിയാ. മുതുകുശുമ്പി.

അത്ത[1] ആലപ്പുഴയിൽ നിന്നു വാങ്ങികൊണ്ടുതന്നെ അറ്റത്തു റബ റുള്ള പെൻസിൽ കട്ടെടുത്തവളാ. ആ കുട്ടിയമ്മയതു കണ്ടുപിടിച്ചില്ലാ യിരുന്നെങ്കിൽ യ്യോ... ഓർക്കാനെ വയ്യ.

കുട്ടിയമ്മയെ സുശീല പിടിച്ചുതള്ളി. എന്നെ കോക്രിപിടിച്ചു കാണിച്ചു. അവളൊരു ശിങ്കിടിമില്ലിയാ. മൂശേട്ട.

നബീസാ പറഞ്ഞു. ശാരദക്കുട്ടിയും അതു ശരിവച്ചു.

ചുറ്റും ഇരുട്ടുപതതൂകിയതോടെ ശാരദക്കുട്ടി കാവിൽ വിളക്കു വയ്ക്കാൻ പോയി. നബീസാമ്മാൾ വീട്ടിലേക്കോടി. ശാരദക്കുട്ടിയുടെ അമ്മ വിളിച്ചുചോദിച്ചു.

ആ റാവുത്തരുകുട്ടി പോയോടി മോളെ?

'ങ്ങും' ശാരദക്കുട്ടി മൂളി.

---

1. അത്ത - അച്ഛൻ

അതുകേൾക്കാതെ അമ്മ വീണ്ടും വിളിച്ചുചോദിച്ചപ്പോൾ ശാരദക്കുട്ടി ഉറക്കെ പറഞ്ഞു.

“പോയി”

“ഒറ തീർന്നു”

നീ കാവിൽ വിളക്കുവച്ചെങ്കി പോയി ഇത്തിരി ഒറവാങ്ങിവാ. എന്നിട്ട് ഒരുനിമിഷം എന്തോ പുറുപുറുത്തു.

പിന്നെ പറഞ്ഞു. അല്ലങ്കിൽ വേണ്ട. ത്രിസന്ധ്യസമയത്ത് ഒറവാങ്ങാൻ പോകുന്നതു ശരിയല്ല. അവരെന്തു വിചാരിക്കും. നാളെ ഊണിനു മോരി ല്ലെങ്കിൽ അച്ഛൻ കിടന്നു ബഹളം വയ്ക്കുമോന്നാ എന്റെ പേടി.

കാവിൽ വിളക്കുതെളിഞ്ഞതോടെ സർവ്വചരാചരങ്ങളും നാമം ജപി ക്കാൻ തുടങ്ങി. ശാരദക്കുട്ടി നിലവിളക്കുകൊളുത്തി തിണ്ണയിൽ വന്നി രുന്നു. ദീപം... ദീപം.

രാമ രാമ രാമ രാമ
രാമ രാമ ഭാഹിമ
രാഘവാ മനോഹരാ
മുകുന്ദ രാമ പാഹിമാം.

നബീസാമ്മാൾ നിളവിളക്കുകൊളുത്തി ലോട്ടായിൽ വെള്ളംവച്ചു. ചന്ദനത്തിരി കത്തിച്ചുവച്ചു.

അല്ലാഹു അല്ലാഹു അല്ലാഹു അല്ല
അല്ലാഹു ഞങ്ങളെ കാക്കണേയ്യല്ലാ
ലാ ഇലാഹ ഇല്ലല്ലാഹു
ലാ ഇലാഹ ഇല്ലല്ലാ...

ജമീലാമ്മാൾ വുളുവെടുക്കാൻ കിണറ്റിൻകരയിലേക്കുപോയി. ഇല കൾ കൂപ്പി മരങ്ങൾ നിശബ്ദമായി നാമംജപിച്ചു. ചീവീടുകൾ നാമംജ പിച്ചു. പുള്ളുകൾ നാമംജപിച്ചു. കുളക്കരയിലിരുന്നു മാക്രികൾ നാമം ജപിച്ചു. പ്രപഞ്ചമായ പ്രപഞ്ചത്തിലെ സകലമാന ജീവികളും നാമം ജപിച്ചു. അൽഹംദുലില്ലാ. സർവ്വസ്തുതിയും സർവ്വലോക പരിപാല കനായ തമ്പുരാന്.

നല്ല മുളകുമാല

നബീസാമ്മാൾ ദിവസമെണ്ണികാത്തിരുന്നു. ഒരു ദിവസം ശൂരനാട്ടുനിന്നു പൊടിക്കുട്ടി പെരിയത്ത[1] വന്നു. താമരക്കുളത്തു നിന്നു സൈനബൂ അക്കാവന്നു. കൊച്ചുകുഞ്ഞും ഭാരതിയും വന്നു. തണ്ടാന്മാരുവന്നു.

1. പെരിയത്ത - വല്യച്ഛൻ

കോവേണിയും മുളയേണിയുമായവർ പറമ്പിലേക്കിറങ്ങി. മുണ്ടുകോന്ത ലോടു കോന്തൽ കഴുത്തിലും അരയിലും കെട്ടി ആണുങ്ങൾ കുരുമുളകു വള്ളികൾതോറും കുരങ്ങന്മാരെ പോലെ ചാടിമറിഞ്ഞു. ഒടുക്കം പത്തായ പ്പുരയുടെ മുമ്പിലെ കൊച്ചുതിണ്ണയിലും എഴുത്തിലിന്റെ വടക്കേപുര യിലും നല്ലമുളകു കൊന്തുകൾ കൂനകൂടി.

ആണും പെണ്ണും നല്ലമുളക് കൊന്തു വാരിക്കൂട്ടി ചവിട്ടിമെതിച്ചു. നല്ല മുളകു മണികൾ മുറിയിലും മുറ്റത്തും തുള്ളിക്കളിച്ചു. മുളകുകൊഴിഞ്ഞ കൊന്തുകൾ വാരിക്കൂട്ടി പിള്ളേർ ഇടവഴിയായ ഇടവഴികളിലെല്ലാം വാരി വിതറി വിതറി നടന്നു. ആണും പെണ്ണും കാലെരിഞ്ഞ് കയ്യെരിഞ്ഞ് ഊതി ഊതിയിരുന്നു. കൊന്തുകൾ ഇങ്ങനെ വഴിയായ വഴികളിലെല്ലാം വാരി വിതറുന്നതെന്തിനാണന്നു നബീസാമ്മാളിനറിയില്ലായിരുന്നു.

നബീസാമ്മാൾ അമ്മായോടു ചോദിച്ചു;

“അമ്മാ, എന്നത്തിക്കയാക്കും ഈ നല്ലമുളക് കൊന്ത് വഴിനീളെ വാരി ചേറുതത്”

ചായിപ്പിൽ ഒറ്റാലുപൊക്കി കോഴികുഞ്ഞുങ്ങൾക്ക് അരി വിതറിക്കൊടു ക്കുകയായിരുന്ന ജമീലാമ്മാൾ തലപൊക്കി നബീസാളിനെയൊന്നു നോക്കി. ചിറിവിടർത്തി. പിന്നെ പറഞ്ഞു.

“അതോ, വരും കൊല്ലത്തിൽ വിളവു കൂടുതൽ ഉണ്ടാവെ”

“ഇടവഴിയിൽ കൊന്ത് വാരിവിതറിനാൽ എപ്പടി മുളക് കൂടുതൽ വിളയും”

നബീസായുടെ ചോദ്യം കേട്ട് ജമീലാമ്മാൾ ഒന്നു പകച്ചു. പിന്നെ എന്തോ ആലോചിച്ചെടുത്തവണ്ണം പറഞ്ഞു.

“നാട്ടുകാര് കുരുമുളക് കൊന്തിൽ ചവിട്ടിചവിട്ടി നടക്കുതതുകാണാൻ മുളകുവള്ളികൾക്ക് വലിയ ഇഷ്ടമാക്കും. വരും കൊല്ലത്തിൽ കൂടുതൽ വഴിയിൽ കൊന്തുവിതറവേണ്ടി വള്ളി കൂടുതൽ തിരിയിടും. തെരി ഞ്ചിതാ”

ഈ നബീസായ്ക്ക് എന്തെല്ലാം തെരിയണം. ജമീലാമ്മാൾ പുറുപു റുത്തു. എന്നിട്ടുറക്കെ പറഞ്ഞു.

“മോളു കുറച്ചു കൊന്തുവാരി ആളുകൾ അന്തിചന്തയിലേക്ക് പോകുത നടവഴിയിൽ ചേറിയിട്ടുവാ”

നബീസാമ്മാൾ സന്തോഷത്തോടെ തുള്ളിച്ചാടി പത്തായപ്പുരയിൽ നിന്നൊരു വട്ടിയുമെടുത്തു മുളക് കൊന്തുവാരി ഇടവഴികളിൽ പിള്ളേ രോടൊപ്പം വിതറി വിതറി നടന്നു. ഇടവഴിയായ ഇടവഴികളിലെല്ലാം മുളക് ഗന്ധം പരക്കാൻ തുടങ്ങി. നബീസാമ്മാളിനും ആ ഗന്ധം ഏറെയിഷ്ട പ്പെട്ടു. മൂക്കിലേക്ക് എരിഞ്ഞുകേറുന്ന ഗന്ധം. നബീസായ്ക്ക് തുമ്മാൻ മുട്ടി. ങ്ങും അശ്ശി, ശ്ശി, ശ്ശി.. നബീസാ അയ്യത്തും മുറ്റത്തും തുമ്മി തുമ്മി

നടന്നു. അൽഹംദ്ദലില്ലാ. സർവ്വസ്തുതിയും സർവ്വലോക പരിപാലക നായ തമ്പുരാന്.

മുറ്റത്തു പനമ്പിലും തഴപ്പായിലും എരിപൊരിയുന്ന വെയിലത്തു കിടന്നു നല്ല മുളകുകൾ ഞെരിപിരി കൊണ്ടു. ഇടയ്ക്കിടെ പെണ്ണുങ്ങൾ വന്നു ചിക്കിത്തോത്തി. പിന്നെ കയ്യും കാലും കുഴഞ്ഞ് കൊച്ചുതിണ്ണയി ലിരുന്നു ക്ഷീണമകറ്റി. അമ്മയവർക്ക് കഞ്ഞിവെള്ളത്തിൽ ഉപ്പൊഴിച്ചു കൊടുത്തു. കാന്താരിമുളകൊടച്ച് മോരും വെള്ളം കൊടുത്തു. നല്ല മുളക് വെയിലുകൊണ്ട് കറുത്തു കരുവാളിച്ചു. പിന്നെ ഉണങ്ങിചുരുണ്ടു. പായിലും പനമ്പിലും കിടന്നു ഓടടാ ഓട്ടം. അതുകണ്ടമ്മ വന്നു മുള കൊരുപിടി വാരി കൈയ്യിലിട്ട് ഞെരടി മണപ്പിച്ചുകൊണ്ടു പറഞ്ഞു.

‘ഉണക്കിതുമതി’

കുരുമുളക് അരക്കൊട്ടകളിൽ വാരിനിറച്ചുവച്ചു.

പായും പനമ്പും ചുരുട്ടി എരുത്തിലിന്റെ ഇറയത്തുതൂക്കി. അവിടെ നീണ്ടു നിവർന്നുകിടന്നവ ഉറക്കം തൂങ്ങി.

വാവാവോ.. വാവാവോ...

വടക്കേലെ മൈതീൻപിച്ച കൊച്ചത്ത[1] കാളവണ്ടിയുമായി വന്നു. കുരു മുളകും കയറ്റി ചടക്കോ പുടുക്കോന്നു ചെമ്മൺ പാതയിലൂടെ പറക്കോട്ടു ചന്തയിലേക്ക് പോയി. നബീസായുടെ മനസ്സ് കുളിർത്തു. അവൾ അയ്യത്തും മുറ്റത്തും ചാടിക്കളിച്ചു. ശാരദകുട്ടിയും ലക്ഷ്മിയമ്മാളും കൂട്ടി നെത്തി. ഓടിയും ചാടിയും ക്ഷീണിച്ചപ്പോൾ കപ്പമാവിന്റെ ചുവട്ടിയിരു ന്നവർ പാറകളിച്ചു. പൊന്നുകളിച്ചു. അങ്ങനെയിരിക്കെ ഒരു ദിവസം നാവി രുകണ്ണ് മാലയുമായിവന്നു. നബീസാമ്മാൾ മാല തിരിച്ചും മറിച്ചും നോക്കി. നല്ല പണിപ്പൊലിപ്പമുണ്ടന്നെല്ലാവരും സമ്മതിച്ചു. നബീസാമ്മാൾ മാല യിട്ട് ആരും കാണാതെ കണ്ണാടിയുടെ മുമ്പിൽ ചെന്നുശേലുനോക്കി. തന്നെ തന്നെ കണ്ട് കൊതിതീരാതെ തിരിഞ്ഞും മറിഞ്ഞും നോക്കിയി രുന്നു. ഒടുക്കം ഒരുവിധം തൃപ്തിയായപ്പോൾ ശാരദക്കുട്ടിയുടെ വീട്ടിലേ ക്കോടി. അതുകണ്ട് ജമീലാമ്മാൾ വിളിച്ചുപറഞ്ഞു.

“കിടന്നു മറിയുമ്പം, മാലയെ പാത്തുക്കെ”

രാത്രിവന്നു. നബീസാമ്മാൾ പായിൽ തിരിഞ്ഞും മറിഞ്ഞും കിടന്നു നേരം വെളുപ്പിച്ചു. ഒരു രാജകുമാരിയേപ്പോലെ കുളിച്ചൊരുങ്ങി കഴുത്തിൽ നല്ലമുളക് മാലയുമണിഞ്ഞാണ് നബീസാ പള്ളിക്കൂടത്തിൽ പോയത്. പള്ളിക്കൂടത്തിൽ ചെന്നപ്പോൾ നബീസാമ്മാളിന്റെ മാലകാണാൻ പെമ്പി ള്ളേർ ഉന്തും തള്ളും നടത്തി. സുശീലയും കൂട്ടുകാരും കുശുമ്പുകുത്തി. കൊഞ്ഞണം കുത്തിയിരുന്നു. നബീസാമ്മളിന്റെടുത്തിരിക്കാൻ കൂട്ടുകാ രികൾ തമ്മിൽ കലഹിച്ചു. അതുകണ്ട് കുശുമ്പുകുത്തി കൊച്ചാട്ടൻ

1. കൊച്ചത്ത - ചെറിയച്ഛൻ

പട്ടാളത്തിൽ നിന്നുവരുമ്പോൾ തനിക്കും ഇതുപോലൊരു മാല വാങ്ങിത്തരുമെന്ന് സുശീല ഉറക്കെ പറഞ്ഞുനടന്നു. പിള്ളേരത്ര കാര്യമാക്കിയില്ല. പാർവതിയന്തർജ്ജനം പട്ടുപാവാടയും പട്ടുകുപ്പായവും ഇട്ടുവന്നപ്പോഴും സുശീല ഇങ്ങനെ പറഞ്ഞുനടന്നതാ. ഇതുവരെ സുശീലക്ക് പട്ടുപാവാട കിട്ടിയില്ല. അവൾ തോപ്പവും മാറ്റവും നീലയും ചുവപ്പും പുള്ളികളുള്ള പാവാടമാത്രമാണിട്ടുകൊണ്ടുവരുക. എന്നിട്ടും പൊങ്ങച്ചത്തിനു കുറവില്ല. കുശുമ്പിയാണ്. മുതുകുശുമ്പി. പിള്ളേർ പറഞ്ഞു. വെളിക്കുവിട്ടപ്പോൾ നബീസാമ്മാൾ പൊടിപ്പയലിനെ തിരഞ്ഞു. ആമ്പുള്ളാരെല്ലാം കൂടി മുറ്റത്ത് ഓലപ്പന്തേറുകളിക്കുകയാണ്. നബീസാമ്മാൾ നാരങ്ങാമാവിന്റെ ചുവട്ടിൽ നിന്നു പൊടിപ്പയലിനെ നോക്കി. പൊടിപ്പയൽ ആ കൂട്ടത്തിലൊന്നുമുണ്ടായിരുന്നില്ല. നബീസാ വായനാശാലയുടെ അരികിൽ ചെന്നപ്പോൾ പൊടിപ്പയലവിടെയിരിക്കുന്നതുകണ്ടു. നബീസാമ്മാൾ പൊടിപ്പയലിനെ വിളിച്ചു

"ശൂ ശൂ... ശൂശൂ..."

പൊടിപ്പയൽ ശബ്ദംകേട്ട് തിരിഞ്ഞുനോക്കി. നബീസാമ്മാൾ പൊടിപ്പയലിനെ കൈയ്യാട്ടിവിളിച്ചു. പൊടിപ്പയൽ പുസ്തകം അടച്ചുവച്ചു ധൃതിയോടെ വന്നു ചോദിച്ചു:

"എന്ന വിശേഷം"

നബീസ നിന്നു ചിരിച്ചു. പൊടിപ്പയലിനൊന്നും മനസ്സിലായില്ല. പൊടിപ്പയൽ അന്തിച്ചുനോക്കുന്നതുകണ്ട് നാണവും സങ്കോചവും ഓളം തല്ലുന്ന മുഖഭാവത്തോടെ നബീസാ ചോദിച്ചു

എനിക്കെന്തെങ്കിലും മാറ്റമുണ്ടോ?

പൊടിപ്പയൻ നബീസായെ ഒന്നോടിച്ചുനോക്കിയിട്ടു ചോദിച്ചു "ഒരു മാറ്റവും മില്ല?"

പൊടിപ്പയലിന്റെ കണ്ണുകൾ നബീസായുടെ കണ്ണുകളിൽ ഉടക്കി.

"ങ്ങാ! സുറുമ എഴുതിയിരിക്കുന്നു"

നബീസാ വിഷമത്തോടെ പറഞ്ഞു "അതല്ല"

"പിന്നെ"

പൊടിപ്പയൽ ആകാംക്ഷയോടെ ചോദിച്ചു.

"ദേ, എന്റെ കഴുത്തിൽ നോക്ക്"

നബീസാ പറഞ്ഞു.

"ങ്ങാ! മാല ! നല്ല മുളകുമണിമാല!!"

പൊടിപ്പയൻ അതിശയത്തോടെ ചോദിച്ചു

"എപ്പോ പണിയിച്ചു?"

"ഇന്നലെ അത്ത വാങ്ങികൊണ്ടുവന്നതാക്കും."

"നല്ല ഭംഗിയുണ്ട്" പൊടിപ്പയൻ പറഞ്ഞു.

നബീസായുടെ മുഖം സന്തോഷം കൊണ്ടുവികസിച്ചു.

പള്ളിക്കൂടത്തിൽ മണിയടിച്ചതോടെ അവരുടെ സംസാരം നിന്നു. അവർ ദുനിയാവിന്റെ പടികൾ ഓടിക്കയറി മറഞ്ഞു. നബീസമ്മാൾ നല്ലമുളകുമാല നിലത്തുവയ്ക്കാതെ കൊണ്ടുനടന്നു. പള്ളിക്കൂടത്തിൽ പലപിള്ളേരും മാലയക്കു കണ്ണുവച്ചിട്ടുണ്ടന്ന് ശാരദക്കുട്ടി നബീസായോട് അടക്കം പറഞ്ഞു. ഒരു ദിവസം കാലത്ത് മദ്രസയിൽ നിന്നു വന്ന് കുളി ച്ചൊരുങ്ങി പള്ളിക്കൂടത്തിൽ പോകാനായി മാലനോക്കുമ്പോൾ മാല കണാനില്ല. നബീസയുടെ മനസ്സിനുള്ളിലൂടെ ഒരു കൊള്ളിയാൻ മിന്നി. വെപ്രാളപ്പെട്ടു മാല മേശപ്പുറത്തും അലമാരയിലും നോക്കി. മാല കാണാ നില്ല. നബീസാ വിങ്ങിപൊട്ടിക്കരഞ്ഞു. മാലകാണില്ലന്നറിഞ്ഞതോടെ അമ്മ ജമീലാമ്മാൾ അടുക്കളയിൽ നിന്നോടിവന്നു എന്തൊക്കെയോ പുറ പുറുത്തുകൊണ്ട് തിരച്ചിൽ തുടങ്ങി. മുറിയടിച്ചുവാരിനോക്കി. മാല എവിടെ വെച്ചതെന്നോർമ്മയുമില്ല. നബീസാ നിന്നു കരയാൻതുടങ്ങി. ജമീലമ്മാൾ കുറെ കിടന്നു ശകാരിച്ചു. നാവരുകണ്ണ് വിവരം അറിഞ്ഞ പ്പോൾ പറഞ്ഞു;

"എങ്കെപോകത്തിക്ക ഇങ്ങനെയെങ്കെയും കാണും"

അതുകേട്ട് ജമീലമ്മാൾ പറഞ്ഞു

"ആ പരുന്ത് മമ്മൂഞ്ഞ് വിടിയമ്മിന്നെ മരോട്ടിയരിവിക്കത്തി ക്കയുണ്ടോയെന്നു കേട്ടു വന്തിരിന്നാൻ"

പരുന്തു മമ്മൂഞ്ഞു വീട്ടിൽ വന്നുവെന്നു കേട്ടപ്പോൾ നാവിരുകണ്ണും ഒന്നു ഞെട്ടി. കണ്ണടച്ചുതുറക്കുനേരം കൊണ്ട് എന്തുസാധനവും അടിച്ചു മാറ്റുന്ന പെരുംകള്ളനാ പരുന്ത്.

ഒരിക്കൽ ഓച്ചിറ പന്ത്രണ്ടുവിളക്കു കണ്ടുമടങ്ങുകയായിരുന്ന വിള യിലെ നാരായണക്കുറുപ്പ് പരുന്തു മമ്മൂഞ്ഞിനെ ഒന്നു പരീക്ഷിക്കാൻ തീർച്ചപ്പെടുത്തി. തന്റെ പക്കൽ നൂറുരൂപയുണ്ടന്നും താമരക്കുളത്തെത്തു ന്നതിന് മുമ്പ് ഞാനറിയാതെ തനിക്കത് അടിച്ചെടുക്കാനായാൽ തനിക്ക തെടുക്കാമെന്നും നാരായണക്കുറുപ്പ് വാക്കു പറഞ്ഞു. വയ്യാങ്കരച്ചിറയെ ത്തുംമുമ്പ് പരുത്തു മമ്മൂഞ്ഞ് നാരായണക്കുറുപ്പറിയാതെ മടിശീല കൈക്കലാക്കി, പരുന്തുമമ്മൂഞ്ഞ് ഒരു കള്ളച്ചിരിയോടെ പറഞ്ഞു.

"കുറുപ്പ് കുറുപ്പിന്റെ കാശ് നോക്ക്"

നാരായണക്കുറുപ്പ് വേഗം മടിശീല തപ്പിയപ്പം കാണാനില്ല. കുറുപ്പി നതു വിശ്വസിക്കാൻ കഴിഞ്ഞില്ല. പരുന്തു മമ്മൂഞ്ഞിനു എന്തോ മറിമാ യംവശമുണ്ടന്നാ എല്ലാവരുടെയും വിശ്വാസം. പണ്ട് ഓത്തുപള്ളിയിൽ ഓത്തുപഠിപ്പിക്കാൻ വന്ന വടക്കൻ തങ്ങളാണത്രെ പരുന്ത് മമ്മൂഞ്ഞിനെ മറിമായവും മായാജാലവുമൊക്കെ പഠിപ്പിച്ചത്. മുളമൂട്ടിലെ അണ്ണൻ

പറഞ്ഞത് അങ്ങനെയൊരു തങ്ങള് ഓത്തുപള്ളിയിൽ പഠിപ്പിക്കാൻ വന്നിട്ടില്ലന്നാ. ഒക്കെ നാട്ടുകാരുവെറുതെ പടച്ചുണ്ടാക്കുന്ന കഥകളാണത്രെ. നാട്ടകാരുടെയും പരിചയക്കാരുടെയും വകകൾ പരുന്ത് മോഷ്ടിക്കാറില്ലന്നാണ് നാട്ടിൽ സംസാരം. പ്രായമേറിവരുകയല്ലേ. കള്ളനെ വിശ്വസിക്കാൻ പറ്റോ. നാവിരുകണ്ണ് വീട്ടിനുള്ളിലൊക്കെ മാല വീണ്ടും തിരയാൻ തുടങ്ങി. മുറ്റത്തൊരുകാറൽ. മാനത്തുനോക്കി നടക്കുന്ന പീരുകണ്ണനണ്ണനും കുടംതൂക്കി പരമുവും ദേണ്ടെ മുറ്റത്തുനിൽക്കുന്നു. ചെമ്പുകുടം പോലെ തൂങ്ങികിടക്കുന്ന തന്റെ കുടവയറിന്റെ അറ്റത്തെ പുക്കിൾകൊടി വിരലുകൾ കൊണ്ടൊന്നു ഞെരടി. കുടംതൂക്കി പരമുചോദിച്ചു "മുതലാളി, കന്നാലിയെ വിൽക്കാനാണന്നു കേട്ടു"

"ആരു പറഞ്ഞു"

"ഹസ്സൻകുഞ്ഞ്"

എന്തോ ഓർത്തെടുക്കാൻ ശ്രമിച്ചുകൊണ്ട് നാവിരുകണ്ണ് പറഞ്ഞു "ഞാൻ പറഞ്ഞില്ലല്ലോ?"

"എന്നാ അങ്ങേർക്ക് വെറുതെ തോന്നിയതാവും"

എന്നു പറഞ്ഞ് തന്റെ ചെമ്പുകുടം പോലത്തെ കുടവയറും തൂക്കി കുടംതൂക്കി പരമു തന്റെ പെരുംകാല് നീക്കിനീക്കി മറഞ്ഞു. പീരുകണ്ണനണ്ണനെനോക്കി നാവിരുകണ്ണ് ചോദിച്ചു "എന്നണ്ണേ വിശേഷം"

കാലം പൊല്ലാത്തത്

ഒരു വാൽനക്ഷത്രം ഭൂമിക്കുനേരെ വരുത്. കിഴക്കൻമാനത്ത് ഇണ്ണയ്ക്കു രാത്രിയതു ദൃശ്യമാകും."

ജമീലമ്മാൾ എന്തൊക്കെയോ പറഞ്ഞുകൊണ്ട് സാധനങ്ങൾ വാരി വലിച്ചു നോക്കുന്ന ശബ്ദം കേൾക്കാം. നബീസാമ്മാളിന്റെ വിങ്ങിവിങ്ങിയുള്ള കരച്ചിൽ കേൾക്കാം. മുയലിനെപ്പോലെ ചെവിവട്ടം പിടിച്ചുകൊണ്ട് മാനത്തുനോക്കി നടക്കുന്ന പീരുകണ്ണനണ്ണൻ ചോദിച്ചു;

"എന്നെ അകത്തിലെയൊരു ബഹളം"

"നബിസാവുക്കുമാല കാണയില്ലെ, ആ പരുന്തു മമ്മൂഞ്ഞു ഇങ്കെ വന്നിരുന്താ"

"ഓഹോ. അവനെ ഇങ്കെ കണ്ടിട്ട് കുറെനാളാച്ച്. പഴയ പണി തുടങ്കിതാനാ."

"നീങ്കെ പേടിക്കണ്ട"

"നമ്മ ഫക്കീറുപറമ്പിലെ ഒരു മുസാഫിർ വന്തു താമസിക്കിതാര്. മഷിനോട്ടത്തിൽ ബഹുമിടുക്കന്നെണ്ടാവും കേൾവി പാത്താ ഒരു ഔലിയ മാതിരിയിരിക്കും. ഏതുകളവും മഷിപോട്ട് പാത്തുചൊല്ലുവാര്".

“ഞാനാളെ വളിച്ചുകൊണ്ടുവാറെ” എന്നു പറഞ്ഞ് മാനത്തുനോക്കി നടക്കുന്ന പീരുക്കണ്ണ് മുറ്റത്തേക്കിറങ്ങിനടന്നു.

ശാരദക്കുട്ടി പള്ളിക്കൂടത്തിൽ പോകാൻ വന്നു വിളിച്ചപ്പോൾ നബീസാമ്മാൾ പൊട്ടിക്കരഞ്ഞു. നബീസാമ്മാളിന്റെ മാലകാണാനില്ലന്നറിഞ്ഞപ്പോൾ ശാരദക്കുടട്ടിയും വിഷമിച്ചു. ആ കുശുമ്പി സുശീലയുടെ പ്രാക്കാ. ശാരദക്കുട്ടി പറഞ്ഞു. അതുകൂടി കേട്ടപ്പോൾ നബീസാ വലിവായാൽ കരയാൻ തുടങ്ങി. ജമീലാമ്മാൾ മകളെ ആശ്വസിപ്പിച്ചു. മാലാ പോനാൽ പോകട്ടും. നീ കിടന്നിപ്പടി ഏനളുവിത്.

കരഞ്ഞും പിഴിഞ്ഞും നിൽക്കുന്ന നബീസാമ്മാളിനെ നോക്കി ജമീലമ്മാൾ പറഞ്ഞു.

“എനാ, നീ ഇണ്ണക്ക് പള്ളിക്കൂടത്തിക്കു പോകണ്ട”

നബീസാമ്മാളിന്റെ കരച്ചിൽ കണ്ട് വിഷമത്തോടെ ശാരദക്കുട്ടി പടിയിറങ്ങി. ഉച്ചയോടടുത്തപ്പം മാനത്തുനോക്കി നടക്കുന്ന പീരുകണ്ണനണ്ണൻ മുസാഫിറിനെയും കൂട്ടിവന്നു. തിളങ്ങുന്ന കണ്ണുകളും നീണ്ടുവളർന്ന താടി രോമങ്ങളുമുള്ള ഒരു വൃദ്ധൻ. കൂനികൂടിയുള്ള നടത്തവും വളഞ്ഞ നീണ്ടമൂക്കുമുള്ള ആ മനുഷ്യന് സാധാരണയിലും വലിയ ചെവികളായിരുന്നു. ഒരു മുയൽച്ചെവിയൻ മുസാഫിർ വന്നപാടെ അയാൾ സലാം പറഞ്ഞു. നാവിരുകണ്ണതു മടക്കി. അവർ കോലായിരുന്നു. മുസാഫിർ കാര്യങ്ങളൊക്കെ ചോദിച്ചറിഞ്ഞു. വെറ്റിലയും ദക്ഷിണയും വയ്ക്കാൻ പറഞ്ഞു. കാതിയാക്ക മരിച്ചതിൽ പിന്നെ വീട്ടിൽ മുറുക്കുന്നവരാരുമില്ല. മുറുക്കാൻ ചെല്ലം കളത്തിലെ മാമിവന്നെടുത്തുകൊണ്ട് പോയി. ഇടികല്ല് കുഞ്ഞിച്ചോത്തിയുമെടുത്തു. നബീസാമ്മാൾ കിളിവാലൻ വെറ്റിലയ്ക്കായി പടിഞ്ഞാറ്റയിലേക്കോടി. വെറ്റിലവന്നു. നാവിരുകണ്ണ് വെറ്റിലയിൽ ഒരു നോട്ടുവച്ചു ദക്ഷിണ നൽകി. മുസാഫിർ വെറ്റില തിരിച്ചും മറിച്ചും നോക്കി. പിന്നെ കീശയിൽ നിന്നൊരു കുപ്പിയെടുത്തു കുറച്ചു മഷിയെടുത്തു വെറ്റിലയിൽ ഇറ്റിച്ചു. വെറ്റിലയിൽ ഒരു ഗോളമായി മഷി ഉരുണ്ടുകളിച്ചു.

മുസാഫിർ നബീസാമ്മാളിനെ അരുകിലേക്ക് വിളിച്ചു. നബീസാമ്മാൾ അറച്ചറച്ച് മുസാഫിറിന്റെ അരുകിൽ ചെന്നുനിന്നു.

നബീസാമ്മാളിനോടു മഷിയിൽ സൂക്ഷിച്ചുനോക്കാൻ പറഞ്ഞു.

“എന്തുകാണുന്നു.” മുസാഫിർ ചോദിച്ചു.

“മാല കാണുന്നില്ല” നബീസാമ്മാൾ പറഞ്ഞു.

അതുകേട്ട് നാവിരുകണ്ണ് ചിരിച്ചു. മാനത്തുനോക്കി നടക്കുന്ന പീരുകണ്ണനണ്ണൻ ചിരിച്ചു.

“മഷിയിൽ എന്തുകാണുന്നു” മുസാഫിർ ശബ്ദം ഉയർത്തി ചോദിച്ചു.

“ഒന്നും കാണുതില്ലെ”

നബീസാമ്മാൾ പറഞ്ഞു.

"ഉം നോക്ക് കാണും. ഒരു നിലവിളക്കതിൽ കത്തുന്നതുകാണുന്നുണ്ടോ."

നബീസമ്മാൾ വെറ്റലയിൽ തുള്ളിക്കളിക്കുന്ന മഷിയിലേക്ക് സൂക്ഷിച്ചുനോക്കി. നബീസാമ്മാളിന്റെ നെറ്റിചുളിഞ്ഞു. പുരിക്കക്കൊടികളുയർന്നു. അതുകണ്ടു ആകാംക്ഷയോടെ മുസാഫിർ ചോദിച്ചു "കാണുന്നില്ലേ"

"ഉം. ഒന്നൂടെ സൂക്ഷിച്ചുനോക്ക്"

നബീസാമ്മാൾ നോക്കി. എന്നിട്ടുമൂളി "ഉം ഉം.."

"കുറെ ദീപങ്ങൾ കത്തിനിൽക്കുന്നില്ലേ."

നബീസാ മൂളി "ഉം ഉം ഉം."

ഇനി നീതിമാനായ ചക്രവർത്തി ഖലീഫാ ഉമറും പരിവാരങ്ങളും വരട്ടെ. രാജകീയ വേഷങ്ങൾ ധരിച്ച കുറെയാളുകൾ വരുന്നതുകണ്ടോ. നബീസാ പറഞ്ഞു "കണ്ടു."

അതുകേട്ട് നാവിരുകണ്ണ് കണ്ണുമിഴിച്ചു. മാനത്തുനോക്കി നടക്കുന്ന പീരുകണ്ണനണ്ണൻ തലകുലുക്കിയിരുന്നു.

"രാജകിങ്കരന്മാർ മാലമോഷ്ടിച്ച കള്ളനെ പിടികൂടി രാജസദസ്സിൽ കൊണ്ടുവരട്ടെ" ഫക്കീർ പറഞ്ഞു.

ആരെയോ ഒരാളെ കുറച്ചുപേർ ചേർന്നു പിടിച്ചുകൊണ്ടുവരുന്നതു നബീസാമ്മാൾ മഷിക്കട്ടയിൽ കണ്ടു.

"ആ കള്ളനാരാണന്നു നോക്കൂ"

ആകാംക്ഷയോടെ മുസാഫിർ പറഞ്ഞു.

നബീസാമ്മാളിനു കള്ളനെ പിടികിട്ടിയില്ല. നബീസാമ്മാൾ നിന്നു പരങ്ങുന്നതുകണ്ടു മാനത്തുനോക്കി നടക്കുന്ന പീരുകണ്ണനണ്ണൻ പറഞ്ഞു. "പരുന്തു മമ്മൂഞ്ഞാക്കുമോണ്ടു സൂക്ഷിച്ചുപാര്."

നബീസാ സൂക്ഷിച്ചുനോക്കി

പരുന്തു മമ്മൂഞ്ഞണ്ണൻ തന്നെ.

മുസാഫിർ വെറ്റിലമടക്കി. "കള്ളനെ മനസ്സിലായല്ലോ?"

മുസാഫിർ ചോദിച്ചു.

"അവനിപ്പടി ചെയ്‌വാനെങ്ങു നിനക്കേലെ."

നാവിരുകണ്ണ് ഉറക്കെയെന്തൊക്കെയോ പറയുന്നതുകേട്ട് ജമീലാമ്മാൾ വാതിപ്പടിയിൽ നിന്നു വിളിച്ചു.

"ദേ, ഇങ്ങോട്ടൊന്നു വന്നേ"

നാവിരുകണ്ണ് മുറിക്കുള്ളിലേക്ക് കയറിയപ്പോൾ ജമീലാമ്മാൾ പറഞ്ഞു "ദേ പാര്"

"നല്ലമുളകുമണിമാല" എങ്കെ കിടന്നിത്. നാവിരുകണ്ണിന് അദ്ഭുതം.

"കായിതായിൽ ഇരുന്തിത്"

നാവിരുകണ്ണ് കോലായിലേക്ക് വന്നു പറഞ്ഞു.

"ഏതായാലും പരുന്തു മമ്മൂഞ്ഞിനെ പിടിക്കാമെ മാല കിടച്ചത്."

മുസാഫിർ കണ്ണുമിഴിച്ചു. പീരുക്കണ്ണ് അത്ഭുതത്തോടെ ചോദിച്ചു "എങ്കെന്ന്"

"നബീസാവുക്കു കായിതയാലെയിരുന്തിതുമാല."

അതുകേട്ട് മുസാഫിറിന്റെ മുഖം വിവർണ്ണമായി.

അയ്യാൾ വേഗം ഭാണ്ഡം മുറുക്കികൊണ്ടുപറഞ്ഞു.

"ജിന്നുകൾ[1] കൊണ്ടുവച്ചതാവും"

പക്ഷെ അതാരുമത്ര കാര്യമാക്കിയില്ല. മാലവാങ്ങി തിരിച്ചുംമറിച്ചും നോക്കി നബീസാമ്മാൾ ചിരിച്ചു. നബീസയുടെ ചിരി കണ്ട് ജമീലാമ്മാൾ ചിരിച്ചു.

മുസാഫിറിന്റെ കൂനിക്കൂടിയുള്ള പോക്കുകണ്ട് സകലചരാചരങ്ങളും ചിരിച്ചു. ഹ ഹ്ഹ ഹ്ഹ...

ഭൂമി

ആഹിറത്തിലെ പഠിപ്പുകഴിഞ്ഞ് പിള്ളേർ ദുനിയാവിലേക്കിറങ്ങി കളി തുടങ്ങി. തൈക്കാവിന്റെ പ്രാചീനമായ കൽമണ്ഡപത്തിലിരുന്നു മീരാണ്ണൻ റാവുത്തരണ്ണൻ തസ്ബമണി നീക്കി ദിഖിർ ചൊല്ലിക്കൊണ്ടിരുന്നു. സുബഹാനള്ളാ. സർവ്വസ്തുതിയും സർവ്വ ലോക പരിപാലനകനായ തമ്പുരാന്. അടിച്ചേച്ചോട്ടം കഴിഞ്ഞ് കുഴഞ്ഞിരിക്കുന്ന പൊടിപ്പയലിനരുകിലേക്ക് നബീസാമ്മാളും ഒരുകൂട്ടം പിള്ളേരും വന്നു ചോദിച്ചു.

"പൊടിപ്പയലെ, ഭൂമി ഉരുണ്ടുതാക്കുമാ പരന്നതാക്കുമാ?"

പൊടിപ്പയൻ തെല്ലുനേരം ആലോചിച്ചിട്ടു പറഞ്ഞു;

"ഭൂമി ഉരുണ്ടതാക്കുമെണ്ടല്ലിയോ പള്ളിക്കൂടത്തിലെ പഠിപ്പിച്ചത്"

അതുകേട്ട് നബീസാമ്മാൾ പറഞ്ഞു;

"ഭൂമി ഉരുണ്ടതാക്കുമെണ്ട് ചൊല്ലുതുവ കാഫ്രിങ്ങളാമെണ്ട് ജമീലാ ചൊല്ലുത്"

"ഒങ്കെയിട്ടെ ആരു ശൊല്ലിതന്താ"

പൊടിപ്പയൽ ജമീലായോടു ചോദിച്ചു.

1. ജിന്ന് : അഗ്നികൊണ്ട് സൃഷ്ടിക്കപ്പെട്ട ഒരു ഭൂതവർഗം

“പടിഞ്ഞാറ്റയിലെ നന്നിയാക്കും ശൊന്നത്”

ജമീലാ ഒരു പരുങ്ങലോടെ പറഞ്ഞു.

“ഭൂമി ഉരുണ്ടതാകുമാനാ പിന്നെയതു പരന്നു കിടക്കതെന്നെ. ഭൂമി ഉരുണ്ടതാക്കുമെണ്ടാ നമ്മ തലകീഴെ മറിയാത്തതെന്നെ”

കുട്ടികൾ ചോദിച്ചു.

പൊടിപ്പയൽ തലപുകച്ചു. പിന്നെയൊരു എത്തും പിടിയും കിട്ടാതെ പിറുപിറുത്തു. മാനത്തുനോക്കി നടക്കുന്ന പീരുകണ്ണനണ്ണനെല്ലാം മറിയാമായിരിക്കും. അണ്ണനെ എവിടെപ്പോയി കാണാൻ. എപ്പോഴും നാടു ചുറ്റലല്ലേ? തൈക്കാവിന്റെ മുമ്പിലെ കരിങ്കൽ മണ്ഡപത്തിൽ വിവിധ നിറങ്ങളുള്ള തുണിപിരിച്ച് ചുറ്റിയ തപ്പാവു ധരിച്ച് പുരാതനമായ തന്റെ തടിപെട്ടിക്കരുകിലിരുന്ന് മീരാണ്ണൻ രാവുത്തരണ്ണൻ ദിഖിർ ചൊല്ലുന്നത് പൊടിപ്പയലിന്റെ ശ്രദ്ധയിൽപ്പെട്ടു. പൊടിപ്പയൽ പിള്ളേരെയും കൂട്ടി മീരാണ്ണൻ റാവുത്തരണ്ണന്റരുകിൽ വന്നു വിളിച്ചു

“അണ്ണോ?!”

“എന്നെ” അണ്ണൻ ചോദിച്ചു.

“ഭൂമി ഉരുണ്ടതാ പരന്നതാ”

ങ്ങേ! ഇതെന്തു ചോദ്യമെന്നർത്ഥത്തിൽ മീരാണ്ണൻ റാവുത്തരണ്ണൻ ഒന്നു കണ്ണുമിഴിച്ചു. പിന്നെ ചോദിച്ചു.

“ഒങ്കളുക്കെ ഇതുവരെ ഇതൊന്നും തെരിയാതാ”

അറിയില്ലന്നഭാവത്തിൽ പിള്ളേർ തലയാട്ടി.

മീരാണ്ണൻ റാവുത്തരണ്ണൻ തന്റെ വൃദ്ധനായ കൈകളുയർത്തി പിള്ളേരോടവിടിരിക്കാൻ ആംഗ്യംകാട്ടി. പിള്ളേർ ചന്ദനപ്പൂട്ടിട്ട് അണ്ണനു ചുറ്റും കഥകേൾക്കാനായി കാതുകൂർപ്പിച്ചിരുന്നു. മീരാണ്ണൻ റാവുത്തരണ്ണൻ ഗൗരവംപൂണ്ടു. പിന്നെ ചിരിച്ചു. എന്തോ ഓർത്തെടുത്തപോലെ പാടി

“പ്രപഞ്ചം ഇരുട്ടായും പാഴായുംയിരുന്തിത്
പിന്നെ കാറ്റും കുളിരും ജലമതുതാൻ
കടലിനു സുരയായി മണ്ണുണ്ടായി”

ഇക്കണ്ട പ്രപഞ്ചമായ പ്രപഞ്ചമെല്ലാം ആറുനാളുകൾ കൊണ്ടാക്കും ഉടയ തമ്പുരാൻ പടച്ചത്. ഭൂമിയെ സൃഷ്ടിക്കാൻ കടലിനു മീതെ കൊടുങ്കാറ്റടിപ്പിച്ചു. തണ്ണി ചൂടുപിടിച്ച് ആവിയായി ഉയർന്നു പൊങ്കി ആകാശമാച്ച്. തണ്ണിയിൽ കട്ടിയും ഉറപ്പും ഉണ്ടായിരുന്ന ഭാഗങ്ങളെ ഭൂമിയാക്കി. പിന്നെ ആകാശത്തിനും ഭൂമിക്കും ഏഴുതട്ടുകൾ വീതമുണ്ടാക്കി. ഭൂമിയുടെ ഒന്നാമത്തെ തട്ടിൽ വായു നിറച്ചു. രണ്ടാമത്തെ തട്ടിൽ നിറയെ തേളുകളാണ്. എണ്ണിയാലും എണ്ണിയാലും തീരത്ത്ര തേളുകൾ. മൂന്നാമത്തെ

തട്ടിലാക്കും ചിലന്തികള് താമസിക്കിത്. നാലാമത്തെ തട്ടിലാക്കം പാമ്പുകളുടെ വാസം. അഞ്ചാംതട്ടിൽ അഗ്നിയാക്കും. ലോഹങ്ങൾ പോലും തിളച്ചുമറിയുന്ന അഗ്നി. ആറാം തട്ടിലാക്കും മനുഷ്യരുടെ തിന്മകൾ സൂക്ഷിച്ചിരിക്കിത കിതാബുകൾ സൂക്ഷിച്ചിരിക്കുന്നത്. ഏഴാം തട്ടിലാക്കും ശപിക്കപ്പെട്ട ഇബ്‌ലീസിന്റെ വാസം. "തെരാഞ്ചിതാ"

മീരാണ്ണൻ റാവുത്തരണ്ണൻ ചോദിച്ചു. കുട്ടികൾ തലകുലുക്കി. ഏഴാകാശത്തെ സൃഷ്ടിച്ച തമ്പുരാൻ ഏഴുനക്ഷത്രങ്ങളെയതിനു കാവൽ നിർത്തി. മീരാണ്ണൻ റാവുത്തരണ്ണൻ നീട്ടിപരത്തിയിട്ടുള്ള കഥപറച്ചിൽ കേട്ട് അക്ഷമരായ കുട്ടികൾ ചോദിച്ചു

"അണ്ണോ, ഭൂമി ഉരുണ്ടതാ, പരന്നതാ"

മീരാണ്ണൻ റാവുത്തരണ്ണൻ ചിരിച്ചു. ചീനമുഖമൊന്നു വിടർന്നു കൂമ്പി. അതുതന്നെയാക്കും ചൊല്ലിവാറെ. ദുരിശം കൂട്ടാതെ. ഭൂമി തണ്ണിയിലേയാക്കും. ദൂരെ നിണ്ടുപാത്താൽ ഒരു തുള്ളി തണ്ണിർ മാതിരി. ഇപ്പോ തെരിഞ്ചിതാ.

പൊടിപ്പയൽ അതുകേട്ടുപറഞ്ഞു

"ഗോളാകൃതി തന്നെ"

മീരണ്ണൻ റാവുത്തർ അതുകാര്യമാക്കാതെ പാടി

"ഭൂമി ഒരുണ്ടപോൽ

എൻ കൈയ്യിൽ എന്നോവർ

ഭൂമിയതൊക്കെയും

ഒരു ചുമട് എന്നോവർ"

മീരാണ്ണൻ റാവുത്തരണ്ണന്റെ പാട്ടു മുറുകുന്നതുകേട്ട് നൂഹുക്കണ്ണ് ചോദിച്ചു;

"അണ്ണോ, ഇന്ത ഭൂമി താഴോട്ടുപോകാമെയിരിക്കിത് എപ്പടി"

നൂഹുക്കണ്ണിന്റെ ചോദ്യം കേട്ട് അണ്ണൻ പറഞ്ഞു.

"നല്ലകേൾവിതാൻ ഇതുനീങ്കെ കേക്കാത്തതെന്നെയെണ്ടു ആലോചിച്ചിരിക്കയായിരുന്നുന്തിത്"

"അക്കഥ ഞാൻ ചൊല്ലിതാറെ. ഗൗനിച്ചു കേൾക്കണം"

പിള്ളേർ ആകാംക്ഷയോടെ കണ്ണും കാതും കൂർപ്പിച്ചു മൂളി "ഉം ഉം... ഉംം ഉംം"

മീരാണ്ണൻ റാവുത്തരണ്ണൻ താടിയുഴിഞ്ഞ് മുഖമുഴിഞ്ഞ് കണ്ണുതുടച്ചു കഥപറയാൻ തുടങ്ങി; ഭൂമി കീഴ്പോട്ടു വീഴാമെ പാക്കാൻ പടച്ചതമ്പുരാൻ ഒരു മലക്കിനെ ഭൂമിയുടെ അടിഭാഗത്തേക്കയച്ചു. ആ മലക്കാക്കും ഭൂമിയെ തന്റെ തലയിലും ചുമലിലുമായി താങ്ങിനിർത്തിയിരിക്കുന്നത്.

സൂര്യന്റെ ഉദിപ്പും അസ്തമയവും ആ മലക്കിന്റെ കരങ്ങൾക്കുള്ളിലാണ് നടക്കുന്നത്. അത്രവലിയൊരു മലക്കാക്കും.[1]

പിള്ളേര്‍ കണ്ണുമിഴിച്ചു കഥകേട്ടിരുന്നു.

റമ്പ് നമ്മെ പടച്ചത് വെറും മണ്ണുകൊണ്ട്

ജിന്നുകളെ പടച്ചത് തീ കൊണ്ട്

മലക്കുകൾക്ക് ഉറക്കമോ ക്ഷീണമോയില്ല.

ഭൂമിയെ എത്രകാലം വേണമെങ്കിലും മലക്ക് താങ്ങികൊണ്ട് നിൽപ്പാര്.

ഈ മലക്ക് എങ്കെയിരിപ്പാര്?

നൂഹുകണ്ണ് ചോദിച്ചു

അത്. അതൊരു കാളയ്ക്കു പുറത്തിലെ ഇരിപ്പാര്.

അതുകേട്ടു പിള്ളേര്‍ ചോദിച്ചു

"അപ്പോ കാളയോ"

കാള വലിയൊരു കല്ലിന്റെ മോളിൽ കയറിനിൽപ്പാര്.

"അപ്പോ ആ കല്ല് എവിടെയിരിപ്പാര്"

പിള്ളേര്‍ കൂട്ടമായി ചോദിച്ചു

അന്തകല്ല് ഇരിക്കറത് ഒരു മീനിക്ക് പുറത്തില്. മീൻ കിടക്കിതത് കടലില്. മീൻ അനങ്കാമെയിരിക്കത്തിക്ക മീനിക്ക മൂക്കിൻതുമ്പിൽ ഒരു ജീവി കാവലുണ്ട്. മീൻ ഒന്നനങ്ങനാ ആ ജന്തു മീനിന്റെ മൂക്കിന്റെ ദ്വാര ത്തിലൂടെ ഉള്ളിൽ കടക്കും. അതുപേടിച്ച് മീൻ അനങ്കാതെയിരിപ്പാര്. പിള്ളേര്‍ കഥകേട്ടൽഭുതം കൂറി. മൂക്കത്തുവിരൽവച്ചു. ഭയങ്കരം തന്നെ ഈ ഭൂമിയുടെ നിൽപ്പ്. റബിൽ ആലമീനായ തമ്പുരാനു സ്തുതി.

അതുകേട്ട് മീരാണ്ണൻ റാവുത്തരണ്ണൻ ചോദിച്ചു

"ഇന്തകൂട്ടത്തിലെ ആരെണ്ടാലും കടലുകണ്ടിട്ടുണ്ടോ?"

നബീസാമ്മാൾ പറഞ്ഞു ഞാൻ കണ്ടിട്ടുണ്ട്. ആലപ്പുഴയ്ക്കു പോയ പ്പോൾ അത്തയെനിക്കു കടലുകാണിച്ചു തന്തിത്.

ആങ്കെ കണ്ണെത്താദൂരത്തിലെ പരന്നുകിടക്കുന്ന മുട്ടൻകടൽ. അതു കേട്ട് മീരാണ്ണൻ റാവുത്തരണ്ണൻ ചോദിച്ചു

"നീക്കെയാരെങ്കിലും കടലിലിങ്ങിയിട്ടുണ്ടോ?"

നൂഹുകണ്ണ് പറഞ്ഞു "ഞാനിറങ്ങിയിട്ടുണ്ടു"

അതുകേട്ട് മറ്റുപിള്ളേര്‍ പറഞ്ഞു

"വെറും പുളു"

1. മലക്ക്: മാലാഖ

നൂഹുകണ്ണ് ദേഷ്യത്തോടെ പറഞ്ഞു "സത്യംതാ"

കൊല്ലത്തിലെ കെട്ടികൊടുത്ത ചിന്നമ്മാളുക്കെ വീട്ടിലെ പോയപ്പം നാൻ കടലിലിറങ്ങിയിട്ടുണ്ടു. ഇറങ്കമാത്രമല്ല കുളിക്കയും ചെയ്തെ.

പിള്ളേർ ആരാധനയോടെ നൂഹുകണ്ണിനെ നോക്കി. കടൽ കാണാൻ കഴിയാത്തതിൽ പൊടിപ്പയലിനു ദുഃഖം തോന്നി.

നൂഹുകണ്ണ് കടലിൽ കുളിച്ചതിന്റെ ഗമ പിടിച്ചിരുന്നു. മീരാണ്ണൻ റാവുത്തരണ്ണൻ പറഞ്ഞു "കടല് കുളംപോലെയല്ല. അതു ഇളകി മറിഞ്ചുകൊണ്ടേയിരിക്കും. കടലുകേറിവരുകയും പോവുകയും ചെയ്യും. കാലലെ കാണുന്നതുപോലെയല്ലെ വൈകുന്നേരം കാണുതത്. അതാക്കും അൽഭുതം. ഇതെന്തുകൊണ്ട് ഇപ്പടിയാകുന്നതെരണ്ട് തെരിയുമാ. പിള്ളേർ കണ്ണിൽ കണ്ണിൽ നോക്കി. പിന്നെ അറിയില്ലന്ന ഭാവത്തിൽ മീരാണ്ണൻ റാവുത്തണ്ണനെ നോക്കി. ആ മുഖത്തൊരു പുഞ്ചിരിപടർന്നു.

അത്, കാളമൂച്ചുവിടുമ്പോൾ കടല് മേപ്പോട്ടു പോങ്കും. മൂച്ചവലിക്കുമ്പോൾ താഴോട്ടിറങ്ങും. ഇപ്പോ മനസിലാച്ചാ കടലിലെപ്പടി തിരയുണ്ടാവതെണ്ട്. പിള്ളേര് ഒരേസ്വരത്തിൽ പറഞ്ഞു

"തെരിഞ്ചാച്ച്"

ഒരു കഥകേട്ടരസത്തോടെ കുട്ടികളിൽ ചിലരിണീറ്റ് ഒന്നു ഞെളിഞ്ഞ് കൈ കുടഞ്ഞു. ചിലർ പാട്ടുപാടി. ചിലർ വട്ടമിട്ടിരുന്നു കൈപ്പത്തി നീട്ടി വച്ചു കളിതുടങ്ങി;

അക്കു തിക്കു താനവരമ്പെ
കല്ലേ കുത്തു കരിങ്കുത്ത്
ചീപ്പുവെള്ളം താറാവെള്ളം
താറാമക്കടെ കൈയ്യിലൊരുബ്ലാങ്ക്

കുട്ടികൾ തൈക്കാവിന്റെ മുറ്റത്ത് 'അക്കുതിക്കു' കളിച്ചു കലപില കൂട്ടുമ്പോൾ ഓച്ചിറ പടനിലത്തെ ആലുകളിലൊന്നിൽ കൂടുകൂട്ടി പാർക്കുകയായിരുന്ന കാക്ക തന്റെ കുഞ്ഞുങ്ങളെ പാട്ടുപഠിപ്പിക്കുകയായിരുന്നു.

ഹരഹര ആതി താൻ അറവടങ്കി
അനന്തമായ് കിടന്ത കാലം
ആതിയില്ല, അനന്തമില്ല
അന്നു നായ്ക്ക് വേദമില്ല
മൂലമില്ല, മുച്ചുവടില്ല.
മൂന്നുലോകം താനുമില്ല.
ബ്രഹ്മാവ് വിഷ്ണു മഹേശ്വരൻമാർ മൂവരില്ല
മുപ്പതുകോടി തേവരില്ല
അറുപത്താറായിരം കോടി അസുരകളില്ല

ഉദിപ്പുമില്ല, മരിപ്പുമില്ല, കിടന്നാറെ
അണ്ഡജം പിളർന്ന്
കീഴ്മേലുണ്ടായി. മേപ്പട്ട് തെറിച്ചതാകായം
കീഴ്പട്ട് തെറിച്ചത് ഭൂമി.

പള്ളിക്കാട്ടിൽ കിടന്നു കലപില കൂട്ടിയകാക്കകൾ നാവടക്കി കാതോർത്തിരുന്നു. പിള്ളേർ കളികഴിഞ്ഞ് കായിതായയും ജുസുവും മാറോടക്കി പിടിച്ച് തൈക്കാവിന്റെ പടികളിറങ്ങി ഓടി. മീരാണ്ണൻ റാവുത്തരണ്ണൻ പറഞ്ഞു

ലാഇലാഹ ഇല്ലല്ല.

അല്ലാഹുവല്ലാതെ മറ്റൊരാധ്യനുമില്ല

പള്ളിക്കാട്ടിൽ ഉക്കനുകൾ ഉക്കാൻ തുടങ്ങി. ഉക്കന്റ ഉക്കൽ കേട്ട് ഭൂമിക്കടിയിൽ വിവിധയറകളിൽ വസിക്കുന്ന ക്ഷുദ്രജീവികൾ വിറളിപിടിക്കാൻ തുടങ്ങി.

ഉക്കന്റെ ഉക്കൽകേട്ട് പിള്ളേർ വഴിനീളെ വിളിച്ചുകൂവിനടന്നു;

മഞ്ചകുയിലെ മറഞ്ചിക്കോ

മച്ചാൻ മഞ്ഞതണ്ണിംകൊണ്ടുവാറാൻ

ഉക്കൻ അതുകേട്ട് ഭീതിയോടെ വേഗത്തിലും ഉച്ചത്തിലും ഉക്കാൻ തുടങ്ങി. ഉക്കന്റെ ഉക്കൽ കേട്ട് ഭീതിപൂണ്ടു പള്ളിക്കാട്ടിലെ എണ്ണിയാലൊടുങ്ങാത്ത ക്ഷുദ്രജീവികൾ ഭൂമിതുരന്ന് പുറത്തുചാടി കരിമാങ്കാവു ലക്ഷ്യംവച്ചു ഓടാൻ തുടങ്ങി. തേളും പാമ്പും ചിലന്തിയും പഴുതാരയുമടങ്ങുന്ന ക്ഷുദ്രജീവിക്കൂട്ടങ്ങൾ വെപ്രാളപ്പെട്ടു ഓടിവരുന്നതുകണ്ട് വരുത്തുപോക്കുകൾ ഭയപ്പാടോടെ കാവിനു ചുറ്റും ചുഴലിചുറ്റാൻ തുടങ്ങി. വരുത്തുപോക്കുകൾ കാവിനുചുറ്റും ചുഴലിചുറ്റുന്നതറിഞ്ഞ് ദൈവക്കുറവൻ ചിലമ്പുകെട്ടി വാളെടുത്തു ഉറഞ്ഞുതുള്ളി.

കരുംഭൂതങ്ങൾക്ക് കുരുതിക്കളമൊരുക്കാൻ അരുളപ്പാടുണ്ടായി. ചുഴലി മണ്ണുചുഴറ്റി കരിയില ചുഴറ്റി കളിതുടർന്നു. യക്ഷിപാലയിലെ വാവലുകളതുകണ്ടു ഭീതിതമായി കരഞ്ഞു ബഹളം വച്ചു. വരുത്തുപോക്കിനു ചെഞ്ചോരകുടിക്കാൻ കിട്ടിയില്ലങ്കിൽ അതുനാട്ടിലിറങ്ങി ആടിനെയും മാടിനെയും അടിച്ചുവീഴ്ത്തും. തരംകിട്ടിയാൽ മനുഷ്യരെയും വകവരുത്തും. ഒരിക്കൽ കരക്കാർ കരിമാങ്കാവിനെ വന്നകാലം. അന്നു ചുഴലിക്കാറ്റ് നാട്ടിൽ ചീറിയടിച്ചു. കുറുപ്പൂട്ടിലെ കുറുപ്പന്റാരുടെ ഉഴവുകാള രണ്ടുചത്തു. പിച്ചതരകന്റ തുറു പിഴുതെറിഞ്ഞു. നാട്ടിലാകെ ചുഴലി നാശം വിതച്ചു തുടങ്ങിയതോടെ ദൈവക്കുറുവനെവരുത്തി വരുത്തുപോക്കിനു കരിങ്കോഴിയെ കുരുതി കഴിപ്പിച്ചതോടെയാണ് ചുഴലിയടങ്ങിയത്. ദൈവക്കുറവൻ കരപ്രമാണിമാർക്ക് നെല്ല്, അവൽ, മലർ കാണിക്കവെച്ചു അനുവാദം തേടി. നാടിന്റെ നാനാഭാഗത്തുനിന്നു പൊഴുതനക്കറ്റകൾ

കാവിലേക്കൊഴുകി. കുറത്തികൾ വന്നു കറ്റ തിരിച്ചും മറിച്ചും ചവിട്ടി മെതിച്ചു നെൽമണി പൊഴിച്ചു വാരിക്കൂട്ടി ഉണക്കിവറുത്തു ഉരലിയിടിച്ചു അവിലുപൊരിച്ചു. പിള്ളേർ അവിലുകൊറിച്ചുനടന്നു. രാത്രിയിൽ കൊള്ളി യാപ്പേകൾ കാവിനു മുകളിലൂടെ തീ ചുഴറ്റിനടന്നു. ഉച്ചാരദിവസം. തല പ്പാളചൂടി, പുട്ടലും വട്ടിയും കള്ളുകുടവും കൊയ്ത്തരിവാളും കോഴി വാലൻ പിച്ചാത്തിയുമായി ദൈവകുറവൻ കാവിനു വലംവച്ചു. പിന്നെ തുള്ളിയാർത്തു. കരിങ്കോഴികൾ കാവിനു ചുറ്റുംപാറിപ്പറന്നു ബഹളംവച്ചു. കാവിളക്കി നാടിളക്കിയതു കൊക്കരിച്ചു. ദൈവക്കുറവന്റ കൈയ്യിൽ കിടന്നു കോഴികൾ പിടച്ചു. അർത്ഥം ചുവന്നു. മന്ത്രങ്ങൾ ഉരുക്കഴിച്ചു. അർത്ഥത്തിൽ ചുഴലിചുറ്റാൻതുടങ്ങി. കുറവക്കുടിലുകളതുകണ്ട് ഉറഞ്ഞു തുള്ളി പാട്ടുതുടങ്ങി.

ചീരാമാ ലക്ഷ്മണനനും
പിന്നെ കോയാണ്ടന്മാരും
ചത്തുപോയ രാവണനനും
പിന്നെ രണ്ടു കോയാണ്ടന്മാരും
സീതേനേം കട്ടുംകൊണ്ട്
പോയൊരു മൂലത്താലെ
രാവേണൻ ചത്തുവീണു
രാവേണൻ ചത്തുവീണു
കോയി കൊത്തി
തികി.. താ.. തോം..

തുള്ളിയുറഞ്ഞ ദൈവക്കുറവനു ഇഷ്ടം പോലെ കള്ളുമോന്താൻ കൊടുത്തു. കള്ളുകുടഞ്ഞ് കാവും നാടും ശുദ്ധി വരുത്തി. പുളിച്ച കള്ളിന്റെ ഗന്ധം പരന്നതോടെ ഉറുമ്പിൻ കൂട്ടങ്ങൾ കള്ളുനക്കാൻ വന്നു. കള്ളുനക്കി മത്തുപിടിച്ച് ഉറുമ്പിൻകൂട്ടങ്ങൾ വഴിനീളെ മാണ്ടുകിടന്നു നേരംവെളുപ്പിച്ചു. പുലിക്കുന്നു മലയിലെ പുളിച്ചാളകൾ വിശന്നു ഗർജ്ജി ക്കാൻ തുടങ്ങി...

കരിമ്പുലി

വിശപ്പുസഹിക്കവയ്യാതെ പുലിക്കൂട്ടം നാട്ടിലിറങ്ങി ആട്ടിനെയും പശു ക്കുട്ടിയേയും പിടിച്ചുകൊണ്ടുപോയി. ഇസ്കി മുച്ചു ആചാരിയുടെ പശു കിടാവിനെയാണാദ്യം പുലിപിടിച്ചത്. അതിന്റെ കുടലും പണ്ടങ്ങളും കിഴക്കെ കുന്നിൻചരുവിൽ നിന്നു കിട്ടി. കൃഷ്ണൻതാങ്കളുടെ വീട്ടിൽ നിന്നു കോഴിയെ പിടിച്ചതും പുലിയാണത്രെ. മാമ്പള്ളിൽ മിന്നാപിള്ള റാവുത്തരണ്ണന്റെ വീട്ടിൽ നിന്നു രണ്ടാടുകളെ പുലി കൊണ്ടുപോയി. കരിമ്പുലിയാണന്നാണ് നാട്ടുസംസാരം. ഇരുട്ടിൽ തിളങ്ങുന്ന വെള്ളാരം

കണ്ണുകൾ കണ്ട് വാവരുമീരാമോദിയുടെ മകൾ റസിയാമ്മാളു നിലവിളിച്ചു കൊണ്ടു ഓടിയതോടെ നാട് പുലിയനക്കം കാതോർക്കാൻ തുടങ്ങി. പണ്ടും പുലിയിറങ്ങിയിട്ടുണ്ട്. അന്നൊക്കെ അശപിശ നൈനാർ തരകനണ്ണനോ, പാലവിള തമ്പിയോ പിച്ചാ റാവുത്തരണ്ണനോ ആളേക്കൂട്ടി പുലിവേട്ടക്കിറങ്ങി പുലിശല്യം ഒഴിവാക്കിയിരുന്നു. അവർക്ക് വേട്ടക്കമ്പം കുറഞ്ഞുവന്നതാണ് പുലിശല്യം വർദ്ധിക്കാനിടയാക്കിയതെന്നു നാട്ടിൽ പൂച്ചം പൂച്ചം ആളുകൾ പറഞ്ഞുനടന്നു. ഒടുക്കം മാമ്പള്ളിൽ മിന്നാപിള്ളയണ്ണൻ അശപിശ നൈനാർ തരകനണ്ണനെ വന്നുകണ്ടു ഉടനൊരു പുലിവേട്ട നടത്തണണെന്നാവശ്യപ്പെട്ടു. അണ്ണനാവതില്ലങ്കിൽ മക്കളെ പറഞ്ഞുവിട്ടാൽ മതിയെന്നും മിന്നാപിള്ളയണ്ണൻ പറഞ്ഞു. പുലിവേട്ടയെന്നുകേട്ടതും അശപിശനൈനാർ തരകനണ്ണന്റെ മാറിലെയും കൈയ്യിലെയും നരച്ചരോമകൂപങ്ങൾ ഒന്നുകൂമ്പി വിടർന്നു. രോമങ്ങൾ കിനാവുകാണാൻ തുടങ്ങി. പുരികക്കൊടി ചിന്ത ചൊറിഞ്ഞിരുന്നു. വൃദ്ധനെങ്കിലും ഇനിയും പേശിയുടയാത്ത മാറൊന്നു വിടർന്നുകൂമ്പി. തന്റെ നരച്ചുനീണ്ട താടിരോമങ്ങളുഴിഞ്ഞ് അശപിശ നൈനാർ തരകനണ്ണൻ പറഞ്ഞു.

“ഞാനും പുലിവേട്ടയെക്കുറിച്ചു നിനച്ചിരിക്കയായിരുന്നു”

“കന്നാലി ചെറുക്കന്മാരെ പുലികൾ ശല്യം ചെയ്യുന്നതായി കുറച്ചു നാളായി കേട്ടുതുടങ്ങിയിട്ട്. ഇപ്പോ പുലി ഇങ്ങു മാമ്പള്ളിൽ വരെ വന്നിരിക്കുന്നു” ഇനി അടങ്ങിയിരിക്കാനാവില്ല. മാമ്പിള്ളിയും ഒരുങ്ങിക്കോ. കാലത്തു തന്നെ മലകയറാം. അശപിശ നൈനാർ തരകനണ്ണൻ പുലിവേട്ടയ്ക്കൊരുങ്ങുന്ന വിവരമറിഞ്ഞ് ഗ്രാമം പുലിവേട്ട കഥകളുടെ കെട്ടഴിക്കാൻ തുടങ്ങി. ഉസ്മാൻ റാവുത്തരുടെ ചായക്കടയിൽ പഴമക്കാരുടെ കഥകേൾക്കാൻ പിള്ളാരും പിറുങ്ങിണികളും ഉന്തും തള്ളും നടത്തി. പുലിക്കഥകൾ കേട്ടു പിള്ളേർ രാത്രിയിൽ പേടിച്ചരണ്ടു കരഞ്ഞു. കരിയിലയനക്കം കേട്ടു പെണ്ണുങ്ങളും പിള്ളേരും പേടിച്ചു നിലവിളിച്ചു. നിലവിളി കേട്ടു ഗ്രാമം ചൂട്ടുമിന്നിച്ചു വടിയും തടയുമായി നാടുചുറ്റിവീടുചുറ്റി നേരം വെളുപ്പിച്ചു. നേരം പരപരാവെളുത്തപ്പം തന്റെ തുകൽ ബൽറ്റെടുത്തു അശപിശനൈനാർ തരകനണ്ണൻ അരയിൽ കൊളുത്തി. എഴുത്താണി കത്തികൾ ബൽറ്റിൽ തിരുകി ബലപ്പെടുത്തി. അശപിശനൈനാർ തരകനണ്ണന്റെ ബീവി നൈനാക്കപിള്ള അറയിൽ നിന്നു തോക്കും തിരകളുമെടുത്തുകൊണ്ടുവന്നു എണ്ണമിനുക്കാൻ തുടങ്ങി. തുകൽകുപ്പായം പോട്ട് അശപിശനൈനാർ തരകനണ്ണൻ വേട്ടയ്ക്കു തയ്യാറായി. മക്കളും കൊച്ചുമക്കളും വാളും കുന്തവുമായി വന്നുനിരന്നു. ആവേശം കൊണ്ട് കൊച്ചുമക്കൾ വാൾ വായുവിൽ ചുഴറ്റികളിച്ചു. അതുകണ്ടു കുതിരകൾ ചാണകമിട്ടു. കാലുകുടഞ്ഞു. മേലുകുടഞ്ഞു. അശപിശനൈനാർ തരകനണ്ണൻ തൈക്കാവിൽ തിരികത്തിച്ചു. ആപത്തുകളിൽ നിന്നു കാക്കണേയെന്നു ഉടയതമ്പുരാനോടു പ്രാർത്ഥിച്ചു. പിന്നെ കുതിരപ്പുറത്തുകയറി മൺകോട്ടയ്ക്കു വലംവച്ചു കുതിരപാഞ്ഞു. ചെണ്ടക്കാർ മേളം

മുറുക്കി. വേട്ടപ്പട്ടികൾ നാടുകുലുക്കി കുരച്ചുചാടി. ഗ്രാമം കണ്ണുമിഴിച്ച്, നാവടക്കി, കാതോർത്തുനിന്നു.

അശപിശനൈനാർ തരകനണ്ണന്റെ കുതിരയ്ക്കു മുമ്പേ കുതിരക്കുളമ്പടികൾ പാഞ്ഞു. കുതിരക്കുളമ്പടികൾ കേട്ടുപുലിമടകൾ അശ്വസ്തമാകാൻ തുടങ്ങി. പുലിക്കുഞ്ഞുങ്ങൾ വാവിട്ടു കരഞ്ഞു. തള്ളപ്പുലിയേയും തന്തപുലിയേയും കെട്ടിപിടിച്ചവ പുൽമേട്ടിൽ കെട്ടിമറിഞ്ഞു. പുലികൾ കൂട്ടം ചേർന്നു തലപുകച്ചു. തന്തപുലികൾ പല്ലുഞെരിച്ച് മിനുസപ്പെടുത്തി. തൊണ്ടകാറി ബലപ്പെടുത്തി. പിന്നെ ഉച്ചത്തിലൊന്നു ഗർജ്ജിച്ചു ശൗര്യം ഉറപ്പുവരുത്തി. പുലികളുടെ നേതാവ് കരിമ്പുലിക്കു ചുറ്റും പുലികൾ കൂട്ടം ചേർന്നു. പെൺപുലികൾ പാലുചുരത്തി കണ്ണീർ ചുരത്തി. പുലിക്കുഞ്ഞുങ്ങൾ പുല്ലിൽ കെട്ടിമറിഞ്ഞുകളിച്ചു. അതുനോക്കി തള്ളപുലികൾ കണ്ണുനനച്ചു. നാവുനനച്ചു. ഒടുക്കം തള്ളപുലിയും കുഞ്ഞുങ്ങളും പുലിച്ചാണകളിൽ കയറിഒളിച്ചു. പുള്ളിപുലികൾ മരംകേറി. ചിലപുലികൾ പാറയിടുക്കിൽ പാത്തുപതുങ്ങി കാതോർത്തുകിടന്നു. ഇരപ്പൻ പാറയ്ക്കു സമീപം കരിമ്പുലി കാത്തിരുന്നു. കാടുവിറകൊള്ളാൻ തുടങ്ങി. ചെവിയനുകൾ നെട്ടോട്ടമോടി. കാടൻ കൂവിവിളിച്ചു. മാനുകൾ കിടന്നു കൂത്താടി. പൊന്തക്കാടുകൾ കുരവയുതിർത്തു. കീരികൾ ഓടിയൊളിച്ചു. ഉടുമ്പുകൾ മലകയറി. പാമ്പുകൾ പത്തിതാഴ്ത്തി. പുല്ലുകൾ കോട്ടുവായിട്ടു ഉറക്കമുണർന്നു. കണ്ണും കാതും കൂർപ്പിച്ചിരുന്നു. ചിലപ്പൻ കിളികൾ ചിലപ്പു തുടങ്ങി. പുലിമടയിൽ അസ്വസ്തതപൂണ്ടു പുലിതള്ളകൾ അങ്ങോട്ടു മിങ്ങോട്ടും നടന്നുകൊണ്ടിരുന്നു. അശപിശ നൈനാർ തരകനണ്ണന്റെ അറബിക്കുതിര നീർച്ചാൽ ചാടിക്കടന്ന് ഇരപ്പൻപ്പാറയുടെ അരികിലെത്തിയപ്പോൾ കരിമ്പാറക്കൂട്ടത്തിനിടയിൽ നിന്നു കറുത്തിരുണ്ടു കരിമ്പാറപോലിരിക്കുന്ന കരിമ്പുലിയൊന്നു കുതിരയുടെ മുമ്പിലേക്ക് ചാടി വഴിതടഞ്ഞു. അശപിശനൈനാർ തരകനണ്ണൻ കുതിരയുടെ കടിഞ്ഞാൺ ആഞ്ഞുവലിച്ചു. കുതിര മുൻകാലുയർത്തി ഒന്നുചീറി ബഹളം വച്ചു നിന്നു.

കരിമ്പുലിക്കുനേരെ പാഞ്ഞടുക്കാൻ ഭാവിച്ച കുതിരപ്പടയെ കൈയുയർത്തി അശപിശനൈനാർ തരകനണ്ണൻ തടഞ്ഞു. കുതിരപ്പട നിശ്ചലമായി. അശപിശനൈനാർ തരകനണ്ണന്റെ തീക്ഷ്ണമായ കണ്ണുകളും കരിമ്പുലിയുടെ വെള്ളാരംകണ്ണുകളും തമ്മിൽ ഏറ്റുമുട്ടി. അഗ്നിസ്ഫുല്ലിംഗങ്ങൾ ചിതറി. കരിമ്പുലിക്കു പിന്തുണ പ്രഖ്യാപിച്ചുകൊണ്ട് പുലിമടകൾ ഗർജ്ജിച്ചു. പുൽകൂനകൾ ഇളകിയാടി. അശപിശനൈനാർ തരകനണ്ണൻ പുലിസ്വരം എണ്ണിതിട്ടപ്പെടുത്തി. യുദ്ധത്തിനുള്ള തയ്യാറെടുപ്പു തുടങ്ങികൊണ്ടു കരിമ്പുലിയോടു ചോദിച്ചു;

നാട്ടിലെ ആടിനെയും മാടിനെയും പിടിക്കാൻ ആരു നിനക്ക് അധികാരം തന്താൻ!

ഒന്നെയും എന്നെയും പടച്ച തമ്പുരാൻ

കരിമ്പുലി തീക്ഷ്ണമായ നോട്ടമെറിഞ്ഞു മറുപടി പറഞ്ഞു.

ഒനക്ക് വിധിച്ചിരിക്കുന്ന് കാട്?

പിന്നെ നാട്ടിൽ നീ എന്നതുക്കവന്താൻ?

നൈനാർ തരകനണ്ണൻ രോഷത്തോടെ ചോദിച്ചു. പുലിമടകളിൽ വിശപ്പു സഹിക്കവയ്യാതെ കുഞ്ഞുങ്ങൾ കരഞ്ഞുവിളിച്ചതുകൊണ്ട്. വയറൊഴിഞ്ഞ പുലിത്തള്ളകളുടെ വിശപ്പടക്കാൻ.

ഒനക്കുവിധിച്ചത് കാട്ടിലെ മാനും ചെവിയനും കാത്തുപോത്തും. അതെ പിടിക്കാതെ നാങ്കെ വളർത്തുന്ന മൃഗങ്ങളെ എതുക്കു പിടിക്കിതാ?

നിങ്ങളുടെ ആർക്കാർ കാട്ടിൽ വന്നു ഞങ്ങൾക്കു വിധിക്കപ്പെട്ട മൃഗങ്ങളെ വേട്ടയാടി പിടിക്കുന്നതെന്തിന്. ഞങ്ങളുടെ മൃഗങ്ങളെ നിങ്ങൾ പിടിച്ചുകൊണ്ടുപോയാൽ ഞങ്ങളെങ്ങനെ ജീവിക്കും.

കരിമ്പുലി ചോദിച്ചു.

ഭൂമിയിലെ സകലമാനജീവിവർഗങ്ങളെയും മനുഷ്യനു അടിമപ്പെടുത്തി തന്നിരിക്കുകയാണന്നു ഉടയതമ്പുരാൻ വിധിച്ചതല്ലേ?

അശപിശനൈനാർ തരകനണ്ണൻ ചോദിച്ചു.

അടിമപ്പെടുത്തിയങ്കിൽ കൊന്നു നശിപ്പിക്കാനല്ല വളർത്തി സംരക്ഷിക്കാനാണന്നതു നിങ്ങൾ മറന്നു?

അല്ലാഹുവിന്റെ അടിമകളായ നിങ്ങളെ അല്ലാഹു സംരക്ഷിക്കുന്നില്ലേ?

കരിമ്പുലി ചോദിച്ചു.

നാങ്കെ വളർത്തി സംരക്ഷിക്കുന്ന മൃഗങ്ങളെ നീങ്കെ കൊന്നുതിന്നതു ശരിയ?

അശപിശനൈനാർ തരകനണ്ണൻ രോഷത്തോടെ ചോദിച്ചു.

“ഞങ്ങൾക്കവകാശപ്പെട്ടതിനെ മനുഷ്യർ കൊന്നുതിന്നുന്നതു ശരിയാ”

കരിമ്പുലി രോഷത്തോടെ തിരിച്ചുചോദിച്ചു.

മൃഗങ്ങളായ ഞങ്ങൾക്കും പശിയടക്കണ്ടേ. ഞങ്ങളുടെ കുഞ്ഞുങ്ങളും ജീവിക്കണ്ടേ?

ദരിദ്രമായ ഈ കാട്ടിൽ ഞങ്ങളെങ്ങനെ കഴിയും.

കരിമ്പുലിയുടെ ചോദ്യങ്ങൾ കേട്ട് അശപിശനൈനാർ തരകനണ്ണന് ദേഷ്യം വന്നു.

മനുഷ്യരോടു തർക്കിച്ചു ജയിക്കാൻ കേവലം വെറും പുലിയായ നീ വളന്താതാ. ഉടൻ ഈ മലയുപേക്ഷിച്ചു പൊയ്ക്കൊൾക.

നൈനാർ തരകനണ്ണൻ ആജ്ഞാപിച്ചു.

പുലിക്കുന്നുമല തമ്പുരാൻ ഞങ്ങൾക്ക് വിധിച്ചതാക്കും. നിങ്ങൾ മനുഷ്യരെന്തിനിവിടേക്കുവന്നു. ഉടൻ തിരിച്ചുപോവുക.

കരിമ്പുലി തിരിച്ചടിച്ചു.

കരിമ്പുലിയുടെ വാക്കുകൾക്ക് ശക്തിപകരാൻ വേണ്ടിയാവണം പുലിക്കുന്നുമല അത്യുച്ചത്തിൽ ഗർജ്ജിക്കാൻ തുടങ്ങി. കരിമ്പുലിയോടിനി തർക്കിച്ചിട്ടു കാര്യമില്ലന്ന് അശപിശനൈനാർ തരകനണ്ണനു തോന്നി. തന്റെ തോക്കിന്റെ കാഞ്ചിവലിച്ചുവെടി ഉതിർത്തു. കുതിരപ്പട പാഞ്ഞടുത്തു. വേട്ടപട്ടികൾ കുരച്ചുചാടി. കരിമ്പുലിയെ ഉന്നംവച്ചു നൈനാർതരകനണ്ണൻ വീണ്ടും വെടിവച്ചു. കരിമ്പുലി അലർച്ചയോടെ കുന്നിനുപുറത്തേക്ക് ഓടി. ചെണ്ടകൾ അടിച്ചുതിമിർത്തു. പുലിമടകൾ വാവിട്ടുനിലവിളിച്ചു. അഭയംതേടി പുലിക്കൂട്ടം മീരലബ്ബമേട് നോക്കി പാഞ്ഞു.

വെടികൊണ്ട കരിമ്പുലി ഏന്തിയും വലിഞ്ഞും കിതച്ചും മലകയറി. വെടികൊണ്ട തോളെല്ലിൽ നിന്നും രക്തം ധാരയായി വീഴാൻ തുടങ്ങി. പുലിക്കൂട്ടം മീരാലബ്ബമേടിന്റെ മുകളിലെത്തി ഓട്ടം നിർത്തി. എടനമരച്ചുവട്ടിൽ മീരാലബ്ബ ധ്യാനത്തിലായിരുന്നു. നരച്ചുനീണ്ടുവളർന്ന താടിരോമങ്ങളും മുടിയും കാറ്റിലുലഞ്ഞാടികൊണ്ടിരുന്നു.

പൂട്ടിയ മിഴികൾക്കു പുറത്തു പ്രകാശമാനമായ ഒരു തേജസ്സ് തങ്ങിനിന്നിരുന്നു. തലയിൽ പൂവും ചിറകുമുള്ള പാമ്പ് ഔലിയായ്ക്കു കാവൽനിന്നു. പുലികൾ ഒന്നൊന്നായിവന്ന് ഔലിയായുടെ കാൽക്കൽ ശരണം പ്രാപിച്ചു. കരിമ്പുലി മുൻകാലുകൾക്ക് മേൽ തലയമർത്തി വെടികൊണ്ട തോളെല്ലിൽ പ്രയാസപ്പെട്ട് നക്കിത്തുടച്ചും ഔലിയ ധ്യാനത്തിൽ നിന്നുണരുന്നതും കാത്തിരുന്നു. കരിമ്പുലിയുടെ വേദന ഔലിയയറിഞ്ഞു. തന്റെ സൂക്ഷ്മചർമ്മമുയർത്തി അദ്ദേഹം കുതിരപ്പടയെ നോക്കി. അതു കാട്ടുവഴിയിലൂടെ ഓടിക്കിതച്ചുവരുകയായിരുന്നു. കുതിരപ്പടയുടെ ആരവം അടുത്തടുത്തുവന്നു. പുലിക്കൂട്ടങ്ങൾ വിറകൊള്ളാൻ തുടങ്ങി. പുലിക്കൂട്ടങ്ങളും നാനാജാതി മൃഗങ്ങളും വന്നു മീരാലബ്ബ ഔലിയായുടെ കാൽക്കൽ വന്നു ശരണം പ്രാപിച്ചതുകണ്ട് കുതിരപ്പട നിശ്ചലമായി. അശിപിശ നൈനാർ തരകനണ്ണൻ കുതിരപ്പുറത്തുനിന്നിറങ്ങി തലകുനിച്ചു സലാം പറഞ്ഞു.

അസലാമു അലൈക്കും

ദൈവം താങ്കളെ അനുഗ്രഹിക്കട്ടെ

താങ്കൾക്കും ഭൂമിയിലെ സർവ്വചരാചരങ്ങളുടെ മേലും അല്ലാഹുവിന്റെ അനുഗ്രഹം ഉണ്ടാകട്ടെ. ഔലിയ സലാം മടക്കി.

നാട്ടിൽ പുലിയിറങ്ങി ആടിനെയും പശുവിനെയും പിടിക്കുന്നതു നിത്യസംഭവമായിരിക്കുന്നു. പുലിപ്പേടി കൊണ്ടാളുകൾ പുറത്തിറ

ങ്ങാതെയായി. ഔലിയായുടെ അനുഗ്രഹം ഞങ്ങളുടെമേലും ഗ്രാമവാസികളുടെമേലും ഉണ്ടാവണം.

സൗമ്യനായി നൈനാർതരകനണ്ണൻ ഉണർത്തിച്ചു.

എരുമേലി വാവരുസ്വാമിയുടെയും അയ്യപ്പസ്വാമിയുടെയും അരുമശിഷ്യൻ മീരാലബ്ബ തന്റെ ചുറ്റും മാണ്ടുകിടക്കുന്ന പുലിക്കൂട്ടത്തെ സാകൂതം നോക്കി. ഒരു പെൺപുലി പതിയനെ എണീറ്റു മീരാലബ്ബ ഔലിയായുടെ അരികിലേക്ക് ചേർന്നു നിന്നു തന്റെ മുലഞെട്ടുകൾ ചുരത്തി. ഔലിയാ മുലഞെട്ടിലേക്ക് തന്റെ ചുണ്ടു ചേർത്തു പാൽ ഉറുഞ്ചികുടിച്ചു.

കുതിരപ്പട ആശ്ചര്യപൂർവ്വം അതുനോക്കിനിന്നു. അശപിശനൈനാൻ തരകനണ്ണൻ കൈയ്യുയർത്തി പറഞ്ഞു.

സുബഹാനല്ലാ... സുബഹാനല്ലാ.

സർവ്വസ്തുതിയും സർവ്വലോക പരിപാലകനായ തമ്പുരാന്.

പുലിപ്പാൽ കുടിച്ചു ദാഹം ശമിച്ചപ്പോൾ ഔലിയ കുതിരപ്പടയുടെ നേർക്കുതിരിഞ്ഞു. ഔലിയ കുടിച്ച മുലഞെട്ടിനു വേണ്ടി പുലിക്കുഞ്ഞുങ്ങൾ ഉന്തും തള്ളും നടത്തി. അശപിശനൈനാർ തരകനണ്ണനതുകണ്ട് ഭയപ്പാടോടെ തങ്ങളോട് ക്ഷമിക്കണമെന്ന് മീരാലബ്ബ ഔലിയായോട് അപേക്ഷിച്ചു. കരിമ്പുലി രക്തം നക്കി നക്കിയിരുന്നു. കരിമ്പുലിയെ ശുശ്രൂഷിച്ചു പത്തുനാൾ അശപിശനൈനാർ തരകനണ്ണൻ കാട്ടിൽ കഴിയാൻ ഔലിയ ശിക്ഷ വിധിച്ചു. ബാക്കിയുള്ളവർ ഉടൻ കാടൊഴിയാനും ഉത്തരവിട്ടു. കുതിരപ്പടയോട് കാടിറങ്ങാൻ അശപിശനൈനാർ തരകൻ പറഞ്ഞു. മക്കളും കൊച്ചുമക്കളും അശപിശനൈനാർ തരകനൊപ്പം കാട്ടിൽ കഴിയാൻ തയ്യാറായിവന്നു. പക്ഷെ അദ്ദേഹമതിനനുവദിച്ചില്ല. വേദനയോടെ അവർ കുന്നിറങ്ങി. പത്തുനാൾ ഗ്രാമം അശപിശ നൈനാർ തരകനണ്ണനുവേണ്ടി കണ്ണിലെണ്ണയൊഴിച്ചു കാത്തിരുന്നു. നൈനാർ തരകനണ്ണൻ പൊണ്ടാട്ടി നൈനാക്കുപിള്ള ആധിപിടിച്ചു അറയ്ക്കുള്ളിൽ അങ്ങോട്ടും ഇങ്ങോട്ടും നടന്നു നേരം വെളുപ്പിച്ചു. പത്താം നാൾ സുബഹിക്കു ബാങ്ക് വിളിച്ചപ്പോൾ ഇരപ്പൻ പാറയ്ക്കരുകിൽ അശപിശനൈനാർ തരകനണ്ണൻ കുതിരയ്ക്ക് അകമ്പടിയായി കാട്ടിലെ സകലമാന ജീവികളും വന്നുയാത്രയാക്കി. അശപിശനൈനാർ തരകനണ്ണൻ റംസാൻ നോമ്പുനോറ്റവനെപ്പോലെ പ്രകാശമുള്ളവനായി തീർന്നു. അശപിശനൈനാർ തരകനണ്ണൻ തന്റെ തോക്കും തിരയുമെടുത്തു പള്ളിക്കാട്ടിലേക്കെറിഞ്ഞു. വേട്ടക്കുപ്പായം ഊരി തട്ടുമ്പുറത്തിട്ടു. നിസ്കാരവും പ്രാർത്ഥനയുമായി നാളുകൾ നീക്കി. ചിലരാത്രികളിൽ അശപിശനൈനാർ തരകനണ്ണൻ കോലായിലിരുന്നു ആരോടോ പേശികൊണ്ടിരിക്കുന്നതു ശീലമായി. കാട്ടിൽവച്ചു കിട്ടിയ പേടികൊണ്ടു പിച്ചും പേയും പറയുകയാണന്നു വീട്ടുകാരും ഭാര്യ നൈനാക്കപിള്ളയും കരുതി. എന്നാൽ ഒരിക്കൽ നൈനാക്കപിള്ള തന്റെ രണ്ടുകണ്ണുകൊണ്ടും ആ അത്ഭുതകാഴ്ച കണ്ടു. മുറ്റത്തെ

മുല്ലത്തറയ്ക്കരുകിൽ രണ്ടുവെള്ളാരം കണ്ണുകൾ. നിലാവിൽ അതൊരു കരിമ്പുലിയാണന്നു നൈനാക്കപിള്ള തിരിച്ചറിഞ്ഞു. അവർ ബഹളം വയ്ക്കാൻ ഭാവിച്ചപ്പോൾ അശപിശ നൈനാർ തരകനണ്ണൻ കൈയുയർത്തി തടഞ്ഞു. പിന്നെ അവർ രാത്രികാലങ്ങളിൽ ഒന്നിച്ചിരുന്നു ഇരുട്ടിനോട് പേശാൻ തുടങ്ങി. നാഹം നാഹം ത്വം ത്വം.

എണ്ണത്തോണി

പള്ളിക്കാട്ടിൽ ഉപ്പനച്ചം നീന്തിക്കളിച്ചു. അതിൽ കാക്കാത്തിപ്പൂക്കൾ പിരിഞ്ഞുകിടന്നു. കാക്കേമൊൻ്റ ഓർമ്മകൾ കാക്കകളിൽ കാന്തിക സമ്മർദ്ദമുണർത്തി. അവറ്റകൾ പള്ളിക്കാട്ടിൽ കിടന്നു വലിയ വായിൽ ക്കരഞ്ഞു. മഗരിബിനു ബാങ്കുകൊടുത്തതോടെ പള്ളിക്കാട്ടിൽ കരഞ്ഞു വിളിച്ചുനടന്ന കാക്കകൾ കൂട്ടത്തോടെ കാക്കത്തറയിലേക്ക് ചേക്കേറി. തൈക്കാവിന്റെ മുറ്റത്തുകൂടി കുറുക്കുകേറി റാത്തീബ് മാമാ പള്ളിയിലേക്ക് വന്നു. കാലപ്പഴക്കം കൊണ്ട് ചെമ്പിച്ച കാലൻകുട കക്ഷത്തിൽ നിന്നെടുത്തു ഹൗളുകല്ലിനരുകിൽവച്ചു. പിന്നെ പപ്പടവട്ടത്തിലുള്ള തന്റെ നിസ്കാരത്തഴമ്പിലേക്ക് വെള്ളം തെറുപ്പിച്ചു വുളുതുടങ്ങി. ബാങ്ക് കൊടുത്തശേഷം മോദീൻസാഹിബ് തസ്ബ മണിനീക്കി ദിഖിർചൊല്ലി കൊണ്ടിരുന്നു. അതുകേട്ട് പള്ളിയുടെ മട്ടുപ്പാവിൽ കൂടുകൂട്ടിയിരിക്കുന്ന ദിഖിർ ചൊല്ലിക്കുരുവികൾ[1] ഉച്ചത്തിൽ അതേറ്റുപാടി. സർവ്വ സ്തുതിയും സർവ്വ ലോക പരിപാലകനായ തമ്പുരാന്. അൽഹബ്ദുലില്ലാ. വുളുകഴിഞ്ഞ് റാത്തീബ് മാമാ തന്റെ തലേക്കെട്ടഴിച്ച് ഒന്നുകുടഞ്ഞു. ചുറ്റും വൃത്തികെട്ട ഒരു ഗന്ധം പരക്കാൻ തുടങ്ങി. മോദീൻസാഹിബ് ഹൗളുകല്ലിനരുകിലേക്ക് വന്നു ചോദിച്ചു.

"ങ്ങാഹാ! റാത്തീബ് മാമായോ?!"

"എങ്കെയായിരുന്നത്"

ചങ്ങനാശ്ശേരിയിലെ ചന്ദനക്കുടത്തിനു പോനെ

അങ്കെയൊരു ആനവിരണ്ടത്. പടച്ചവനിക്ക് തുണ. ആളുകൾക്കാർക്കും അബദ്ധം ഉണ്ടാവലെ"

റാത്തീബ് മാമ പറഞ്ഞു.

"നമ്മെ ലബ്ബ സാഹിബ്ബിയ്ക്ക് എപ്പടിയിരിക്കത്"

"ഉമ്മട്ടിയാശാൻ ആവതുംപോലെ പാത്തിനാര്. പിന്നെ തങ്ങളുപ്പാപ്പ വന്നു യൂനാനി ചികിത്സ നടത്തിനാര്. മലയിൽ നിന്നു വന്ത ലാടൻമാരും ചില്ലറ പ്രയോഗങ്ങളൊക്കെ നടത്തനാങ്കെ. അതും ശരിയാവേലെ.

1. ദിഖിർ ചൊല്ലിക്കുരുവികൾ - അങ്ങാടിക്കുരുവികൾ

ഇപ്പോ പട്ടാണിപ്പറമ്പിലെ കൂട്ടത്തോടെ താമസിക്കത പരദേശികളായ പട്ടാണികളുടെ ചികിത്സിയലാക്കും. കുറച്ചുകുറവുണ്ടന്നാക്കും. പീരുക്കണ്ണ് ചൊന്നത്."

"നീങ്കെപോയി പാത്തീങ്കളാ"

റാത്തീബ് മാമാ ചോദിച്ചു.

"രണ്ടുനാളാച്ച് പോയിട്ട്. ലബ്വസാഹിബ് ഇപ്പോ വർത്തമാനം ചൊല്ലു വാര്. പൊക്കിയിരുത്തണം. ദീനം പൊറുത്തെവിടുവെണ്ടാക്കും ചികിത്സി ക്കുന്ന ഹക്കീ ഷേക് ഹസ്സൻ ഹബീബ് ജാൻ ചൊല്ലുന്നത്.

എനിക്ക് നല്ല വിശ്വാസമാക്കും. ഇമാനുള്ള കൂട്ടാരാക്കും. ചൊന്നാ ചൊന്നതുപോലെ ചെയ്യുവാങ്കെ."

മോദീൻ സാഹിബ്ബ് പറഞ്ഞു.

"ലബ്വ സാഹിബ്ബ് ഖത്തീബായിരുന്ന കാലമായിരുന്നു കാലം. അരായിപ്പോ ഖത്തീബ്" റാത്തീബ് മാമ ചോദിച്ചു.

"അമീർ അലിഖാൻ മുസ്ലിയാര്"

തൃക്കുന്നപ്പുഴക്കാരനാക്കും. പത്തുകിത്താബും ഓതിനയാളാക്കും. പറ ഞ്ഞിട്ടെന്താ ഇവിടുത്തെ ചിട്ടകളൊന്നും തെരിയാത്. ഇപ്പോ വീടുകളിൽ നിന്നു ശാപ്പാട് ഇങ്കോട്ടു കൊണ്ടുവരുവയാക്കും. ശാപ്പാടു കൊണ്ടുവരാൻ കഴിവില്ലങ്കിൽ അരിക്കകാശുകൊടുത്താലും മതി.

നമുക്കത് പിടിക്കാത്. ഞാൻ പഴയ പതിവുമുടക്കമാട്ടെ" മോദീൻ സാഹിബ്ബ് പറഞ്ഞു.

"ശാപ്പാട് അന്ത വീടുകളിൽ തന്നെപോയികഴിക്കണം. അതാ അതി ക്കയൊരുശീലം. എണ്ടാലെ വയറ്റിക്ക് പിടിക്കൂ" റാത്തീബ് മാമ പറഞ്ഞു.

ഹൗളു കല്ലുകൾ വെള്ളം തെറിപ്പിക്കാൻ തുടങ്ങി. ഖത്തീബ് അമീർ അലിഖാന്റെ ശബ്ദം പള്ളിമുറ്റത്തു കേട്ടപ്പോൾ മോദീൻ സാഹിബ്ബ് ധൃതി യിൽ ഇക്കാമത്ത്[1] കൊടുത്തു.

അല്ലാഹു അക്ബർ
അല്ലാഹു അക്ബർ
അല്ലാഹുവാണ് ഏറ്റവും ഉന്നതൻ
അല്ലാഹുവാണ് ഏറ്റവും ഉന്നതൻ

മഗരിബ് നിസ്കാരം കഴിഞ്ഞതോടെ ഉറുമ്പിൻകൂട്ടങ്ങൾ പിരിഞ്ഞു പോയി. റാത്തീബ് മാമാ എന്നിട്ടും പള്ളിയിൽ ചുറ്റിപറ്റിനിന്നു. അതത്ര ഗൗനിക്കാതെ അമീർ അലിഖാൻ തന്റെ തലപ്പാവ് ഒന്നുലച്ചു നേരെയാക്കി പള്ളിയിൽ നിന്നിറങ്ങിനടന്നു. മോദീൻസാഹിബ്ബിനു മുമ്പിൽ റാന്തൽവി ളക്കും പിടിച്ചു റാത്തീബ് മാമ നടന്നു.

1. ഇക്കാമത്ത് - നമസ്കാരത്തിനു മുമ്പുള്ള അറിയിപ്പ്

"മോദീനെ ഇന്നു എങ്കെയാക്കും ശാപ്പാട്"

റാത്തീബ് മാമാ ചോദിച്ചു

നമ്മുടെ മൂത്തതമ്പിയുടെ വീട്ടിലാക്കും.

"നല്ലതുതാ"

റാത്തീബ് മാമാ പറഞ്ഞു.

"നമ്മ കുഞ്ഞുഹസ്സൻ അങ്കെയിരിക്കിയാര്?"

മോദീൻ സാഹിബ്ബ് പറഞ്ഞു.

"കുഞ്ഞുഹസ്സൻ എങ്കെ പൊവ്വെ തിന്നും കുടിച്ചും അങ്കെ സുഖമായി ഇരിപ്പാര്"

റാത്തീബുമാമ പറഞ്ഞു.

മൂത്ത തമ്പിക്ക ബീവിക്കാളെയത്ര പിടിത്ത മില്ലന്നാ കേട്ടത്. എത്ര നാളപ്പടി കഴിയാമെന്നു കണ്ടറിയണം.

മോദീൻ സാഹിബ്ബ് ശബ്ദം ഒരു പ്രത്യേക രീതിയിൽ നീട്ടിയും കുറുക്കിയും പറഞ്ഞു.

"കുഞ്ഞുഹസ്സനിട്ട് ബീവിക്ക പണി പറ്റാത്. എല്ലാ സൂത്രപണിയും പയറ്റിശീലിച്ചവനല്ലേ കുഞ്ഞുഹസ്സൻ" റാത്തീബു മാമാ പറഞ്ഞു.

"ങ്ങും. ചില്ലറ ചിലതമാശകളൊക്കെയും ഉണ്ടാച്ചന്നാക്കും കേൾവി."

"എന്നെ തമാശ? തെളിച്ചുചൊല്ല്."

ആകാംക്ഷയോടെ റാത്തീബ് മാമ ചോദിച്ചു.

"മൂത്ത തമ്പീടെ പുറമെ നടന്ത് തിണ്ടു മുടിക്കിതിര്ണ്ടാക്കും. ബീവിടെ പരാതി. കുഞ്ഞുഹസ്സൻ ഒരു വേലെയും ചെയ്യാത്. ഒരു ദിവസം കാലയിലെ കുഞ്ഞുഹസ്സനിക്ക് ബീവി കഞ്ചിക്കു പോരം കഞ്ചിതണ്ണിമാത്രമാക്കും കൊടുത്തത്. കുഞ്ഞുഹസ്സൻ താറുടുത്ത് കഞ്ചിതണ്ണി ഒറ്റ ഇറുക്കിനു കുടിച്ചിട്ട്. ആർപ്പോ ഉവ്വോന്നൊരു കുരവ."

എന്നിട്ടു വിളിച്ചു കൂവി "വറ്റുകണ്ടേ, കഞ്ഞിക്കടിയിൽ വറ്റുകണ്ടേ"

"മൂത്ത തമ്പിയപ്പഴാക്കും വെറും കഞ്ചിതണ്ണിമാത്രമാണ് കുഞ്ഞുഹസ്സനിക്ക് ബീവി കൊടുത്തതെണ്ട് തെരിഞ്ചത്. ബീവിയെ മൂത്തതമ്പി നല്ല ഭാഷ പത്തുചൊന്നാര്"

"ങ്ങും നമ്മനാട്ടിലെ മുല്ലാനസീറുദീനല്ലായോ ഈ കുഞ്ഞുഹസ്സൻ എന്തു തമാശവേണമെങ്കിലും ഒപ്പിപ്പാര്"

റാത്തീബ് മാമാ ഒരു കഥകേട്ട സന്തോഷത്തോടെ പറഞ്ഞു.

അവർ തൈക്കാവിന്റെ മുമ്പിൽ കഥപറഞ്ഞിരുന്നു. മോദീൻ സാഹിബ്ബ് തന്റെ പച്ചബെൽറ്റിന്റെ അറയിൽ നിന്നും ബീഡിയിടെത്തു റാത്തീബ് മാമായ്ക്കൊന്നു സമ്മാനിച്ചു. ബീഡിപ്പുക ചുറ്റും പരന്നതോടെ റാത്തൽ

വിളക്കിനു ചുറ്റും പാറിക്കളിച്ചിരുന്ന പൂച്ചികളും ഇയ്യലുകളും രൂക്ഷഗന്ധം സഹിക്കാനാവാതെ ഓടിയൊളിച്ചു. ഇഷായ്ക്ക്[1] ബാങ്കു വിളിക്കാൻ നേരമായതോടെ മോദീൻ സാഹിബ്ബ് തൊണ്ടകാറി മിനുക്കി. പഴക്കം ചെന്ന തന്റെ ഞരമ്പുകളലേക്ക് ഊർജ്ജം പകരാൻ തുടങ്ങി.

ഇഷാ നിസ്കാരം കഴിഞ്ഞതോടെ മോദീൻ സാഹിബ്ബും റാത്തീബ് മാമായും കൂടി റാന്തൽ വിളക്കും പിടിച്ചു വയൽ വരമ്പിലൂടെ തപ്പിത്തടഞ്ഞ് മൂത്തതമ്പിയുടെ വീടുതേടിപോയി. മോദീൻ സാഹിബ്ബിന്റെയും റാത്തീബ് മാമായുടെയും വരവറിയിച്ചുകൊണ്ട് കുതിരപ്പുരയിലെ കുതിരകൾ ചാണകമിട്ടു.

ചന്ദ്രൻ ഒളിഞ്ഞും തെളിഞ്ഞും കളിതുടർന്നു. മുഹറം പിറന്നതോടെ രാത്രിയിൽ തീവെട്ടികൾ ഊരുചുറ്റാൻ തുടങ്ങി. ചെണ്ടകൾ അടിച്ചുതിമിർത്തു. ഗ്രാമം ചപ്രക്കെട്ടിന്റെ വരവിനു കാതോർത്തു.

രാവിശേ...

രായിമാ

പൂവെന്തോ

ശേത്തടി

പിള്ളേരും പെണ്ണുങ്ങളും ചന്ദനക്കല്ലിൽ ചന്ദനം അരച്ചുരുട്ടാൻ തുടങ്ങി. നാട്ടിലെല്ലാം ചന്ദനഗന്ധം പരന്നതോടെ രാവിശക്കുളിക്കായി പള്ളിക്കുളം കാതോർത്തുകിടന്നു. പരൽമീനുകൾ പള്ളിക്കുളത്തിൽ കിടന്നു തുടിച്ചു കൂത്താടി. വെള്ളത്തിലാശാന്മാർ ചിത്രം വരച്ചുനടന്നു. തുമ്പികൾ തൈക്കാവിനു മുകളിൽ വട്ടമിട്ടുപാറിക്കളിക്കാൻ തുടങ്ങി. ചെമ്പുകുടത്തിൽ ചന്ദനം നിറച്ച് നാരകത്തിലയിട്ടുവച്ചു. മഞ്ഞക്കുറിമുണ്ടുടുപ്പിച്ചു കുടം ഒരുക്കിയെടുത്തു. ചന്ദനക്കുടം താഴികകുടത്തിൽവച്ചു. താഴികക്കുടമുയർത്താൻ ചിത്രപ്പണി ചെയ്ത ചപ്രക്കെട്ടുവന്നു.

സൂര്യൻ കണ്ണുചിമ്മിയതോടെ ചന്ദനക്കുടം ചപ്രക്കെട്ടിലേറി യാത്ര തുടങ്ങി. നാടായനാട്ടിലെല്ലാം ചപ്രക്കെട്ടിനെ വരവേൽക്കാൻ കൊട്ടും കുരവയും മുറുകി. പെണ്ണുങ്ങളും പിള്ളേരും പിടിപ്പണംവാരി ചപ്രക്കെട്ടിലിട്ടു. പണംകൊണ്ട് ചപ്രക്കെട്ട് നിറഞ്ഞപ്പോൾ പള്ളിക്കളത്തിലിറങ്ങിയത് നീരാട്ടു തുടങ്ങി. നീരാട്ടാറാട്ടായി. അപ്പോൾ പള്ളിക്കുമുമ്പിൽ വെട്ടും കുത്തും റാത്തീബ് നടക്കുകയായിരുന്നു. വെട്ടും കുത്തും റാത്തീബ്[2] കണ്ട് ജനം കണ്ണുമിഴിച്ച് നാവടക്കി നിന്നു. അതുകണ്ട് കാക്കത്തറയിൽ ചേക്കയിരിക്കുന്ന കാക്കകൾ വലിയ വായിൽക്കരഞ്ഞുബഹളം വച്ചു. നേരം പരപരാ വെളുത്തപ്പോൾ പള്ളിപറമ്പിൽ നിന്നും ഉറുമ്പിൽകൂട്ടങ്ങൾ പിരിഞ്ഞുപോയി.

1. ഇഷാഅ് - രാത്രി നമസ്കാരം 2. വെട്ടും കുത്തും റാത്തീബ് - ശരീരം മുറിവേൽപ്പിക്കുന്ന ഒരുതരം കലാപ്രകടനം

ലബ്ബ സാഹിബ്ബ് പട്ടാണിപ്പറമ്പിൽ തമ്പടിച്ചിരുന്ന പട്ടാണികളുടെ എണ്ണത്തോണിയിൽ കിടന്നു ഉടയതമ്പുരാനോടു ദു ആ ഇരുന്നു.

ബിസ്മില്ലാഹിൽ കാഫി ബിസ്മില്ലാഹി

ശ്ശാഫി ബിസ്മില്ലാഹിൻ ഗഫൂരിൽ രഹീമി...

എല്ലാ കാര്യങ്ങൾക്കും മതിയായവനായ അല്ലാഹുവിന്റെ നാമത്തിൽ

രോഗശമനം തരുന്നവനായ അല്ലാഹുവിന്റെ നാമത്തിൽ

പാപമോചനം നൽകുന്നവനും കരുണാനിധിയുമായ അല്ലാഹുവിന്റെ നാമത്തിൽ

നന്മചെയ്യുന്നവരും ഔദാര്യവനുമായ അല്ലാഹുവിന്റെ നാമത്തിൽ, കാത്തുസൂക്ഷിക്കുന്നവനേ, പ്രതാപവാനേ, കൂട്ടുകാരാ, യഥാർത്ഥ സ്നേഹിതാ, രക്ഷകാ, രോഗശമനം വരുത്തണേ. സർവ്വ വസ്തുക്കളും നിന്റെ പരിചാരകന്മാരാകുന്നു. നീ എന്നെ കാത്തുരക്ഷിക്കുകയും എന്നെ സഹായിക്കുകയും എന്നിൽ കരുണ കാണിക്കുകയും ചെയ്യണമേ.

ലബ്ബ സാഹിബ്ബിന്റെ പ്രാർത്ഥന ഏഴാകാശങ്ങളും കടന്നു. തമ്പിനു ള്ളിൽ ഹുക്കവലിച്ചുകൊണ്ടിരുന്ന ഹക്കീം ഷേക് ഹസ്സൻ ഹബീബ് ജാൻ പറഞ്ഞു.

അൽഹബ്ദുലില്ലാ.

സർവ്വ സ്തുതിയും സർവ്വലോക പരിപാലകനായ തമ്പുരാന്. എന്നിട്ടു ഖുർ ആൻ സുറത്ത് ഓതി.

അല്ലാഹു നിങ്ങളെ മണ്ണിൽ നിന്നും

പിന്നീട് ബീജകണത്തിൽ നിന്നും സൃഷ്ടിച്ചു.

പിന്നെയവൻ നിങ്ങളെ ഇണകളാക്കി

അവന്റെ അറിവിനനുസരിച്ചല്ലാതെ

ഒരു സ്ത്രീയും ഗർഭം ധരിക്കുന്നില്ല

പ്രസവിക്കുന്നുമില്ല

ഒരു ദീർഘായുസ് നൽകപെട്ട ആൾക്ക് ആയുസ് നീട്ടിക്കൊടുക്കപ്പെ ടുന്നതോ

അയ്യാളുടെ ആയുസ്സിൽ കുറവു വരുത്തപ്പെടുന്നതോ

ഒരു രേഖയിൽ ഉള്ളതനുസരിച്ചല്ലാതെ നടക്കുന്നില്ല.

തീർച്ചയായും അതു അല്ലാഹുവിനെളുപ്പമാകുന്നു.

ഹക്കീം ഷേക് ഹസ്സൻ ഹബീബ് ജാന്റെ പ്രാർത്ഥനകേട്ട് സർവ്വചരാ ചരങ്ങളും പറഞ്ഞു. അമീൻ.

തമ്പിൽ ഉഴിച്ചിലും പിഴിച്ചിലും നടന്നു. മരുന്നു സേവ മുറയ്ക്കു നടന്നു. ലബ്ബസാഹിബ്ബ് പാട്ടാണികളുടെ ചികിത്സകൊണ്ട് പിച്ചവച്ചിണീറ്റു

നടക്കാൻ തുടങ്ങിയതോടെ തമ്പ് ചിലയ്ക്കാൻ തുടങ്ങി. ലബ്ബ സാഹിബ്ബിന്റെ പിച്ചവച്ചുള്ള നടപ്പുകാണാൻ പള്ളിക്കാട്ടിൽ കിടന്നു കരയുന്ന കാക്കപ്പട പട്ടാണിപ്പറമ്പിലെ പുളിമരത്തിൽ ചേക്കേറി. കാ കാ യെന്നു കരഞ്ഞുവിളിച്ചു. തമ്പിലെ ചൂരൽ കട്ടിലിൽ വന്നിരുന്നു ലബ്ബ സാഹിബ്ബിനോടു ഹക്കീം ഷേക് ഹസ്സൻ ഹബീബ് ജാൻ ചോദിച്ചു.

ഇപ്പോൾ എങ്ങനെയുണ്ട്?

“സുഖം തോന്നുന്നുണ്ട്”

“എല്ലാം തമ്പുരാന്റെ കഴിവ്”

ഹക്കീം ഹബീബ് ജാൻ പറഞ്ഞു.

നിറമുള്ള വസ്ത്രങ്ങൾ ധരിച്ച പട്ടാണി പെമ്പുള്ളേർ കിലുകിലേ ചിലച്ചു കൊണ്ട് കൂടാരത്തിനു മുമ്പിലൂടെ ഓടിപ്പോയി. അകത്തും സ്ത്രീകളുടെ വർത്തമാനങ്ങൾ കേൾക്കാം. എന്തൊക്കെയോ അടുക്കിപറക്കുന്ന ശബ്ദങ്ങൾ. അതു ലബ്ബ സാഹിബ്ബ് ശ്രദ്ധിക്കുന്നതുകണ്ട് ഹക്കീം പറഞ്ഞു.

“തക്കലയിലേക്ക് പോകണ്ട കാലമായി”

അതുകേട്ട് ലബ്ബ സാഹിബ്ബിന്റെ കണ്ണുകൾ നിറഞ്ഞു.

ഹക്കീം ജാന്റെ കൈകൾ കടന്നുപിടിച്ചുകൊണ്ട് ലബ്ബ സാഹിബ്ബ് പറഞ്ഞു

“തീർത്താലും തീരാത്ത കടപ്പാടുണ്ട്”

എല്ലാ നന്ദിയും തമ്പുരാനുള്ളതാണ്.

ഒരത്താഴവും ഒരു പ്രാതലും മാത്രമാണ് ദുനിയാവ്

ആഹിറമാണ് സാശ്വതം.

ഹക്കീം ജാൻ പറഞ്ഞു.

എല്ലാം ഉടയതമ്പുരാന്റെ കുതിറത്ത്[1]. പൊതിമാടിൻകൂട്ടങ്ങൾ ഇഴഞ്ഞുനീങ്ങാൻ തുടങ്ങി. കുതിരക്കുളമ്പടി പ്രാചീനമായ ആ തെരുവിന്റെ കാതുകളിൽ നിന്നകന്നകന്നുപോയി. തെരുവ് നിശബ്ദമായി പാടി.

അമിതമിച്ചുടുനിണം
കലർന്നിടുമശ്രുപുരം
അവിരാമം നീ പൊതിപ്പ-
തെന്തിന്നധീരം
നന്മയുറ്റാ ദീസലമി-
യയൽക്കാരായ് വസിച്ചോർ നീ-
ന്നോർമ്മയിൽ വരികയാണോ-
തെളിഞ്ഞുപാരം

1. ഖുദ്റത്ത് - കഴിവ്

ചെമ്മൺപാതചുറ്റി വയൽ വരമ്പിലൂടെ നീങ്ങുന്ന പട്ടാണി സംഘത്തെ തെരുവുപേക്ഷിച്ച ആൽത്തറയിലിരുന്നു ലബ്ബ സാഹിബ്ബ് വേദനയോടെ നോക്കിയിരുന്നു.

ഉണ്ണും ഒജീനം മുതലും ചുരുക്കാതെ
ഉൺമാ ബദ്‌രീങ്ങൾ കാവലിൽ ഏകള്ളാ...
യെന്നും മൗനത്തോളം ജുഹന്നം കിട്ടുവാൻ
യെങ്കൾ ബദ്‌രീങ്ങൾ കാവലിൽ ഏകള്ളാ...

ഔലിയ

ഈരാറ്റുപേട്ടയിൽ നിന്നു ലബ്ബസാഹിബ്ബിന്റെ മൂത്തമകൻ ഷാജഹാൻ വന്നുവിളിച്ചു. ഏഴംകുളത്തുനിന്നു മകൾ മൈമൂന വന്നുവിളിച്ചു. കാഞ്ഞിരമുറ്റത്തു നിന്നു അനുജൻ മുഹമ്മദു ലബ്ബ വന്നു വിളിച്ചു. ലബ്ബ സാഹിബ്ബ് ആരുടെ കൂടെയും പോയില്ല. പൊണ്ടാട്ടി കാതികൊച്ചുപിള്ള ലബ്ബയമ്മ മരിച്ചതിൽ പിന്നെ തൈക്കാവും പരിസരവും വിട്ടു ലബ്ബ സാഹിബ്ബ് എങ്ങോട്ടും പോയിട്ടില്ല. തൈക്കാവിനു കിഴക്കുവശത്തെ മദ്രസയോടു ചേർന്ന തന്റെ മുറിയിൽ ലബ്ബ സാഹിബ് പാർപ്പുതുടങ്ങി. ലബ്ബ സാഹിബ്ബിനു മോദീൻ കൂട്ടിരുന്നു. മോദീൻ വീടുകളിൽ നിന്നു ശാപ്പാട് ലബ്ബ സാഹിബ്ബിനു കൊണ്ടുകൊടുത്തു. ലബ്ബ സാഹിബ്ബ് മദ്രസയിൽ എത്തുന്ന കുട്ടികൾക്ക് കഥയും ചരിത്രവും പറഞ്ഞുകൊടുത്തു. ലബ്ബ സാഹിബ്ബിന്റെ തലവെട്ടം വീണ്ടും തൈക്കാവിനരുകിൽ കണ്ടുതുടങ്ങിയതോടെ കാക്കതറയിൽ നിന്നു കാക്കൾ വീണ്ടും പള്ളിക്കാട്ടിൽ ചേക്കേറി വലിയവായിൽ കരയാൻ തുടങ്ങി. മദ്രസയിൽ ഓതാൻ വന്ന പിള്ളേർ ലബ്ബ സാഹിബ്ബിന്റെ കഥകേൾക്കാൻ കാതോർത്തിരുന്നു. ലബ്ബ സാഹിബ്ബ് കയറ്റുകട്ടിലിൽ ചന്ദനപ്പൂട്ടിട്ടിരുന്നു കഥപറഞ്ഞു. തൈക്കാ അപ്പായുടെ കഥ. ലബ്ബ സാഹിബ്ബിനു പറഞ്ഞാലും പറഞ്ഞാലും കൊതിതീരാത്ത കഥ. കുട്ടികൾ കഥകേൾക്കാൻ കണ്ണുമിഴിച്ച് നാവടക്കി കാതോർത്തിരുന്നു. ഉസ്താദ് കുഴഞ്ഞ ശബ്ദത്തിൽ പറഞ്ഞുതുടങ്ങി. കമാന്നൊരക്ഷരം ആരും ഉരിയാടകൂടാതെ. തൈക്കാ അപ്പായുടെ കഥയാക്കും ചൊല്ലപ്പോറെ. കുട്ടികൾ മൂളി “ഉം... ഉം... ഉം..” തൈക്കായപ്പായുടെ കഥകേൾക്കാൻ പള്ളിക്കാട്ടിലെ കാക്കകൾ നാവടക്കി കാതോർത്തു. ഇസ്ലാമിന്റെ ശത്രു മച്ചിലൂടെ ഇഴഞ്ഞിറങ്ങി വന്ന് കട്ടിലിനടിയിലൊളിച്ചു. പള്ളിക്കാട്ടിലെ പരേതാത്മാക്കൾ ഉണർന്നു കാതുകൂർപ്പിച്ചു. പണ്ട് പണ്ട് കോട്ടാറിൽ ഒരു ഔലിയ പാർത്തിരുന്നു. സയ്യദ് ഉത്മാനി ബാഗ്ദാദി. അദ്ദേഹത്തിന്റെ അരുമശിഷ്യനായിരുന്നു തൈക്കായപ്പ. അല്ലാഹുവിന്റെ അനുഗ്രഹം സിദ്ധിച്ച സയ്യദ് ഉത്മാനി ബാഗ്ദാദി ഔലിയ തന്റെ ദിവ്യജ്ഞാനം ശിഷ്യനിലേക്ക് പകർന്നു. അങ്ങനെ തൈക്കായപ്പായും ഔലിയായി തീർന്നു. തന്റെ

ശിഷ്യന്റെ ദിവ്യജ്ഞാനം ലോകത്തെ ബോധ്യപ്പെടുത്താനായി ഗുരുശിഷ്യനേയും കൂട്ടിയാത്ര പുറപ്പെട്ടു. ദേശങ്ങളായ ദേശങ്ങളെല്ലാം ചുറ്റിയവർ ബാഗ്ദാദിനു സമീപമുള്ള 'തിർശന' എന്ന രാജ്യത്തെത്തി. അവിടുത്തെ രാജാവ് 'ദിബ് റസ്ന' സയ്യദ് ഉത്മാനി ബാഗ്ദാദി ഔലിയായുടെ സുഹൃത്തായിരുന്നു. ഔലിയ തന്റെ രാജ്യത്തെത്തിയതറിഞ്ഞ് അദ്ദേഹം ഏറെ സന്തോഷിച്ചു. തൈക്കായപ്പായുടെ കഴിവുകൾ ലോകത്തെ ബോധ്യപ്പെടുത്താൻ രാജാവു തീരുമാനിച്ചു.

പറന്നുപോകാനും വെടിവെച്ചാൽ ഏൽക്കാതെ ഒഴിഞ്ഞുമാറാനുമുള്ള കഴിവുതന്നെ പരീക്ഷിച്ചു നോക്കാൻ രാജാവു തീരുമാനിച്ചു. ഇക്കാര്യം രാജകിങ്കരന്മാർ നാടൊട്ടുക്കും വിളംബരം ചെയ്തു. ഉസ്താദ് തന്റെ താടിരോമങ്ങൾ ഉഴിഞ്ഞു. ഒന്നു കിതച്ചു. പിന്നെ തൈക്കാവിലേക്കു നോക്കി. മീരാണ്ണൻ റാവുത്തരണ്ണൻ തൈക്കാവിന്റെ മുറ്റത്തേക്ക് കയറിവരുന്നു. ഉസ്താദിന്റെ കണ്ണും പുരികവും ചുളിഞ്ഞു. പിന്നെ കഥ തുടങ്ങി. തൈക്കായപ്പായെ ഒരു മൈതാനത്തിന്റെ നടുക്ക് നിർത്തി. മൈതാനത്തിന്റെ നാലു ചുറ്റും പടയാളികൾ തോക്കുമായി നിരന്നു. രാജാവും പരിവാരങ്ങളും പ്രജകളും കാഴ്ചകാണാനെത്തി. തോക്കുധാരികൾ തൈക്കായപ്പായുടെ നേർക്ക് തുരുതുരെ വെടിയുതിർത്തു. വെടിയുണ്ടകൾക്കിടയിലൂടെ പാറിപ്പറന്ന് ഒരപകടവും പറ്റാതെ രാജാവിന്റെ മുന്നിൽ വന്നുനിന്നു. ജനം കരഘോഷമുതിർത്തു. തൈക്കായപ്പായുടെ കീർത്തി കടൽ കടന്നു.

മീരാണ്ണൻ റാവുത്തരണ്ണൻ വാതുക്കൽ വന്നു തന്റെ തലപ്പാവൂരി ഒന്നു കുടഞ്ഞ് തോളത്തിട്ടുകൊണ്ട് ചോദിച്ചു "എന്നെവിശേഷം"

"എങ്കെയായിരുന്നു?" ഉസ്താദു ചോദിച്ചു.

പന്തളത്തെ കടയ്ക്കാട്ടു തെരുവിലായിരുന്നു.

സുൽത്താൻ വാവരു റാവുത്തരുടെ മോളുക്ക കല്യാണം.

രണ്ടുദിവസം അവിടെ തങ്ങി. കുറച്ചു പണി കിടച്ചു. ഇടയ്ക്ക് കൊട്ടാരത്തീന്നു ആളുവന്നു. അവടുത്തെ കുട്ടികൾക്കും സുറുമയെഴുതണം. അവിടെയൊരു നാള് കഴിച്ചു. മീരാണ്ണൻ റാവുത്തരണ്ണൻ തടിപ്പെട്ടി തുറന്നു. പണസഞ്ചിയെടുത്തു ഒന്നു കിലുക്കി. പിന്നെ യെണ്ണിതിട്ടപ്പെടുത്തി. എന്നിട്ടു സൂക്ഷ്മതയോടെ പണസഞ്ചി പെട്ടിയിൽ വച്ചു. ഓതാൻവന്ന പിള്ളേർക്ക് ചക്കരപൊതിയഴിച്ച് പകുത്തു കൊടുത്തു. ഒരു കെട്ടു ബീഡിയെടുത്തു ലബ്ബ സാഹിബ്ബിനു നീട്ടി. ലബ്ബ സാഹിബ്ബ് അതു വാങ്ങികൊണ്ടുപറഞ്ഞു.

"തൈക്കയപ്പായുടെ ചരിത്രം പിള്ളേർക്കോതി കൊടുക്കുകയായിരുന്നു"

"മുഹിയദ്ദീൻ ലാലയുടെ കഥചൊല്ലി കൊടുത്തിയാച്ചാ"

മീരാണ്ണൻ റാവുത്തരണ്ണൻ ചോദിച്ചു.

"മീരാണ്ണൻ അക്കഥ കുട്ടികൾക്ക് ചൊല്ലികൊടുക്ക്" ഉസ്താദ് പറഞ്ഞു.

അതുകേട്ട് പ്രാചീനമായ ആ മുഖത്തൊരു തിളക്കം വന്നു. ഊശാൻ താടി തടവി മീരാണ്ണൻ റാവുത്തരണ്ണൻ ചിന്തയിലാണ്ടു. പിന്നെ വിളിച്ചു.

"പിള്ളാരേ..."

അവർ അനുസരണയോടെ വിളികേട്ടു

"ഓാ..."

ഒരിക്കൽ തിരുവിതാംകൂർ കൊട്ടാരത്തിലേക്ക് ഔലിയചെന്നു. ഔലിയായെ കൊട്ടാര ഗുരു മാണിക്കലാല ആദരിച്ചിരുത്തി സൽക്കരിച്ചു. രാജാവുമായി രാജ്യകാര്യങ്ങൾ ചർച്ച ചെയ്തു. അനുഗ്രഹിച്ചു. തിരികെ പോരാൻ നേരം മാണിക്കലാല ഔലിയായുടെ കൂടെ കൂടി ചോദിച്ചു, തനിക്ക് ഇക്കാലമത്രയം സന്താനഭാഗ്യമുണ്ടായില്ല. അതിനുള്ള ഭാഗ്യം ഈ ജന്മത്തുണ്ടാകുമോ എന്നറിഞ്ഞാൽ കൊള്ളാം.

ഔലിയ ഒന്നുപുഞ്ചിരിച്ചു. എന്നിട്ടു പറഞ്ഞു. വിഷമിക്കവേണ്ട. ഒനക്ക് അറുപതാമത്തെ വയസ്സിലെ ഒരാൺ കൊളന്ത ജനിക്കും. അവനു മുഹയ്ദ്ദീൻ എന്നു പരുവിളിക്കണം"

മാണിക്കാലാലക്കു സന്തോഷമായി. വർഷങ്ങൾ കടന്നുപോയി. മാണിക്കലാലയ്ക്ക് അറുപതു തികഞ്ഞു. അയ്യാളുടെ ഭാര്യ ഒരാൺകുഞ്ഞിനു ജന്മം നൽകി. ഔലിയ നിർദ്ദേശിച്ചപോലെ കുഞ്ഞിനു മുഹിയദ്ദീൻ ലാലാ എന്നു പേരിട്ടു. അതാക്കും ഔലിയായുടെ മഹത്വം. തെരിഞ്ചിതാ. മീരാണ്ണൻ റാവുത്തരണ്ണൻ ചോദിച്ചു.

പിള്ളേർ തലകുലുക്കി ഉക്കനെപ്പോലെ മൂളി ഉം... ഉം...

പുറക്കാട്ടെ തങ്ങളുമായി പശുകിടാവെ ചൊല്ലിയുണ്ടായ തർക്കം തെരിയുമാ. പിള്ളേർ പറഞ്ഞു.

"തെരിയാത്"

"ങ്ങും ങ്ങും" മീരാണ്ണൻ റാവുത്തരണ്ണൻ മൂളി. പിന്നെ ബീസികത്തിച്ചു ഒന്നു രണ്ടു പുകയൂതി. പിന്നെ ലബ്ബ സാഹിബ്ബിനെ നോക്കി പറഞ്ഞു. നമ്മ ഫക്കീറുമാമ ചൊല്ലിതന്നെ കഥയാക്കും. 'ങ്ങും കേൾക്കട്ടെ' യെന്ന ഭാവത്തിൽ ഉസ്താദ് തലയാട്ടിയിരുന്നു.

തൈക്കായപ്പായും പുറക്കാട്ടെ തങ്ങളും പരിവാരങ്ങളും കൂടി ഒരു ആൽച്ചുവട്ടിൽ ഇരിക്കയായിരുന്നു. അവിടെ കുറച്ചു പശുക്കൾ മേയുന്നുണ്ടായിരുന്നു. അതിലൊന്നു ഗർഭിണിയാണന്നു നിറവയർ കണ്ടാൽ ആർക്കും പറയാനാവും. ആ പശുവിനെ നോക്കി പുറക്കാട്ടെ തങ്ങൾ പറഞ്ഞു. "ഈ പശു മൂന്നാം നാൾ പ്രസവിക്കും. കിടാവിനു നെറ്റിയിൽ ഒരു വെള്ള ചുട്ടിയും കാണും"

അതുകേട്ട് തൈക്കായപ്പ പശുവിനെയൊന്നു സൂക്ഷിച്ചുനോക്കിയിട്ടു പറഞ്ഞു. "നെറ്റിക്കാവില്ല. വാലിലാവും ചുട്ടി"

കേട്ടുനിന്നവർ ഉത്സാഹഭരിതരായി. ആരുടെ പ്രവചനമാവും ശരിയാവുക. ജനം രണ്ടായി പിരിഞ്ഞു പന്തയം കെട്ടി. തന്റെ സുഹൃത്തിനു മാനക്കേടാവുമെന്നു കരുതി തൈക്കായപ്പ പറഞ്ഞു;

"തങ്ങളുപറഞ്ഞതും ശരിയാണ്. ഇപ്പോൾ പശുക്കുട്ടിയുടെ നെറ്റിയിലാണ് ചുട്ടി. ചുട്ടിയുള്ള വാൽ നെറ്റിയിൽ മടക്കി വച്ചിരിക്കുന്നതുകൊണ്ടു തോന്നുന്നാക്കും. കിടാവെ പെറ്റിടുമ്പം വാലിൽ ചുട്ടികാണാം"

തൈക്കായപ്പ പറഞ്ഞതുപോലെ സംഭവിച്ചു. ഇതാക്കും പറയുന്നത് ഗർഭസ്ഥ ശിശുക്കളുടെ പോലും വിവരങ്ങൾ അറിയാവുന്നവരാണ് ഔലിയാക്കൾ. തെരിഞ്ചിതാ പിള്ളേരെ. പിള്ളേർ ഒരേ സ്വരത്തിൽ മൂളി.

ഉം ഉം... ഉം...

"പൊന്നാനിപ്പള്ളിയിൽ വച്ച് പണ്ഡിതർ തൈക്കായപ്പായെ അവഗണിച്ചപ്പോൾ തന്റെ ജ്ഞാനം ഒരു നിരക്ഷരനിലേക്ക് പകർന്ന് അയ്യാളെ കൊണ്ട് പണ്ഡിതരെ തറപറ്റിയാളാക്കും, തൈക്കാപ്പ" ലബ്ബ സാഹിബ്ബ് പറഞ്ഞു.

മീരാണ്ണൻ രാവുത്തരണ്ണൻ തലകുലുക്കി പറഞ്ഞു

"കേട്ടിട്ടുണ്ടു"

"അക്രമികൾ തൈക്കായപ്പായുടെ പല്ലക്ക് ആക്രമിക്കാൻ വന്നപ്പോൾ പല്ലക്ക് വായുവിലൂടെ പറത്തിവിട്ടയാളല്ലേ. ഹുഡാക്ക് വലിച്ചൊന്നൂതിയപ്പം അതിന്റെ പുകപടലങ്ങളിൽ തമ്മിൽ കാണാതെ അക്രമികൂട്ടം പരസ്പരം തല്ലിവീണില്ലേ"

മീരാണ്ണൻ രാവുത്തരണ്ണൻ പറഞ്ഞു. പിന്നെ തന്റെ മടിയഴിച്ച് ഒരു പീഡിയെടുത്തു കത്തിച്ചു. ചുറ്റും പുകപടലങ്ങൾ പരക്കാൻ തുടങ്ങി. കുട്ടികൾ പുകപടലങ്ങളിൽ തപ്പി തടഞ്ഞു. 'വീട്ടിക്കു പോലാം' ഉസ്താദിന്റെ അശരീരി മുഴങ്ങി. പിള്ളേർ ചുമച്ചും കാറിയും ദുനിയാവിന്റെ വഴിയിലേക്കിറങ്ങി ഓടി.

തൈക്കാവിനു ചുറ്റും പൊൻപ്രഭ പരന്നു. പടിഞ്ഞാറൻ മാനം നിറയെ വർണ്ണചിത്രങ്ങൾ. ആകാശത്തിനു പൊൻപ്രഭ. പിള്ളേർ വിളിച്ചുകൂവി "ചെമ്മാനം"

പിള്ളേരുടെ കൂകിവിളി കേട്ടു ചായക്കടയിരുന്നു മീൻകാരൻ മമ്മദു പറഞ്ഞു.

"ചെമ്മാനം കാണുന്നതു അയലപെരുക്കാനാ"

കുമ്പളപ്പം ഇലകളഞ്ഞ് തിന്നുന്നതിനിടയിൽ കൊച്ചുകുഞ്ഞ് താങ്കൾ പറഞ്ഞു.

"ശരിയാ മൊതലാളി പറഞ്ഞേ. ഇനി അയലേടെ കാലമാ"

ചായക്കടയിൽ കൂടിയിരുന്ന ഉറുമ്പിൻ കൂട്ടങ്ങളതുകേട്ട് തലകുലുക്കിയിരുന്നു.

നവരക്കുന്നുമല

നവരക്കുന്നുമലയെ തൊട്ടനുഗ്രഹിച്ച് ആകാശം നിന്നു. പടിഞ്ഞാറൻ കാറ്റുവീശൻ തുടങ്ങി. തെങ്ങിൻ കൂട്ടങ്ങൾ തൊട്ടം തലോടിയും പ്രണയം തുടങ്ങി. ഓലമടയലുകൾ കെട്ടുപിണഞ്ഞു. മദമിളകി തെങ്ങുകൾ കള്ളു ചുരത്തി. കള്ളിന്റെ ഗന്ധം മണത്തു നാടായനാട്ടിലെ വണ്ടും ചെല്ലിയും പ്രാണിക്കൂട്ടങ്ങളും തെങ്ങിൻമണ്ടയിൽ പാർപ്പു തുടങ്ങി. കള്ളുകുടിച്ച് മത്തപിടിച്ച് തെങ്ങിൻമണ്ടയിൽ കിടന്നവ കരയാനും മോങ്ങാനും തുടങ്ങി. കൊമ്പൻചെല്ലികൾ ചിമ്പിരിയിളകി തെങ്ങിൻ മണ്ടകുത്തി തുരന്നു. ഇതറിഞ്ഞ് തേറും മ്ലാവെല്ലും മേന്തി ചെത്തുകാരുടെ പട നവരക്കുന്നു മല കേറി വന്നു. തെങ്ങുകൾ അടികൊണ്ട് പുളഞ്ഞു. കൂമ്പുകൾ അടിച്ചു പതംവരുത്തി ചേറുതേച്ച് കലം കമഴ്ത്തി കള്ളിനായി കാത്തിരുന്നു. കള്ളൂറി കുടം നിറഞ്ഞപ്പോൾ ചെത്തുകാർ കുടമിറക്കി. വഴിയരുകിൽ തെങ്ങിൻകുറ്റി തുരന്നു കള്ളൊഴിച്ച് പെണ്ണുങ്ങൾ കള്ളുവിക്കുന്നതിന്റെ മാനക്കേടോർത്ത് ആണുങ്ങൾ കുടിച്ചുപെടുത്തു. തങ്ങളുടെ കദനകഥ വഴിനീളെ പാടിനടന്നു. പണ്ട് പണ്ട് ലോകമായ ലോകത്തെ തെങ്ങായ തെങ്ങല്ലാം ചെത്തുകാരനു മുമ്പിൽ തലകുനിച്ചുനിന്നു. ആവശ്യത്തിനു കള്ളുചുരത്തി കൊടുത്തു. സത്യയുഗം അസാനിച്ചു. ചെത്തുകാരന്റെ പെണ്ണ് പിഴച്ചുപെറാൻ തുടങ്ങി. ഇതറിഞ്ഞ തെങ്ങുകൾ ചെത്തുകാരനു മുമ്പിൽ തലകുനിക്കാതെയായി. ചെത്തുകാരൻ ഏന്തിവലിഞ്ഞു തെങ്ങിൽകേറി കള്ളെടുക്കേണ്ടിവന്നു. തെങ്ങിന്റെ ചുവട്ടിൽ നിന്ന് കള്ള് അടിച്ച് അടിച്ച് തെങ്ങിൻ മണ്ടയിൽ കൊണ്ടവന്നു കൈയ്യുകുഴഞ്ഞ്, നാവു കുഴഞ്ഞ് ചെത്തുകാരൻ വിളിച്ചു പറഞ്ഞു.

"ആറ്റേം പെരുകാറ്റേം നമ്പലാം
കള്ളർ വേടർ മറവരെ നമ്പലാം
ചേലചുറ്റിന മാതരെ നമ്പിനാൽ
തെരുവിൽ നിണ്ടു തവങ്കി തിരിയലാം"

ചെത്തുകാരുടെ പാട്ട് തവരക്കുന്നുമലചുറ്റി കഞ്ചുകോട്ടെത്തി. അവിടെ ഈഴവ വാത്തികൾ കഥ പറഞ്ഞിരിക്കയായിരുന്നു. നമ്മുടെ മുതുമുത്തച്ഛനൊരു ബ്രാഹ്മണകുമാരനായിരുന്നു. അദ്ദേഹമായിരുന്നു ചെത്തുകാരുടെ കയ്യിൽ നിന്നു കള്ളുവാങ്ങി സാക്ഷാൽ ഭഗവാൻ പരമശിവനു കൊണ്ടുകൊടുത്തിരുന്നത്. പാത്രത്തിന്റെ വാവട്ടംമൂടി ഭദ്രമാക്കിയായിരുന്നു ചെത്തുകാർ കള്ളുകൊടുത്തയച്ചിരുന്നത്. പാത്രത്തിലെ പാനീയം എന്തെന്നു ബ്രാഹ്മണ കുമാരനറിയില്ലായിരുന്നു. ഭഗവാൻ കുടിക്കുന്ന പാനീയത്തിന്റെ രുചിയൊന്നറിയാൻ കുമാരൻ കൊതിച്ചു. ഒരു ദിവസം ആരും കാണാതെ മൂടിയിളക്കി കുമാരൻ കള്ളു നക്കിനോക്കി എന്നിട്ടു പഴയതുപോലെ പാത്രത്തിന്റെ വാമൂടികെട്ടിവച്ചു. യാതൊന്നും

അറിയാത്തതുപോലെ കള്ളുപാത്രം ഭഗവാനു സമർപ്പിച്ചു. എല്ലാം കാണുന്നവനല്ലേ മുക്കണ്ണൻ. അശുദ്ധമായ കള്ളു വാങ്ങാതെ തിരികെ കൊടുത്തയച്ചു. കള്ളുമായി തിരികെ വന്ന ബ്രാഹ്മണ കുമാരനെകണ്ട് കലികയറിയ ചെത്തുകാരൻ തന്റെ തേറെടുത്തുവീശി കുമാരന്റ തലയറുത്തു. തലയറ്റുകിടക്കുന്ന കുമാരനെകണ്ടു ഭഗവനു ദയതോന്നി. അദ്ദേഹം ഉടൻ അവിടെ പ്രത്യക്ഷപ്പെട്ട് കുമാരനു ജീവൻ നൽകി. ചെയ്തകുറ്റത്തിനു ചെത്തുകാരന്റെ പ്രാണുപകാരിയായി, ചെവരക്കാരനായി ജീവിക്കാൻ കൽപിച്ചു. അങ്ങനെ ഭൂമിയിൽ ഈഴവവാത്തികളുണ്ടായി! കഥ കേട്ടു പിന്മുറക്കാർ പല്ലിറുമി. മുഖം ചുളിച്ച് കത്രികയെടുത്തു മുറ്റത്തെകൊരമ്പല്ലു കത്രിച്ചു കത്രിച്ചു നടന്നു.

തൈക്കാവിലെ ആണ്ടുനേർച്ചയോടടുപ്പിച്ചു പള്ളിക്കാട് വെട്ടിതെളിക്കുമ്പോൾ തറയിൽ നാവിരു മീരാക്കണ്ണിനു ഒരു തോക്കും കുറെ ഉണ്ടകളും കിട്ടി. അയ്യാളതു ഇരുചെവിയറിയാതെ വല്ലത്തിലാക്കി വീട്ടിലെ പത്തായത്തിലൊളിപ്പിച്ചു. മൂത്തതമ്പിയണ്ണനും അശപിശനൈനാർ തരകനണ്ണനുമൊക്കെ തോക്കുണ്ട്. അവർ വേട്ടക്കു പോകുന്നതു അസൂയയോടെ നാവിരു മീരാകണ്ണ് നോക്കിനിന്നിട്ടുണ്ട്. ഒരു തോക്കു വാങ്ങണമെന്നു പണ്ടേ മോഹിച്ചതാണ്.

മന്നാർ കൊരട്ടി ക്ഷേത്രത്തിനടുത്തു തോക്കു നിർമ്മിക്കാനറിയുന്ന ഒരു കൊല്ലപ്പണിക്കനുണ്ടന്ന് വെങ്കലപ്പാത്രകച്ചവടത്തിനു പോകുന്ന ഹസ്സൻ പിള്ളയണ്ണൻ പറഞ്ഞിരുന്നു. പക്ഷെ എന്തോ. ഇതുവരെയൊരു തോക്കു സ്വന്തമാക്കാനായില്ല. ഇപ്പോഴിതാ, പടച്ചതമ്പുരാൻ തന്റെ മോഹമറിഞ്ഞ് തോക്കും ഉണ്ടകളും തന്റെ മുമ്പിൽ കൊണ്ടിട്ടിരിക്കുന്നു. നാവിരുകണ്ണിനു ആഹ്ലാദം അടക്കാനായില്ല. എന്നാൽ തോക്ക് പുറത്തെടുക്കാൻ നാവിരുമീരാകണ്ണിനു ധൈര്യമുണ്ടായില്ല. ആരെങ്കിലും തോക്കിന്റെ അവകാശമുന്നയിച്ചു വരുമോയെന്നായിരുന്നു നാവിരു മീരാക്കണ്ണിന്റെ പേടി. കുറച്ചുകാലം തോക്കും തിരയും പത്തായത്തിൽ വിശ്രമിക്കട്ടെയെന്നു നാവിരുകണ്ണ് തീരുമാനിച്ചു. ബീവി ശേവമ്മാളും അതുശരിവച്ചു. തുലാമഴ കഴിഞ്ഞ് കൈതക്കോട്ട് മലയിൽ പുല്ല് തളിർത്തപ്പോൾ മ്ലാവും മാനും മുയലുകളും പുല്ലുതിന്നാൻവന്നു. ഇതുതന്നെ വേട്ടയ്ക്കു പറ്റിയകാലമെന്നു നിനച്ച് കൊട്ടും കുരവയുമില്ലാതെ മാളോരറിയാതെ കോണത്തെ ഹസ്സനാരുകുഞ്ഞിന്റെ മകൻ പിച്ച മുഹമ്മദിനൊപ്പം പുലയന്മാരെയും കൂട്ടി നാവിരുമീരാകണ്ണ് വേട്ടയ്ക്കുപോയി. പാളച്ചോറു പുലയന്മാരുടെ തോളിലിരുന്നു താളം പിടിച്ചു. കൈതക്കോട്ടുമലയിൽ വേട്ടസംഘം രണ്ടു രാപാർത്തു. വേട്ടയുടെ ബാലപാഠങ്ങൾ മലയവരെ പഠിപ്പിച്ചു. വെടിവച്ചിട്ട മ്ലാവിനെയും തൂക്കി പുലയപ്പട കുന്നിറങ്ങി. മ്ലാവിനെ പങ്കുവച്ചപ്പോൾ സിംഹഭാഗവും നാവിരുമീരാകണ്ണ് കൈക്കലാക്കി. പിച്ചമുഹമ്മദിനു അരിശം വന്നു. ഇറച്ചിയെചൊല്ലി നാവിരു മീരാകണ്ണും പിച്ച മുഹമ്മദും

ഒന്നും രണ്ടും പറഞ്ഞ് കൈയ്യാങ്കളിവരെയായി. ഒടുക്കം "മ്ലാവിനെ രണ്ടായി പകുത്തു" നാവിരുകണ്ണു പറഞ്ഞു.

"ഇനി നീ എൻകൂടെ വരമാട്ടാ"

പിച്ച മുഹമ്മദ് അതുകേട്ടുപറഞ്ഞു

"എന്റെ നായ്‌വരും നിങ്കൂടെ"

"ഞാനും വാങ്കുവെ ഒരു തോക്ക്"

പിച്ചമുഹമ്മദ് പുറുപുറുത്തു.

"അതുക്കു നീയാളാവലെ"

നാവിരുകണ്ണ് വെല്ലുവിളിച്ചു.

"നീ തോക്കുവാങ്ങിനാൽ അന്നു ഞാൻ വേട്ട നിർത്തുവേൻ" നാവിരുക്കണ്ണ് ശപഥം ചെയ്തു.

അവർ രണ്ടുവഴിക്കുപിരിഞ്ഞു. എങ്ങനെയും ഒരു തോക്കു സ്വന്തമാക്കണമെന്നു പിച്ചമുഹമ്മദ് മോഹിച്ചു. എന്നാൽ അതിനു തനിക്കു പാങ്ങില്ലല്ലോയെന്നയാൾ വേദനയോടെ ഓർത്തു. പൊണ്ടാട്ടി സുഹ്റാമ്മായോട് പിച്ചമുഹമ്മദ് നടന്ന കാര്യങ്ങളൊക്കെ പറഞ്ഞു. ചായിപ്പിലിരുന്നു തന്റെ നീണ്ടുവളർന്ന തലമുടിയിൽ താളിതേച്ചു പിടിപ്പിച്ചുകൊണ്ട് സുഹ്റാമ്മാൾ പറഞ്ഞു.

"നമുക്കും ഒരുനാൾ തോക്കുവാങ്കെ ആവതുണ്ടാവും.

ഈ പുരയിടം വിറ്റിട്ടാനാലും നീങ്കെയൊരു തോക്കുവാങ്ങി നാവീരുമീരാകണ്ണിനോട് പകരം വീട്ടണം"

എണ്ണ കറുപ്പായ മേനിയിൽ കസ്തൂരിമഞ്ഞൾ കുഴമ്പു തേച്ചുപിടപ്പിച്ച് പിച്ച മുഹമ്മദിന്റെ പൊൻമേനിയുഴിഞ്ഞ് പറഞ്ഞു "നമുക്കും ഒരു നല്ലകാലം വരും"

സുഹ്റമ്മാൾ തന്റെ വെള്ളിക്കൊലുസു കുലുക്കി. നിതംബമുലച്ചു. ഇഞ്ചയുമെടുത്തു കുണുങ്ങി കുണുങ്ങി കുളക്കടവിലേക്ക് നടക്കാൻ ഭാവിച്ചപ്പോൾ പിച്ച മുഹമ്മദ് അവരുടെ വിരലുകളിൽ പിടിച്ചു. പേടിച്ചരണ്ട മ്ലാവിനെപോലെ സുഹ്റാമ്മ പിച്ചമുഹമ്മദിനെ നോക്കി. പിന്നെയാ കണ്ണുകൾ പുലിയുടെ വെള്ളാരം കണ്ണുകളായി മാറി. അപ്പോഴേക്കും പുലിക്കുന്നു മലയിൽ പുലിവേട്ട തുടങ്ങിക്കഴിഞ്ഞിരുന്നു.

ഒരുനാൾ പിച്ച മുഹമ്മദ് രണ്ടടിയാന്മാരെയും കൂട്ടി കരിങ്ങാലിപ്പുഞ്ചയിൽ മീൻവേട്ടയ്ക്കുപോയി. മടവലവിരിച്ചവർ കാത്തിരിക്കുമ്പോൾ ഒരു വില്ലുവണ്ടിയിൽ ഒരു സായിപ്പും രണ്ടു കൂട്ടാളികളും കരിങ്ങാലി പുഞ്ചയുടെ കരയിൽ വന്നിറങ്ങി. പിച്ചമുഹമ്മദ് സായിപ്പിനെ സാകൂതമൊന്നു നോക്കി. സായിപ്പിന്റെ വേഷവും ഭാവവും പിച്ച മുഹമ്മദിൽ ചിരിപടർത്തി. മുഖത്ത് ഒട്ടിച്ചുവച്ച ഒരു ഇരട്ടക്കുഴലുള്ള തോക്കുപോലിരുന്നു അയാളുടെ

മൂക്ക്. ഉന്തിയ നെറ്റിത്തടം. കുഴിഞ്ഞ കണ്ണുകൾ. പിരിയമെന്നു പറയാനൊന്നും തെളിഞ്ഞുകാണാനല്ല. ചുവന്നു വെളുത്ത കിരിഞ്ഞ മേനി. കാലിൽ ബൂട്ട്. വള്ളികൾ കൊണ്ടു വരഞ്ഞുമുറുക്കി കെട്ടുന്നയിനം കോട്ടാണ് ധരിച്ചിരിക്കുന്നത്.

സായിപ്പ് എരണ്ടകൾ കിടക്കുന്ന വടക്കേ ചരുവിലേക്കുപോയി. തന്റെ തോക്കെടുത്തു എരണ്ടകളെ വെടിവെയ്ക്കാൻ തുടങ്ങി. ചെറിയ ഒരിനം തോക്കാണ് സായിപ്പിന്റെ കൈയ്യിലുണ്ടായിരുന്നത്. പിച്ച മുഹമ്മദ് മീൻവേട്ട നിർത്തി സായിപ്പിന്റെ പക്ഷിവേട്ട കാണാൻ പോയി. പിച്ച മുഹമ്മദ് ആർത്തിയോടെ സായിപ്പിന്റെ തോക്കിൽ നോട്ടമുറപ്പിച്ചുനിന്നു. സായിപ്പ് എരണ്ടകൂട്ടത്തിലേക്ക് തുരുതുരാ വെടിയുതിർത്തുകൊണ്ടിരുന്നു. സായിപ്പിന്റെ വെടിയുണ്ടകൾക്കു മുകളിലൂടെ എരണ്ടകൾ റാകിപ്പറന്നു കളിച്ചു. നാഴിക ഒന്നു കഴിഞ്ഞിട്ടും സായിപ്പിനു എരണ്ടകളെ വെടിവെച്ചിടാനായില്ല. ഒടുക്കം ഏതോ ഒരു എരണ്ടക്ക് സായിപ്പിനോടു ദയതോന്നി വെടിയുണ്ടയിലേക്ക് പറന്നിറങ്ങി വീരചരമം പ്രാപിച്ചു. സായിപ്പതുകണ്ട് വിളിച്ചുകൂവി. ആഹ്ലാദം മാളോരെയറിയിച്ചു. കൂട്ടാളികൾ സായിപ്പിന്റെ ഉന്നത്തെ പ്രകീർത്തിച്ചു. പിച്ച മുഹമ്മദു മാത്രം നിർവികാരതയോടെ നിന്നു. സായിപ്പ് തന്റെ ഇറുങ്ങിയ കണ്ണുകൾകൊണ്ട് പിച്ച മുഹമ്മദിനെ നോക്കി. പിച്ച മുഹമ്മദു സായിപ്പിനെ നോക്കി സായിപ്പ് മഞ്ഞപ്പല്ലു കുടഞ്ഞിട്ടു ചിരിച്ചു. പിച്ച മുഹമ്മദും ചിരിച്ചു. കാര്യങ്ങളിത്രയൊക്കെയായപ്പോൾ പിച്ച മുഹമ്മദു പറഞ്ഞു. ഒരുവെടിപോലുമുതിർക്കാതെ സായിപ്പിനാവശ്യമുള്ളത്ര എരണ്ടകളെ താൻ പിടിച്ചുതരാം. അതെങ്ങനെ?! സായിപ്പ് അദ്ഭുതം കൂറി. പിച്ച മുഹമ്മദ് ഒരു മൺകലം സംഘടപ്പിച്ചു കൊണ്ടുവന്നു. രണ്ടുകിഴുത്തവശങ്ങളിലിട്ട് അത് തലയിൽ കമഴ്ത്തി ഒറ്റ നീന്തൽ.

എരണ്ടക്കൂട്ടങ്ങൾക്കരുകിൽ ഒഴുകിനടന്ന മൺകലം തിരികെവന്നപ്പോൾ കൈനിറയെ എരണ്ടകൾ! സായിപ്പിനു തന്റെ കണ്ണുകളെ വിശ്വസിക്കാനായില്ല. സായിപ്പ് തന്റെ തോക്കിനെ ദൈന്യതയോടെ നോക്കി. അതുനാണം കൊണ്ടു കറുകപ്പുലുകൾക്കിടയിൽ മുഖം പൂഴ്ത്തികിടന്നു. സായിപ്പിനു പിച്ചമുഹമ്മദിനെ നന്നായി ബോധിച്ചു. അവർ പിന്നെ ഒന്നിച്ചായി വേട്ട. നേരം ഇരുട്ടിത്തുടങ്ങിയപ്പോൾ പിച്ച മുഹമ്മദ് സായിപ്പിനെ വീട്ടിലേക്ക് ക്ഷണിച്ചു "കാലെലെ പോകലാം"

സായിപ്പിനും അതാണ് നല്ലതെന്നു തോന്നി.

വില്ലുവണ്ടിയിഴഞ്ഞു പിച്ചമുഹമ്മദിന്റെ വീട്ടുമുറ്റത്തെത്തി. പിച്ച മുഹമ്മദ് സായിപ്പിന്റെ തോക്കെടുത്തു തൂത്തു തുടച്ചു നിന്നു. പിച്ച മുഹദിന്റെ പൊണ്ടാട്ടി കരിനീല മിഴിയുള്ള സുഹ്റാമ്മാൾ വന്നു വാതുക്കൽ അന്തിച്ചുനിന്നു. മീൻ വേട്ടയ്ക്കുപോയ ആൺപിറന്നോൻ ദാണ്ടെ ഒരു സായിപ്പിനെ വേട്ടയാടിപിടിച്ചോട്ടുവന്നിരിക്കുന്നു! സുഹ്റാമ്മാൾ

സായിപ്പിനെ അടിമുടിയൊന്നു നോക്കി. ചുവന്നു ചോരവടിച്ചെടുക്കാവുന്ന മേനി. സുഹ്റാമ്മാൾക്കാളെ ബോധിച്ചു. സുഹ്റാമ്മയുടെ കരിനീലമിഴിയേറിൽ സായിപ്പിന്റെ വെള്ളാരം കണ്ണുകൾ ആലിലപോലെ വിറപൂണ്ടു. സായിപ്പ് അന്നവിടെ അന്തിയുറങ്ങി. നേരം വെളുത്തു. സായിപ്പിനു വേട്ടയുടെ കമ്പം ഇനിയും തീർന്നില്ല. അവർ ഒന്നിച്ചന്നും വേട്ട നടത്തി. മടങ്ങിയെത്തി അന്തിയുറങ്ങി. സായിപ്പിന്റെ തോക്കു തൂത്തുതുടച്ചു പിച്ചമുഹമ്മദ് അയ്യാളുടെ നിഴൽപോലെ നടന്നു.

സായിപ്പ് ഉണ്ടും ഉറങ്ങിയും അവടെക്കഴിഞ്ഞു. പിച്ചമുഹമ്മദ് കൂർക്കം വലിച്ചപ്പോൾ അറപ്പുരവാതിൽ താനെ തുറന്നു സുഹ്റാമ്മ സായിപ്പിനെ തോട്ടുനോക്കി. പിന്നെ ചോരവടിച്ചെടുക്കാൻ തുടങ്ങി. പിച്ച മുഹമ്മദിന്റെ വീട്ടിൽ പാർപ്പു തുടങ്ങിയ സായിപ്പിനെ കാണാൻ പെണ്ണുങ്ങളും പിള്ളേരും കയ്യാലയ്ക്കുമുകളിൽ വന്നുനിന്നു. പിച്ചമുഹമ്മദു പെണ്ണുങ്ങളെയും പിള്ളേരെയും ആട്ടിയകറ്റി. സായിപ്പിനു തിരികെ തെയിലത്തോട്ടത്തേക്ക് പോകേണ്ട കാലമായി. സായിപ്പിന്റെ ഓർമ്മക്കായി അയാൾ തോക്ക് പിച്ച മുഹമ്മദിനു നൽകി. പിച്ചമുഹമ്മദിന് ആഹ്ലാദം അടക്കാനായില്ല. അയ്യാൾ സായിപ്പിനെ കെട്ടിപിടിച്ചു. അതുകണ്ടു സുഹ്റാമ്മാളിനുനാണം വന്നു. സായിപ്പ് സുഹ്റാമ്മയെനോക്കി. അവർ തന്റെ കരിനീലമിഴികൾ മണ്ണിലെറിഞ്ഞ് തറഞ്ഞുനിന്നു. സായിപ്പിന്റെ വില്ലുവണ്ടി ഇഴഞ്ഞിഴഞ്ഞകന്നു. തോക്കു കൈയ്യിൽകിട്ടിയ പിച്ച മുഹമ്മദിനു ഒരു രാജ്യം പിടിച്ചെടുത്ത സന്തോഷമായിരുന്നു. അയ്യാൾ മാനത്തേക്കൊരു നിറയൊഴിച്ചു. ആളെ കൂട്ടി വേട്ടക്കിറങ്ങി. ഇതറിഞ്ഞ് നാവീരുമീരാകണ്ണ് വീട്ടിനുള്ളിൽ കയറിയൊളിച്ചു. തോക്ക് മണിപ്പെട്ടിയിലിട്ടു പൂട്ടി. പിച്ച മുഹമ്മദ് മാനിനെ വേട്ടയാടി വീടണഞ്ഞു. സുഹ്റാമ്മാൾ ഌാവിനെ കണ്ടപ്പോൾ ചായിപ്പിൽ വന്നിരുന്നോക്കാനിച്ചു. അടുക്കളക്കാരിപെണ്ണ് പുറംതടവി. വയറ്റാട്ടി തള്ള വന്നു സുഹ്റാമ്മയെ പരിശോധിച്ചു. വയറ്റുകണ്ണിയാണന്നുറപ്പിച്ചു. പിച്ച മുഹമ്മദിനു സന്തോഷം അടക്കാനായില്ല. സായിപ്പുവന്നു വീട്ടിൽ പാർപ്പു തുടങ്ങിയതോടെ നല്ലകാലം തുടങ്ങിയിരിക്കുന്നു. "എത്രകാലമായി ഒരു കുഞ്ഞിക്കാലു കാണാൻ കാത്തിരിക്കുകയാ. അയ്യാൾ ആലോചിച്ചു. പിച്ച മുഹമ്മദ് ആഹ്ലാദം അടക്കാനാവാതെ മാനത്തേക്ക് നിറയൊഴിച്ചു. അതിന്റെ ശബ്ദത്തിൽ സുഹ്റാമ്മാൾ ഞെട്ടിതരിച്ചു. ദിനമെണ്ണി പിച്ച മുഹമ്മദുകാത്തിരുന്നു. വൃശ്ചികം പിറന്നു. അറപ്പുരയിൽ കിടന്നു സുഹ്റാമ്മ ഞരങ്ങാനും മൂളാനും തുടങ്ങി. വയറ്റാട്ടിതള്ള ധൃതിയിൽ പുറത്തേക്കിറങ്ങുകയും വെപ്രാളപ്പെട്ട് തിരികെ മുറിയിൽ കയറുകയും ചെയ്തു. ഏഴരവെളുപ്പിനു കുഞ്ഞിന്റെ കരച്ചിൽ പ്രപഞ്ചമായ പ്രപഞ്ചത്തിലാകെ മുഴങ്ങി. ചുവന്നു തുടുത്തൊരു പൊൻകുഞ്ഞ്. ദേഹത്തു നിന്നു രക്തം വടിച്ചെടുക്കാം. കുഞ്ഞ് ആണോ പെണ്ണോ. പെണ്ണുങ്ങൾ വന്നുതിരക്കി. വയറ്റാത്തിതള്ള പറഞ്ഞു 'ആൺകുഞ്ഞ്'. കുഞ്ഞ് തന്റെ വെള്ളാരംകണ്ണുകൊണ്ട് പിച്ചമുഹമ്മദിനെ നോക്കി. ആരോ ബാങ്ക്

കൊടുത്തു. ബാങ്കിന്റെ ശബ്ദം കേട്ട് കുഞ്ഞപരിചിതഭാവത്തോടെ ചെവി വട്ടം പിടിച്ചു. കുഞ്ഞിനെ കണ്ടവർ കണ്ടവർ നാടുനീളെ പറഞ്ഞുനടന്നു "ഇതുപോലെ വെളുത്തൊരു കുഞ്ഞ് നമ്മനാട്ടിൽ ഇതുവരെ പിറന്നിട്ടില്ല"

"സൂര്യനെ കണ്ടതുപോലൊരു ആമ്പിളപുള്ള മുഖത്തിലെ പാത്താൽ കണ്ണെടുക്ക തോന്നാത്"

പകൽവെട്ടം കണ്ട് കുഞ്ഞ് പൂച്ചക്കുഞ്ഞിനെപ്പോലെ കണ്ണിറുക്കിയടച്ചു. ഇതുകണ്ട് ദിഖിർചൊല്ലികിളികൾ നാടുനീളെ വിളിച്ചുകൂവിനടന്നു. സായിപ്പിൻകുഞ്ഞ് സായിപ്പിൻ കുഞ്ഞ്. നാട്ടിലെ പിള്ളേരും പിറുങ്ങണികളും അതേറ്റുപാടി. കാക്കാത്തികൾ ചീട്ടുനിരത്തി കഥപറഞ്ഞു നടന്നു. പാണന്മാർ കുഞ്ഞിന്റെ കഥ പാടിനടന്നു. കുളക്കടവിൽ പെണ്ണുങ്ങൾ കൊതിയും നുണയും പറഞ്ഞിരുന്നു. "പെഴച്ചുപെറ്റാൽ തന്തയെപ്പോലെയിരിക്കും." കാറ്റ് അക്കഥ പിച്ചമുഹമ്മദിന്റെ ചെവിയിലുമെത്തിച്ചു. കൂട്ടിലടച്ച പുലിയെപ്പോലയ്യാൾ വെപ്രാളപ്പെട്ട് അങ്ങോട്ടുമിങ്ങോട്ടും നടന്നു. വേട്ടയ്ക്കുള്ള കാലമടുത്തു. അയ്യാൾ വേട്ടയ്ക്കൊരുങ്ങി. പുലിക്കുന്നുമല കേറി പിച്ച മുഹമ്മദു തോക്കിൽ ഉണ്ട നിറച്ചു വെടിപൊട്ടിച്ചു. ഒരലർച്ചയോടെ പിച്ച മുഹമ്മദ് പുൽക്കൂനയിലേക്ക് മറിഞ്ഞു. ആ ചുണ്ടുകൾ മന്ത്രിച്ചു.

അല്ലാഹുമ്മ അജിർനിമിന്നന്നാർ

അല്ലാഹുവെ എന്നെ നരകത്തിൽ നന്നു രക്ഷിക്കേണമേ...

പുലിക്കുന്നു മലയിൽ ചുള്ളിയൊടിക്കാൻ വന്ന പിള്ളേരാണതു കണ്ടത്. ഒരാൾ ചത്തുമലർന്നു കിടക്കുന്നു. പിള്ളേരുടെ നിലവിളി അടിവാരത്തിലേക്കൊഴുകി. പിച്ചമുഹമ്മദിന്റെ മയ്യത്തും ചുവന്നു നാട്ടുകാർ കാവശ്ശേരിയിൽ എത്തിയപ്പോൾ ആ കാഴ്ചകാണാൻ കെൽപില്ലാതെ കുഞ്ഞ് കണ്ണിറുക്കി കിടന്നു. അറപ്പുര വിങ്ങാനും വിതുമ്പാനും തുടങ്ങി. അറപ്പുരയ്ക്കു ചുറ്റും മണ്ണിൽ കുഴികുത്തി ഇരപിടിക്കാനായ് മണ്ണൊരുക്കിയിരുന്ന കുഴിയാനകളെയതു അലോസരപ്പെടുത്തി. കുഴിയാനകൾ പുറകോട്ടിഴഞ്ഞിഴഞ്ഞ് മണ്ണിലൊളിച്ചു.

മഞ്ഞക്കിളികൾ

കുളക്കരയിൽ ഇതുവരെ കെട്ടിട്ടില്ലാത്തൊരു കിളിശബ്ദം പൊടിപ്പയൽ പമ്മിപമ്മി കുളക്കടവിനടുത്തേക്കു നടന്നു. കാവിൽ കാശാൻകുറ്റിക്കരുകിൽ കുളക്കോഴികൾ കരിയിലകൾ കിലുക്കി നടക്കുന്നു. ചില തേൻകുരുവികൾ അങ്ങോട്ടുമിങ്ങോട്ടു പാറിപറക്കുന്നുണ്ട്. കൂടൊരുക്കത്തിനുള്ള പുറപ്പാടാവും. കുളത്തിട്ടയിൽ പൊടിപൊന്മാനിരുന്നു മേലുമിനുക്കുന്നു.

പൊടിപ്പയൽ പറമ്പിൽ പുതുതായി വിരുന്നിനെത്തിയ കിളിയെ തിരയാൻ തുടങ്ങി. ഞാവലിൽ ഏതൊക്കെയോ കിളികളുടെയനക്കം കേൾക്കുന്നുണ്ട്. ഹായ്, കുളമാവിൽ മഞ്ഞയുടുപ്പിട്ടു രണ്ടു സുന്ദരൻ കിളികൾ. അവർ ഒരു പ്രത്യേക ഈണത്തിൽ നീട്ടി കരയാൻ തുടങ്ങി.

ഓ! ഇവരാണു മുമ്പു കരഞ്ഞത്. മഞ്ഞക്കിളികൾ. തണുപ്പുകാലത്ത് മുമ്പും ഇവരിവിടെ വരാറുള്ളതാണല്ലോയെന്നു പൊടിപ്പയൽ ഓർത്തു. മഞ്ഞക്കിളികളെയും നോക്കി പൊടിപ്പയൽ കുളക്കടവിലെ പ്രാചീനമായ വെട്ടുകല്ലിലിരുന്നു. വയൽ വരമ്പിലൂടെ കടക്കാടിതള്ള തന്റെ വെള്ളി കെട്ടിയ കമ്പിടിച്ച്ച്ചിടിച്ച് വരുന്നുണ്ട്. അവർ കുളക്കടവിനടുത്തെത്തിയപ്പോൾ കൈപ്പത്തി കണ്ണിനരുകിൽപിടിച്ച് സൂക്ഷിച്ചുനോക്കിക്കൊണ്ടു പൊടിപ്പയലിനോടു ചോദിച്ചു;

ആരാക്കും ഇണ്ടെയിരിക്കിരുത്.

"ഞാനാ നന്നി"

"പൊടിപ്പയലാ "

"നീയവിടെ എന്നെ പാത്തുകൊണ്ടിരിക്കുവാക്കും."

കടക്കാടിതള്ള ചോദിച്ചു.

"രണ്ടു മഞ്ഞക്കിളികൾ കുളമാവിലെയിരിക്കിറതു പാത്തിയാ"

ചെവിനിറയെ കുത്തും കുറിയുമുള്ള കടക്കാടിതള്ള വെള്ളികെട്ടിയ തന്റെ ഊന്നുവടിയിൽ പിടിച്ചു കൂനുനിവർന്നു നിന്നു. പിന്നെ കണ്ണേറു തുടങ്ങി.

"ങ്ങാ! മഞ്ഞക്കിളികളാ."

കടക്കാടിതള്ള ചോദിച്ചു.

"ഉം ഉം" പൊടിപ്പയൽ ഒരു പ്രത്യേക ശബ്ദത്തിൽ ഒന്നു മൂളി.

ഈ കടക്കാടിതള്ളയ്ക്ക് വയസ്സു പത്തുതൊണ്ണൂറായിട്ടും കണ്ണിനു നല്ല കാഴ്ചയാണ്. എന്നാൽ ആരെയെങ്കിലും കണ്ടാൽ 'ആരാ' മനസ്സിലിലായില്ലല്ലോ. എന്നൊക്കെ പറയും. എന്നിട്ടിപ്പോ കണ്ടില്ലേ. മരത്തിന്റെ കൊമ്പിലിരിക്കുന്ന മഞ്ഞക്കിളികളെ വരെ കണ്ടുപിടിച്ചിരിക്കുന്നു. പൊടിപ്പയൽ മനസ്സിലോർത്തു.

കടക്കാടിതള്ള തന്റെ പല്ലില്ലാത്ത മോണ കൂട്ടി ചവച്ചുകൊണ്ടു പറഞ്ഞു.

മഞ്ഞക്കിളികളെ ഉപദ്രവം ചെയ്യകൂടാത്.

അങ്ക ദൂരെ രാജ്യത്തിലേന്തു വാറതാക്കും രാജാത്തികൾ. മഞ്ഞക്കിളികൾ എങ്കെ വന്നിരുന്നാലും ഗുണം വരുവാർ.

പൊടിപ്പയൽ കടക്കാടിതള്ളയെ വിടർന്ന മിഴികൾ കൊണ്ട് നോക്കിയപ്പം. അവർ അടക്കം പറയുന്നതുപോലെ ശബ്ദം താഴ്ത്തി പറഞ്ഞു.

“ഇന്തകിളികൾ നിധിതേടി വാറതാക്കും.

ഒരുപാടു സ്വർണ്ണമുള്ള കൂട്ടരാക്കും

ഈ മഞ്ഞക്കിളികൾ.

നിധിയോ?

പൊടിപ്പയൽ അവിശ്വാസത്തോടെ ചോദിച്ചു.

ങ്ങാ! നിധിതന്നെ. സ്വർണ്ണരാശി.

രാജാക്കന്മാരാക്കും ഈ മഞ്ഞക്കിളികള്. നീയൊന്നു സൂക്ഷിച്ചുപാര്. അതിന്റെ തലയിൽ കറുത്ത തൊപ്പി വച്ചിരിക്കുന്നതു പാത്തിയാ.

അതിന്റെ ഐശ്വര്യം പാത്തിയാ. കിളിയെ നോക്കിക്കൊണ്ട് അതുശരിവക്കുംപോലെ പൊടിപ്പയൽ തലകുലുക്കി. പണ്ട് യുദ്ധം തുടങ്ങുമ്പോൾ രാജാക്കന്മാർ സ്വർണ്ണം കുടത്തിലാക്കി കുഴിച്ചിട്ട് പോവാര്. ആരും തിരിച്ചുവരല്ലേ. മരിച്ചുപോയ രാജാക്കന്മാർ മഞ്ഞക്കിളികളായി പുനർജനിച്ച് അവുളുക്കെ സ്വർണ്ണം തേടി നടക്കുവാക്കും. അവർക്ക് സ്വർണ്ണം ഇരിക്കേടം തെരിയും. നിധികുഴിച്ചിട്ടിരിക്കയിടം കണ്ടാൽ അന്ത സ്ഥാനത്തിലെ കിളിയിറങ്കും.

അങ്കെ കുഴിച്ചാൽ മണ്ണിനടിയിൽ നിധിയുണ്ടാവും.

കടക്കാടിതള്ള അടക്കം പറഞ്ഞുനിർത്തി.

അങ്ങനെയാർക്കെങ്കിലും നിധികിട്ടിയിട്ടുണ്ടോ?

പൊടിപ്പയൽ ആകാംക്ഷയോടെ ചോദിച്ചു.

പിന്നെ, മക്കനാവിലെ പിച്ചപിള്ള രാവുത്തരണ്ണൻ വലിയ പണക്കാരനാനതു പിന്നെ എപ്പടിയാക്കും. ഒരു കാശുക്കും നിവൃത്തിയില്ലാത്തവനല്ലായിരുന്നാ. ഒരു മഞ്ഞക്കിളി നിധികാണിച്ചു കൊടുത്തതാക്കും. കടക്കാളി തള്ള അത്ഭുതകലർത്തി പറഞ്ഞുനിർത്തി. പൊടിപ്പയൽ വിടർന്നു മിഴികളോടെ മഞ്ഞക്കിളികളെ നോക്കി. അതു മരക്കൊമ്പിലിരുന്നു ഒരു പ്രത്യേക ശബ്ദത്തിൽ കരയാൻ തുടങ്ങി.

“ഞാൻ ശൊന്നതെല്ലാം അതു കേട്ടിരിക്കുന്നു

മഞ്ഞക്കിളികൾ കിടന്നു അളുവിതതു പാത്തിയാ”

കടക്കാടിതള്ള പുറുപുറുത്തുകൊണ്ട് തന്റ വെള്ളികെട്ടിയ കമ്പുമിടിച്ചിടിച്ച് നടന്നുപോയി. പൊടിപ്പയൽ അദ്ഭുതത്തോടെ മഞ്ഞക്കിളിയെ നോക്കി. അതെവിടെയെങ്കിലും നിലത്തിറങ്ങുന്നുണ്ടോന്നു നോക്കി പൊടിപ്പയൽ ശ്വാസമടക്കി മിണ്ടാതെയിരുന്നു. കുളമാവിന്റെ കൊമ്പിൽ നിന്ന് വയണമരത്തിലേക്ക് മഞ്ഞക്കിളികൾ പാറിയിരുന്നു. പിന്നെ നാരങ്ങാമാവിന്റെ കൊമ്പിലേക്ക് പറന്നിറങ്ങി. ചുക്കിച്ചുളിഞ്ഞ നാരങ്ങാമാവിന്റെ കൊമ്പുകൾക്കിടയിൽ നിന്നെന്തൊക്കെയോ കൊത്തിപ്പെറുക്കി തിന്നു. കുഴപ്ലാവിന്റെ കൊമ്പിലേക്ക് പറന്നുകയറി. അവിടുന്ന് ആഞ്ഞിലി.

പിന്നെ പുളിമരം. അങ്ങനെ പറമ്പിലെ മരമായ മരമെല്ലാം മഞ്ഞക്കിളികൾ മാറിമാറിയിരുന്നു കളി തുടർന്നു. പൊടിപ്പയൽ പമ്മി പമ്മി മഞ്ഞക്കിളികൾക്കു പിന്നാലെ പറമ്പായ പറമ്പെല്ലാം അലഞ്ഞുനടന്നു. നേരമേറെചെന്നിട്ടും മഞ്ഞക്കിളികൾ നിലത്തിറങ്ങുന്ന ലക്ഷണമില്ല. പടച്ചതമ്പുരാനെ ഈ മഞ്ഞക്കിളികളൊന്നു നിലത്തിറങ്ങണേ; പൊടിപ്പയൽ പ്രാർത്ഥിച്ചു. എന്നിട്ടും മഞ്ഞക്കിളികൾ മരക്കൊമ്പിൽ നിന്നു നിലത്തിറങ്ങിയതേയില്ല. പൊടിപ്പയലിനു നിരാശ തോന്നി. പറമ്പിലെവിടെയെങ്കിലും ഈ മഞ്ഞക്കിളികൾ പറന്നിറങ്ങിയിരുന്നെങ്കിൽ അലിബാബയെപ്പോലെ വലിയ പണക്കാരനാകാമായിരുന്നു. പൊടിപ്പയൽ മോഹിച്ചു. മോഹിച്ചിട്ടെന്തുഫലം. പൊടിപ്പയലിനെ വട്ടം ചുറ്റിച്ചിട്ടതു ചിലച്ചുകൊണ്ട് പടിഞ്ഞാറൻ ദിക്കിലേക്ക് പറന്നുപോയി. പൊടിപ്പയൽ വേദനയോടെയതു നോക്കിനിന്നു. കുളത്തിൽ മീനുകൾ കിടന്നു തുടിച്ചു കൂത്താടുന്നു. പരൽമീനുകൾ വെള്ളത്തിനു മുകളിലൂടെ ചാടിക്കളിക്കുന്നതുനോക്കി പൊടിപ്പയൽ കുളക്കടവിലിരുന്നു. പരൽമീനുകളുടെ വെള്ളിചെതുമ്പലുകളിൽ അന്തികിരണങ്ങൾ വീണ് തിളങ്ങുന്നതു കാണാൻ നല്ല ഭംഗി. പരൽമീനുകൾ വെള്ളത്തിൽ നിന്നു മുകളിലേക്ക് വെള്ളം തെറിപ്പിച്ചുകൊണ്ട് കുതിച്ചു ചാടുമ്പോൾ മീനിനുചുറ്റും ഒരു മഴവില്ല് തെളിഞ്ഞു വരുന്നില്ലേന്നൊരു സംശയം. കണ്ണടച്ചു തുറക്കുമ്പോഴേക്ക് മഴവില്ല് അപ്രത്യക്ഷമാവുന്നു. പൊടിപ്പയൽ പരൽമീനുകളുടെ മഴവിൽ നിർമ്മാണം ഏറെ നേരം നോക്കിയിരുന്നു. പണ്ടൊക്കെ പണിക്കാരുവന്ന് കുളംവറ്റിച്ചും വലവിരിച്ചും മീൻ പിടിക്കുമായിരുന്നു. കുറച്ചുകാലമായി കുളത്തിൽ നിന്നു മീൻപിടിക്കാറില്ലല്ലോ എന്നു പൊടിപ്പയൽ ഓർത്തു. അതുകൊണ്ടാവും മീനുകൾ കണ്ടമാനം പെരുത്തത്. കിഴക്കേലെ സുകുമാരന്റെ മകൻ ബാലൻ ചിലപ്പോ അമ്മ കാണാതെ വന്നു ചൂണ്ടയിടാറുണ്ടന്നു മാത്രം. കുളത്തീന്നു ആരും മീൻ പിടിക്കുന്നതമ്മായ്ക്കിഷ്ടമില്ല. ഒരിക്കൽ ഒരു മുട്ടൻ വരാലിനെ ഹനീഫാണ്ണൻ ചൂണ്ടയിട്ടു പിടിച്ചുകൊണ്ടുവന്നു. അതുകലത്തിലെ വെള്ളത്തിൽ കിടന്നു പിടച്ചു. പൊരിക്കാനായി അമ്മ ചട്ടിയിൽ ചാമ്പലിട്ടു വരാലിനെ തേച്ചുകഴുകി. കുളക്കടവിനരുകിലെ ഒഴുക്കുചാലിനരുകിൽ വന്ന് മീൻ ഉലച്ചുകഴുകി. പിന്നെയതിന്റെ ഒരുചിറകരിഞ്ഞു. മറുചിറകരിയാനായി മീൻ തിരിച്ചപ്പോൾ കൈയ്യിൽ നിന്നു ഒന്നു വഴുതി. അപ്പോഴേക്കും വരാൽ കുതിച്ചു കുളത്തിലേക്ക് ഒരു ചാട്ടം. അമ്മാക്കെന്തെങ്കിലും ചെയ്യാൻ കഴിയുന്നതിനു മുമ്പേയതു കുളത്തിന്റെ അടിത്തട്ടിലേക്ക് കുമിളകളതിർത്തു മുങ്ങി. വരാൽ തന്നെ കബളിപ്പിച്ച് കുളത്തിലേക്ക് ചാടിയതിൽ അമ്മയ്ക്കു വല്ലാത്ത വിഷമം തോന്നി. ഊണിന് കൂട്ടിവരാൽ പൊരിച്ചതു തിന്നാൻ ഹനീഫ വരുമ്പോൾ എന്തുപറയുമെന്ന് അമ്മാ ആലോചിച്ചു. ഒരെത്തും പിടിയും കിട്ടാതെ. ഇടക്കിടെ കുളത്തിൽ വന്ന് വരാൽ ചത്തുപൊങ്ങിയിട്ടുണ്ടോന്നു അമ്മ നോക്കിക്കൊണ്ടിരുന്നു. ഒരു വരാൽ തള്ളയും കുറച്ചു വരാൽ കുഞ്ഞുങ്ങളും വെള്ളത്തിന്റെ

മുകളിൽ പതച്ചുനടക്കുന്നതു അമ്മ കണ്ടു. വരാൽ തള്ള ഏറെപണി പ്പെട്ടാണ് നീന്തുന്നത്. അമ്മ സൂക്ഷിച്ചുനോക്കി. വരാൽ അമ്മായെ കണ്ടു. അതു ദയനീയമായി അമ്മായെ നോക്കി. തന്റെ ഒറ്റചിറകുകൊണ്ട് വെപ്രാളപ്പെട്ട് ആ വരാൽ തള്ള തന്റെ കുഞ്ഞുങ്ങളെ അരികുചേർത്തു നിർത്തി. അമ്മായ്ക്കത് ഏറെ നേരം നോക്കിനിൽക്കാനായില്ല. കണ്ണുനീ രിറ്റി നിലത്തു വീണു ചിതറി. ഒരേങ്ങലോടെയാണമ്മ കുളക്കടവിൽ നിന്നു വീട്ടിലേക്കു വന്നുകയറിയത്. വന്നപാടെ എഴുത്തിന്റെ കോലായിരിരുന്ന ചൂണ്ടയെടുത്ത് അയ്യത്തേക്കെറിഞ്ഞു. അന്നു മുതൽ അമ്മ മീൻകഴിക്കാ തെയായി. ആരും കുളത്തിനു മീൻപിടിക്കാതെയായി. ഇടയ്ക്കിടെ അമ്മ മീനുകൾക്ക് കുളത്തിൽ അരി വാരിചേറികൊടുക്കുന്നതുകാണാം. പൊടി പ്പയൽ വീട്ടിൽ വന്നു കയറിയപ്പോൾ പത്തായപ്പുരക്കരുകിലെ തട്ടുവടി യിൽ കടക്കാടിതള്ളയിരിക്കുന്നു. പൊടിപ്പയൽ കടക്കാടിതള്ളയുടെയരി കിൽ വന്നുചോദിച്ചു.

"നന്നി, ഈ മഞ്ഞക്കിളികൾ എങ്കെയാക്കും ഈ സ്വർണ്ണമെല്ലാം ഒളിച്ചുവച്ചിരിക്കുന്നത്"

പൊടിപ്പയലിന്റെ ചോദ്യംകേട്ട് കടക്കാടിതള്ള ചിരിച്ചു. പിന്നെ പല്ലി ല്ലാത്ത മോണ ഉഴപ്പി ചവച്ചുകൊണ്ടു പറഞ്ഞു.

"ആ, എനിക്കു തെരിയാത്"

മഞ്ഞക്കിളികൾ നമ്മ പുരയിടത്തിലിറങ്കിയാ.

'ഇല്ലെ, അതങ്ക പടിഞ്ഞാട്ടു പറന്തുപോയിരിച്ച്"

വിഷമത്തോടെ പൊടിപ്പയൽ പറഞ്ഞു.

വിഷമിക്കണ്ട. അത് ഇനിയും വരും. എന്നെങ്കിലും നമ്മ പറമ്പിലും ഇറങ്ങാതിരിക്കാതെ.

നീ പാത്തുകൊണ്ടേയിരിക്കണം. നമ്മ കിഴക്കേ അയ്യത്തു നിൽക്കുന്ന കൊച്ചുപ്ലാവില്ലെ.

"ങ്ങും" പൊടിപ്പയൽ മൂളി.

"അതു എനിക്ക് കൊച്ചുന്നാളലെ അതുപോലെ നിക്കുവാക്കും. ഒട്ടും വളർച്ചയില്ലെ. അതുക്കെയടുത്ത് നിധിയുണ്ടന്നാക്കും. കളത്തിലെ അപ്പച്ചി ചൊന്നത്" കടക്കാടിതള്ള പറഞ്ഞു.

"പിന്നെ ആരുമത് എടുക്കാഞ്ചത്"

പൊടിപ്പയൽ ചോദിച്ചു.

ചുമ്മാഅപ്പടി അങ്കെ എടുക്കയൊക്കുമാ.

അതുക്ക് സർപ്പം കാവലിരിക്കയാക്കും.

അതുക്ക അവകാശിക്കുമാത്രമെ സർപ്പം നിധി എടുക്ക സമ്മതിക്കൂ. സർപ്പം സത്യമുള്ള ജീവിയാക്കും. മറ്റാരെങ്കിലും നിധി തട്ടിയെടുത്താൽ

സർപ്പകോപം ഉണ്ടാകും. ചിലപ്പോ നിധിയെടുക്കുന്നയാളിനു കുഷ്ടം വരു വാര്.

കടക്കാടി തള്ള പറഞ്ഞു.

അമ്മ കടക്കാടിതള്ളയ്ക്കു ചായയിട്ടു കൊടുത്തു. തമ്പളാറിൽ ചായ ഊതി ഊതി കുടിച്ചുകൊണ്ട് കടക്കാടി തള്ള അത്തമ്മായെക്കുറിച്ച് എന്തൊക്കെയോ പറഞ്ഞ് നെടുവീർപ്പിട്ടു. കടക്കാടിതള്ളയുടെ ചെവിനി റയെ വെട്ടും കുത്തും. അതുനോക്കി പൊടിപ്പയൽ ചോദിച്ചു.

"നന്നിയുടെ ചെവിയിലെ നിറച്ച് കിളുത്തകൾ എപ്പടി വന്തിതു"

കടക്കാടിതള്ളയതു കേട്ടു ചിരിച്ചു. പിന്നെ കരഞ്ഞു. കരഞ്ഞ് കഴിഞ്ഞ് വീണ്ടും ചിരിച്ചു. പിന്നെ തന്റെ ചുക്കിച്ചുളിഞ്ഞ വിരലുകൾ കൊണ്ട് ചെവിയിലെ ഓരോ കുത്തും വെട്ടും തടവി ഓർമ്മയിലാണ്ടു.

ദേ, ഈ കുത്ത് മൊരിശിന്റേത്.

ഇതിൽ വാളി, ഇതു ചന്ദ്രവട്ടം.

ഇതിൽ നട്ടകുച്ചി. ഇവിടെ കമ്മലും ജിമിക്കായും. ഇവിടെ മാട്ടി.

പിന്നെ കടക്കാടിതള്ള കണ്ണിൽ നിന്ന് മൂക്കിൽ തുമ്പിലേക്കിറ്റുവീണ കണ്ണുനീർതുള്ളി പുറംകൈ കൊണ്ടു തുടച്ചു. കടക്കാടിതള്ള തന്റെ വൃദ്ധ മായ കൈകൾ കൊണ്ട് മൂക്കിലും തോളിലും കഴുത്തിലും കൈകളിലും ഉഴിഞ്ഞ്. ശരീരം നിറയെ സ്വർണ്ണാഭരണങ്ങൾ അണിഞ്ഞവരെപ്പോലെ കടക്കാടിതള്ള വിടർന്ന കണ്ണുകൾകൊണ്ട് സ്വയം ഉഴിഞ്ഞു. ചിരിച്ചു. പിന്നെ കരഞ്ഞു. കരഞ്ഞു കരഞ്ഞ് വീണ്ടും ചിരിക്കാനാഞ്ഞപ്പോൾ പൊടി പ്പയൽ ചോദിച്ചു.

"നന്നി, യേൻ അളുവതാ"

ങേ! ഞാൻ അളുവില്ലെ. ചിരിച്ചതാക്കും.

കടക്കാടിതള്ള കണ്ണുനീർ ഒതുക്കത്തിൽ തുടച്ച്. ചിരിക്കാനാഞ്ഞു. എന്നിട്ടു തന്റെ വെള്ളി കെട്ടിയ ചൂരൽകമ്പിടിച്ച് എണീറ്റു.

"പിള്ളേ, ഞാനങ്കോട്ടു പോകട്ടും"

കടയ്ക്കാടിതള്ള വിളിച്ചുപറഞ്ഞു

മൂത്തതമ്പിക്കു വീട്ടിലും ഒന്നു കേറണം. എനിക്കാവതുള്ളകാല ത്തോളം ഇങ്കെയെല്ലാം വന്നുപാത്തിട്ടു പോയാലെ മനസ്സുഖമുള്ളു. ചൂരൽ കമ്പ് താളം തുള്ളുന്ന ശബ്ദംകേട്ട് അമ്മ കൈമടക്കുമായി വന്നു.

അവരതുവാങ്ങി പറഞ്ഞു. അൽഹബ്ദുലില്ലാ.

സർവ്വ സ്തുതിയും സർവലോക പരിപാലകനായ തമ്പുരാന്. ആവ തുണ്ടെങ്കിൽ നോമ്പിക്കു വരലാം.

കടക്കാടിതള്ള മുറ്റത്തിറങ്ങി വടിയിടിച്ച് കൂനി കൂടി നടന്നു. പൊടി പ്പയൽ അമ്മയോടു ചോദിച്ചു.

നന്നിയമ്മ, എന്നത്തിക്ക അളുവിതാങ്കെ.

"നീ, എന്നത്തിക്ക യതൊക്കെ കേട്ടാ"

അമ്മ ദേഷ്യം കലർത്തിചോദിച്ചു.

കടക്കാടി നന്നിയമ്മ കരഞ്ഞതെന്തിനാണെന്നു പൊടിപ്പയലിനു മനസിലായില്ല. പൊടിപ്പയലതുമാലോചിച്ചിട്ടു മുറ്റത്തേക്കിറങ്ങിയപ്പോൾ പിള്ളേർ അയ്യത്തു തണുങ്ങ് പറക്കുന്നത് കണ്ടു. അമ്മ ചോദിച്ചു "അയ്യത്താരാ"

"തണുങ്ങുപറക്കുന്ന പിള്ളേരാ"

പൊടിപ്പയൽ പറഞ്ഞു.

ഓ! മുതുക്കാട്ടുകര ചൂട്ടുകമ്പം ഇങ്ങടുത്തുവല്ലോ.

അമ്മ ആരോടെന്നില്ലാതെ പറഞ്ഞു.

ചൂട്ടുകമ്പമെന്നു കേട്ടപ്പോൾ പൊടിപ്പയലിന്റെ മനസ്സിൽ ആഹ്ലാദം ഉറവപൊട്ടാൻ തുടങ്ങി. ചൂട്ടുകമ്പത്തിന് തീപ്പൊരിക്കുഞ്ഞുങ്ങൾ കെട്ടുപിണഞ്ഞ് മാനംമുട്ടെ പാറിപ്പറക്കുന്നതുകാണാൻ എന്തുരസം. പൊടിയപ്പയലോർത്തു.

ചേര

കൊയ്ത്തു കഴിഞ്ഞപ്പോൾ മുതൽ അത്ത പറയുന്നതു കേട്ടു. എരുത്തിലിന്റെ വടക്കേ ചായ്പ്പും തളവും പൊളിച്ചവിടൊരു പത്തായപ്പുര പണിയണം. അങ്ങനെയിരിക്കെ ഒരു ദിവസം കിട്ടക്കുറുപ്പ് കൊല്ലത്ത് നിന്നു കാളവണ്ടിയിൽ ഓടുകൊണ്ടുവന്നിറക്കാൻ തുടങ്ങി. ചുട്ടമണ്ണിന്റെ മണം. ഓടിന്റെ ഭംഗിനക്കി പൊടിപ്പയലവിടെയിരുന്നു. അത്ത പണമെണ്ണി കിട്ടക്കുറുപ്പിനു കൊടുത്തു. എന്നിട്ടു കിണ്ടിയിൽ നിന്നു വെള്ളമെടുത്തു വാ കുലുക്കി ക്കുഴിഞ്ഞ് മുറ്റത്തക്കു നീട്ടിതുപ്പി. അതുമുല്ലത്തറക്കരുകിൽ ചെന്നു വീണു ചിതറി. അമ്മ തിണ്ണയിലേക്ക് വന്നു ചോദിച്ചു;

"അതേയ്"?

'ങ്ങാ! എന്തെ"

ചായിപ്പും തളവും പൊളിച്ചാൽ നമ്മ കുട്ടാപ്പു എങ്കെപോയി കിടക്കും.

അത്തയതുകേട്ടൊന്നു ചിരിച്ചു. എന്നിട്ടു പറഞ്ഞു

"അതെങ്കെയെങ്കിലും പോയി കിടക്കട്ടും"

അപ്പടിശൊന്നാ ഒക്കാത്"

അമ്മ വിഷമത്തോടെ പറഞ്ഞു. എന്നിട്ട് എന്തോ ആലോചനയിലാണ്ടു കൊണ്ട് പതുക്കെ പറഞ്ഞു.

പണ്ടു പുരാതനകാലം മുതലെയത് അങ്കനെ താമസിക്കുന്നതാക്കും. നമ്മയതിനെ ഇറക്കിവിടുന്നത് ശരിയല്ല.

അത്തായുടെ ചുണ്ടിൽ വീണ്ടും ചിരി വിടർന്നു.

നിനക്കു ഓരോന്നു ചുമ്മാ തോന്നും.

ചേരക്കു എങ്കനെയാക്കും ഈ ദുനിയാവിൽ[1] വേറെ താമസിക്ക വയ്യാത്തത്.

ഒനക്കെ ഓരോ ഓരോ തോന്നലുകളെ. അത്ത[2] ഇത്തിരി കടുപ്പിച്ചാണതു പറഞ്ഞത്.

അത്തായും അമ്മായും മുഖം വീർപ്പിച്ചു നിൽക്കുന്നതുകണ്ട് പൊടിപ്പയൽ ചോദിച്ചു

"എന്നമ്മ"

"ഓ! ഒന്നുമില്ല"

അമ്മ ദേഷ്യത്തോടെ അടുക്കളയിലേക്കു പോയി.

കുട്ടാപ്പു ചേരയെ ചൊല്ലി അത്താക്കും അമ്മാക്കും തമ്മിൽ എന്തോ കശപിശ നടന്നിട്ടുണ്ടന്നു പൊടിപ്പയലിനു തോന്നി. പൊടിപ്പയൽ അത്തായുടെ അരുകിലേക്ക് വന്നു ചോദിച്ചു;

ചായിപ്പുപൊളിച്ചാൽ നമ്മുടെ കുട്ടാപ്പുപിന്നെയെവിടെപ്പോയി താമസിക്കും.

നീയും ഒനക്കമ്മാളെപ്പോലെ തുടങ്കുവാക്കുമോ?

ചോദ്യം കേട്ട് കെറുവിച്ചതുപോലെയാണ് അത്തയതുപറഞ്ഞത്. എന്നിട്ടു ശാന്ത സ്വരത്തിൽ പറഞ്ഞു.

അവളു ചുമ്മാ ഓരോന്നു ശൊല്ലുന്നതല്ലിയോ. പഴയകാലത്തൊന്നും ചേരയിങ്കെയില്ലെ. ഇഞ്ചവന്നിട്ടു ഒരു പത്തിരുപതു വർഷമായിക്കാണും. ഇനിയിപ്പോ ഒരു ചേരതന്നെയാക്കുമോ ഇഞ്ച പാർക്കുന്നതെന്നു എനിക്ക് നിശ്ചയവുമില്ല. കാവിനരുകിലേക്ക് ഓടിച്ചുവിട്ടാൽ അതങ്കെ ജീവിക്കും. പിന്നെയെത്ര വീട്ടിലാ ചേരയെ താമസിപ്പിക്കിരത്. ഇങ്കെ മാത്രമെന്നെ ഇത്ര വിശേഷം.

അരിശത്തോടെയാണത്തയതു പറഞ്ഞുനിർത്തിയത്.

പൊടിപ്പയൽ കുട്ടാപ്പു ചേരയെക്കുറിച്ചോർത്തു. ചായിപ്പിൽ തുറകൂടിക്കിടക്കുന്ന ഏഴടിനീളമുള്ള കുട്ടാപ്പുചേരയെ. കുട്ടാപ്പു ചേരയെ കാണുമ്പോൾ പിള്ളേർ വിളിച്ചു കൂവിനടക്കും;

മഞ്ഞച്ചേര മലർന്നു കടിച്ചാൽ

മലയാളത്തിൽ മരുന്നില്ല.

---

1. ദുനിയാവ് - ഈലോകം 2. അത്ത - അച്ഛൻ

കുട്ടാപ്പു ചേരയതൊന്നും കാര്യമാക്കാറില്ല. ഒരരുകുപറ്റിയത് പതിയെ ഇഴഞ്ഞുനീങ്ങും. കുട്ടാപ്പുചേര ആരെയെങ്കിലും ഉപദ്രവിച്ചതായി കേട്ടിട്ടില്ല. കുട്ടാപ്പുച്ചേര പൊഴിച്ചിടുന്ന ചേരപ്പടം കമ്പിൽ തൂക്കി പിള്ളേരെ പേടിപ്പിക്കുന്നത് എന്തുരസമായിരുന്നു. പിള്ളേരെല്ലാം ആർപ്പുവിളിച്ചു പറമ്പിലെല്ലാം ഓടിക്കളിക്കും. പാവം കുട്ടാപ്പുചേരയെ ചായിപ്പിൽ നിന്നിറക്കിവിടുന്നുവെന്നു കേട്ടപ്പോൾ ഒരു വിഷമം.

പൊടിപ്പയൽ ചായിപ്പിന്റെ അരുകിൽപോയി കുട്ടാപ്പു ചേരയെ നോക്കി. അതിനെയവിടെങ്ങും കണ്ടില്ല. പിന്നെ തളത്തിൽ പോയി നോക്കി. കണ്ടില്ല. കുട്ടാപ്പു ചേര കഴുക്കോലിലൂടെയിഴഞ്ഞ് ഒരു സർക്കസുകാരനെപ്പോലെ താഴോട്ടു തൂങ്ങിക്കിടന്നുകൊണ്ട് പൊടിപ്പയലിനെ നോക്കി. പൊടിപ്പയൽ വിരൽ ചുണ്ടിൽചേർത്തു ശൂ ശൂ ശൂ.. ന്നു ശബ്ദമുണ്ടാക്കികൊണ്ടു പറഞ്ഞു.

ഒനക്ക വേലകൾ കാണിക്കണ്ട

വേറെവെല്ല സ്ഥലവും പാത്തുക്കെ.

ചായിപ്പും തളവും പൊളിച്ച് ഒന്നെയിങ്കേന്നു

ഓടിക്കപോവാക്കും.

കുട്ടാപ്പുചേരയതുകേട്ട് തല ഉള്ളിലേക്ക് വലിച്ചു. പിന്നെ പൊടിപ്പയിലനെ നോക്കി നാക്കു നീട്ടി എന്തൊക്കെയോ പുറുപുറുത്തു. കഴുക്കോലിനിടിയലൂടെ ഉത്തരത്തിലെത്തിയതു കൽകെട്ടിലൂടെ യിഴഞ്ഞുമറഞ്ഞു. കുട്ടാപ്പുചേരയുടെ പോക്കുകണ്ട് കോഴിക്കൂടിന്റെ മുകളിൽ കയറിനിന്ന് പൂവ്വൻകോഴി കൊക്കരിച്ചു.

കൊക്കരോ.. കൊക്കരക്കോ.. ക്കോ...

ചായിപ്പു പൊളിക്കാൻ പണിക്കാരുവന്നു. കല്ലുപണിയാൻ ഖന്നാന്മാരുവന്നു. പണിക്കാർ തകൃതിയായി പണി തുടങ്ങി. ചിലർ ഓലപൊളിച്ചു. കൽക്കെട്ടിളക്കി. ചായിപ്പിൽ നിന്നു കൽക്കെട്ടിളക്കികൊണ്ടിരുന്ന വേലുച്ചാരുടെ കാലിൽ ചേരചുറ്റി. വേലുച്ചാര് കിടന്നു വിളിച്ചുകൂവി. ഇടതുകാലിൽ വരിഞ്ഞുചുറ്റി ചേരതലപൊക്കി നിന്നു. വേലുച്ചാരെ ചേരചുറ്റിയതുകണ്ട് മറ്റുപണിക്കാർ ഭയന്നു ബഹളം വച്ചു. ബഹളം കേട്ട് അത്തകോലായിൽ നിന്ന് ഓടിയിറങ്ങിവന്നു. അമ്മവന്നു. ചേരയുടെ പിടി അയക്കാൻ പലരും പലതും ചെയ്തു. ചേര പിടിവിട്ടില്ല. ഒടുക്കം അമ്മ വേലുച്ചാരുടെ അരികത്തേക്ക് നടന്നടുത്തു.

കോപിച്ചിരിക്കുന്ന ചേരയാ ചാടിക്കടിക്കുമെന്ന് പലരും പറഞ്ഞു. അമ്മയതു കൂട്ടാക്കിയില്ല. ചേരയുടെ അടുത്തുവന്ന് അമ്മ പറഞ്ഞു. ഇത്രയും നാൾ ഒനക്ക് ചൊല്ലും ചിലവും തന്നതിന്റെ കൂലിയായിത്. അവനക്ക് കാലിലേന്തു പിടിവിട്. കൂട്ടാപ്പുചേര വിടില്ലന്ന മട്ടിൽ തലയാട്ടിനിന്നു. ഇനിമേലാൽ ഒന്നെയിങ്ക കണ്ടുപോകരുതെന്ന് പറഞ്ഞമ്മ ഒരു

വടിയെടുക്കാൻ ഭാവിച്ചപ്പോൾ ചേര പിടിഅയച്ചു. പതുക്കെ ചുറ്റഴിച്ച് ചായിപ്പിന്റെ ഓരത്തുകൂടി ഇഴഞ്ഞിഴഞ്ഞ് മറഞ്ഞു. വേലുച്ചാർ കാളത്തിണ്ണയിൽ വന്നിരുന്നണച്ചു. അയാളുടെ കാലിൽ വെളിച്ചെണ്ണതേച്ചു. കുടിക്കാൻ വള്ളം കൊടുത്തു. കാലു കുടഞ്ഞ് കുഴപ്പമില്ലന്നുറപ്പു വരുത്തി. പണിക്കാർ പഴയതുപോലെ ഉത്സാഹത്തോടെ പണിതുടർന്നു. കുറച്ചുദിവസങ്ങൾക്കുള്ളിൽ രണ്ടുമുറിയിലൊരു കെട്ടിടം തീർന്നു. കുട്ടാപ്പു ചേര വീടിന്റെ മുറ്റത്തുവന്നു തലയുയർത്തിനോക്കി. ആരുമതിനെ കണ്ടതായി ഭാവിച്ചില്ല. അടുക്കള വാതിൽ വന്നു നിന്നു. അമ്മ മുഖംതിരിച്ചു നിന്നു. കുട്ടാപ്പുചേരയെ ആർക്കും വേണ്ടാതായി. അതു വിഷമത്തോടെ പറമ്പിലേക്കിഴഞ്ഞ് മറഞ്ഞു. അങ്ങനെയിരിക്കെ ഒരു ദിവസം പുത്തൻ പത്തായപ്പുരയിൽ നിന്ന് ക്രോം ക്രോം.. എന്നു ശബ്ദം കേൾക്കാൻ തുടങ്ങി. പൊടിപ്പയലാണത് ആദ്യം കേട്ടത്. മുറിതുറന്നുനോക്കുമ്പോൾ പത്തായത്തിനരുകിലൊരു ചൊറിത്തവള. മുട്ടൻ കുട്ടൻമാക്രി. കണ്ണ് തള്ളി വാപിളർന്നു ക്രോം ക്രോം എന്നതു കരയുകയാണ്. കണ്ടാൽ അറയ്ക്കുന്ന ജീവി. ചെമ്പുതകിടുപോലുള്ള അതിന്റെ മേത്തുനിന്ന് എന്തൊക്കെയോ ഒലിച്ചിറങ്ങി തിളങ്ങുന്നു. പൊടിപ്പയൽ അമ്മായോടു പറഞ്ഞു;

അമ്മ നമ്മ പത്തായപ്പുരയിൽ ഒരു കുട്ടൻ മാക്രി അളുവാങ്കെ.

അമ്മയതുകേട്ടു പറഞ്ഞു. അയ്യേ നീയതുക്കു അടുത്തെങ്ങും പോവാതെ. ചൊറിയും.

ദോഷകാലത്തിലെയാക്കും കുട്ടൻമാക്രി വീട്ടിൽകേറിവരുതത്. അതിനെ പിടിച്ച് ദൂരെയെവിടെങ്കിലും കൊണ്ടുകളയണം.

സന്ധ്യയായപ്പോൾ രണ്ടു കണ്ണൻ ചിരട്ടയുമായമ്മ പത്തായപ്പുരയിൽ കയറി. കുട്ടൻമാക്രി മുറിയിലെല്ലാം ചാടിക്കളിച്ചു. അമ്മ കണ്ണൻ ചിരട്ടയുമായി അതിന്റെ പിന്നാലെ ചാളിതളർന്നു. ഒടുക്കം കണ്ണൻചിരട്ട കുട്ടൻമാക്രിയുടെ മുകളിൽ കമഴ്ത്തി ആശ്വാസം പൂണ്ടു. ചിരട്ട കൂട്ടിപിടിച്ച് കുട്ടൻ മാക്രിയെ അതിനുള്ളിലാക്കിയിട്ട് പൊടിപ്പയലിനോടു പറഞ്ഞു.

ദൂരെ ഇലഞ്ഞിക്കാടിനും അപ്പുറത്തു കൊണ്ടു കളഞ്ഞിട്ടുവാ. പൊടിപ്പയൽ കണ്ണൻചിരട്ടയും കൂട്ടിപിടിച്ചു ഇടവഴിയിലൂടെ ഓടി. ചിരട്ടക്കുള്ളിൽ കിടന്നു കുട്ടൻമാക്രി ക്രോം ക്രോം എന്നു കരഞ്ഞു. ഇലഞ്ഞിക്കാടും കുമ്പഴക്കുളവും കടന്ന് ഇഞ്ചക്കാട്ടിലേക്ക് മാക്രിയെ വലിച്ചെറിഞ്ഞു. അതവിടെ ചള്ളോന്നു വീണു കരഞ്ഞു. പൊടിപ്പയൽ ഓടി വിട്ടിലെത്തിയപ്പോൾ അമ്മ ചോദിച്ചു

“എങ്കെ കൊണ്ടു കളംഞ്ചാ”

“വഴുയിലെയെങ്ങും വിളുവില്ലിയേ”

‘ഇല്ലെ’ ഇഞ്ചക്കാട്ടിൽ കൊണ്ടു വിട്ടിട്ടെ.

“ങ്ങും ശല്യമൊഴിഞ്ഞു” അമ്മ പറഞ്ഞു.

അടുത്ത ദിവസം വീണ്ടും പത്തായപ്പുരയിൽ നിന്ന് ക്രോം ക്രോം എന്ന ശബ്ദം കേൾക്കാൻ തുടങ്ങി.

‘ശല്യം. അതു വീണ്ടും വന്നിരിക്കുന്നു. അമ്മ ദേഷ്യം പിടിച്ചു വീണ്ടും കണ്ണൻ ചിരട്ടയുമായി മാക്രിക്കു പിന്നാലെ ചാടിക്കളിച്ചു. മുളങ്കമ്പ് കൊണ്ട് പൊടിപ്പയൽ കുട്ടൻ മാക്രിയെ കുത്തി. കുത്തുകൊണ്ട മാക്രി ചത്തു മലർന്നു. ചലനമറ്റുകിടക്കുന്ന മാക്രിയെ കണ്ടു പൊടിപ്പയലിന് കഷ്ടം തോന്നി. താനതിനെ കൊല്ലാൻ വേണ്ടികുത്തിയതായിരുന്നില്ലല്ലോ എന്നു പൊടിപ്പയൽ ഓർത്തു. അടുത്ത നിമിഷം കുട്ടൻമാക്രി കരണം മറിഞ്ഞ് കുതിച്ചുചാടി. അമ്പട കള്ളാ. “ഒനക്കവേലയായിരുന്നിതാ” പൊടിപ്പയൽ പറഞ്ഞു. മാക്രിയെ ചിരട്ടക്കുള്ളിലാക്കി അമ്മ ആശ്വസിച്ചു. ‘ഓ. പിടി കിട്ടി’. എന്നിട്ടു വച്ചുവാണിഭക്കാരൻ പരീതു മുസ്തഫാ റാവുത്തരുടെ മോൻ ഹസ്സൻഖനിയെ വിളിച്ചുവരുത്തി കുട്ടൻമാക്രിയെ പാണ്ടിത്തോട്ടി നപ്പുറം കൊണ്ടുക്കളയാൻ പറഞ്ഞു. ഹസ്സൻഖനിയും പൊടിപ്പയലും കുട്ടൻമാക്രിയേയും കൊണ്ട് ഓടി അകന്നു. അടുത്ത ദിവസം സന്ധ്യക്ക് തെക്കെ എറയത്തു നിന്നു ക്രോം ക്രോം എന്നു മാക്രി കരയാൻ തുടങ്ങി. വടക്കേ പുരയിൽ നിന്നു ക്രോം ക്രോം. പത്തായപ്പുരയിൽ മാക്രികളുടെ കൂട്ടക്കരച്ചിൽ. തട്ടിൻപുറത്തു നിന്നും ക്രോം ക്രോം.. വീട്ടിൽ മാക്രി കൂട്ട ങ്ങൾ വന്നുകേറിയതറിഞ്ഞ് അമ്മ ആകെ വിഷമിച്ചു. മാക്രികളെ ഓടി ക്കാൻ ഉപ്പുവെള്ളം അതിന്റെ ദേഹത്തു തളിച്ചാൽ മതിയെന്നു കൊച്ചമ്മാ പെരിയമ്മ പറഞ്ഞു. പൊടിപ്പയിലും അമ്മായും ചേർന്നു ചൊറിയൻ തവള കളുടെ ദേഹത്തു ഉപ്പുവെള്ളം തളിച്ചു. ഉപ്പുവെള്ളം വീണ മാക്രികൾ ക്രോം ക്രോം എന്നു കരഞ്ഞുവിളിച്ച് വെപ്രാളപ്പെട്ട് ചാടി. മാക്രികളുടെ നാലുകാലും പറിച്ചു കൊണ്ടുള്ള ചാട്ടം കണ്ട് ഉപ്പ് വെള്ളപ്രയോഗം ഏറ്റ തായി അമ്മ പറഞ്ഞു.

“ഇനി കുട്ടൻമാക്രികൾ ഇങ്കെ വരാത്”

പൊടിപ്പയൽ പറഞ്ഞു.

പിറ്റേന്നു പത്തായത്തിനു കീഴിലും അറപ്പുരയിലും അടുക്കളയിലും മാക്രികൾ കരയാൻ തുടങ്ങി. വീടിന്റെ നാനാഭാഗത്തു നിന്നും മാക്രി കൾ ക്രോം ക്രോം എന്നു ശബ്ദിച്ചു. അന്നു രാത്രി എരുത്തിലിൽ നല്ല ആരോഗ്യത്തോടെ നിന്നിരുന്ന കാളകകളിലൊന്നു തളർന്നുവീണു ചത്തു. അത്തായും അമ്മായും വിഷമിച്ചു. കിഴക്കൻമലയിൽ നിന്നു ചമ്പുപറയ ന്മാർ വന്നു. ചത്തകാളയെ കാലുകെട്ടി കഴയിൽ തൂക്കിയെടുത്തു മറഞ്ഞു. കിഴക്കൻ മലകളിലന്നു കൊട്ടും മേളവും മുറുകി. മറ്റേ കാളയും തൂങ്ങി പ്പിടിച്ചു നിൽപ്പായി.

പോച്ചയും വെള്ളവും എടുക്കാതെയായി. മാടുവൈദ്യൻ ഉമ്മിണി വന്നു മരുന്നു കൊടുത്തു. കാളക്കു വാതപ്പനിയാണന്നു പറഞ്ഞു. എരുത്തിലിൽ

കാട്ടുതുളസിയും വേപ്പിലയും കൊണ്ടുപുകച്ചു. കാളക്കു കാളിക്കുറത്തി വന്നു ചൂടുവച്ചു. വീട്ടിലും മുറ്റത്തും എരുത്തിലിലും മാക്രികൾ ക്രോം ക്രോം എന്നു കരഞ്ഞ് ചാടിച്ചാടി നടന്നു.

അത്ത തിണ്ണയിലിരുന്നു എന്തോ കുത്തിക്കുറിച്ചുകൊണ്ടിരിക്കുമ്പോൾ അമ്മ വന്നു പറഞ്ഞു.

"കുട്ടൻമാക്രി ഇവിടം വിട്ടുപോവതില്ലിയെ. അതു വന്നുകേറിയനാൾ മുതൽ കുഴപ്പമാകും.

"ഓ! എല്ലാം ഒനക്ക് ചുമ്മാ തോന്നുന്നതാക്കും"

അമ്മ പറഞ്ഞു.

അതല്ലെ. കോഴി രണ്ടണ്ണം ദാണ്ടെ കാലത്തെ തൂങ്കിപ്പിടിച്ചുനിക്കിത്.

"കോഴിദീനമാക്കുമെണ്ടാ പേടി"

അമ്മ വിഷമത്തോടെ പറഞ്ഞുനാക്കെടുത്തില്ല. കാളിപ്പെണ്ണ് വന്നു പറഞ്ഞു;

"കോഴിയൊരണ്ണം ചത്തു.

അത്ത അമ്മായെ നോക്കി"

മാക്രികൾ നാലുചുറ്റും ക്രോം ക്രോം എന്നു കരയാൻ തുടങ്ങി. രണ്ടു മൂന്നു ദിവസത്തിനുള്ളിൽ പത്തു പതിനഞ്ചു കോഴികൾ പാർത്തിരുന്ന കോഴിക്കൂട് കാലിയായി.

അമ്മ മോദീൻ സാഹിബ്ബിനെ വിളിച്ചുവരുത്തി യാസീൻ ഓതിപ്പിച്ചു. എന്നിട്ടും മാക്രികൾ വീടുമുഴുവൻ ക്രോം ക്രോമെന്നു കരഞ്ഞു.

അമ്മ പറഞ്ഞു; "ആ കുട്ടാപ്പു ചേരയുണ്ടായിരുന്നപ്പോൾ ഒരു മാക്രി ശല്യമെയില്ലായിരുന്തിത്"

അത്തയതു കേട്ട് മൂളി. തൊട്ടടുത്ത ദിവസം മേടയിലെ ഊരുചുറ്റി നടക്കുന്ന വിഷകാരി കാതിരുമീരാ വീട്ടിൽവന്നു. നീട്ടിവളർത്തിയ മുടി. കഴുത്തുനിറയെ പളുങ്കുമാലകൾ. കൈയ്യിൽ കല്ലുവച്ച വെള്ളമോതിരം. തലമുഴുവൻ മറയത്തക്കവിധം തുകൽതൊപ്പിവച്ചിരിക്കുന്നു. ഉടുപ്പിനു മുകളിൽ കറുത്ത രണ്ടാംകോട്ട് ചിറകുപോലെ തോന്നിച്ചു. പച്ചലുങ്കിയാണുടുത്തിരിക്കുന്നത്. തന്റെ കപ്പടാ മീശ തടവി വിഷവൈദ്യൻ കാതിരുമീരാ കൊച്ചുതിണ്ണയിൽ കസേരയിൽ ഇരുന്നു. അമ്മ കാതിരുമീരായ്ക്കു കാപ്പി യനത്തികൊടുത്തു. പൊടിപ്പയൽ വിഷകാരിയെ ആദ്യമായി കാണുകയാണ്.

വിഷകാരിയുടെ കണ്ണുകൾ തീക്കട്ടപോലെ തിളങ്ങുന്നു. കൈയ്യിൽ ഒരു തുകൽസഞ്ചി തൂക്കിയിട്ടുണ്ട്. ഒരാജാനുബാഹു. നീണ്ട താടിയും ചന്ദ്രക്കലപോലുള്ള നെറ്റിത്തടവും.

"എങ്കെയായിരുന്തിത്"

അത്ത കോലായിലേക്ക് വന്നു ചോദിച്ചു.

കിഴക്കൻ ദിക്കിലായിരുന്തിത്.

"സുഖം താനാ"

"ഒരു വിധത്തിലെല്ലാം പോവുത്!"

വിഷകാരി പറഞ്ഞു.

"അണ്ണേ, കുട്ടൻമാക്രികളെകൊണ്ടു കിടക്കപൊറുതിയില്ലെ. ഒരു പാടു വന്നു കൂടിയിരിക്കിതു. എടുത്തുവിട്ടാ, പിന്നേം നേരം വെളുക്കുമ്പം ഇങ്ക യുണ്ട്"

"കാതിരുമീരാ ചിന്തയിലാണ്ടു"

കുട്ടൻമാക്രികൾ വരുതതു ദോഷകാലത്തിലെയാക്കും.

ങ്ങും. വന്നുകേറിയതിന്റെ മൂന്നാംപക്കം കാളയൊന്നു ചത്തു. മറ്റൊ രുകാള കാടിയും പോച്ചയും കഴിക്കാതെ കിടക്കുന്നു. കോഴിയെല്ലാം ചത്തു. പശുവിന്റെ പാലുകുറഞ്ഞു.

'ങ്ങും' വിഷകാരി കാതിരു മീരാ മൂളി.

"ഒരു ചേര നമ്മ എരുത്തിലിന് വടക്കേതെളത്തിൽ താമസിച്ചിരുന്നത്. പുതിയ പത്തായപ്പുര പണിതപ്പം അതങ്കു പോച്ച്. അതുക്കുപി ന്നാലെയാക്കും ഇതെല്ലാം"

"അന്ത ചേരയിഞ്ചയിങ്ങു വന്നിരുന്നാ മാക്രിയൊന്നും കാണാത്"

അമ്മ പറഞ്ഞു.

"ചേരയെ ഇപ്പോ വരത്തിതരലാം"

വിഷകാരി കാതിരുമീരാ പറഞ്ഞു.

തുകൽസഞ്ചിയെടുത്തു. മകുടിയെടുത്തു. വിഷകാരി കാതിരുമീരാ മുറ്റത്തിറങ്ങിനിന്ന് മന്ത്രം ജപിക്കാൻ തുടങ്ങി. എന്നിട്ട് മകുടിയെടുത്തു നിലത്തേക്കടുപ്പിച്ച് പ്രത്യേക താളത്തിൽ ഊതി. മകുടിയുടെ ശബ്ദം നിലത്ത് പ്രകമ്പനങ്ങൾ സൃഷ്ടിക്കാൻ തുടങ്ങി. പ്രകമ്പനം പറമ്പായപ റമ്പിലെല്ലാം ചുറ്റിസഞ്ചരിച്ചു. ഒടുക്കം കിഴക്കേ പറമ്പിലെ കയ്യാലയുടെ പുനത്തിനുള്ളിലെത്തിയതു കുട്ടാപ്പു ചേരയെ അലോസരപ്പെടുത്താൻ തുടങ്ങി. ചേര ഞെരിപിരികൊണ്ടു. അതു തുറയഴിച്ച് ഞെരിപിരികൊള്ളാൻ തുടങ്ങി. പ്രകമ്പനം ചേരയെ വളഞ്ഞു വരിഞ്ഞുമുറുക്കി തുടങ്ങി. ചേരയും പ്രകമ്പനവും തമ്മിൽ പിടിവലിയായി. പ്രകമ്പനം ചേരയെ തൂക്കി വലിച്ച് കുളക്കരയിലൂടെ കാവിനരുകിലൂടെ ഇടമുറ്റത്തുകൊണ്ടുവന്നു. വിഷകാരി കാതിരുമീരാ ചേരയെ കണ്ടു. ചേര മകുടിക്കു മുന്നിൽ വന്ന് മാറാട്ടം തുടങ്ങി. കുട്ടാപ്പു ചേരയെ കണ്ട് എല്ലാവരും അദ്ഭുതംകൂറി.

അമ്മ പറഞ്ഞു.

"നമ്മ കുട്ടാപ്പുതന്നെ"

കാതിരുമീരാ ഊന്നുനിർത്തിപ്പറഞ്ഞു. ആളിതുതന്നെയല്ലേ"

"ഇതു താൻ" അമ്മ പറഞ്ഞു.

കാതിരുമീരാ കുട്ടാപ്പു ചേരായോട് പറഞ്ഞു;

"ഇന്നു മുതല് നീ പത്തായപ്പുരക്കകത്തിലെ താമസിക്കണം. വീട്ടിക്കു കാവലാളായിട്ട്. തെരിഞ്ചിതാ"

കുട്ടാപ്പുചേര തലയാട്ടിക്കൊണ്ട് അമ്മായെ നോക്കി.

"ഞാൻ അപ്പോഴത്തെ കെറുവിക്ക് ചൊന്നതാക്കും. കുട്ടാപ്പൂ. നീ ഇങ്കെ തന്നെ താമസിച്ചോ"

അമ്മ പറഞ്ഞു.

കുട്ടാപ്പുചേര തലതാഴ്ത്തി. പത്തായപ്പുരക്കരുകിലേക്ക് ഇഴഞ്ഞു പോയി. അത്ത വിഷകാരി കാതിരുമീരായ്ക്ക് കൈമടക്കുകൊടുത്തു.

അൽഹബ്ദുലില്ലാ

സർവ്വ സ്തുതിയും സർവ്വലോക പരിപാലകനായ തമ്പുരാന്.

നമ്മ തിരുവമ്പലത്തു കുഞ്ഞുമരക്കാരുറാവുത്തരണ്ണന്റെ വിശേഷം വല്ലതും കേട്ടാ.

കാതിര് മീരാ ചോദിച്ചു.

"വീടെല്ലാം പൊളിച്ചാച്ച്"

"അതറിഞ്ചിത്"

തങ്കമ്മാ പെരിയമ്മയെങ്കെ? വിഷകാരി ചോദിച്ചു.

അവരുമുളക്കഴയാക്കും.

തിരുവമ്പലത്തുകാരുടെ ഭൂമിയൊക്കെ നാട്ടുകാരു കയ്യേറിനാങ്കെ. കുഞ്ഞുമരയ്ക്കാരു റാവുത്തരണ്ണൻ കുറെക്കാലം ഫക്കീറു മാമായുടെ കുതിരയേം പിടിച്ചുകൊണ്ട് ഇങ്കെയെല്ലാം നടന്താര്. പിന്നെ പടിഞ്ഞാറൻ ദിക്കിലെങ്കെയോ പോയി. അങ്കെ ഒരു മിസ്കിനെപോലെ മൂത്താനായെണ്ടു ചൊല്ലികേട്ടെ.

അമ്മ പറഞ്ഞു.

"എപ്പടി കഴിഞ്ചവരാക്കും"

വിഷകാരി കാതിര് മീരാ ആത്മഗതമെന്നോണം പറഞ്ഞ് പടിയിറങ്ങി. വയൽ വരമ്പിലൂടെ നടന്നകന്നു. പുരക്കുള്ളിൽ നിന്നും കുട്ടൻമാക്രികൾ വരിവരിയായി മുറ്റത്തേക്കിറങ്ങിവരുന്നു. എന്നിട്ടവ നാലുകാലും പറിച്ച് ചാടിച്ചാടി ഇഞ്ചക്കാടും കടന്ന് പാണ്ടിതോടുലക്ഷ്യംവച്ച് പാഞ്ഞു. മാക്രി കൂട്ടങ്ങളുടെ വെപ്രാളപ്പെട്ടുള്ള ഓട്ടം കണ്ട് അമ്മ ചിരിച്ചു. പൊടിപ്പയലും ചിരിച്ചു. അത്ത ചിരിച്ചു. പത്തായപ്പുരക്കുള്ളിലിരുന്ന് കുട്ടാപ്പു ചേര ചിരിച്ചു. നാട്ടിലെ സർവ്വ ചരാചരങ്ങളും ചിരിച്ചു.

കാതിരുമീരാ

വിഷകാരി കാതിരുമീരാ പടിഞ്ഞാറൻ ദിക്കിലേക്കു നോക്കി. മരം കൊത്തിപ്പക്ഷികൾ എന്തോ ചിലച്ചുകൊണ്ട് തെക്കൻ ദിക്കിലേക്കു പോയി. വിഷകാരി കാതിരുമീരാ ഇടവഴിയിലൂടെ നടന്നു. യക്ഷിപ്പാല യിലെ വാവലുകൾ ഭീതിതമായിക്കരഞ്ഞു ബഹളം വച്ചു. തൊട്ടാവാടി കൾ ഇലപൂട്ടി കാതോർത്തിരുന്നു. കൊരമ്പുല്ലുകൾ ഏന്തിവലിഞ്ഞു നോക്കി. കാതിരുമീരാ കുറ്റിക്കാടും പുഞ്ചവയലും കടന്നു ചുനക്കരവഴി വെട്ടിയാറും കടന്ന് മാവേലിക്കരയിലേക്ക് നടന്നു. നാട്ടിലെ പാമ്പായ പാമ്പെല്ലാം വിഷകാരി കാതിരുമീരയുടെ വരവറിഞ്ഞ് മരണഭയത്തോടെ പുനത്തിലൊളിച്ചു. കാതിരുമീരാ കൊട്ടാരകെട്ടിനടുത്തെത്തിയപ്പോൾ കൊട്ടാരം നിലവിളിക്കാൻ തുടങ്ങി. ആളുകൾ കൊട്ടാരക്കെട്ടിനു മുമ്പി ലൂടെ ശീക്രം നടന്നുനീങ്ങുകയും ഓടിമറയുകയും ചെയ്തുകൊണ്ടിരുന്നു. കാതിരുമീരാ അതൊന്നും ശ്രദ്ധിക്കാതെ നേരെ കൊട്ടാരത്തിലേക്ക് നടന്നു കയറി. കാതിരുമീരായെ കണ്ട് കാവൽക്കാർ വഴിമാറി. ആളുകൾ അടക്കം പറഞ്ഞു "ഇളയ തമ്പുരാട്ടിയെ വിഷം തൊട്ടു" കൊട്ടാര വൈദ്യനും കൈയ്യൊഴിഞ്ഞു. ദിക്കിറുചൊല്ലികിളികൾ ദിക്കിറു ചൊല്ലിയിരുന്നു. നാരാ യണക്കിളികൾ നാമജപം തുടങ്ങി. കാതിരുമീരായുടെ കണ്ണുകൾ ഉക്ക ന്റേതുപോലെ ചുവന്നു തുടക്കാൻ തുടങ്ങി. താടിരോമങ്ങൾ കാറ്റിലു ലഞ്ഞുപാറി. മാനത്തു കാർമേഘം മൂടി. കാർമേഘകെട്ടിനിടയിലൂടെ വെള്ളിവെളിച്ചം ഭൂമിയിലേക്കൊഴുകാൻ തുടങ്ങി. ബലിക്കാക്കകളതുകണ്ട് വലിയവായിൽ ക്കരഞ്ഞുബഹളം വച്ചു. കാതിരുമീരായ്ക്കെതിരെ വിഷം തൊട്ട ഇളയതമ്പുരാട്ടിയേയും ചുമന്നുകൊണ്ട് ജനം കൂട്ടനിലവിളിയു മായി വരുന്നുണ്ടായിരുന്നു. കാതിരുമീരാ ആൾക്കൂട്ടത്തെ തടഞ്ഞു നിർത്തി. കായികബലമുള്ള നായന്മാർ ഓടിവന്നു ചോദിച്ചു "ആരാ? വഴി മാറ്"

ഞാൻ "കാതിരുമീര"

വിഷംതൊട്ട ബാലികയെ നിലത്തിറക്കി വയ്ക്ക്.

കാതിരുമീര ഉറച്ച സ്വരത്തിൽ പറഞ്ഞു.

തമ്പുരാന്റെ കല്പനയില്ലാതെ ഇറക്കാനാവില്ല.

തമ്പുരാട്ടിക്കുട്ടി നാടുനീങ്ങി. ഒരാൾ മുന്നോട്ടുവന്നു കാതിരുമീരായുടെ ചെവിയിൽ മന്ത്രിച്ചു.

"ആരു പറഞ്ഞ് കുട്ടി മരിച്ചെന്ന്.

മര്യാദക്കു നിലത്തിറക്കി വയ്ക്ക്" കാതിരുമീരാ രോഷാകുലനായി പറഞ്ഞു.

അതുകേട്ട് ആൾക്കൂട്ടം മന്ത്രിച്ചു;

"കൊട്ടാരം വൈദ്യനു കഴിയാത്തതാണോ ഇയ്യാൾക്ക് കഴിയുക"

കാതിരുമീര വഴിമാറുന്നില്ലന്നു കണ്ട് നായന്മാർക്കരിശം വന്നു. അവർ വാളുചുഴറ്റി കണ്ണുരുട്ടി ചാടിവീണു. കാതിരുമീരായതു കണ്ടു പുഞ്ചിരി തൂകി നിന്നു. കാതിരുമീരായുടെ മുടികെട്ടിൽ നിന്നൊരു പാമ്പ് തലനീട്ടിയൊന്നു ചീറി. നായന്മാർ സ്തംഭിച്ചുനിന്നു. ചിലരുടെ കണ്ണിൽ ഇരുട്ടി കയറി. സാക്ഷാൻ പരമശിവൻ തന്നെയെന്നു പലരും അടക്കം പറഞ്ഞു. കഥയറിഞ്ഞ് കൊട്ടാരത്തിൽ നിന്ന് തമ്പുരാനും പരിവാരങ്ങളും ഓടിക്കിച്ചെത്തി. കുട്ടിയെ കാതിരുമീരായുടെ മുമ്പിലിറക്കിക്കിടത്താൻ കല്പനയായി. കാതിരുമിരാ തന്റെ ഭാണ്ഡകെട്ടിൽ നിന്നൊരു നെൽമണിയെടുത്തു വിറങ്ങലിച്ചുകിടന്ന ബാലികയുടെ നെറ്റിയുടെ ഒരു കോണിൽ ഒന്നു പോറി. രക്തം ചെറുതായൊന്നു പൊടിഞ്ഞുവന്നു.

രണ്ടു പുൽപ്പാ കൊണ്ടുവരാൻ കാതിരുമീരാ പറഞ്ഞു. ആളുകൾ പുൽപ്പായിക്കായി ഓടി. തന്റെ ഭാണ്ഡകെട്ടിൽ നിന്ന് എന്തൊക്കെയോ മരുന്നുരച്ച് കാതിരുമീരാ കുട്ടിയുടെ കണ്ണിലൊഴിച്ചു. പുൽപ്പാവന്നു. കാതിരുമീരാ പുൽപ്പാകൊണ്ട് കുട്ടിക്കുചുറ്റും ഒരു മറ തീർത്തു. എന്നിട്ടയ്യാൾ മറക്കുള്ളിലിരുന്നു മന്ത്രം ജപിക്കാൻ തുടങ്ങി. കൊട്ടാരം വൈദ്യൻ മുറുമുറുത്തു.

"ശവശരീരമാണെങ്കിലും ഒരു കന്യകയുടേതല്ലേ?"

അന്യപുരുഷനോടൊപ്പം. അതും ഒരു നാടോടി... നാടുവാഴുന്ന തമ്പുരാൻ കൊട്ടാരം വൈദ്യൻ ഇട്ടുണ്ണിയെ രൂക്ഷമായൊന്നു നോക്കി. അയ്യാൾ തലതാഴ്ത്തി. വിഷകാരി കാതിരുമീരാ മറക്കുള്ളിൽ നിന്നു പുറത്തേക്കു തലനീട്ടി പറഞ്ഞു. ഒരുപറയരികൊണ്ട് കഞ്ഞിവച്ച് മൂന്നു പാത്രത്തിലായി പകർന്നുവക്കുക. കഞ്ഞിക്കൊരുക്കങ്ങൾ ധൃതിയിൽ തുടങ്ങി. കൊട്ടാരം വൈദ്യൻ ഇട്ടുണ്ണി ചിറികോട്ടി നിന്നു. കാതിരുമീരാ വീണ്ടും വാതുറന്നു. നൂറ്റൊന്നു വെറ്റില. നൂറ്റൊന്നുപാക്ക്, മൂന്നുകിണ്ടി വെള്ളം, മൂന്നുപാത്രം നിറയെ പാൽ. ഒരു പാത്രത്തിൽ ചാണകപ്പാൽ. രണ്ടാമത്തെതിൽ മഞ്ഞപ്പാൽ, മൂന്നാമത്തേതിൽ പശുവിൻപാൽ.

കാതിരുമീരയുടെ മന്ത്രം ചൊല്ലൽ ഉച്ചത്തിലായി. വെറ്റിലകൾ ഓരോന്നായി കീറിയെറിഞ്ഞു. നൂറ്റി ഒന്നാമത്തെ വെറ്റിലയെടുത്തു ചുണ്ടോടു ചേർത്ത് ഒന്നൂതി കീറിയപ്പോൾ ചുറ്റും നിന്ന ആളുകൾ ചിതറി ഓടാൻ തുടങ്ങി. അത്യുഗ്ര വിഷമുള്ളൊരു പാമ്പവിടേക്ക് ഇഴഞ്ഞുവന്നു. കൊട്ടാരം വൈദ്യൻ പേടിച്ചു പുറകോട്ടുമാറി. വിഷബാധയേറ്റ ബാലികയുടെ മുറിവിൽ ആഞ്ഞുകൊത്തിയ പാമ്പ് ആദ്യം ചാണകപാലിലും പിന്നെ മഞ്ഞപ്പാലിലും ഒടുവിൽ പശുവിൻപാലിലും വിഷംകലക്കി.

ഒന്നുരണ്ടുപ്രാവശ്യം കൂടി പാമ്പിതാവർത്തിച്ചു. ജനം കണ്ണുമിഴിച്ചു. പാമ്പു തലതല്ലി കരയാൻ തുടങ്ങി. എന്നിട്ടടുത്തുള്ളൊരു പാലമരത്തിൽ കയറി തലകീഴായിതൂങ്ങികിടന്നു. ജനമതുകണ്ടദ്ഭുതം കൂറി. വിഷകാരി

കാതിരുമീരാ ബെൽറ്റിൽ നിന്ന് പേനാ കത്തിയെടുത്തു കുട്ടിയുടെ പല്ല കത്തി മരുന്നിറ്റിച്ചു. പെൺകുട്ടിയുടെ നീലനിറം മറഞ്ഞുതുടങ്ങി. പെൺകുട്ടി കണ്ണുതുറന്നു. എന്നിട്ടു വാതുറന്ന് പതുക്കെ പറഞ്ഞു. വെള്ളം... വെള്ളം...

കാതിരുമീരായതുകേട്ട് കഞ്ഞിപ്പാത്രം കൊണ്ടുവാരൻ പറഞ്ഞു. പെൺകുട്ടി ആർത്തിപൂണ്ടു മൂന്നുപാത്രത്തിലെയും കഞ്ഞികുടിച്ചു തീർത്തു. പിന്നെ ചുറ്റും കൂടിനിന്നവരെ നോക്കിചിരിച്ചു. നാടുവാഴി കണ്ണീർവാർത്തു. പെൺകുട്ടിയെണീറ്റു. കാതിരു മീരായുടെ കാൽക്കൽ വീണനുഗ്രഹം തേടാൻ നാടുവാഴി ഇളയതമ്പുരാട്ടിയോട് കല്പിച്ചു. പെൺകുട്ടി കാതിരുമീരായുടെ കാൽതൊട്ടുവന്ദിക്കാൻ കുനിഞ്ഞപ്പോൾ കാതിരുമീരാ പിന്നോട്ടുമാറിപ്പറഞ്ഞു; എല്ലാ നന്ദിയും റബ്ബിൽ ആലമീനായ തമ്പുരാന്. എല്ലാ നന്ദിയും അനുഗ്രഹവും അവിടെ നിന്നുവരുന്നു. ഞാൻ വെറുമൊരു ഉപകരണം മാത്രം. പിന്നെ തന്റെ ഭാണ്ഡം മുറുക്കി. കൊട്ടാരംവൈദ്യൻ തന്റ കുടുമകുലുക്കി ഇളിഭ്യനായി നിന്നു. നാടുവാഴി കാതിരുമീരായോടു ചോദിച്ചു. കൊട്ടാരം വൈദ്യനായിരിക്കാമോ?

"എനിക്കു കൊട്ടാരമെന്നും കുടിലെന്നുമില്ലേ.
ഞാൻ നാടുചുറ്റികൊണ്ടേയിരിപ്പേൻ!"

കാതിരുമീരാ പറഞ്ഞു.

കൊട്ടാരത്തിൽ പട്ടും വളയും കൊണ്ടുവന്നു. നാടുവാഴി കാതിരുമീരായെ അതണിയിക്കാൻ ഭാവിച്ചപ്പോൾ കാതിരുമീരായതു സന്തോഷപൂർവം കൈയ്യിൽ വാങ്ങി പാലച്ചുവട്ടിൽ വച്ചു. എന്നിട്ട് പറഞ്ഞു. 'ഇതക്കവകാശികൾ മൂന്നാംപക്കം എടുത്തു കൊള്ളുവാങ്കെ' അയ്യാൾ എടവഴിയിലൂടെ നടന്നകന്നു. കാതിരുമീരയെന്ന വിഷകാരി കൊട്ടാരത്തിൽ പ്രത്യക്ഷപ്പെട്ട് വിഷംതൊട്ടുമരിച്ച ഇളയതമ്പുരാട്ടിയെ രക്ഷിച്ചകഥ കാറ്റ് നാലുദിക്കും കടത്തി. ഇക്കഥ നാട്ടിലറിഞ്ഞപ്പോൾ തൈക്കാവിന്റെ തിണ്ണയിലിരുന്നു ലബ്ബ സാഹിബ് പറഞ്ഞു. കാതിരുമീരാ ഇന്തമരുന്നും മന്ത്രവുമെല്ലാം പഠിച്ചത് ഒരു ലാടഗുരുവിൽ നിന്നാക്കും.

മോദീൻ ആകംക്ഷയടെ ചോദിച്ചു;

ഏത് ലാടനിട്ടെനിന്ത്!

പരദേശി പാണ്ടി കുരുതേവൻ ലാടനെണ്ട് ഒരാൾ ഇന്തവരുമായിരുന്നത്. കിഴക്കൻ മലകളിൽ ഈറവെട്ടപോന പറയപൈതങ്ങളെ ആനചവുട്ടി ഏമം തട്ടിയപ്പം അതുഭേദമാക്കിയത് കുരുദേവൻ ലാടനാക്കും. നമ്മ തങ്ങളുപ്പാപ്പാക്കും ഉമ്മട്ടിയാശാനും കഴിയാത്ത കാര്യമാക്കും ലാടര് ചെയ്തത്. ആ ലാടനുക്ക തന്തെ. മുത്തുചാമിയാക്കും കാതിരുക്കാ ആശാൻ. കഴുത്തിൽ പുലിനഖമുള്ള മാലപോട്ട്, രുദ്രാക്ഷമാലയണിഞ്ഞ്. തലനിറയെ ജഡയുള്ള മുത്തുചാമിലാടര്. അവരാക്കും ഇതെല്ലാം പഠിപ്പിച്ചത്. അന്തലാടൻ നൂറുവയസും മേലേ ജീവിച്ചിരുന്താച്ച്. എനിക്ക് നല്ല

ഓർമയാകനകാലംമുതലെ അപ്പടിയിരിപ്പാര്. ഉസ്താദ് പറഞ്ഞു. മൂത്ത ചാമി മയ്യത്തായിട്ട് ഒരു പന്ത്രണ്ട് ആണ്ടെങ്കിലും ആയിക്കാണും. തിരുവമ്പലത്തു കുഞ്ഞുമരക്കാരു റാവുത്തരണ്ണനുക്ക തങ്കച്ചി നൂർജഹാനുക്ക മോനാക്കും ഇന്ത കാതിരുമീരാ. നാട്ടിലെ ഏറ്റവും പ്രതാപമുള്ള കുടുംബം. ലാടൻമാരുവന്ന് തെരുവിലെ ആൽത്തറയ്ക്ക് മൂട്ടിലെ കൂട്ടംകൂടുവാങ്കെ. ഒരുപാട് സയസ് പാമ്പുകളെ കൊണ്ടുവരാങ്കെ. വിഷവൈദ്യമാക്കും അവ്വളുക്ക പ്രധാന തൊഴില്. നാട്ടിലെ തീരാത്ത രോഗമുള്ളവരെയെല്ലാം ലാടൻമാരുവന്ന് ചികിത്സിച്ചു ഭേദമാക്കും. ലാടന്മാരുക്കയടുത്ത് പാമ്പുകളികാണാൻ പോയ കാതിരുമീരായെ ഒരുനാൾ കാണാതെയായി. അവ്വളുക്ക കൂടെ പോയിട്ടാര്. എല്ലാവരും തിരഞ്ഞ് പാത്താ. കാതിരുമീരായെ കാണെയില്ല. നൂർജഹാനക്ക മൗത്താവ കിടക്കുമ്പോഴാക്കും ആളു വന്തത്. ഇന്തകാതിരുമീരാ പത്തിരുപതുവർഷം അന്ത ലാടന്മാരുക്കൂടെ താമസിച്ചു സകല മന്ത്രവും പടിച്ചാര്. മുത്തുചാമി ലാടനുക്ക് അരുമ ശിഷ്യൻ. അന്ത മൂത്ത ലാടൻ ചാവാൻ പോകുമ്പോൾ ചെമ്പോലഗ്രന്ഥം കാതിരുമീരാക്ക് കൊടുത്തിട്ടു പോനാര്. മൂലമന്ത്രവും കാതിരുമീരാക്കാക്കും ഓതികൊടുത്തത്.

വൈദ്യനുക്കു മൂത്തമകൻ കുരുതേവൻ ലാടർക്ക് ആ ഭാഗ്യം കിടക്കവില്ലെ. ഇപ്പോ നമ്മ കാതിരുമീരാ കാക്കേമാനെപ്പോലെ നാടുചുറ്റിനടപ്പാര്. ലബ്ബ സാഹിബ്ബ് തനിക്കറിയാവുന്ന കഥ പറഞ്ഞുനിർത്തി. പള്ളിക്കാട്ടിലെ കാക്കകൾ കഥകേട്ട് വലിയവായിൽ കരയാൻ തുടങ്ങി. മോദീൻസാഹിബ്ബ് വാപൂട്ടി കാക്കകളുടെ കരച്ചിൽ കേട്ടിരുന്നു. പിന്നെ പറഞ്ഞു;

“എന്തായാലും നമ്മനാട്ടിലെ ഇപ്പടിയൊരു മഹാവിഷകാരി ഉണ്ടായത് നാട്ടിരുപെരുമതാ”

ഇതുപറഞ്ഞു നാവെടുത്തില്ല കാതിരുമീരാ തൈക്കാവിനരുകിലേക്ക് കയറിവന്നു.

‘കാതിരുമീരാ ഒനക്ക് നൂറായിസാക്കും’

ലബ്ബ സാഹിബ്ബ് പറഞ്ഞു.

ഒനക്ക കാര്യം ഇപ്പോ ചൊന്നതേയുള്ളു.

അപ്പ നീവന്തിട്ടിയെ. അതുകേട്ട് കാതിരുമീരാ പറഞ്ഞു.

എല്ലാം ഉടയതമ്പുരാനുക്ക കുതിറത്ത്.

ഈശ്വരന്റെ ലീലാവിലാസങ്ങൾ.

അസറിനു ബാങ്കുകൊടുക്കാൻ നേരമായി.

മോദീൻ പള്ളിക്കുളത്തിനരുകിലേക്ക് നടന്നു. വിഷകാരി കാതിരുമീരാ തന്റെ ഭാണ്ഡക്കെട്ടു തൈക്കാവിന്റെ മുമ്പിലെ തിണ്ണയിൽ ഇറക്കിവച്ചു. പള്ളിക്കാട്ടിലെ വിഷജീവികൾ ഭയപ്പാടോടെ മാളത്തിലൊളിച്ചു. കാക്കകൾ

വാപൂട്ടിയിരുന്നു. ലബ്ബ സാഹിബ്ബ് വേച്ചുവേച്ച് തന്റെ മുറിയിലേക്ക് നടന്നു. വിഷകാരി കാതിരുമീരാ തൈക്കാവിലെ തലയിൽ പൂവും ചിറകുമുള്ള പാമ്പുമായി പേശാൻ തുടങ്ങി. തൈക്കാവിന്റെ തിണ്ണയിൽ ഒറ്റക്കിരുന്നു പേശുന്ന വിഷകാരി കാതിരുമീരായെ നോക്കി ലബ്ബ സാഹിബ്ബ് തനിയെ പറഞ്ഞു.

'ഇതെന്ത് കൂത്ത്'

തനിയെയിരുന്ന് ആരിട്ടപേശിതാ.

വല്ല ജിന്നിട്ടേമറ്റോയാകും

'ങ്ങാ! ആർക്കു തെരിയും.'

ലബ്ബ സാഹിബ്ബ് നിസ്കാരത്തിനായി പള്ളിമേടയിലേക്കു നടന്നു.

തെരണ്ടുകുളി

ഒരുദിവസം കാലത്ത് കൊച്ചമ്മാ പെരിയമ്മ വന്നു അമ്മായോടെന്തോ കുശുകുശുക്കുന്നതുകേട്ടു. പൊടിപ്പയൽ എത്ര ശ്രദ്ധിച്ചിട്ടും എന്താ പറഞ്ഞതെന്നു മനസ്സിലായില്ല. കൊച്ചമ്മാ പെരിയമ്മ പോയപ്പോൾ പൊടിപ്പയൽ അമ്മായോടു ചോദിച്ചു;

അമ്മ, ഇന്ത കൊച്ചമ്മാ പെരിയമ്മ വന്തത് എന്നത്തിക്ക?

ഓ! ഒന്നുമില്ല. അമ്മ പറഞ്ഞു.

പൊടിപ്പയലിനെന്നിട്ടും വിശ്വാസം വന്നില്ല.

കൊച്ചമ്മാ പെരിയമ്മ വന്ന് എന്തോ അടക്കം പറയുന്നതു കേട്ടതാ. എന്നിട്ടമ്മയെന്താ എന്നോടതു പറയാത്തത്. പൊടിപ്പയൽ വിഷമത്തോടെ മുറ്റത്തേക്കിറങ്ങിനടന്നു. പടിഞ്ഞാറ്റയിലെ സുകുമാരന്റ കൊച്ചാട്ടൻ വന്നപ്പോൾ അമ്മ പറഞ്ഞു.

"വരിക്കപ്ലാവിൽ ഒരു ചക്ക കാക്കകൊത്തുന്നു.

അതിങ്ങിട്ടോണ്ടുവാ ചക്കവരട്ടിയുണ്ടാക്കാം"

ചക്കവരട്ടിയുണ്ടാക്കുന്നുവെന്നു കേട്ടപ്പോൾ പൊടിപ്പയലിനു ആഹ്ലാദം അടക്കാനായില്ല. പൊടിപ്പയൽ അമ്മായുടെ അരികിൽ വന്നുചോദിച്ചു;

"എപ്പോയാക്കും ചക്കവരട്ടിയുണ്ടാക്കുതത്?"

ഇന്നോ, നാളെയോ ഉണ്ടാക്കണം.

എന്നിട്ടു പൊടിപ്പയലിന്റ മുഖത്തേക്ക് നോക്കി പറഞ്ഞു.

നമ്മ നബീസായ്ക്ക് കൊടുക്കത്തിക്കയാക്കും.

നബീസായ്ക്ക് എന്തിനാ ചക്കവരട്ടിയുണ്ടാക്കികൊടുക്കുന്നേ. പൊടിപ്പയലിനു ചോദിക്കണമെന്നു തോന്നി. ഒന്നുരണ്ടുദിവസമായി

നബീസാമ്മാളിനെ പള്ളിക്കൂടത്തിൽ കാണാറില്ലല്ലോയെന്നു പൊടിപ്പയൽ ഓർത്തു.

വല്ല അസുഖവുമായിരിക്കുമോ?

പൊടിപ്പയൽ അമ്മായോട് ചോദിച്ചു

നബീസായ്ക്ക് എന്നെ ദീനം!

'നബീസായ്ക്ക് ദീനമൊന്നുമില്ലിയെ,'

"എന്തെ കേട്ടാ?" അമ്മ തിരിച്ചുചോദിച്ചു.

പിന്നെയെന്നത്തിക്കാ ചക്കരവരട്ടിയുണ്ടാക്കി കൊടുക്കുന്നേ?

അമ്മയതുകേട്ടു ചിരിച്ചു;

ശോക്കേടുണ്ടങ്കിൽ മാത്രമെ ചക്കവരട്ടി തിന്നാവുവെന്നുണ്ടോ?

'രണ്ടുനാളാച്ച് നബീസാ പള്ളിക്കൂടത്തിൽ വന്നിട്ട്" ഒരു ചമ്മലോടെ പൊടിപ്പയൽ പറഞ്ഞു.

അമ്മമൂളി... 'ഉം ഉം...'

പിന്നെ പറഞ്ഞു. "നബീസാ കള്ളംപിടിച്ചിരിക്കുവാക്കും"

സുകുമാരൻ പിച്ചാത്തിയുമെടുത്തു കാപ്പിതോട്ടത്തിലേക്കു പോയപ്പോൾ പൊടിപ്പയലും പിന്നാലെ നടന്നു. കാപ്പിച്ചെടികൾക്കിടയിൽ കൂറ്റൻ വരിക്കപ്ലാവ് ചിറകുവിരിച്ചുനിന്നു. പ്രാചീനമായ വരിക്കപ്ലാവിന്റെ ചില്ലകളിൽ പ്ലാവാഴകൾ ചുറ്റി പടർന്നു കിടന്നിരുന്നു. അതിന്റെ കായ്കൾ മുരിങ്ങയ്ക്കാപോലെ കിടന്നു. ഒറ്റപ്ലാവിളയിലെ നൈനാർ മാമായ്ക്ക് ചെവിക്കുവേദന വരുമ്പോൾ ഇവിടെ വന്നു പ്ലാവാഴയിലകൾ പറിച്ചുകൊണ്ടുപോകുന്നതു കാണാം. വരിക്കപ്ലാവിന്റെ കൊമ്പുകളിൽ അണ്ണാനുകൾ ചാടിക്കളിക്കുന്നു. ചക്കയിൽ കാക്കയും അണ്ണാനും കൂടിയൊരു പുനം തുരത്തിട്ടുണ്ട്. അവിടവിടെയിരുന്ന് കാക്കകൾ കരയുന്നു. കൂറ്റൻ വരിക്കചക്കയുടെ വങ്കിനുള്ളിൽ നിന്ന് ഒരണ്ണാൻ പുറത്തേക്ക് തലനീട്ടി. പൊടിപ്പയൽ പറഞ്ഞു;

"കൊച്ചാട്ടാ, ദേണ്ടെ ചക്കക്കുള്ളിലൊരു അണ്ണാൻ"

"കാക്കയും അണ്ണാനുംകൂടി ചക്ക പകുതിയും തിന്നെന്നാ തോന്നുന്നേ"

സുകുമാരൻ കൊച്ചാട്ടൻ പറഞ്ഞു. എന്നിട്ടയ്യാൾ പിടിമുറ്റാത്ത വരിക്കപ്ലാവിൽ അള്ളിപ്പിടിച്ചു കയറാൻ തുടങ്ങി. കവട്ടകമ്പിനരുകിലെത്തി നിശ്വസിച്ചു. പിന്നെ കുരങ്ങനെപ്പോലെ കമ്പുകൾ ചാടിക്കടന്ന് വരിക്കചക്കയുടെ അരികിലെത്തി. കാക്കകൾ കരഞ്ഞുവിളിച്ചുകൊണ്ട് പറന്നകന്നു. അണ്ണാനുകൾ വരിക്ക പ്ലാവിന്റെ കൊമ്പിൽ നിന്നു വയണയിലേക്ക് ചാടി. പിന്നെ മാവിലൂടെ അടക്കാമരത്തിന്റ പൊത്തിലാളിച്ചു. വരിക്കചക്ക താഴെ വീണ് തുള്ളി തുള്ളി നിന്നു. സുകുമാരൻ ചക്ക പത്തായപ്പുരയിൽ കൊണ്ടിട്ടു. വൈകിട്ടത്ത വന്നപ്പോൾ ചക്ക കീറി. നല്ല തേൻ വരുക്ക.

പൊടിപ്പയൽ ഒരു ചക്കചുളയെടുത്തു ചുവടുകടിച്ച് അകത്തെ തേനൂറ്റി കുടിച്ചു. പിന്നെ ചക്കക്കുരുവെടുത്ത് പാടകളഞ്ഞ് കുരു ഇരട്ടയാണോ ഒറ്റയാണോന്നു തള്ളവിരലിനും ചൂണ്ടുവിരളിനും ഇടയിൽ വച്ചു മുറ്റത്ത ക്കേക്ക് തെറ്റിച്ചുവിട്ടുനോക്കി. ഇരട്ട തന്നെ.

പെണ്ണുങ്ങൾ ചക്കച്ചുള കൊത്തിയരിഞ്ഞു. അമ്മ ചക്കചവിണിയും മടലും പശുവിനു കൊണ്ടുകൊടുത്തു. ചക്കക്കുരുവാരി മുറ്റത്തുണങ്ങാ നിട്ടു. സർക്കര പാവുകാച്ചി ചക്കവരട്ടാൻ തുടങ്ങി. അതിന്റെ മണംകേട്ട് അയലത്തെ മാളങ്ങളിൽ നിന്നു ഉറുമ്പിൻകൂട്ടങ്ങൾ വരിവരിയായി ഇഴ ഞ്ഞിഴഞ്ഞ് വീട്ടിലേക്ക് വരാൻ തുടങ്ങി. അമ്മ അവയ്ക്കൊക്കെ തൊട്ടു നക്കാൻ കൊടുത്തു. പൊടിപ്പയൽ വാഴയിലയിൽ ചക്കവരട്ടി നക്കി നക്കി നടന്നു. അമ്മ പലഹാരം പൊരിപ്പിച്ചുവച്ചു. ഒരു കുട്ടയിൽ നെയ്യപ്പം, മറ്റൊ ന്നിൽ അച്ചപ്പം. ചൂളയിൽ പഴുക്കാൻ വച്ചിരുന്ന കുലയെടുത്തുവച്ചു. അര ക്കൊട്ടയിൽ കച്ചിയിട്ടു മൂടിവച്ചിരുന്ന കിളിച്ചുണ്ടൻമാങ്ങയിൽ കൊള്ളാ വുന്നതു പെറുക്കിയെടുത്തു വട്ടിയിൽ നിറച്ചുവച്ചു. നബീസായുടെ വീട്ടിൽ കൊടുക്കാനായിരിക്കും. അത്ത ഉച്ചയ്ക്കുവന്നപ്പോൾ തട്ടാന്റടുത്തുനിന്ന് ഒരു മോതിരവുമായി വന്നു. പൊടിപ്പയൽ ചോദിച്ചു.

"ആർക്കാ അമ്മാ മോതിരം"

അമ്മ പറഞ്ഞു "നബീസായ്ക്ക്"

"നബീസായ്ക്കെന്നത്തിക്ക മോതിരം കൊടുക്കണം"

പൊടിപ്പയൽ ആലോചിച്ചു. എന്നാൽ അതാരോടും ചോദിച്ചില്ല. നബീസാമ്മാളിനെ ചുറ്റിപറ്റിയെന്തൊക്കെയോ നടക്കുന്നുവെന്ന് പൊടി പ്പയിലനു തോന്നി. മുറ്റത്തു നിഴൽ വീണതോടെ കിഴക്കൻകാറ്റ് വീശാൻ തുടങ്ങി. മരങ്ങളായ മരങ്ങളെല്ലാം ഇലവീശിനിന്നു. അടയ്ക്കാ മരങ്ങൾ നൃത്തം തുടങ്ങി. മാനത്തു മഴക്കോളുകേറിത്തുടങ്ങി. മുറ്റത്തുണങ്ങാനി ട്ടിരിക്കുന്ന ചൂട്ടും കൊതുമ്പുമെല്ലാം പെണ്ണുങ്ങൾ പെറുക്കി വടക്കേ പുര യിലിട്ടു. മഴക്കുമുമ്പ് ഹനീഫാണ്ണൻ പശുവിനെയും കാളയെയും അഴിച്ചു എഴുത്തലിൽ കെട്ടി.എന്നിട്ടു വന്നു തുറുവിൽ നിന്നു കച്ചിവലിച്ചുകൊടുത്തു.

അമ്മ കോളുനോക്കിയിട്ടു പറഞ്ഞു.

"കള്ളക്കോളാ. പെയ്യുന്ന മട്ടില്ലെ"

കോളിനെ കാറ്റ് തെക്കൻ ദിക്കിലേക്ക് ആട്ടിയകറ്റി. വീണ്ടും വെള്ളി വെളിച്ചം പരക്കാൻ തുടങ്ങി. കൊച്ചമ്മാ പെരിയമ്മ വയൽ വരമ്പിലൂടെ കുളത്തിനരികിലൂടെ നടന്നുവന്നു. അതുനോക്കികൊണ്ടമ്മ സാരിയുടു ക്കാൻ മുറിക്കുള്ളിൽ കയറി. എന്നിട്ടുവിളിച്ചുപറഞ്ഞു "പൊടിപ്പയലേ, പുതിയ ഉടുപ്പും നിക്കറും എടുത്തിട്. തെക്കെയെറാത്ത് കട്ടിലിൽ എടുത്തു വച്ചിട്ടുണ്ട്."

"പൊടിപ്പയൽ കറുത്തനിക്കറും ഇളംനീല ഉടുപ്പും ധരിച്ചു"

കൊച്ചമ്മാ പെരിയമ്മ വന്നപാടെ ചോദിച്ചു;

നീ ഒരുങ്കേലിയോ?

“ദേ, ഒരുങ്കുവാക്കും” അമ്മ വിളിച്ചുപറഞ്ഞു.

നെയ്യപ്പവും അച്ചപ്പവുമെടുത്തു. ചക്കവരട്ടിയെടുത്തു. ഭാരതിയേയും കൊച്ചുകുഞ്ഞിനെയും വീടിനു കാവലേൽപ്പിച്ചു. ഊടുവഴിയിലൂടെ നടന്നു. പാണ്ഡ്യൻ തോടും കടന്ന് നബീസായുടെ വീട്ടിലെത്തിയപ്പോൾ പെണ്ണുങ്ങളും പിറുങ്ങണികളും അവിടെ കൂടിനിൽപ്പുണ്ടായിരുന്നു. നബീസായെ ഒരുക്കി തലയിൽ മുല്ലപ്പൂചൂടിച്ച് കശവുതട്ടമണിയിച്ച് കസേരയിൽ ഇരുത്തിയിരിക്കുന്നു. മുന്നിലെ മണിപ്പെട്ടിയിൽ മൈലാഞ്ചി അരച്ചുവച്ചിരിക്കുന്നു. ഒരു ടമ്പളാറിൽ പാലും പഴവും വച്ചിരിക്കുന്നു. അമ്മായും കൊച്ചമ്മാ പെരിയമ്മായും പലഹാരങ്ങളൊക്കെ നബീസായുടെ മുമ്പിൽ വച്ചു. പിന്നെ നബീസായുടെ പരുപരുത്ത വെളുത്ത കൈകളിൽ മൈലാഞ്ചി തൊട്ടുകൊടുത്തു. പാലും പഴവും ഒരു സ്പൂൺ കോരി കൊടുത്തു. മോതിരവിരളിൽ മോതിരമണിയിച്ചു. നബീസാ മുഖം കുനിച്ച് നാണം കുണുങ്ങിയിരുന്നു.

നബീസായെ കല്ല്യാണം കഴിച്ചയയക്കുകയായിരിക്കുമോ?

പൊടിപ്പയൽ ആലോചിച്ചു. പൊടിപ്പയലിന്റ ഉള്ളൊന്നു പിടഞ്ഞു.

നബീസായുടെ അത്ത നൂഹ്ക്കണ്ണ് വന്ന് ചോദിച്ചു

“പൊടിപ്പയലെ നീ അങ്ക നിക്കയാക്കുമോ?

ഇങ്കോട്ടുവാ”

പൊടിപ്പയൽ ചെറുനാണത്തോടെ കോലായിലേക്ക് കയറി. മുറിക്കുള്ളിൽ തേങ്ങാച്ചോറും ആട്ടിറച്ചിക്കറിയും വിളമ്പുന്നുണ്ടായിരുന്നു. പൊടിപ്പയലിന്റെ മുമ്പിലും തേങ്ങാച്ചോറും കറിയും കൊണ്ടുവച്ചു. പൊടിപ്പയൽ ചോറുവാരിക്കഴിക്കുമ്പോഴും ശ്രദ്ധ മുഴുവൻ നബീസായിരിക്കുന്ന മുറിയിലായിരുന്നു. എന്താണവിടെ നടക്കുന്നതെന്ന് പൊടിപ്പയലിനു മനസ്സിലായില്ല.

നബീസാ മണവാട്ടിയെപ്പോലെ അണിഞ്ഞൊരിങ്ങിയിരിക്കുന്നു. നബീസാമ്മാൾ പൊടിപ്പയലിനെ ഓട്ടക്കണ്ണിട്ടുനോക്കി നാണം പുരട്ടിചിരിച്ചു. നബീസാമ്മാൾ അപ്പോഴാണ് പൊടിപ്പയലിനെ കാണുന്നത്. നബീസാതന്റ കൺപോളകളിൽ നിരനിരയായി നിൽക്കുന്ന സുന്ദരമായ ഇമകൾ വെട്ടിച്ചു വെട്ടിച്ചു കളിച്ചു. പൊടിപ്പയലിനും നാണം വന്നു. പൊടിപ്പയൽ മുറ്റത്തേക്കിറങ്ങാൻ ഭാവിച്ചപ്പോൾ ജമീലാമ്മാൾ വന്നു കുറച്ചുണ്ണിയപ്പമെടുത്ത് പൊടിപ്പയലിനു നീട്ടി.

പൊടിപ്പയൽ വേണ്ടന്നു പറഞ്ഞെങ്കിലും ജമീലാമ്മാൾ സമ്മതിച്ചില്ല. പൊടിപ്പയൻ അതിലൊരെണ്ണമെടുത്തു കടിച്ചുകൊണ്ടു മുറ്റത്തേക്കിറങ്ങി നടന്നു.

ആരായിരിക്കും നബീസാമ്മാളിന്റെ ചെറുക്കൻ?

കുറച്ചുകഴിഞ്ഞപ്പോൾ കൊച്ചമ്മാ പെരിയമ്മായും അമ്മായും കൂടി പുറത്തേക്കിറങ്ങിവന്നു. വയൽവഴി പാണ്ഡ്യൻതോടും കടന്ന് വീട്ടിലക്ക് നടക്കുമ്പോഴും മനസ്സ് നിറയെ നബീസാമ്മാളിനെക്കുറിച്ചുള്ള ചിന്തകളായിരുന്നു. മാനത്തുനോക്കി നടക്കുന്ന പീരുകണ്ണനണ്ണനറിയാതെയാതൊന്നും നാട്ടിൽ നടക്കില്ല. മാനത്തുനോക്കി നടക്കുന്ന പീരുകണ്ണനണ്ണനെ വഴിയിലെവിടെയെങ്കിലും വച്ചു കാണണെയെന്ന് പൊടിപ്പയൽ മനസ്സുരുകി പ്രാർത്ഥിച്ചു. മാനത്തു നോക്കിനടക്കുന്ന പീരുകണ്ണനണ്ണനെ അവിടെയെങ്ങും കണ്ടില്ല. രണ്ടുമൂന്നു ദിവസം കഴിഞ്ഞപ്പോൾ നബീസാമ്മാളിനെ പള്ളിക്കൂടത്തിൽ വച്ചുകണ്ടു. നബീസാ പക്ഷേ പഴയ അടുപ്പം കാണിച്ചില്ല. പൊടിപ്പയലിന്റെ മനസ്സു നൊന്തു. നബീസാമ്മാളിനെ ഒരു ദിവസം അടുത്തുകണ്ടപ്പോൾ പൊടിപ്പയൽ അറച്ചറച്ചു ചോദിച്ചു;

നബീസായ്ക്ക് കല്ല്യാണം കഴിഞ്ചിതാ.

നബീസായതു കേട്ടു മുഖംകുനിച്ചു ചിരിച്ചു

നാണം ആ കവിളുകളിൽ ചുഴിവീഴ്ത്തി.

“ആരുചൊന്നാ നബീസായുടെ ചുണ്ടുകൾ വിറച്ചു. പിന്നെ, നബീസായെ പുത്തൻപെണ്ണുപോലെ ഒരുങ്ങിയിരുന്നിയെ.

നബീസാ അതിനുത്തരം പറയാതെ കുണുങ്ങി കുണുങ്ങി കൂട്ടുകാരികളുടെ അടുത്തേക്ക് ഓടിപ്പോയി.

നൂഹുകണ്ണ് മദ്രസിയിൽവച്ചു കണ്ടപ്പോൾ പൊടിപ്പയലിനോടു ചോദിച്ചു:

നബീസാമ്മാളിന്റെ തെരണ്ടുകുളിക്കു പോനിയ?

തെരണ്ടുകുളിയോ?

പൊടിപ്പയൽ മൂളി ഉം...

നീ അങ്കെ ഉണ്ടായിരുന്നുവെന്നു അമ്മ വന്നു ചൊന്നാങ്കളെ.

‘ഉം. പോനെ’

പൊടിപ്പയൽ ചോദിച്ചു: എന്നത്തിക്ക തെരണ്ടുകുളി

നൂഹ്കണ്ണ് അതുകേട്ട് ഉറക്കെച്ചിരിച്ചു.

എന്നിട്ടു പറഞ്ഞു: ആമ്പിളകൾക്കെന്തിനാ മാർക്ക കല്ല്യാണം?

പൊടിപ്പയൽ അതുകേട്ടു നിശബ്ദനായി.

നൂഹുകണ്ണ് എന്തൊക്കെയോ പറഞ്ഞു. പൊടിപ്പയലിനു അതൊന്നും മനസ്സിലായില്ല.

നമുക്ക് ചുറ്റും നമ്മളറിയാത്ത എന്തൊക്കെയോ നടക്കുന്നുവെന്നുമാത്രം പൊടിപ്പയലിനു മനസ്സിലായി. ഉസ്താദിന്റെ തലവെട്ടം തൈക്കാവിന്റെ മുമ്പിൽ കണ്ടതോടെ പിള്ളേരുടെ കൂട്ടം ദുനിയാവിന്റെ വഴിവിട്ട് ആഹിറത്തിന്റ പടികൾ ഓടിക്കയറി.

പുലിക്കളി

ചാന്തൊഴുകെ പുകഴ്കൊഴുകെ
നല്ല ചന്ദന പനനീരും മെത്തോഴുകെ
നേത്തുവാറെ മുത്താരമ്മയെ
വാഴ്ത്തി കുമ്മിയടിപ്പമെടി
നല്ല കുമ്മിയടിപ്പമെടി
നല്ല കുമ്മിയടിപ്പമെടി
തെന്തിനന്നാ... തിനതാനാ.. തന്നെ
താനനന്നേ തിനനന്നാ...

അമ്മൻ കോവിലിലിരുന്നു പുചാരി മുത്തുചാമി നീട്ടിപ്പാടാൻ തുടങ്ങി. അമ്മൻ കോവലിനു നാലുചുറ്റും കന്നാത്തിപിള്ളേർ കൊടിതോരണങ്ങൾ തൂക്കി. കോവിലിന്റെ വടക്കേ പറമ്പിൽ കുരുതികഴിക്കാനുള്ള നേർച്ച കോഴികൾ വന്നുനിരന്നു. ബലൂൺകച്ചവടക്കാരും വച്ചുവാണിഭക്കാരും വഴിയോരം കയ്യടക്കി. മഞ്ചനീരാട്ടിനുള്ള ഒരുക്കങ്ങൾ പൂർത്തിയായതോടെ ആബാലവൃദ്ധം ജനങ്ങളും അമ്മൻകോവിലിനരുകിലേക്ക് ഒഴുകാൻ തുടങ്ങി. സന്ധ്യമയങ്ങിയതോടെ കൊച്ചണ്ണൻ പൂചാരി മണികിലുക്കി. നിലവിളക്കുകൾ തെളിഞ്ഞു. അടയ്ക്കാമരത്തിന്റെ പൂങ്കുലകൾ വന്നു നിറഞ്ഞു. മഞ്ചതണ്ണി തിളച്ചു മറിഞ്ഞു. പുറത്തുപാട്ടു മുറുകി. തെരുവിൽ പുത്തൻകുപ്പിവളകൾ വാങ്ങാൻ പെമ്പിള്ളേർ ഉന്തും തള്ളും നടത്തി. ചാന്തും കുങ്കുമവും വിൽക്കുന്നിടത്തും തിരക്കു തന്നെ. ഓട്ടുപാത്രക്കടയിലും ഇരുമ്പുസമാനങ്ങൾ വിൽക്കുന്ന ശിവരാമൻ നായരുടെ കടയിലും ആളുകൾ തിങ്ങിനിറഞ്ഞുനിൽക്കുന്നു. ഇസ്ക്കിമുത്തു ആചാരി ഓട്ടുപാത്രക്കടയിൽ ഇരുന്നു പാത്രങ്ങൾ വിറ്റുകൊണ്ടിരിക്കുമ്പോൾ ഒരു വിളി

"അപ്പാ"

ഇസ്കിമുത്തു ആചാരി പെട്രോൾ മാക്സിന്റെ വെളിച്ചത്തിലൂടെ നോക്കി.

"ചേതമ്മാൾ"

ഒക്കത്തൊരു കുഞ്ഞുമുണ്ട്. അല്പം ഒഴിഞ്ഞുമാറി ബദറുമീരാൻ നിൽക്കുന്നു. ഇസ്കിമുത്തു ആചാരി ഒരുനിമിഷമൊന്നു പകച്ചു. പിന്നെ കണ്ണുകൾ നിറഞ്ഞു ഗദ്ഗദത്തോടെ വിളിച്ചു "മോളേ"

'അപ്പാ' ചേതമ്മാൾ കരഞ്ഞു. ചേതമ്മാളുടെ ഏണിലിരുന്നു കുഞ്ഞു കരഞ്ഞപ്പോൾ ഇസ്കിമുത്തു ആചാരി കുഞ്ഞിനെയടുത്തു കൊഞ്ചിച്ചു. എന്നിട്ടു ചോദിച്ചു "എപ്പോ വന്നാ"

"കുറച്ചു നേരമാച്ച്"

"തെക്കേവീട്ടിൽ പോനിയാ"

ഇല്ലെന്നു ചേതമ്മാൾ തലയാട്ടി.

കുഞ്ഞിനെ കോവിലിൽ കൊണ്ടുവരാമെന്ന് നേർന്നിരുന്നു. ചേതമ്മാൾ പറഞ്ഞു.

“സുഖമാ”

ഉം ചേതമ്മാൾ മൂളി.

അണ്ണനുക്ക് പത്തനാപുരത്തിലെ പാത്രക്കടയുണ്ട്.

ഇസ്കിമുത്തു ആചാരിമൂളി “ഉം...”

“പൊവ്വാക്കും”

ചേതമ്മാൾ കണ്ണീർ തുടച്ചുകൊണ്ടുപറഞ്ഞു. ഇസ്കിമുത്തു ആചാരിയുടെ മുഖത്തെ പേശികൾ ഉലഞ്ഞാടി. കടയിൽ ആളുകൾ വന്നു നിറഞ്ഞു. സാധനങ്ങൾ തൂക്കുന്നപയ്യൻ തലകൂടെ കൂടെ പുറത്തേക്ക് നീട്ടി നോക്കുന്നുണ്ട്. ചേതമ്മാൾ കുഞ്ഞിനെയും ഒക്കത്തിരുത്തി ബദറുമീരാന്റ പിന്നാലെ നടന്നു. അവർ ആൾത്തിരക്കിനിടയിലൂടെ പള്ളിപറമ്പിനരുകിലെത്തിയപ്പോൾ കോണത്തെ ഹസനാരുകുഞ്ഞിന്റെ അനുജൻ പിച്ചമുഹമ്മദിനെ കണ്ടു. പിച്ചമുഹമ്മദ് ചോദിച്ചു.

ഇതാര് ബദറുമീരാനോ.

നീ എപ്പോ വന്താച്ച്.

“കുറച്ചുനേരമാച്ച്” ബദറുമീരാൻ പറഞ്ഞു.

വീട്ടിക്കു പോനിയോ?

“ഇല്ലെ. കൊച്ചിത്തായെ കണ്ടെ”

“വീട്ടുകാരുടെ പിണക്കമെല്ലാം തീർന്നാച്ചാ”

ബദറുമീരാൻ ഒന്നും മിണ്ടിയില്ല. പിച്ച മുഹമ്മദ് ചേതമ്മാളിനെ നോക്കി ചോദിച്ചു.

“കുളന്തക്ക് പേര്”

“കുഞ്ഞുമോൾ”

ചേതമ്മാൾ പറഞ്ഞു.

ഉം ഉം.. പിച്ചമുഹമ്മദ് ഒന്നിരുത്തിമൂളി.

ബദറുമീരാനും ചേതമ്മാളും വില്ലുവണ്ടിക്കരുകിലേക്ക് നടന്നു. വില്ലുവണ്ടി ചെമ്മൺപാതയിലൂടെ ഉരുണ്ടുരുണ്ടു കിഴക്കൻ മലയിലേക്ക് പോയി.

മുഹറം വന്നു. തെരുവിൽ പുലിക്കളി തുടങ്ങി.

ചെമ്പകശ്ശേരിയിലെ ഇസ്മാൽ തമ്പി റാവുത്തരാണ് പുലിവേഷം കെട്ടിയിറങ്ങിയിരിക്കുന്നത്. പേരുകേട്ട ഗുസ്തിക്കാരനാണ്. ഇസ്മാൽ തമ്പി റാവുത്തർ. ചുറ്റും ചെണ്ടക്കാർ അടിച്ചുതിമിർത്തു. ഉസ്മാൻ തമ്പി രാവുത്തരുടെ നേതൃത്വത്തിലാണ് ചെണ്ടകൊട്ട്. നാടായ നാട്ടിലെല്ലാം

പേരുകേട്ട ചെണ്ടക്കാരനാണ് ഉസ്മാൻ തമ്പിറാവുത്തർ. കൈയ്യുടെ കൊഴയിൽ നാരങ്ങവച്ച് അത് വീഴാതെ കൊട്ടാനുള്ള സിദ്ധിയുള്ളയാൾ. കൊല്ലകടവിലെ നല്ലകണ്ണ് രാവുത്തരുടെ അരുമശിഷ്യൻ. പുലികളി കാണാൻ തൈക്കാവിന്റെ മുറ്റത്തും അമ്മൻകോവിലിനരുകിലും അമ്പലനടയിലും ആളുകൾ തടിച്ചുകൂടി. പിള്ളേർ പുലികളിക്കുപിന്നാലെ ആർപ്പുവിളിച്ചു നടന്നു. പുലി തൈക്കാവിനരുകിലെത്തിയപ്പോൾ പുലിക്കുതിന്നാൻ ആമിനാബീവിയുടെ വക ഒരാട്ടിൻകുട്ടിയെത്തി. പുലി ആടിനെ നോക്കി. ആട് പുലിയെ നോക്കി. പുലിനാവുനീട്ടിയൊന്നലറി. പുലി ആടുവേട്ട തുടങ്ങി. ചെണ്ടകൾ അടിച്ചു തിമിർത്തു. പുലി ആടിനെ വരിഞ്ഞുമുറുക്കി കടിച്ചു തൂക്കിയെടുത്ത് പുറകിലേക്കെറിഞ്ഞു. അതുകണ്ട് കരക്കാർ ആരവം മുഴക്കി. പുലികളി നാടുചുറ്റി രാത്രിയോടെ സമാപിച്ചു. ഗ്രാമം പുലികളിയുടെ ഹരത്തിലായിരുന്നു. നേരം വെളുത്തപ്പോൾ ഉസ്മാൻ റാവുത്തരുടെ ചായപ്പീടികയിൽ ആളുകൾ പൂച്ചം പൂച്ചം പറയാൻ തുടങ്ങി. അശപിശ നൈനാർ തരകനണ്ണനും പൊണ്ടാട്ടി നൈനാക്കപിള്ളയും ഒരു കരിമ്പുലിപ്പുറത്തേറി കിഴക്കൻ മലയിലേക്ക് പോയി. പുലികളി കഴിഞ്ഞു തൈക്കാവിന്റ തിണ്ണയിൽ കിടന്നുമയങ്ങുകയായിരുന്ന ഇസ്മാൽ തമ്പിറാവുത്തരും കുഞ്ഞിഖാദറുമീരായും പാതിരാത്രി അനക്കം കേട്ടു കണ്ണുമിഴിച്ചപ്പോൾ തൈക്കാവിന്റെ മുമ്പിലൂടെ ഒരു കരിമ്പുലി അരണ്ടവെളിച്ചത്തിൽ നടന്നുനീങ്ങുന്നു. പുലിപ്പുറത്ത് രണ്ടുപേർ. അരണ്ടനിലാവെളിച്ചത്തിൽ ഇസ്മാൽതമ്പിക്കാളെ പിടികിട്ടി. നൈനാർ തരകനണ്ണനും നൈനാക്കപിള്ളയും. അവരെ നാവെടുത്തു വിളിക്കാൻ ഭാവിച്ചെങ്കിലും നാവനങ്ങിയില്ല. നേരം വെളുത്തപ്പോൾ രാത്രികണ്ടതു കിനാവായിരിക്കുമെന്നു കരുതി. വെറുതെ ഇസ്മാൽ തമ്പി നൈനാർതരകനണ്ണനെ കണ്ടു തന്റെ സ്വപ്നത്തെക്കുറിച്ചു പറയാൻ ചെന്നപ്പോഴല്ലേ സംഗതി കാര്യമാണെന്ന് അറിയുന്നത്. ഇന്നലെ രാത്രി ഉറങ്ങാൻ കിടന്ന നൈനാർതരകനണ്ണനേയും നൈനാക്കപിള്ളയേയും കാണാനില്ല. പലരും പലവഴിക്ക് തിരഞ്ഞുപോയിരിക്കുന്നു. ഇസ്മാൽ തമ്പിയുടെ നേതൃത്വത്തിൽ പുലിക്കുന്നു മലയിലേക്കും ആളുപോയിരിക്കുവാ. ഉസ്മാൻ റാവുത്തരുടെ ചായക്കട വാപൊളിച്ചിരുന്നു കഥകേട്ടു. അശപിശ നൈനാർ തരകനണ്ണനേയും നൈനാക്കപിള്ളയേയും കാട്ടിലും മേട്ടിലും തിരഞ്ഞ് കാലുകുഴഞ്ഞ് കണ്ണ് കുഴഞ്ഞ് ഓരോരുത്തരായി മടങ്ങിവരാൻ തുടങ്ങി. വന്നവർ പലരും പലകഥ പറഞ്ഞു.

പീരുമേടിനടുത്ത് ഒരു കരിമ്പുലിപ്പുറത്തേറി രണ്ടുപേർ മലകേറിപോകുന്നതു കരിമ്പടം ചുറ്റിനടക്കുന്ന ഒരു മുസാഫിർ കണ്ടുവത്രെ! എരുമേലിയിൽ നിന്നുവന്നവരും ഇതേ കഥ തന്നെ പറഞ്ഞു. എന്നാൽ അശപിശ നൈനാർ തരകനണ്ണനും നൈനാക്കപിള്ളയക്കായും എവിടെയുണ്ടന്നു മാത്രം ആരും പറഞ്ഞില്ല. അവരുടെ തിരോധാനത്തിൽ വീട്ടുകാരും നാട്ടുകാരും ദുഃഖിച്ചു. വൃശ്ചികം പിറന്നു. ഓച്ചിറയിൽ നിന്നും പന്തളത്തുനിന്നും കച്ചവടക്കാർ മലകയറിപ്പോയി. കൊടുംകാട്ടിനുള്ളിൽ

പച്ചപട്ടുപുതച്ചു ഒരു പുരുഷനും സ്ത്രീയും ധ്യാനത്തിലിരിക്കുന്നതു കാട്ടു ജാതിക്കാർ കണ്ടതായി അവർ വന്നറിയിച്ചു. കേട്ടറിവുവച്ചു ചില അന്വേഷണങ്ങളൊക്കെ നടത്തിയെങ്കിലും യാതൊരു ഫലവും ഉണ്ടായില്ല. കാലം കൊഴിഞ്ഞുകൊണ്ടിരുന്നു.

ഒരിക്കൽ ഓച്ചിറക്കളിക്കിടയിൽ കരക്കാരുതമ്മിൽ തർക്കമുണ്ടായി തല്ലുകൂടിയപ്പോൾ അതു പറഞ്ഞുതീർക്കാൻ പള്ളിക്കലുണ്ണിത്താനും പിച്ചമുഹമ്മദുതരകനണ്ണനും കൂടി ഓച്ചിറയ്ക്കുപോയി. രാത്രി മടങ്ങും വഴി ചത്തിയറ പുഞ്ചക്കരുകിലൂടെ അതിശീഘ്രം ഒരു കരിമ്പുലി പാഞ്ഞു പോയത്രെ. അതിനു തൊട്ടുപിന്നാലെ പുള്ളിപ്പുലികൂട്ടങ്ങളുമുണ്ടായിരുന്നു. ഈ പുലികളെല്ലാം എങ്ങോട്ടു പോകുന്നുവെന്നാലോചിച്ചവർ നിൽക്കുമ്പോൾ പുലിപ്പുറത്ത് അശപിശനൈനാർ തരകനണ്ണനും നൈനാക്കപിള്ളയും രാജകീയ പ്രൗഢിയോടെ എഴുന്നള്ളുന്നു. പള്ളിക്കലുണ്ണിത്താനും പിച്ചതരകനണ്ണനും അതിശയം അടക്കാനായില്ല. പിച്ചതരകനണ്ണൻ എന്തും വരട്ടെയെന്നു കരുതി അശപിശനൈനാർ തരകനണ്ണൻ അരുകിലേക്ക് കുതിരയെപായിച്ചു. അതുകണ്ട് കരിമ്പുലി ഒന്നു ഗർജ്ജിച്ചു. പള്ളിക്കലുണ്ണിത്താനും പിച്ചതരകനണ്ണനും പേടിച്ചരണ്ട് കുതിരപ്പുറത്തുനിന്നു വീണു. കുതിരകൾ ഭയന്നുവിളിച്ചു പാഞ്ഞുപോയി. പള്ളിക്കലുണ്ണിത്താനും പിച്ചതരകനണ്ണനും ഓടിയും കിതച്ചും ഒരുവിധം വീടുപറ്റുകയായിരുന്നു. കുതിരകളെ തേടി പിറ്റേന്നുപോയവർ കുറ്റിക്കാട്ടിൽ കുതിരയുടെ അസ്ഥികൂടമാണ് കണ്ടത്. ഇക്കഥ നാട്ടിൽ പരന്നതോടെ അശപിശനൈനാർ തരകനണ്ണനെയും നൈനാക്കപിള്ളയേയും തേടിയുള്ള യാത്രകൾക്ക് അറുപതിയ്യായി.

ഹാഫ്സാരി

നാവിരുകണ്ണ് വയൽവരമ്പിലൂടെ ശീഘ്രം നടന്നുവരുന്നതുകോലായിരുന്നു ജമീലാമ്മാൾ കാണുന്നുണ്ടായിരുന്നു. ആ നടത്തത്തിനു വല്ലാതൊരുവേഗത. കൈയ്യിലൊരു പൊതി ഇറുക്കിപ്പിടിച്ചിട്ടുണ്ട്. ജമീലാമ്മാൾ കോലായിൽ നിന്നിറങ്ങി നാവിരുകണ്ണിന്റെ വരവും നോക്കിനിന്നു. നബീസാമ്മാൾ വടക്കേചായിപ്പിനരുകിലിരുന്ന് കോഴിക്കു തീറ്റകൊടുക്കുകയാണ്. പടിപ്പുര കടന്നതും നാവിരുകണ്ണ് ജമീലാമ്മാളെ നോക്കിച്ചിരിച്ചു. ജമീലാമ്മാളിനതുകണ്ടപ്പോഴാണ് ശ്വാസം നേരെ വീണത്. തലയിലെ മുണ്ട് നേരെപിടിച്ചിട്ടുകൊണ്ട് ആകാംക്ഷയോടെ ചോദിച്ചു, കൈയ്യിലന്താ ഒരു പൊതി. അതിനുത്തരം പറയാതെ നാവിരുകണ്ണ് പറഞ്ഞു. നബീസാ ഏഴാംതരം ജയിച്ചു. ദേ ഇപ്പോ കുറ്റിയിലെ ശിവരാമൻ സാറുവന്നു പറഞ്ഞതേയുള്ളു. ജമീലാമ്മാളിന്റെ മനസ്സ് കുളിർത്തു. അവർ വിളിച്ചു മോളെ നബീസാ 'ഓ!' നബീസാ വിളികേട്ടു.

“നീ പരീക്ഷ ജയിച്ചു”

നബീസായ്ക്ക് ആഹ്ലാദം അടക്കാനായില്ല.

നബീസാ കോഴികൾക്ക് അരിവാരിവാരി വിതറിക്കൊടുത്തു. എരുത്തിലിൽ പശുക്കൾ തലനീട്ടി ആഹ്ലാദത്തോടെയതു നോക്കിയിരുന്നു. നാടായനാട്ടിലെ കുട്ടൻ മാക്രികളെല്ലാതം വെപ്രാളപ്പെട്ടു അയ്യത്തും മുറ്റത്തും ചാടി ചാടി നടന്നു. നാവിരുകണ്ണ് കൊച്ചുതിണ്ണയിലേക്ക് കയറി കൊണ്ട് പൊതിയെടുത്തു ജമീലാമ്മാളിന്റെ നേർക്ക് നീട്ടികൊണ്ടുപറഞ്ഞു.

നബീസായ്ക്കൊരു ഹാഫ്സാരി.

ഇളംപച്ച നിറത്തിലുള്ള ഹാഫ്സാരി നിറയെ വെള്ളയും മഞ്ഞയും നിറത്തിലുള്ള പൂക്കൾ തുന്നിച്ചേർത്തിരുന്നു. നബീസാ ഹാഫ്സാരി വാങ്ങി തൊട്ടുനോക്കി. ആദ്യമായാണ് ഹാഫ് സാരി ഉടുക്കാൻ പോകുന്നത്. അതിന്റെയൊരു അഭിമാനവും നാണവും ആ മുഖം കൂടുതൽ ചുവപ്പിച്ചു. നബീസാ ഹാഫ്സാരിയുമെടുത്തോണ്ടു ശാരദക്കുട്ടിയുടെ വീട്ടിലേക്കോടി. ശാരദക്കുട്ടി നബീസായുടെ വീട്ടിലേക്കു വരാനായി ഒരുങ്ങുകയായിരുന്നു. നബീസായെ കണ്ടതും ശാരദക്കുട്ടി മുറ്റത്തേക്കോടിവന്നു ചോദിച്ചു.

“നീ ജയിച്ചോടി.”

“ങ്ഉം”

“നീയോടി”

നബീസാ തിരിച്ചു ചോദിച്ചു.

“ഞാനും ജയിച്ചു”

അവർ സന്തോഷം കൊണ്ട് കൈകൾ പരസ്പരം കൂട്ടിപിണച്ചു കൊച്ചുതിണ്ണയിലേക്ക് കയറി.

നബീസാ പറഞ്ഞു

“ദേ, ഹാഫ്സാരി”

“അത്ത വാങ്ങിതന്നതാ.”

‘കാണട്ടെ’ ശാരദക്കുട്ടി ആകാംക്ഷയോടെ ചോദിച്ചു. നബീസാ പൊതിയഴിച്ചു കാണിച്ചു.

ശാരദക്കുട്ടി ഹാഫ്സാരിയിൽ തൊട്ടുനോക്കി പറഞ്ഞു.

“നല്ല പട്ടുമാതിരിയുണ്ട്”

“നിനക്കിഷ്ടപ്പെട്ടോ?”

“ങ്ഉം നബീസായ്ക്ക് നന്നായി ചേരും.”

അവർ അറപ്പുരയിൽക്കേറി. ഹാഫ്സാരി മാറിമാറി ഉടുത്തുനോക്കി. എന്നിട്ടു കുണുങ്ങിച്ചിരിച്ചു. നുണക്കുഴികൾ മുഖത്തുചുഴി പരത്തി. ശാരദ

ക്കുട്ടിക്ക് ഹാഫ്സാരി നന്നായിണങ്ങുന്നുണ്ട്. ഇതു ശാരദക്കുട്ടിയെ ടുത്തോ?

വേണ്ട നബീസാ. പരീക്ഷയിൽ ജയിച്ചതിനു അത്തവാങ്ങിതന്നതല്ലേ?

നബീസാ പിന്നീടൊന്നും പറഞ്ഞില്ല. നബീസാ മുറ്റത്തേക്കിറങ്ങിയപ്പോൾ ശാരദക്കുട്ടി പറഞ്ഞു.

"പിന്നെ, ആ ശുശീല തോറ്റു"

അതുകേട്ടു നബീസാ പറഞ്ഞു. ശുശീലയ്ക്ക് പേടിക്കാനില്ല. കൊച്ചാട്ടൻ പട്ടാളത്തിൽ നിന്നു വരുമ്പോൾ ജയിച്ച സർട്ടിഫിക്കറ്റു കൊണ്ടുവരുമല്ലോ?

അതുകേട്ട് ശാരദക്കുട്ടി വലിയവായിൽ ചിരിച്ചു.

ആരൊക്കെ ജയിച്ചു? നബീസാമ്മാൾ ചോദിച്ചു.

കുട്ടിയമ്മ ജയിച്ചു.

മാമ്പിള്ളിയിലെ നൂർജഹാൻ ജയിച്ചു. നമ്മുടെ ലക്ഷ്മിയമ്മാൾ തോറ്റു.

"അയ്യോ കഷ്ടമായിപ്പോയി." നബീസാ പറഞ്ഞു.

"കണക്കിനാവും തോറ്റത്." ശാരദക്കുട്ടി പറഞ്ഞു.

"ലക്ഷ്മിയമ്മാളിന് കണക്ക് തലയിൽ കയറുകയേയില്ല."

എന്നാൽ മലയാളം സാറിനു എന്തിഷ്ടമായിരുന്നു ലക്ഷ്മിയമ്മാളിനെ. ലക്ഷ്മിയമ്മാൾ കവിതവായിച്ചാൽ പള്ളിക്കൂടം നിശ്ശബ്ദമാകും. എത്ര നല്ല ഈണത്തിലായിരുന്നു ലക്ഷ്മി കവിത വായിച്ചിരുന്നത്. ആരും അതു പോലൊന്നുവായിക്കാൻ കൊതിച്ചുപോകും.

"പാവം. പരീക്ഷയിൽ തോറ്റതിനു വിഷമിച്ചിരിപ്പാവും" നബീസ വിഷമത്തോടെ പറഞ്ഞു.

നബീസാ ഹാഫ്സാരിയും ഉടുത്തുകൊണ്ട് കൊച്ചുകയ്യാലകേറി കാവിനുവലംവച്ചു വീട്ടിലേക്കു വരുമ്പോൾ കോലായിൽ കൊച്ചമ്മാ പെരിയമ്മയിരിക്കുന്നു.

"ങ്ങാ... ങ്ങാ ഹാ.. ങ്ങാ! ഇതാരപ്പാ വാറത്."

കൊച്ചമ്മാ പെരിയമ്മ കോഴിയെപ്പോലെ പിനട്ടി പിനട്ടി ചോദിച്ചു. എന്നിട്ടു മൂക്കത്തു വിരൽവച്ച് അടുക്കളയിലേക്ക് വിളിച്ചു പറഞ്ഞു. ജമീലാ ഇതാരാക്കും വന്തതെണ്ട് പാര്.

"ഹാഫ്സാരി പോട്ട് ഒരു സുന്ദരികോത. ങ്ങും ങ്ങും. ഇനി ഇപ്പടി നിർത്തത്തിക്ക ഒക്കാത്. ഉടനെ പയലിനെകണ്ടു പിടിച്ച് അനുക്കുകൂടെ ചൊല്ലിവിടണം. നബീസാ, നീ ആരെയും പാത്തു വച്ചിരിക്കിതാ."

നബീസയതുകേട്ടു പരിഭവത്തോടെ തലകുമ്പിട്ടു അടുക്കളയിലേക്ക് കയറാൻ ഭാവിച്ചപ്പോൾ കൊച്ചമ്മാ പെരിയമ്മ പറഞ്ഞു.

“നില്ല്, നില്ല് കള്ളിയെപോലെ തലകുമ്പിട്ട് പോകാമെ. കേട്ടതിക്ക മറുപടി ചൊല്ലീട്ടുപോ”

“ങ്ങും. ഈ പെരിയമ്മായ്ക്കെന്താ.”

നബീസാ ദേഷ്യം ഭാവിച്ചുചോദിച്ചു. പിന്നെക്കൈ തട്ടിമാറ്റി വീട്ടിനുള്ളിലേക്കോടി. പാദസ്വരത്തിന്റെ കിലുക്കം അകന്നകന്നുപോകുന്നതു ശ്രദ്ധിച്ചുകൊണ്ട് കൊച്ചമ്മാ പെരിയമ്മ തന്റെ തൊള്ളതുറന്നു വലിയ വായിൽ ചിരിച്ചു. കൊച്ചമ്മാ പെരിയമ്മായുടെ നാടിളക്കിയുള്ള ചിരികേട്ട് കോഴിക്കൂടിനു ചുറ്റും പരതിനടന്നിരുന്ന കോഴികൾ ചിരിച്ചു. എരുത്തിലിലെ പശുക്കൾ ചിരിച്ചു. കാളകൾ ചിരിച്ചു. മുരിങ്ങക്കൊമ്പിൽ വന്നിരുന്നു കാക്കകൾ ചിരിച്ചു.

അതുകണ്ട് ജമീലാമ്മാൾ ചിരിച്ചു. ചിരിയൊന്നടങ്ങിയപ്പോൾ കൊച്ചമ്മാ പെരിയമ്മ വന്നു ജമീലാമ്മാളിനോടു ചോദിച്ചു.

“നബീസായെ നീ എന്നെ ചെയ്യപോറെ.”

“മാവേലിക്കരയിൽ വാധ്യാരു പരീക്ഷയ്ക്കു വിടണമെണ്ടാ വിചാരിക്കുന്നെ.”

അതുകേട്ട് കൊച്ചമ്മാ പെരിയമ്മ ദേഷ്യത്തോടെ പറഞ്ഞു.

പിന്നെ നബീസാ സാറായിട്ടാക്കും ഇഞ്ചെ ആരിവെക്കെ. അല്ലട്ടാൽ തന്നെ ജയിച്ച് വാധ്യാരായാ ഏളു സർക്കാരു രൂപകിട്ടും. പിന്നെ അതുക്കു തക്ക ചെക്കനെ കണ്ടുപിടിക്കണം. നാനൊരു കാര്യം ചൊല്ലതെ. പെമ്പുള്ളേരു പ്രായമാനാ ഇപ്പടി നിർത്തിയേക്കരുത്. അപ്പളേ നല്ല പയലെ കണ്ടുപിടിച്ചു അവനുകൂടെ കൂട്ടിവിടണം. പിന്നെ, അവരാച്ച് അവരുടെ പാടാച്ച്.

പളയകാലമൊന്നുമല്ലെ. ബദറുമീരാനും ചേതമ്പാളും ഒടിച്ചോടിപ്പോനാങ്കളെ.

പണ്ടു ചൊല്ലികേട്ടിട്ടുണ്ടോ. ഇന്തകാലം വല്ലാത്ത കാലമാക്കും. കലികാലം. നമ്മ കൈതവനയിലെ മൈതീൻബിവിയക്ക അണ്ണയ്ക്കൊരുനാൾ എന്നെകണ്ടപ്പം പറഞ്ഞു. അവ്വളുക്ക ബന്ധത്തിൽപെട്ട ഒരുപയ്യൻ ചങ്ങനാശ്ശേരിയിലുണ്ട്. നബീസമ്മായെ അന്തപൈലിക്ക് നിക്കാഹ് എഴുതിക്കൊടുക്ക സമ്മതമുണ്ടോന്നു കേക്കണ്. പഠിച്ച ഒരു പെണ്ണെ വേണമെണ്ടാക്കും അവ്വ ചൊല്ലനത്.

നമ്മുക്കതൊന്നാലോചിച്ചാ എന്നെ?

“ഞാനെന്നെ ചൊല്ലത്തിക്ക.”

ജമീലാമ്മാൾ പറഞ്ഞു.

“ആ പുള്ളയ്ക്കു അത്തവരട്ട്.

കേട്ടിട്ടു ചൊല്ലിതെ.”

ജമീലാമ്മാൾ പറഞ്ഞു.

"എന്നാ ഞാനങ്ങോട്ടിറങ്ങട്ടും"

കൊച്ചമ്മാ പെരിയമ്മ മുറ്റത്തേക്കിറങ്ങി പോകുന്നത് കിളിവാതിലിലൂടെ നബീസാ നോക്കിയിരുന്നു.

"എന്തൊക്കെയാ ആ കൊച്ചമ്മാ പെരിയമ്മ പറയുന്നേ"

ഒരുനാണവും മാനവുമില്ല. കല്ല്യാണം ആലോചിക്കാൻ വന്നിരിക്കുന്നു.

നബീസാ മുഖം ചുളിപ്പിച്ചു സ്വയം പറഞ്ഞു.

നബീസാ അടുക്കളയിൽ വന്നു ജമീലാമ്മാളിനോട് പറഞ്ഞു.

"അമ്മാ, എനിക്കിപ്പം കല്ല്യാണം വേണ്ട.

എനിക്കു പഠിക്കാൻ പോയാൽ മതി"

ജമീലാമ്മാൾ ഒന്നും മിണ്ടിയില്ല. ഒന്നൂറിചിരിക്കുക മാത്രം ചെയ്തു. കുറച്ചുനേരം മറുപടിക്കായി നബീസാ അവിടെ നിന്നു. ജമീലാമ്മാൾ ഒരക്ഷരം മറുപടി പറഞ്ഞില്ല. നിരാശയോടെ നബീസാ അറക്കുള്ളിലേക്ക് കയറി മറഞ്ഞു. റോഡരുകിൽ ഒരാരവം. അതുകേട്ട് ജമീലാമ്മാൾ മുറ്റത്തേക്കിറങ്ങി വന്നു തനിയെ ചോദിച്ചു.

"എന്നെ ഒരു ബഹളം."

നബീസായും കുട്ടികളുടെ ആരവംകേട്ടു. നബീസാ പുറത്തേക്കിറങ്ങി. കിണറുകുഴിക്കുന്ന കിട്ടുക്കുറുപ്പ് ചേട്ടൻ പടിപ്പുര കടന്നുവരുന്നു. ജമീലാമ്മാൾ ചോദിച്ചു;

കൊച്ചാട്ടാ എന്താ അവിടൊരു ബഹളം.

തന്റ രണ്ടാംമുണ്ടെടുത്തു ദേഹത്തൂടെ ഒലിച്ചിറങ്ങിയ വിയർപ്പ് തുടച്ചുകൊണ്ട് കിട്ടക്കുറുപ്പ് ചേട്ടൻ പറഞ്ഞു

"അതോ, അദ്ഭുതം എന്നല്ലാതെ എന്തുപറയാനാ."

താഴത്തെ കൊച്ചുതരകൻ മുതലാളി രണ്ടുചാടിനു മുകളിലിരുന്നു ഉരുണ്ടുരുണ്ടു പോകുന്നു. അതുകാണാനുള്ള പിള്ളേരുടെയും പെണ്ണുങ്ങളുടെയും തിരക്കാ"

ജമീലാമ്മാളും നബീസാമ്മാളും പടിപ്പുരയിൽ വന്നു നിന്നു നോക്കി. ശരിയാണ്. എന്തദ്ഭുതം. കണ്ണുകളെ വിശ്വസിക്കാൻ കഴിയുന്നില്ല. രണ്ടു ചാടുകൾക്കിടയിലിരുന്നു കൊച്ചുതരകൻ മുതലാളി ഉരുണ്ടുരുണ്ടു കിഴക്കോട്ടു പോകുന്നു! തലയിലൊരു തുർക്കി തൊപ്പിയും ധരിച്ചിട്ടുണ്ട്. സിൽക്ക് ജുബ്ബയും കൾസറയു[1]മാണ് വേഷം. പച്ചപരിഷ്കാരി തന്നെ. രണ്ടുചാടിനു മുകളിരോലിരുന്നൊരാൾ ഉരുണ്ടുരുണ്ടുപോകുന്നതു ജമീലാമ്മാൾ ആദ്യമായി കാണുകയാണ്.

നബീസാ പറഞ്ഞു "സൈക്കിൾ."

"എന്താ" ജമീലാമ്മാൾ ചോദിച്ചു.

1. കൾസറ - പാന്റ്സ്

“സൈക്കിൾ” നബീസാ വീണ്ടും പറഞ്ഞു.

“ങാ! സൈ.. ക്കി..ൾ” ജമീലാമ്മാൾ വിക്കി വിക്കി പറഞ്ഞു.

എന്നിട്ട് ആത്മഗതമെന്നോണം പറഞ്ഞു.

ഇനിയെന്തെല്ലാം കാണണം. കാലം പുരോഗമിക്കുകയല്ലേ! ജമീലാമ്മാളും നബീസാമ്മാളും വീട്ടിനുള്ളിലേക്കു കയറിപ്പോയി. ഗ്രാമം ചവിട്ടു വണ്ടി കണ്ടതിന്റ ആഹ്ലാദത്തിമർപ്പിലാണ്. പിള്ളേരും പിറുങ്ങിണികളും താഴത്തേതിൽ വീടിന്റെ പറമ്പിൽ തമ്പടിച്ചു കിടന്നു. ദൂരെ ദിക്കിൽ നിന്നു പോലും ആളുകൾ ചവിട്ടുവണ്ടി കാണാൻ വന്നു. കൊച്ചുതരകൻ മുതലാളി തന്റ തുർക്കി തൊപ്പി ഊരി കോലായിൽ വച്ച് സൈക്കിൾ വിശേഷങ്ങൾ നാട്ടുകാരോടു വിസ്തരിച്ചു.

സൈക്കിൾ അൻപതുരൂപാ മുടക്കി ഇംഗ്ലണ്ടിൽ നിന്നു വരുത്തിയ താണത്രെ! മദ്രാസിൽ സൈക്കിൾ സാധാരണമായിക്കഴിഞ്ഞെന്നും കൊച്ചുതരകൻ പറഞ്ഞു. ആളുകൾ വാപൊളിച്ചു. കഥകേട്ടിരുന്നു. കഥ കേട്ടു ഉറക്കം തൂങ്ങിയവർക്ക് ചുക്കുകാപ്പി കൊടുത്തു.

രണ്ടുചാടുകൾക്കിടയിലിരുന്നു മറിഞ്ഞുവീഴാതെ മുതലാളിയിതെങ്ങനെ ഓടിക്കുന്നു വെന്നറിയാനായിരുന്നു എല്ലാവർക്കും താത്പര്യം. കൊച്ചുതരകൻ മുതലാളി ആ സൂത്രം മാത്രം ആർക്കും പറഞ്ഞുകൊടുത്തില്ല.

ഒരു മഹാ മാന്ത്രികനെപ്പോലെ കൊച്ചുതരകൻ മുതലാളി കാലത്തും വൈകുന്നേരങ്ങളിലും സൈക്കിൾ സവാരി നടത്തി നാട്ടുകാരെ അമ്പരപ്പിച്ചു.

കൊച്ചുതരകൻ മുതലാളിയുടെ ചവിട്ടുവണ്ടിയിലെ യാത്രകാണാൻ ഗ്രാമം കണ്ണുമിഴിച്ചിരുന്നു. പലപെണ്ണുങ്ങളും കൊച്ചുതരകൻ മുതലാളി കാൾസറയിട്ട് ജുബ്ബ ധരിച്ച് തുർക്കി തൊപ്പിവച്ച് അത്തറുപൂശി ചവിട്ടുവണ്ടിയിൽ പാഞ്ഞുപോകുന്നതു സ്വപ്നം കാണാൻ തുടങ്ങി. കൊച്ചുതരകൻ മുതലാളിയുടെ അത്തറിന്റെ ഗന്ധം ഗ്രാമം മുഴുവൻ പരക്കാൻ തുടങ്ങി. അത്തറിന്റെ ഗന്ധം മണത്ത് കരിവണ്ടുകൾ ചിമ്പിരിയിളകി കെട്ടിമറിഞ്ഞു കളിച്ചു.

നേർച്ച

അത്താഴം കഴിഞ്ഞുകിടക്കാൻ നേരം ജമീലാമ്മാൾ നാവിരുകണ്ണിനോട് പറഞ്ഞു.

“നബീസായ്ക്ക് ഒരാലോചനയും കൊണ്ട് കൊച്ചമ്മാ പെരിയമ്മ വന്നാച്ചു”

എങ്കെയിന്ത്?

നാവിരുകണ്ണ് ചോദിച്ചു.

ചങ്ങനാശ്ശേരിയിലേന്ത്. പയ്യനു അച്ചുകുത്തു പണിയാക്കും. കൈതവനയിലെ അക്ക കൊണ്ടുവന്ന ആലോചനയാക്കും. കൊച്ചമ്മാ പെരിയയമ്മായോട് ഇങ്കെ കേട്ടിട്ട് വിവരം ചൊല്ലണമെണ്ടു ചൊന്നാ.

ആട്ടെ. ഒനക്ക് ഇഷ്ടം എന്താക്കും.

നാവിരുകണ്ണ് ചോദിച്ചു.

നല്ലതാക്കുമെണ്ടാക്കും എനക്കു തോന്നുന്നത്.

നല്ല പയ്യനെ പാത്തു നടന്നാൽ ഒത്തുവരണമെന്നില്ല.

ങ്ങും നാവിരുകണ്ണ് മൂളി.

നബീസയുടെ പഠിത്തം. മാവേലിക്കരയിലെ പഠിത്തംകൂടി കഴിഞ്ഞാൽ വാധ്യാരായിട്ടു ജോലികിട്ടും.

"നല്ല ആളുകളാക്കുമെണ്ടാ അവ്വവിട്ടുപഠിപ്പിക്കുവാങ്കെ" ജമീലാമ്മാൾ പറഞ്ഞു.

"ആട്ടെ, നബീസാ എന്നെ ചൊല്ലിച്ചാ"

നാവിരുകണ്ണ് ചോദിച്ചു.

"അവൾക്ക് കല്ല്യാണെ ഇപ്പം വേണ്ടമാ. അതിപ്പിടി പെമ്പിളപിള്ളയെല്ലാം ചൊല്ലുവാങ്കെ. അതു നമ്മ കാര്യമാക്കണ്ട.

"നമ്മ തീരുമാനം പോലെ നടക്കും" ജമീലാമ്മാൾ പറഞ്ഞു.

"നമുക്ക് ആണായും പെണ്ണായും കുഞ്ഞ് ഒന്നു താനെയുണ്ടാ"

നാവിരുകണ്ണ് ഇടർച്ചയോടെ പറഞ്ഞു.

"എണ്ടുശൊല്ലി കെട്ടിച്ചുവിടാമയിരിക്കതുക്കുമാ

വയസ്സ് പതിമൂന്നാച്ച്.

നബീസായുടെ പ്രായത്തിലുള്ള പെമ്പിളകൾക്ക് മക്കളുണ്ടും"

ജമീലാമ്മാൾ ദേഷ്യം പുരട്ടി പറഞ്ഞു. നാവിരുകണ്ണ് റാന്തൽവിളക്കിന്റ തിരിതാഴ്ത്തിക്കൊണ്ടു പറഞ്ഞു.

"ചങ്ങനാശ്ശേരിയിലെ ഞാൻ പോയി പാക്കട്ടും"

നല്ല ആളുകളെങ്കിൽ ആലോചിക്കാം.

ചുറ്റും ഇരുട്ടുപരന്നു. ഇരുളിൽ കിടന്ന അവരെന്തൊക്കെയോ പിറുപിറുത്തു. നേരം വെളുത്തപ്പോൾ മാനത്തുനോക്കി നടക്കുന്ന പീരുകണ്ണനണ്ണൻ വീട്ടിലേക്ക് കയറി വന്നു 'എന്തൊക്കെയുണ്ടണ്ണേ വിശേഷം' നാവിരുകണ്ണ് ചോദിച്ചു.

“മഴയടുത്തുണ്ട്”

അപ്പോഴാണ് വടക്കുകിഴക്കൻ മാനത്തു കോളുകേറിയിരിക്കുന്നതു നാവിരുകണ്ണ് കണ്ടത്.

‘അണ്ണൻ പറഞ്ഞാ മഴ അച്ചിട്ടാ!’

എന്നിട്ടു ജമീലമ്മാളിനോടായി പറഞ്ഞു. മഴപെയ്യും. മുറ്റത്തുവല്ലതും കിടപ്പോണ്ടെങ്കിൽ എടുത്തുവയ്ക്ക്. അയയില് കിടന്ന തുണി പെറുക്കാൻ നബീസാപോയി. തുറുവിൽ നിന്ന് കച്ചിവലിച്ചു ജമീലാമ്മാൾ പശുവിനു കൊടുത്തു. ചൂട്ടും മടലും വാരി ചായിപ്പിലിട്ടു. മാനത്ത് ചറപറ ചറപ റാന്ന് മഴതുള്ളികൾ ചിതറിവീഴാൻ തുടങ്ങി. ചുറ്റും വെള്ളിവെളിച്ചം പരുന്നു. കാക്കകൾ കരഞ്ഞു. മഴയുടെ ഇരമ്പൽ കാതുകളിൽ തബല യുതിർക്കാൻ തുടങ്ങി. മഴ. കനത്ത മഴ. തുലാമഴയുടെ കനത്ത ആവര ണത്തെ തന്റെ കൈകൾ നീട്ടി ഒന്നുകീറി. പിന്നെ ചുറ്റും വെള്ളതുള്ളി കൾ തെറിപ്പ്. കൈകൾ മാനത്തേക്കുയർത്തി മാനത്തുനോക്കി നടക്കുന്ന പീരുകണ്ണനണ്ണൻ പ്രാർത്ഥിച്ചു.

തമ്പുരാനെ, ഈ മഴയെ ഞങ്ങളുടെ അയൽപ്രദേശങ്ങളിലും വർഷി പ്പിക്കേണമെ. മഴയെ ദോഷമായി വർഷിപ്പിക്കരുതേ. തമ്പുരാനെ, ഈ മഴയെ കുന്നുകളിലും വനങ്ങളിലും മലകളിലും തോടുകളിലും വൃക്ഷ ങ്ങൾ ഉണ്ടാകുന്ന സ്ഥലങ്ങളിലും വർഷിപ്പിക്കേണമെ.

മാനത്തു നോക്കിനടക്കുന്ന പീരുകണ്ണനണ്ണന്റ ദുആ കേട്ട് സർവ്വ ചരാ ചരങ്ങളും ആമീൻ പറഞ്ഞു. മഴ പുറത്തു തിമിർത്തു പെയ്യുമ്പോൾ ജമീ ലാമ്മാൾ ചക്കരകാപ്പിയിട്ട് പീരുകണ്ണനണ്ണനു കൊടുത്തു. പീരുകണ്ണന ണ്ണൻ കാപ്പിയൂതി ഊതി കുടിച്ചുകൊണ്ട് ചോദിച്ച്. കുറച്ചു നാളാച്ച് ഇങ്കോ ട്ടവന്നിട്ട് എന്നെ വിശേളം?

നാവിരുകണ്ണ് പറഞ്ഞു “നബീസായ്ക്ക് ചങ്ങനാശ്ശേരിന്നൊരാ ലോചന?”

ഒന്നുപോയി പാത്തിട്ടു വരാമെണ്ടു വിചാരിക്കുകയാ.

ചങ്ങനാശ്ശേരിയിലേന്താ?

ഏതു വീട്ടിലേന്ത്?

അതു തെരിയാത്.

കൈതവനയിലെ അക്കാകൊണ്ടുവന്ന ആലോചനയാകും.

“എണ്ടാൽ തരക്കേടില്ല”

പീരുകണ്ണനണ്ണൻ പറഞ്ഞു. മറ്റത്തു മഴയുടെ ആരവം ഒന്നടങ്ങി. മുറ്റത്തുകൂടി കലക്കവെള്ളം കിഴക്കോട്ടൊഴുകി മറഞ്ഞു. പൊടിമഴ

ഒന്നടങ്ങിപ്പം പീരുകണ്ണനണ്ണൻ വീട്ടിൽ നിന്നിറങ്ങിനടന്നു. വയൽവരമ്പും കടന്ന് ചെമ്മൺ പാതയിലെത്തിയപ്പോൾ മാനത്തുനോക്കി നടക്കണ പീരു കണ്ണനണ്ണൻ ഭൂമിയിൽ ഒരത്ഭുതകാഴ്ച കണ്ടു. വല്ല ജിന്നുമാണോ വരു ന്നെന്നു കരുതി ആയത്തികുറുശി[1] ഓതി നെഞ്ചുലൂതി. എന്നിട്ട് വെപ്രാ ളപ്പെട്ടുപിന്നേക്കം പാഞ്ഞു. ഒരു കറുത്ത ജന്തു ഭൂമിയിലും മാനത്തുമല്ലാതെ ഒരുണ്ടുരുണ്ടുവരുന്നു! തമ്പുരാനെ. മാനത്തുനോക്കി നടക്കുന്ന പീരുകണ്ണനണ്ണൻ ഭയപ്പാടോടെ വിളിച്ചു. വീണ്ടും തിരിഞ്ഞു നോക്കിയപ്പം രണ്ടു ചാടുകൾക്കിടയിലിരുന്നു ഒരു കുട ഉരുണ്ടുരുണ്ടുവ രുന്നതാണ് കണ്ടത്. ജിന്നുകൾ കുടയും ചൂടുമോ? മാനത്തുനോക്കി നട ക്കുന്ന പീരുകണ്ണനണ്ണൻ ഓർത്തു. സർവ്വധൈര്യവും സംഭരിച്ചു പീരു കണ്ണനണ്ണൻ അദ്ഭുതകാഴ്ച കാണാൻ കണ്ണും കാതും കൂർപ്പിച്ചു. കുട ഉരുണ്ടുരുണ്ടു അടുത്തെത്തിയപ്പോൾ പേർഷ്യൻ അത്തറിന്റെ ഗന്ധം അവിടെയാകെ പരന്നു. കുടമടക്കി ഒരാജാനുബാഹു ചാടുകൾക്കിട യിൽ നിന്നു താഴേക്ക് ചാടി. അതുകണ്ട് മാനത്തുനോക്കിനടക്കുന്ന പീരു കണ്ണനണ്ണൻ ഓരടിപിന്നോട്ടുവച്ചു. അതുകണ്ട് കുടചൂടി വന്നയാൾ പറഞ്ഞു.

അസലാമു അലൈക്കും.

ദൈവം നിങ്ങളെ അനുഗ്രഹിക്കട്ടെ.

പീരുകണ്ണനണ്ണൻ സലാം മടക്കികൊണ്ട് ആളെ സൂക്ഷിച്ചുനോക്കി. കൊച്ചുതരകൻ?

മദ്രാസിൽ നിന്നു എപ്പോ വന്നാ?

പോനെ വെള്ളിയാഴ്ച.

സൈക്കിൾ സൂക്ഷിച്ചുനോക്കി കൊണ്ടു പീരുകണ്ണനണ്ണൻ ചോദിച്ചു;

എന്നെ സൂത്രമിത്?

ഇതുക്കു പേര് സൈക്കിൾ. ഇംഗ്ലണ്ടിലേണ്ട് വരുത്തിയതാക്കും. മാന ത്തുനോക്കി നടക്കുന്ന പീരുകണ്ണനണ്ണൻ ആദ്യമായാണ് സൈക്കിൾ കാണുന്നത്. സൈക്കിളിന്റെ സീറ്റിലും പിടിയിലും തൊട്ടുനോക്കിക്കൊണ്ട് പീരുകണ്ണനണ്ണൻ പറഞ്ഞു. ഇതതിശയമാക്കുമല്ലോ? ഉരുണ്ടുവീളുവാമെ എപ്പടി ഇതിലെ പോറാ.

അതുകേട്ട് കൊച്ചുതരകൻ മുതലാളി ഒന്നൂറിചിരിച്ചു. എന്നിട്ട് ണിം ണിം ണിം എന്ന് ബല്ലടിച്ചു. ബല്ലിന്റ ശബ്ദംകേട്ട് മാനത്തുനോക്കി നട ക്കുന്ന പീരുകണ്ണനണ്ണൻ ഞെട്ടിത്തരിച്ചു നിന്നു. തന്റ തുർക്കി തൊപ്പി നേരെവച്ച് കൊച്ചുതരകൻ ചവിട്ടുവണ്ടിയിൽ കയറി ഉരുണ്ടുരുണ്ടുപോയി.

1. ആയത്തികുറുശി - വിശുദ്ധ ഖുറാനിലെ രണ്ടാം അധ്യായത്തിലെ ദൈവത്തിന്റെ ഏകത്വം അറിയിക്കുന്ന ഒരു പ്രധാന സൂക്തം.

മാനത്തു നോക്കിനടക്കുന്ന പിരുകണ്ണനണ്ണൻ ചവിട്ടുവട്ടി കണ്ണിൽ നിന്നു മറയുന്നതുവരെ നോക്കിനിന്നു.

താൻ കണ്ടതു സ്വപ്നമോ, യഥാർത്ഥ്യമോയെന്നപ്പോഴും പീരുകണ്ണനണ്ണനു തിട്ടമില്ലായിരുന്നു.

കൊച്ചുതരകനെ, നമ്മ നബീസാമ്മാളിനുയൊന്നാലോചിച്ചാലോ?

പീരുകണ്ണനണ്ണൻ മനസ്സാലോർത്തു.

പിന്നെ മാനത്തുനോക്കി നോക്കി ഇടവഴിയിലൂടെ പുല്ലാഞ്ഞിക്കാടുകൾക്കിടയിലൂടെ നടന്നുമറഞ്ഞു.

പൊടിപ്പയൽ ചാമക്കാവിലെ ചിരപുരാതനമായ ആൽത്തറയിലിരിക്കുകയായിരുന്നു. അരികിലൊരു കാൽപ്പെരുമാറ്റം. തിരിഞ്ഞു നോക്കിയപ്പം മീരാണ്ണൻ റാവുത്തരണ്ണൻ.

അണ്ണൻ എങ്കെപോനാ?

പൊടിപ്പയൽ ചോദിച്ചു. പുന്തല കൊട്ടാരത്തിൽ ചന്ദനക്കുടത്തിനു പോയിട്ടു വരുവാക്കും..

മീരാണ്ണൻ തന്റ ഊശാന്താടി തടവി ആൽത്തറയിലേക്ക് ഉന്തിളിച്ചു കയറികൊണ്ടുപറഞ്ഞു. ഞാനിന്നലെ സൂബഹിക്കൊരു കാഴ്ച കണ്ടു. നമ്മ ലബ്ബസാഹിബ്ബിനെ ഒരു കാക്ക നിസ്കാരത്തിനായി പള്ളിയിലേക്ക് കൂട്ടികൊണ്ടുവരുന്നു. നേരിയ ഇരുട്ടുണ്ടും. വഴിതെറ്റാമെ കാക്കലബ്ബസാഹിബ്ബിന്റ മുണ്ടിന്റെ കോന്തലാൽ കൊത്തിപിടിച്ച് വഴികാട്ടികൊടുക്കുന്നു. കാക്ക മുന്നിലും വടിയുമിടിച്ച് ലബ്ബ സാഹിബ്ബ് പിന്നിലും. അതിശയമായിരിക്കുന്നു. നമ്മ കാക്കേമൊന്റ അരുമസന്തതികളാക്കും. ആട്ടെ ഈ കുരങ്ങന്മാരൊക്കെ എപ്പടിയുണ്ടാമെണ്ടുതെരിയുമ?

പൊടിപ്പയൽ അറിയില്ലെന്ന ഭാവത്തിൽ തലയാട്ടി.

മൂസാനബിയെ ഒനക്കുതെരിയുമാ?

മുഹമ്മദു നബിക്കും, ഈസാനബിക്കും മുമ്പ് ജീവിച്ചിരുന്ന നബി.

പൊടിപ്പയൽ തലകുലുക്കി കൊണ്ടു പറഞ്ഞു. തെരിയും.

മൂസാനബി മുക്കുവരായ നാട്ടുകാരോടു പറഞ്ഞു. ആഴ്ചയിൽ ഒരു ദിവസം ജോലിക്കുപോകരുത്. സാബത്ത് ദിവസം പ്രാർത്ഥനക്കായി നീക്കിവയ്ക്കണം. കുറച്ചുപേർ അനുസരിച്ചു. ചിലർ കരുതി അന്നു കടലിൽ പോയാൽ കൂടുതൽ മീൻകിട്ടുമെന്ന്. അങ്ങനെ സാബത്ത് ദിവസം കടലിൽ പോയവരുടെ മേൽ മൂസാനബിയുടെ ശാപം പതിച്ചു. കോലം മറിച്ച് അവരെ കുരങ്ങന്മാരാക്കി മാറ്റിക്കളഞ്ഞു. അങ്ങനെയാണ് ഭൂമിയിൽ കുരങ്ങന്മാരുണ്ടായത്. തെരിഞ്ചിതാ? പൊടിപ്പയൽ അർത്ഥ

മനസോടെ തലകുലുക്കി. മീരാണ്ണൻ രാവുത്തരണ്ണൻ പ്രാചീനമായ തന്റെ ചീനമുഖമുഴിഞ്ഞ് ഈശാന്താടി തടവി തടിപ്പെട്ടിയും തൂക്കി പുഴകടവിലേക്കു നടന്നു. അവറ്റകൾ ഒന്നുമറിയാതെ വള്ളികളിൽ നിന്നു വള്ളികളിലേക്ക് ചാടിമറിഞ്ഞുകൊണ്ടിരുന്നു.

ഭൂ;[1] ഭൂവ:[2] സുവ:[3]

സുഗന്ധം

തെരുവിൽ തൈക്കാവിലെ ആണ്ടുനേർച്ചക്കുള്ള ഒരുക്കങ്ങൾ തുടങ്ങി. തേരാപ്പാടൊക്കെ ചെത്തിമിനുക്കി. ചുവരുകളിൽ ഉസ്മാനുറാവുത്തരുടെ നേതൃത്വത്തിൽ പിള്ളേരുവന്നു ചായം പൂശാൻ തുടങ്ങി. ഉസ്മാൻ റാവുത്തരുടെ തല മുഴുവൻ വെള്ളിരോമങ്ങൾ നിറഞ്ഞിരിക്കുന്നു. തോളെല്ലു കൂനിയിട്ടുണ്ട്. കാലം ഒഴുകുകയാണ്. അതോ നമ്മളാണോ ഒഴുകുന്നത്. പൊടിപ്പയൽ വെറുതെ ഓരോന്നാലോചിച്ചു കൊണ്ട് തൈക്കാവിന്റെ മുറ്റത്തുനിന്നു. പിള്ളേർ കാവിൽ പടർന്നു പന്തലിച്ചു കിടക്കുന്ന മുല്ലവള്ളികളിൽ നിന്നു പൂക്കളിറുത്ത് മാലകോർക്കുന്ന തിരക്കിലാണ്. മോദീൻ സാഹിബ്ബ് നേർച്ചയ്ക്കുള്ള മാലിസാപ്പൊടി പാത്രത്തിൽ നിറച്ചു വച്ചു. കൊടിതോരണങ്ങൾ തൂക്കിയിട്ടുണ്ട്. പൊടിപ്പയലിന്റെ ഓർമ്മകൾ പിന്നോട്ടു പാഞ്ഞു. ഒരു കൊച്ചുകുട്ടിയായി ഈ മദ്രസയുടെ മുന്നിൽ ചാടിക്കളിച്ചത് ഇന്നലെ പോലെ തോന്നുന്നു. പൊടിപ്പയൽ തൈക്കാവിന്റേരുകിലെ മാവിൻചുവട്ടിൽ നിൽക്കുമ്പോൾ നബീസയും ശാരദക്കുട്ടിയും കൂടി തൈക്കാവിലേക്ക് വരുന്നതുകണ്ടു. പൊടിപ്പയൽ അവരുടെ അരുകിലേക്കു നടന്നുചെന്നു.

പൊടിപ്പയിലനെ കണ്ടപ്പോൾ ശാരദക്കുട്ടി പറഞ്ഞു.

"കിളിപ്പയലിന്റെ കാര്യം പറഞ്ഞ് നാവെടുത്തില്ല അതിനു മുമ്പേ ദേണ്ടെ മുന്നിൽ നിൽക്കുന്നു "

പൊടിപ്പയൽ അതുകേട്ടു പറഞ്ഞു.

"നിങ്ങൾ മനസ്സിൽ കണ്ടപ്പോൾ ഞാനിങ്ങു പറന്നു വന്നതാണ്"

അതുകേട്ട് എല്ലാവരും ചിരിച്ചു. എന്നിട്ട് രഹസ്യം പറയുന്നതുപോലെ ശാരദക്കുട്ടി പറഞ്ഞു.

"പിന്നെ, നമ്മുടെ നബീസായ്ക്ക് ഒരു കല്ല്യാണാലോചന മുറുകി വരുന്നുണ്ട്. ഒരച്ചുകുത്തുകാരനാണ്. നബീസായുടെ മനസ്സിൽ ഇപ്പോഴെ കയറിയിരുന്നയ്യാൾ അച്ചുകുത്താൻ തുടങ്ങിയെന്നാ തോന്നുന്നത്. എത്രയും വേഗം നാട്ടിൽ നിന്നു പോകാനുള്ള തിടുക്കമാവും.."

---

1. ഭൂ: ലോകം 2. ഭൂവ : അന്തരീക്ഷം 3. സുവ : സ്വർഗ്ഗം

ശാരദക്കുട്ടി കളിയാക്കി.. അതുകേട്ട്

നബീസായുടെ മുഖം ചുവന്നു. കണ്ണുകൾ തുടുത്തു. കണ്ണുനീർ തുള്ളികൾ ഇറ്റുവീണപ്പോൾ ശാരദക്കുട്ടി ഗദ്ഗദത്തോടെ പറഞ്ഞു. ഞാൻ വെറുതെ പറഞ്ഞതല്ലേടി, നിന്നെ നാട്ടിൽ നിന്നു പറഞ്ഞയയ്ക്കാൻ ഞങ്ങൾക്കെങ്ങനെ മനസ്സുവരും.

ശാരദക്കുട്ടിയുടെ കണ്ണുകളും നിറഞ്ഞൊഴുകി. അതുകണ്ടുനിന്ന പൊടിപ്പയലിന്റെ കണ്ണുകളും നിറഞ്ഞു. കണ്ണുനീരിൽ ചിരിച്ചുകൊണ്ടു പൊടിപ്പയൽപ്പറഞ്ഞു.

"നിങ്ങളൊക്കെ വെറും തൊട്ടാവാടികളാണല്ലേ.

നബീസയുടെ വിഷമം കണ്ടാൽ തോന്നും ഒരു പെൺകുട്ടിയേയും ഇവിടെ നിന്നു എങ്ങോട്ടും കല്ല്യാണം കഴിച്ചയച്ചിട്ടില്ലന്ന്"

"ഹൈദരാബാദിൽ നിന്ന് കുഞ്ഞുഹസ്സന്റ കത്തുവന്നു. അവിടെ ചെന്നാൽ ജോലികിട്ടുമെന്ന്. അങ്ങോട്ടുപോകണോ വേണ്ടയോ എന്നാലോചിച്ചിരിക്കുകയാണ്"

പൊടിപ്പയൽ പറഞ്ഞു.

നബീസായും ശാരദക്കുട്ടിയും പൊടിപ്പയലിന്റ മുഖത്തേക്കു ആകാംക്ഷയോടെ നോക്കി.

അവിടൊക്കെ വേറെ ഭാഷയല്ലേ?

ശാരദക്കുട്ടി ചോദിച്ചു.

ഭാഷയൊക്കെ വേഗം പഠിക്കാനാകുമെന്നാ കുഞ്ഞുഹസ്സൻ എഴുതിയിരിക്കുന്നത്. വീട്ടിൽ ഞാൻ സംസാരിച്ചില്ല. ദൂരെ ദിക്കിൽ ജോലിതേടിപ്പോകാൻ അത്തായും അമ്മായും സമ്മതിക്കില്ല. എങ്കിലും അവരെ പറഞ്ഞു സമ്മതിപ്പിക്കണം. ഇവിടെ ജോലിക്കപേക്ഷ അയച്ചിട്ടുണ്ട്. കിട്ടുമ്പോൾ തിരികെ വരാമല്ലോ?

പൊടിപ്പയൽ ദൂരെദിക്കിൽ ജോലിക്കുപോകുന്നുവെന്നറിഞ്ഞപ്പോൾ നബീസാമ്മാളിന്റ മനസ്സുനൊന്തു.

"പൊടിപ്പയലിനു ഇങ്കെ ജോലി കിട്ടുമല്ലോ. ഒൻപതാം ക്ലാസ് പാസ്സായ ആളല്ലേ"

നബീസാ പറഞ്ഞു.

പട്ടണത്തിൽ പോയി ബി.എ. എടുത്തവർക്കുപോലും നല്ല ജോലി കിട്ടാത്ത കാലമാണിപ്പോൾ. കോളേജുകളൊക്കെ ധാരാളം വന്നുകൊണ്ടിരിക്കുകയല്ലേ?

പൊടിപ്പയൽ പറഞ്ഞു.

നബീസാ പിന്നൊന്നും പറഞ്ഞില്ല. ആ കണ്ണുകൾ വാചാലമായിരുന്നു.

കൂട്ടുകാരൊക്കെ എന്നെ ഉപേക്ഷിച്ച് ഓരോ ഓരോ വഴിക്കുപോവുകയാണന്നൊരു തോന്നൽ... ശാരദക്കുട്ടി പറഞ്ഞുനിർത്തി.

"എല്ലാവരും പഴയതുപോലെ എന്നാ ഒത്തുകൂടുകാ. ആരും വളരേണ്ടിയിരുന്നില്ലാന്ന് ചിലപ്പോ തോന്നിപ്പോകും. എപ്പോഴും കൊച്ചുകുട്ടികളായി കളിച്ചു നടന്നാമതിയായിരുന്നു"

ശാരദക്കുട്ടി എന്തോ ആലോചനയിലാണ്ടപോലെ പറഞ്ഞു.

ശാരദക്കുട്ടിയുടെ വാക്കുകൾ നബീസായേയും പൊടിപ്പയലിനെയും വിഷമിപ്പിച്ചു.

പൊടിപ്പയൽ പറഞ്ഞു;

"അതു നടപ്പുള്ള കാര്യമണോ?"

അതിനാരും ഉത്തരം പറഞ്ഞില്ല.

നബീസാ ചോദിച്ചു. പൊടിപ്പയൽ ഹൈദരാബാദിൽ പോയാൽ പിന്നെ ഞങ്ങളെയൊക്കെ ഓർക്കുമോ?

അതെന്തു ചോദ്യമാ.

നിങ്ങളൊക്കെയല്ലേ എന്റെ മനസ്സുനിറയെ. അതുകേട്ട് നബീസായുടെ കണ്ണുകൾ വീണ്ടും നിറഞ്ഞു. ശാരദക്കുട്ടി പറഞ്ഞു.

എന്നെ ഓർത്തില്ലങ്കിലും നബീസായെ മറക്കാതിരുന്നാൽ മതി. ഇവളൊരു പാവമാ.

പൊടിപ്പയൽ വിളിച്ചു "നബീസാ.. "

നബീസാ വിളികേട്ടു. 'ഓ'

ഞാൻ ഹൈദരാബാദിൽപോയാലും വേഗം തിരിച്ചുവരും...

നബീസാ പറഞ്ഞു.

"ഞാൻ കാത്തിരിക്കും"

കണ്ണുനീർ തുള്ളികളിലിറ്റിച്ച് ശാരദക്കുട്ടിക്കൊപ്പം നബീസാ നടന്നു. പൊടിപ്പയൽ അവർ കണ്ണിൽ നിന്നു മറയുന്നതുവരെ നോക്കിനിന്നു. പൊടിപ്പയൽ തെരുവുപേക്ഷിച്ച ആൽത്തറയിൽ വന്നിരുന്നു. തന്റഗ്രാമം മുമ്പൊരിക്കലും തോന്നിയിട്ടില്ലാത്തവിധം സുന്ദരമായി പൊടിപ്പയലിനു തോന്നി. ചെമ്മൺപാതയിലൂടെ പുഞ്ചവരമ്പിലൂടെ കുന്നുംകടന്ന് ദുനിയാവിന്റ വഴി നീണ്ടു നീണ്ടുകിടക്കുകയാണ്.

പൊടിപ്പയൽ പ്രാർത്ഥിച്ചു.

അനുഗ്രഹങ്ങൾ ചൊരിയണെ തമ്പുരാനെ.

താഴ്‌വാരത്തു നിന്നു സുഗന്ധവുമായി കാറ്റ് വന്ന് ഗ്രാമമാകെ നിറഞ്ഞു.

എന്റ ഗ്രാമത്തിനു നബീസായുടെ ഗന്ധമണല്ലോ എന്നു പൊടിപ്പയൽ ഓർത്തു. എനിക്കി ഗന്ധം നഷ്ടപ്പെടാതിരുന്നെങ്കിൽ. കാറ്റതു ഗ്രാമമാകെ ഏറ്റുപാടി നടന്നു.

മൂന്ന്

തൈക്കാവിലെ പുരാണം

നമസ്കാരം

നേരം പരപരാ വെളുക്കുന്നതിനു മുമ്പേ പള്ളിമേടയിൽ കൂടുകൂട്ടിയിരുന്ന ദിഖിർ[1] പാടിക്കിളികൾ ദിഖിർ ചൊല്ലാൻ തുടങ്ങി.

അൽഹഖ്ദുലില്ലാ... അൽഹബ്ദുലില്ലാ ...

സർവ്വ സ്തുതിയും സർവ്വലോക പരിപാലകനായ തമ്പുരാന്. ഓരോ ഉണർവും ഓരോ ജനനമത്രെ. ദിഖിർപാടിക്കിളികളുടെ ശബ്ദം കൊണ്ട് പള്ളിമേടയും പരിസരവും മുഖരിതമായി. മോദിൻ സാഹിബ് എണീറ്റ് വുളു[2] വെടുത്തു. അംഗസ്നാനം. ചെറിയ അശുദ്ധിയിൽ നിന്നുള്ള മോചനം. പിന്നെ ഇരുകൈകളും ആകാശത്തേക്കുയർത്തി ദുആ[3] ഇരന്നു.

പശ്ചാത്തപിച്ചവരിൽ എന്നെ നീ ഉൾപ്പെടുത്തണമേ ശുദ്ധിയായവരിൽ എന്നെ നീ ഉൾപ്പെടുത്തണമേ. നിശ്ചയം നീയല്ലാതെ ഒരാരാധ്യനുമില്ലെന്ന് ഞാൻ സാക്ഷ്യം വഹിക്കുന്നു. ചൂണ്ടുവിരൽ ചെവിയിലേക്ക് തിരുകി ബാങ്കുകൊടുത്തു.

നമസ്കാരം ഉറക്കത്തേക്കാൾ ഏറ്റവും മഹത്തരമാണ്. തല ഇടത്തേക്കും വലത്തേക്കും തിരിച്ചു. അല്ലാഹുവല്ലാതെ ഒരാരാധ്യനുമില്ല. ആകാശവും കാലവും ഉരുകിച്ചേർന്ന പ്രപഞ്ചത്തിന്റെ ഏതോ മൂശയിൽ നിന്ന് ഭൂമിയിലേക്ക് റൂഹു[4] കളുടെ അഗ്നിവർഷം തുടങ്ങി. ഗ്രാമം പതിയെ കണ്ണുതുറക്കാൻ തുടങ്ങി. ഉസ്മാൻ റാവുത്തരുടെ ചായപ്പീടികയിൽ പതിവുപോലെ വിളക്കുതെളിഞ്ഞു. റാന്തൽ വിളക്കുകളുമായി റാവുത്തരന്മാർ പള്ളിമേടയിലേക്ക് വരാൻ തുടങ്ങി. സുബഹി നമസ്കാരം.[5] പള്ളിക്കുളത്തിൽ പരൽമീനുകളുടെ ഇക്കിളിപ്പെടുത്തുന്ന ശബ്ദം. പുരാതനമായ കൽപ്പടവുകളിലിരുന്നു ചീവീടുകൾ കരയാൻ തുടങ്ങി.

ഉസ്താത് അമീർ അലിഖാന് പിന്നിലായി പ്രവഞ്ചം ഒന്നാകെ അണിനിരന്നു. അല്ലാഹു അക്ബർ. അല്ലാഹുവാണ് ഏറ്റവും ഉന്നതൻ.

---

1. ദിഖിർ - ദൈവസ്മരണ 2. വുളു - അംഗസ്നാനം (നിസ്കാരത്തിന് മുമ്പുള്ള ദേഹശുദ്ധി) 3. ദുആ - പ്രാർഥന 4. റൂഹ് - ആത്മാവ് 5. സുബഹി നമസ്കാരം - പ്രഭാത നമസ്കാരം

തൈക്കാവിനരുകിലെ പ്രാചീനമായ കൽപ്പടവുകൾ നിശബ്ദമായി. പരൽമീനുകൾ കാതോർത്തു. പുഞ്ചപ്പാടത്തെ ചേറിൽ പൂണ്ടുകിടന്ന് ധ്യാനം തുടങ്ങിയ വരാൽമീനുകൾ കണ്ണുതുറന്നു. കിഴക്കൻ പാടത്തിന രുകിലെ പുരാതനമായ അമ്പലത്തറ ധ്യാനനിരതമായി. ഉഷഃപൂജ.

ഈ ജഗത്തെല്ലാം ആരിൽ നിന്നു ജനിച്ചുവോ ആരിൽത്തന്നെ വീണ്ടും ലയിക്കുന്നുവോ ആരിൽ നിലനിർത്തപ്പെടുകയും ചെയ്യുന്നുവോ ആ ജ്ഞാനസ്വരൂപനു നമസ്കാരം. കുന്നിൻചരുവിലെ മാപ്പിളമാരുടെ പള്ളിയിൽ മൂന്നുപ്രാവശ്യം മണികിലുങ്ങി. പ്രഭാത നമസ്കാരം.

ദൈവത്തിന്റെ കൃപയിൽപ്രകാരം

എന്റെമേൽ കൃപയുണ്ടാകണമേ.

നിന്റെ കരുണയുടെ മഹത്ത്വപ്രകാരം

എന്റെ ലംഘനങ്ങളെ മായ്ച്ചുകളയണമേ.

ആമീൻ.

അമ്മൻകോവിലിൽ കൊച്ചണ്ണൻ പൂജാരി മണികിലുക്കി ഭൂമിയിലെ സർവചരാചരങ്ങളും ഉണർന്നു നാമം ജപിച്ചു. മുൾപടർപ്പുകൾക്കിടയിൽ ഒളിഞ്ഞും പാത്തും കഴിയുന്ന ക്ഷുദ്രജീവികൾ വെപ്രാളപ്പെട്ട് പരക്കം പാഞ്ഞു. പള്ളിക്കാട്ടിൽ ചേക്കേറിയിരിക്കുന്ന കാക്കകൾ ഉണർന്നു വലിയ വായിൽ കരഞ്ഞു. സുബഹി നമസ്കാരം കഴിഞ്ഞ് റാവുത്തരന്മാരെല്ലാം പിരിഞ്ഞുപോയി. ലബ്ബ സാഹിബിനെക്കുറിച്ചുള്ള ഓർമകൾ മോദീൻ സാഹിബിന്റെ മനസ്സിൽ ചുഴലിചുറ്റി. ദിഖിർ ചൊല്ലിക്കിളികളുടെ ശബ്ദത്തിനുംമേൽ കാക്കകളുടെ ആരവം ഉയർന്നുകേട്ടു. കാ കാ കാ... ക്രോ ക്രോ.

പള്ളിമേടയിൽ നിന്ന് മോദീൻ സാഹിബ് താഴ്വാരത്തേക്ക് കണ്ണു കൾ പായിച്ചു. തെങ്ങിൻ തോപ്പുകൾക്കും അടയ്ക്കാമരങ്ങൾക്കും മാവു കൾക്കും എണ്ണിയാലൊടുങ്ങാത്ത മരക്കൂട്ടങ്ങൾക്കുമിടയിലൂടെ ദുനിയാ വിന്റെ വഴി വളഞ്ഞുപുളഞ്ഞ് നീണ്ടുകിടക്കുന്നു. തലയ്ക്കുചുറ്റും റാകി പ്പറക്കുന്ന കാക്കകളെ ആട്ടിയകറ്റി കാക്കേമാൻ തൈക്കാവിന്റെ മുമ്പി ലേക്ക് നടന്നുവരുന്നുണ്ടോന്ന് ഒരു നിമിഷം മോദീൻ സാഹിബ്ബ് ഒന്നെ ത്തിനോക്കി. പിന്നെ ചിന്തയിലാണ്ടു. മരിച്ചവരെങ്ങനെയാണ് കിയാമനാളി[1] ലല്ലാതെ വീണ്ടും പുനർജനിക്കുക. അവസാനദിനം. കിഴക്കൻദിക്കിലേക്ക് ഓടുന്ന ഭൂമി ഇനി പടിഞ്ഞാട്ടുരുണ്ടാൽ മരിച്ചവരെക്കെ പുനർജനിക്കുമോ?

അനന്തതയിൽ തൂങ്ങിയുള്ള ഈ ഭൂമിയുടെ നില്പിൽ മോദീൻസാ ഹിബ്ബിന് വല്ലാതെ അദ്ഭുതം തോന്നി. അവസാന നാളടുക്കുമ്പം ഭൂമി യുടെ വേഗത കൂടികൂടിവരും. ദിനരാത്രിങ്ങളുടെ ദൈർഘ്യം കുറഞ്ഞു കുറഞ്ഞുവരും. രാവും പകലും ഏതെന്ന് തിരിച്ചറിയാതെവരും. ഒടുക്കം

1. കിയാമനാൾ - ഭൂമിയുടെ അവസാനദിവസം

ഭൂമിയിൽ ഏതിൽ നിന്ന് പിറന്നു വീണോ അതിൽ തന്നെ തിരികെ ലയിക്കുകയും ചെയ്യും. തമ്പുരാനെ. ഈ ഭൂമിയെ നീ കാത്തുകൊള്ളണേ. മോദിൻസാഹിബ് പ്രാർഥിച്ചു. സർവസ്തുതിയും സർവലോക പരിപാലകനായ തമ്പുരാന്. ഓർമ്മയാണ് ജന്മം. ഓർമയില്ലെങ്കിൽ എല്ലാസമം. മോദിൻസാഹിബ് ഖുറാനെടുത്തു പകുത്തു. പിന്നെ ഏഴുവരി തള്ളി വായിച്ചു.

നിശ്ചയമായും നാം മരിച്ചവരെ ജീവിപ്പിക്കുന്നു. അവർ മുമ്പുചെയ്തു വച്ചതും അവരുടെ (പ്രവർത്തനങ്ങളുടെ) അനന്തരഫലങ്ങളും നാം എഴുതികൊണ്ടിരിക്കുന്നുണ്ട്. എല്ലാ വസ്തുക്കളെയും വ്യക്തമായ ഒരു രേഖയിൽ നാം ക്ലിപ്തമായി ചേർത്തിരിക്കുന്നു. മോദീൻസാഹിബ് നേരം പോകുന്ന പോക്ക് നോക്കിയിരുന്നു. പള്ളിമേടയിൽ നിഴലുകൾ വളരുകയും ചെറുതാവുകയും ചെയ്തു. പിന്നെ നിഴലേത് രാവേതെന്ന് തിരിച്ചറിയാതെയായി.

രാത്രി അവർക്കൊരു ദുഷ്ടാന്തമത്രെ. അതിൽ നിന്ന് പകലിനെ നാം ഊരിയെടുക്കുന്നു. അപ്പോൾ അവരോ ഇരുട്ടിൽ അകപ്പെട്ടവരായി തീരുന്നു.

യക്ഷിപ്പാലയിലെ വാവലുകൾ ഭീതിതമായി കരഞ്ഞു ബഹളംവച്ചു. വിഷപാമ്പുകൾ മാളം വിട്ടിറങ്ങി. പാതിരാകൊക്കുകൾ ഇരതേടിയലഞ്ഞു. മാനം പതിയെ പ്രകാശമാനമാകാൻ തുടങ്ങി. റബിയുൽ ഔവ്വൽ.[1] നിലാവ് മാനത്തുകൂടി തീചുഴറ്റി പറന്നുനടന്ന കൊള്ളിയപ്പേകൾ മാളത്തിലൊളിച്ചു. നബിദിനത്തിന്റെ വരവറിയിച്ചുകൊണ്ടു ദിഖിർപാടിക്കിളികൾ നാടാകെ പാടിനടന്നു.

അൻതെ ത്് ലഉ ബയ്നനാ

ഫിൽക്ക വാകിബി കൽബുദൂർ

ബൽവ അശ്റവുമിൻ ഹുയാ

സയ്യദീ ഖൈറന്നബീ

താരകങ്ങളുടെ നടുവിലെ പൂർണ തിങ്കൾപോലെയങ്ങ് ഉദയം ചെയ്തിരിക്കുന്നു. പരിപൂർണ പൗർണമിയെക്കാൾ ശ്രേഷ്ഠത നിറഞ്ഞവനാണങ്ങ്. ഉത്തമനായ എന്റെ നേതാവെ. നബിമാരിൽ ഏറ്റവും ഉത്തമനാണങ്ങ്.

നാടൊട്ടുക്കുമുള്ള ക്ഷുദ്രജീവികളതുകേട്ട് തലപൂഴ്ത്തി. നബിദിനം അടുത്തതോടെ പെണ്ണുങ്ങൾ വീടും പരിസരവും അടിച്ചുവാരാൻ തുടങ്ങി. പിന്നെ കൂട്ടത്തോടെ കുളത്തിൽ തുടിച്ചുകുളിച്ചു. നിലവിളക്കും കിണ്ടിയും ലോട്ടായും തല്ലാറും മൊന്തയും കിണ്ണവും ചെമ്പും വാർപ്പും തുപ്പൽകോളാമ്പിയും തുടങ്ങി ചെമ്പുപാത്രങ്ങളൊക്കെ പെറുക്കിക്കൂട്ടി

1. റബിയുൽ ഔവ്വൽ - ഹിജറ കലണ്ടറിലെ മൂന്നാം മാസം (മുഹമ്മദ് നബി ജനിച്ചമാസം)

പുളിതേച്ചുവച്ചു. ചെമ്പുസാമഗ്രികലൊക്കെ പുളിരസത്തിൽ വെന്തുനീറി കരയാൻ തുടങ്ങി. പൊന്നായ മേനിയെല്ലാം പൊന്നായിരുകതടാ. ഞാവൽമരം കുശുകുശുത്തു. ചെമ്പു പാത്രങ്ങളുടെ ഞരക്കവും മൂളലും മോങ്ങലും കേട്ട് ജമീലാമ്മാളിന്റെ ഉറക്കറയിലെ വെള്ളിക്കരണ്ടി ഒരു ചെറുചിരിയോടെയതു നോക്കിയിരുന്നു. കട്ടിലിൽ പാതിമയക്കത്തിലാണ്ടുകിടന്നു നബീസാമ്മാൾ കിനാവുകണ്ടു. തീതുപ്പി തീതുപ്പി പുകയൂതി പുകയൂതി തീവണ്ടിവരുന്നു. ആരൊക്കെയോ തീവണ്ടിയിൽ നിന്നിറങ്ങുന്നു. കൂട്ടത്തിൽ ആരെയെങ്കിലും പരിചയമുണ്ടോയെന്ന് നബീസാമ്മാൾ നോക്കി. ആരെയും കണ്ടതായി ഓർക്കുന്നില്ല. പെട്ടെന്ന് പൊടിപ്പയൽ ആൾകൂട്ടത്തിലേക്കിറങ്ങിവന്നു. നബീസാമ്മാൾ പൊടിപ്പയലേയെന്ന് ഉച്ചത്തിൽ വിളിക്കാനാഞ്ഞെങ്കിലും ശബ്ദം പുറത്തേക്കു വന്നില്ല. ആകെ വെപ്രാളപ്പെട്ട് കണ്ണ് തുറന്നപ്പോൾ വെള്ളിക്കരണ്ടിയുടെ ചിരി മാത്രം കേൾക്കാം. ഞാവൽമരചോട്ടിൽ നിന്ന് ചെമ്പുപാത്രങ്ങളുടെ കൂട്ടകരച്ചിലും. നബീസാമ്മാളിന് തൊണ്ട വരളുന്നതുപോലെ തോന്നി. പകൽകിനാവിന്റെ ആലസ്യത്തിൽ നബീസാമ്മാൾ വേച്ചു വേച്ചു നടന്നു. പകലുറക്കം നന്നല്ലെന്ന് ഉത്തരത്തിലിരുന്ന് ഇസ്ലാമിന്റെ ശത്രു പല്ലി വിളിച്ചുപറഞ്ഞു. നബീസ അടുക്കളയിൽ പോയി മൺപാത്രത്തിൽ അടച്ചു വച്ചിരുന്ന വെള്ളമെടുത്ത് ഒരു ഗ്ലാസ് കുടിച്ചു. പിന്നെ അഴിയിട്ട ജനൽവഴി പുറത്തേക്കു നോക്കി. സുറുമ എഴുതിയ കണ്ണുകൾ മുറ്റമാകെ പരതി. തുറുവിനുചുറ്റും കോഴികൾ പിനട്ടി നടക്കുന്നു. അമ്മായും പണിക്കാരത്തി ഭാരതിയും കൂടി പശുക്കൾക്ക് പോച്ചയിട്ടുകൊടുക്കുകയാണ്. രോഹിണിപ്പശുവിനോട് അമ്മ എന്തൊക്കെയോ പറയുന്നുണ്ട്. കുറച്ചു ദിവസമായി രോഹിണിപ്പശുവിന് ഒരു ഉഷാറില്ലായ്മയുണ്ട്. തീറ്റയെടുക്കാനൊരു മടി. എന്തു ദെണ്ണമെന്നറിയില്ല. കഴിഞ്ഞദിവസം അത്ത അമ്മായോട് പറയുന്നതുകേട്ടു.

“രോഹിണിപ്പശുവെ വെറുതെ നിർത്തി തീറ്റി കൊടുക്കാമെ വിയ്ക്കണം” അമ്മ പക്ഷേ സമ്മതിച്ചില്ല. ദെണ്ണമെന്തോ ആകും. മാടുവൈദ്യനെ വരുത്താം. രോഹിണിയെ വിൽക്കാൻ മനസ് വരുന്നില്ല. രോഹിണിയെ ഈ എഴുത്തിലിൽ പുള്ളി പശുപെറ്റിട്ടത് ഇന്നലെത്തേതുപോലെ ഓർക്കുന്നു. ആ പേറുകഴിഞ്ഞു കുറച്ചുദിവസത്തിനുള്ളിൽ തന്നെ പുള്ളി പശു ചത്തു. മറ്റൊരു പശുകൂടി പെറ്റുനിന്നതുകൊണ്ട് അതിന്റെ പാലു കൊടുത്താണ് രോഹിണിയെ വളർത്തിയത്. തള്ളയില്ലാത്ത പശുകുട്ടിയായതുകൊണ്ട് ഏറെ ലാളിച്ചുവളർത്തി. രോഹിണീ... ന്ന് വിളിച്ചാൽ ഏതുപറമ്പിൽ നിന്നാലും അവളു വിളികേൾക്കും. ആരെയും പായില്ല. ഏതുകൊച്ചുകുട്ടിക്കും കൊണ്ടുനടന്നു തീറ്റാം. നല്ല പാലുതരുകയും ചെയ്യും. “ഒരു ദിവസം രോഹിണിക്കെന്നെ കണ്ടില്ലങ്കിൽ വിഷമാ. എനിക്കും. ഏതോ ആലോചനയിൽ നിന്നുണർന്നതുപോലെ ജമീലാമ്മാൾ പതുക്കെ പറഞ്ഞു. പിന്നെ അത്ത മറുത്തൊരക്ഷരം പറഞ്ഞില്ല.

നബീസ നീണ്ടുമെലിഞ്ഞ സുന്ദരമായ വിരലുകൾകൊണ്ട് മുടിയിഴകൾ കോതിയൊതുക്കി. പിന്നെ മുടി കൊണ്ടചുറ്റി കൊണ്ട് മുറ്റത്തേക്കിറങ്ങി. അമ്മ ജമീലാമ്മാൾ വിഷമിച്ചുനില്പാണ്. രോഹിണിപ്പശു എരുത്തിലിൽ തൂങ്ങിപ്പിടിച്ചു നിൽക്കുന്നു. പുൽകൂടിനരുകിലേക്ക് കേറി രോഹിണിപ്പശുവിന്റെ തലയിൽ തൊട്ടു തലോടിക്കൊണ്ടു ജമീലാമ്മാൾ ചോദിച്ചു.

'എന്താടി മോളെ നിനക്ക് ദെണ്ണം'. ഇതുകേട്ട് രോഹിണിപ്പശു തല കുലുക്കി മണികിലുക്കി. 'ദെണ്ണമൊക്കെ ഇപ്പോ പമ്പകടക്കും. മാട്ടുവൈദ്യനിഞ്ചവരട്ടും. രോഹിണിപ്പശു നാലുപെറ്റു. രണ്ടാൾ കൂടെയുണ്ട്. രണ്ടു മൂരികുട്ടന്മാരെ ഇസ്മാലു റാവുത്തർക്ക് കൊടുത്തു. അവരുടെ എരുത്തിലവയുണ്ട്. നല്ല ഉഴവുകാളകളായി. പൂട്ടാനും വലിക്കാനും മിടുക്കരാണ്. ഒരിക്കൽ അവരുടെ പണിക്കാരൻ കിട്ടൻ മൂരികുട്ടന്മാരുമായി ഇതുവഴി പോയി. ഈ വീടുകണ്ടതും കാളകൾ രണ്ടും പെട്ടെന്ന് നിന്നു. പിന്നെ ഒരേ അമറൽ. കിട്ടൻ മൂരികുട്ടന്മാരുമായി പിടിവലിയായി. ബ്ബ ബ്ബ കാളേ, പിന്നെ വാലുപിടിച്ചോടിക്കാൻ നോക്കി. കാളകൾ ഒന്നു കുതറിനിന്നതേയുള്ളു. ഇതെന്തുകൂത്തെന്നുകണ്ട് കിട്ടൻ നിന്ന് വിഷമിച്ചു. എരുത്തിലിൽ കിടന്നു രോഹിണിപ്പശുവും മക്കളും ബഹളം തുടങ്ങി. പശുക്കളുടെയും കാളകളുടെയും ഒരു കൂട്ടകരച്ചിൽ പ്രപഞ്ചമാകെ മുഴങ്ങി. അമ്മ മിറ്റത്തേക്കിറങ്ങി നോക്കിയപ്പോഴാണ് പടിഞ്ഞാറെ റോഡിൽ നിന്ന് രണ്ടു കാളകൾ അമറുന്നത് കണ്ടത്. മൂരികളെ കണ്ട് പശുക്കൾ ഇളകിയതാകുമോ? ഹെയ്. ചേർപ്പിച്ചു നിർത്തിയിരിക്കുന്ന പശുക്കളല്ലേ. രണ്ടിനും ചെനയുണ്ടുതാനും. ജമീലാമ്മാൾ മൂരിക്കരുകിലേക്ക് ചെന്നപ്പോഴാണ് കിട്ടനെ കണ്ടത്. ആശ്ചര്യത്തോടെ ജമീലാമ്മാൾ തരിച്ചുനിന്നുപോയി. 'ഇത് രോഹിണിയുടെ മൂരിക്കുട്ടന്മാർ തന്നെ'.

ജമീലാമ്മാളുടെ മനസ്സ് വല്ലാതെ നൊന്തു. അവർ മൂരിക്കുട്ടന്മാരെ വീട്ടിൽവിളിച്ചുകയറ്റി. രോഹിണിപ്പശുവിനെയും പെങ്ങന്മാരെയും കാട്ടികൊടുത്തു. രോഹിണിപ്പശുവിന്റെ കണ്ണുകൾ നിറഞ്ഞു. കണ്ണുനീർ കടവായിലൂടെ ഒഴുകി പോച്ചപ്പുറത്തു വീണു. മൂരിക്കുട്ടന്മാർ രോഹിണിപ്പശുവിനോട് ചേർന്നുനിന്നു. ചീറ്റുകയും മുക്കുകയും ചെയ്തു.

രാ രാ രോ രാ രി രേ രോ

എൻ കണ്ണാനെ കണ്ണുറുങ്ക്

കനകമണി നീയുറങ്ക്.

മണ്ണാന്തിപുള്ളുകൾ പേരക്കൊമ്പിലിരുന്ന് പാടി. ജമീലാമ്മാൾ വിരുന്നുവന്ന കാളകുട്ടന്മാർക്ക് കാടിയും പോച്ചയും കൊടുത്തു. കിട്ടന് തിന്നാനും കുടിക്കാനും കൊടുത്തു. കിഴക്കേ ഏലായിൽ മരമടി തുടങ്ങിയപ്പോൾ കാളകളെയും അഴിച്ചുകൊണ്ട് കിട്ടൻ സ്ഥലംവിട്ടു. എഴുത്തിലിലേക്ക് നോക്കി നോക്കി കാളകൾ നടന്നു. രോഹിണിപ്പശു തല

കുമ്പിട്ടുനിന്നു. കണ്ണുനീർതുള്ളികൾ വീണ അലോസരത്തിൽ പോച്ച ക്കിടയിൽ നിന്നൊരു പുൽച്ചാടി പുറത്തേക്കുചാടി. കരണംമറിഞ്ഞു പറഞ്ഞു "കറുകിതെയ്ക്കതാ തികിതാ ചുറ്റിത്തെറ്റിവാ"

കിളിപ്പാട്ട്

എങ്ങുന്നിന്നറിയില്ല ഗ്രാമത്തിലേക്ക് ചെറുകുരുവികളുടെ കൂട്ടമായുള്ള വരവ് തുടങ്ങി. വായനശാലക്ക് ചുറ്റുമാണവ ആദ്യം കൂടൊരുക്കം തുട ങ്ങിയത്. നാട്ടിൽ നിന്നും വെള്ളക്കാരെ തുരത്തണമെന്നാവാശ്യപ്പെട്ടുന ടക്കുന്ന കൊച്ചുതമ്പിരാവുത്തരും കൃഷ്ണപിള്ളയും തങ്ങളുടെ പുരാതന മായ വായനശാല കെട്ടിടത്തിൽ കൂടൊരുക്കാനെത്തിയ കുരുവികളെ തുരത്താൻ ഇഷ്ടപ്പെട്ടില്ല. വെള്ളക്കാരെക്കൊണ്ട് മനുഷ്യർ മാത്രമല്ല ഇവി ടുത്തെ കിളികളും പൊറുതിമുട്ടുന്നുണ്ടെന്ന് അവർക്കറിയാം. ഒരിക്കൽ വെള്ളക്കാർ കിളികളെ വെടിവയ്ക്കാനായി പുഞ്ചപ്പാടത്ത് വന്നിരുന്നു. നൂറുകണക്കിന് കൊക്കുകളെയവർ വെടിവച്ചിട്ടു. നാട്ടുകാരത് നോക്കി നിന്നതല്ലാതെ കമാന്നൊരക്ഷരം ഉരിയാടിയില്ല. പേഷ്കാർ നാരായണ പിള്ളയും പന്തളത്ത് നിന്നുവന്ന പോലീസ് ഇൻസ്പെക്ടർ ഇടിയൻ തോമായും വെള്ളക്കാരുടെ മുമ്പിൽ പഞ്ചപുച്ഛമടക്കിനിന്നു. അവരുടെ കിളിവേട്ടയെ പ്രോത്സാഹിപ്പിച്ചു. കിളികളെ വെടിവച്ചിട്ടതുപോലെ വട ക്കൻദിക്കിൽ ലഹളകൂടിയ മാപ്പിളമുസ്ലിങ്ങളെ വെള്ളക്കാർ വെടിവച്ചിട്ടു. അവരുടെ ഭൂമിയും അധികാരവും വെള്ളക്കാർ തട്ടിപ്പറിച്ചു. ദ്വീപിലേക്ക വരെ നാടുകടത്തി. വെള്ളക്കാർക്കെതിരെ മുഹമ്മദ് അബ്ദുൽ റഹുമാൻ സാഹിബും ഇ.എം.എസും കേളപ്പജിയും മൊയ്തു മൗലവിയും തുടങ്ങി ഒരുപിടിയാളുകളുടെ നേതൃത്വത്തിൽ ഇപ്പോൾ സമരം തുടങ്ങിയിട്ടുണ്ട്. ഗാന്ധിജിയാണവരുടെ നേതാവ്. വായനശാലയിൽ വടക്കൻദിക്കിൽ നിന്നു വരുന്ന പത്രങ്ങളിൽ ഇക്കാര്യങ്ങൾ വിസ്തരിച്ച് എഴുതാറുണ്ട്. വക്കം അബ്ദുൽഖാദർ മൗലവിയും കെ.രാമകൃഷ്ണപിള്ളയും ചേർന്നിറക്കി യിരുന്ന സ്വദേശാഭിമാനിപത്രം പണ്ട് മുറയ്ക്ക് കിട്ടിയിരുന്നു. ദിവാനും കൂട്ടരും പത്രം കണ്ടുകെട്ടുകയും കെ.രാമകൃഷ്ണപിള്ളയെ നാടുകട ത്തുകയും ചെയ്തു. സ്വദേശാഭിമാനിയുടെ പഴയ പത്രങ്ങളെല്ലാം പൊന്നു പോലെ സൂക്ഷിച്ചിരുന്നതാണ്. ഒരിക്കൽ പന്തളത്തുനിന്ന് ചില പോലീ സുകാർ വായനശാലയിൽ പരിശോധനക്കെത്തി. പഴയപത്രങ്ങളുടെ കോപ്പികളെല്ലാം അവർ എടുത്തുകൊണ്ടുപോയി. കൊച്ചുതമ്പി രാവു ത്തരനെയും കൃഷ്ണപിള്ള ചേട്ടനെയും പോലീസ് പിടിച്ചുവച്ചു മർദ്ദിച്ചു. കോൺഗ്രസുകാരെത്തിയാണ് പോലീസ്സ്റ്റേഷനിൽ നിന്ന് അവരെ മോചി പ്പിച്ചത്. കോൺഗ്രസുകാരുടെ ജാഥപോലെ കിളികൾ നാട്ടിലേക്ക് ഒഴുകി. പള്ളിമേടയിൽ മാത്രം കൂടൊരുക്കിയിരുന്ന കുരുവികൾ നാട്ടിലെമ്പാടും

വന്നതെങ്ങനെയെന്ന് ആർക്കും ഒരു തിട്ടവുമില്ല. ഉസ്മാൻ റാവുത്തരുടെ ചായപ്പീടികയിൽ അധികാരഭാവത്തോടെ കുരുവികൾ കയറി ഇറങ്ങി. കടയിൽ തിന്നാൻ കൊള്ളാവുന്നതെല്ലാം കിളികൾ കൊത്തിപ്പെറുക്കി തിന്നാൻ തുടങ്ങിയതോടെ ഉസ്മാൻ റാവുത്തർക്ക് ആധിയായി. കിളി ശല്യം ഒതുക്കാൻ അവർക്കായൊരു കലം കടയുടെ മൂലയിൽ കെട്ടി ത്തൂക്കി. കലത്തിൽ ഒരു കിഴുത്തുയിട്ടുവച്ചു. കിളികൾ പിന്നെ കലത്തിനു ചുറ്റുമായി ശൊറപറയൽ. കലത്തിൽ കയറി കിളികൾ മുട്ടയിടാൻ തുടങ്ങി. കിളികൾ കടയിൽ കൂടൊരുക്കാനെത്തിയത് ഐശ്വര്യമാണന്ന് എണ്ണക്കാരൻ വറീതുമാപ്പിള പറഞ്ഞു. ചായക്കടയിലിരുന്നു തന്റെ കുട വയർ തടവി നെയ്യപ്പം കടിച്ചുപറിച്ചുതിന്നുകൊണ്ട് കൊച്ചുകുഞ്ഞു താങ്കൾ അത് തലകുലുക്കി സമ്മതിച്ചു. "കിളികൾ ഫക്കീറ[1]ന്മാരെപോലെ യാണ്. അതൊരിടത്ത് സ്ഥിരമായി പാർക്കില്ല. ഭൂമിയായ ഭൂമിയിലെല്ലാം ചുറ്റിയടിച്ചു കൊണ്ടേയിരിക്കും. മാനത്തുനോക്കി നടക്കുന്ന പീരുകണ്ണ നണ്ണൻ പറഞ്ഞു. കുരുവികളിങ്ങനെ കണ്ണിൽ കണ്ടിടത്തൊക്കെ പെരു കിയാലത് പൊല്ലാപ്പാകുമെന്ന ആശങ്ക കൃഷ്ണൻ തട്ടാൻ എല്ലാവരു മായി പങ്കുവച്ചു. "ഹെയ്, കിളികൾ വന്നതുപോലെ പൊയ്ക്കൊള്ളും" മാനത്തു നോക്കി നടക്കുന്ന പീരുകണ്ണനണ്ണൻ അവരെ ആശ്വസിപ്പിച്ചു. വിവിധ നിറങ്ങളുള്ള തുണികൾ പിരിച്ച് തലപ്പാവ് ചുറ്റി തന്റെ പുരാതന മായ സുറുമപ്പെട്ടിയുമായി മീരാണ്ണൻ റാവുത്തരണ്ണൻ ചായക്കടയിലേക്ക് കയറിവന്നു. എല്ലാവരും മീരാണ്ണൻ റാവുത്തരണ്ണന്റെ നേർക്ക് തിരിഞ്ഞു. മീരാണ്ണൻ റാവുത്തരണ്ണൻ പറഞ്ഞു "ഉസ്മാനെ, കടുപ്പത്തിലൊരുചായ."

കിലുകിലെ ചിലച്ചുകൊണ്ട് മൂന്നാലു കുരുവികൾ ചുറുചുറുക്കോടെ ചായക്കടയ്ക്കുള്ളിലേക്കു കയറി. പലഹാരങ്ങൾ വച്ചിരിക്കുന്ന ചില്ലിട്ട അലമാരയ്ക്കരുകിൽ അവ ഒരുനിമിഷം ശങ്കിച്ചുനിന്നു. കണ്ണാടിയിൽ മുഖംനോക്കി. പിന്നെ ആഞ്ഞാഞ്ഞ് കണ്ണാടിയിൽ കൊത്തി. ഇതെന്തു കൂത്തെന്ന ഭാവത്തിൽ എല്ലാവരും ഇരുന്നു. കിളികൾ തലതിരിച്ചു ചുറ്റും ഒന്നുനോക്കി. പിന്നെ തങ്ങൾക്കായി ഒരുക്കിയ ഇരിപ്പടങ്ങളിലേക്ക് പറ ന്നിറങ്ങി ഒളിച്ചു. മീരാണ്ണൻ രാവുത്തരണ്ണനതു ശ്രദ്ധിച്ചുകൊണ്ടുപറഞ്ഞു. "ദിഖിർ പാടികിളികളാക്കുക്കും. ഉടയതമ്പുരാന്റെ അരുമ കിളികൾ.

"അണ്ണോ" കിതച്ചു കിതച്ചു ശ്വാസംവിട്ടുകൊണ്ടിരുന്ന ചായക്കട വിളിച്ചു. തന്റെ ഊശാൻതാടി തടവി മീരാണ്ണൻ രാവുത്തരണ്ണൻ വിളി കേട്ടു. 'ഓ'.

"ഈ കിളികളെല്ലാം എങ്കേന്ന് വന്തത്"

മീരാണ്ണൻ രാവുത്തരണ്ണൻ ചിന്തയിലാണ്ടു. പിന്നെ ശബ്ദം അടക്കി പറഞ്ഞു. "സ്വർഗത്തിലേന്ത്. ചായക്കട കണ്ണുമിഴിച്ചു. എപ്പോഴും ഉടയത മ്പുരാനെ സ്തുതിക്കുന്ന ഈ കിളികൾ മലക്കുകളെപോലെതന്നെ.

1. ഫക്കീർ - ഭൗതികവിരക്തിയുള്ള സഞ്ചാരി (ദരിദ്രൻ)

സ്വർഗമെണ്ട് ചൊന്നാ എന്നെണ്ടാക്കും നീങ്കെ വിചാരിക്കത്. സ്വർഗമെണ്ട അരുവികളും പൂന്തോട്ടവും നിറഞ്ഞയിടം. പാലും തേനും ഒഴുകുന്നയിടം. ഹൂറി[1]കളുടെ നാട്. ആരെയും കൊതിപ്പിക്കുന്ന കിളികൾ. കിളിപ്പാട്ടുകൾ. പച്ചപ്പുള്ള മലനിരകൾ. സ്വർഗവാതിൽ തുറന്ന് ചിലകാലത്ത് പക്ഷികൾ കൂട്ടമായി ഭൂമിയിലേക്ക് വരും. ചിലകാലങ്ങളിൽ ആകാശത്തു മാലവിരിച്ചതുപോലെ കിളികൾ പറന്നുപോകുന്നതു കണ്ടിട്ടില്ലേ. ചായക്കട തലകുലുക്കി പറഞ്ഞു. ഉം ഉം കണ്ടിട്ടുണ്ട്. എരണ്ടകൂട്ടങ്ങൾ. വൈകിട്ട് വടക്കൻ ദിക്കിലേക്കും രാവിലെ തെക്കൻ ദിക്കിലേക്കും ഒന്നിനു പിറകെ ഒന്നായി പറന്നുപോകുന്നതു കണ്ടിട്ടുണ്ട്. എല്ലാ കാലത്തിലും ഈ കിളിക്കൂട്ടത്തെ കാണാനൊക്കാത്തത് എന്തെ? ചായക്കട നിശ്ശബ്ദമായി. സ്വർഗവാതിൽ തുറക്കുമ്പോഴാക്കും കിളികൾ ഭൂമിയിലേക്കിറങ്ങിവരുന്നത്. വാതിലടക്കുന്ന കാലമാക്കുമ്പം അവയെല്ലാം തിരികെ സ്വർഗത്തിലേക്ക് മടങ്ങിപോകും. മീരാണ്ണൻ റാവുത്തരണ്ണൻ പറഞ്ഞു.

"അണ്ണോ സ്വർഗവാതിൽ അടക്കുന്ന കാലമായെണ്ട് ഈ കിളികൾ എപ്പടിയറിയും. ഉസ്മാൻ രാവുത്തർ ചോദിച്ചു. കിളികൾ ആളുചില്ലറക്കാരല്ല. മനുഷ്യർക്കും മുമ്പെ ജനിച്ചവരാകും. വരപ്പോറ കാലം അറിയാൻ കിളികളുടെ കൽബിനുള്ളിൽ ഒരവയവം റമ്പ് കൊടുത്തിട്ടുണ്ട്. അപ്പപ്പോ കിളികൾക്ക് വേണ്ട നിർദ്ദേശമൊക്കെയതു നൽകികൊള്ളും. "ഹോ" കൊച്ചുകുഞ്ഞുതാങ്കൾ വാ പൊളിച്ചുകൊണ്ടു പറഞ്ഞു. നാരായണ നാരായണയെന്നു സദാസമയം നാമം ജപിച്ചു നടക്കുന്ന കിളികളിതുതന്നെ. ദേവലോകത്തെ കിളികൾ. എണ്ണക്കാരൻ വറീതുമാപ്പിള്ളയതുകേട്ടുകൊണ്ടുപറഞ്ഞു. ചിലദിവസം സന്ധ്യമയങ്ങുമ്പോൾ വീടിന്റെ പിന്നാമ്പുറത്തുവന്ന് ഈശോ ഈശോയെന്ന് ചില കിളികൾ വിളിക്കുന്നതു കേൾക്കാം. കറുപ്പും വെളുപ്പുമുള്ള കുരുവികൾ ഈശോ കുരുവി. കർത്താവിന്റെ നാമം ചൊല്ലി നടക്കുന്ന ഈ കിളികൾ സ്വർഗത്തിൽ നിന്ന് വരുന്നവയാണോ? സ്വർഗത്തിൽ എണ്ണിയാലൊടുങ്ങാത്തത്ര കിളികളുണ്ട്! അതിൽ എത്രയെണ്ണം ഭൂമിയിലേക്ക് വരുന്നുവെന്നതിനൊരു തിട്ടവും ആർക്കുമില്ല. കിളികൾ മാത്രമല്ല സ്വർഗത്തിൽ നാനാതരത്തിലുള്ള ജീവികളുണ്ട്. ഭൂമിയിൽ ജീവൻ വീണതുതന്നെ എവിടുന്നാന്നാ നിങ്ങടെ വിചാരം. സ്വർഗത്തിൽ നിന്ന്. ഒടുക്കം എല്ലാ ജീവനും അവിടെ തന്നെ ചെന്നുചേരുകയും ചെയ്യും. മീരാണ്ണൻ രാവുത്തരണ്ണൻ തന്റെ തലേകെട്ടഴിച്ചു മേശപ്പുറത്ത് വച്ചുകൊണ്ട് പറഞ്ഞു. എന്നിട്ട് നെറ്റിചുളിച്ചുകൊണ്ടു ചോദിച്ചു. പണ്ട് പണ്ട് മുത്തുനബിയുടെ അടുക്കൽ ഒരു പെൺകിളി പരാതിയുമായി വന്നകഥ നിങ്ങൾക്ക് തെരിയുമാ. ചായക്കട ഒരു കഥകേൾക്കാനുള്ള തയ്യാറെടുപ്പോടെ തലയാട്ടി പറഞ്ഞു "അറിയല്ലണ്ണേ" ഉം. ഉം. മീരാണ്ണൻ റാവുത്തരണ്ണൻ മൂളി. എല്ലാവരും മീരാണ്ണൻ റാവുത്തരണ്ണനുചുറ്റും കൂടി. കൊച്ചുകുഞ്ഞുതാങ്കൾ നെയ്യപ്പം തിന്നുന്ന

1. ഹൂറി - വിശുദ്ധരായ ഇണകൾ

തിന്റെ എണ്ണ തലയിലും കാലിലും പുരട്ടി ഉഷാറായിരുന്നു. മീരാണ്ണൻ റാവുത്തരണ്ണൻ തന്റെ തിളക്കമുള്ള കണ്ണുകൾ കുരുവികൾ കൂടൊരുക്കുന്ന മൺകലത്തിലുറപ്പിച്ചുകൊണ്ടു പറഞ്ഞു. പണ്ട് പണ്ട് തൂരിസിനാമലയിൽ കൂടുകൂട്ടിപാർത്തിരുന്ന കിളികളിലൊന്ന് നബി തിരുമേനിയുടെ അടുക്കൽ വന്നു സങ്കടമുണർത്തിച്ചു. യാതൊരു തെറ്റുംചെയ്യാത്തയെന്നെ ആൺകിളി കൂട്ടിൽ നിന്ന് ആട്ടിപുറത്താക്കി. സർവ്വചരാചരങ്ങൾക്ക് ശാന്തിപകരുന്ന അങ്ങ് എന്റെ ശങ്കടത്തിനു പരിഹാരം ഉണ്ടാക്കിത്തരണം. ആൺകിളി വെറുതെയങ്ങ് കൂട്ടിൽ നിന്ന് ആട്ടിപുറത്താക്കാനിടയില്ലല്ലോ. എന്താണ് യഥാർഥത്തിൽ സംഭവിച്ചതെന്ന് കിളിയോട് നബി ചോദിച്ചു.

രാവിലെ സുബഹി[1]ക്ക് ഞാനൊരു മുട്ടയിട്ടു. ഉച്ചക്ക് ളുഹ്റിനം[2] ഞാനൊരു മുട്ടയിട്ടു.

ഇതെങ്ങനെ സംഭവിച്ചുവെന്നു ചോദിച്ചാണ് ആൺകിളി തന്നെ പുറത്താക്കിയത്. തന്റെ ചാരിത്രത്തിൽ ആൺകിളിക്കു സംശയമുണ്ടെന്ന് പെൺകിളി കണ്ണീരോടെ പറഞ്ഞു. മുട്ട ഹലാലോ[3] ഹറാമോ[4]യെന്ന് ആൺകിളി ചോദിച്ചു വഴക്കായി. ഞാനിതുവരെ തന്റെ ആൺകിളിയുടെ മുഖത്തല്ലാതെ മറ്റൊരു കിളിയുടെ മുഖത്തുപോലും നോക്കിയിട്ടില്ലന്ന് പെൺകിളി ആണയിട്ടു പറഞ്ഞു. അക്ബർ സാദിക്കെന്നാണ് തന്റെ ആൺകിളിയുടെ പേരെന്നും തൂരിസിനാമലയിൽ കിളിയിരിപ്പുണ്ടന്നും പെൺകിളി നബി തിരുമേനിയോട് പറഞ്ഞു.

മുഹമ്മദ് നബി തന്റെ അനുചരനായ ബിലാലിനെ വിളിച്ച് അക്ബർസാദിഖെന്ന കിളിയെ കൂട്ടിവരാൻ ആവശ്യപ്പെട്ടു. ബിലാലിന് ആവേശമായി. നബിയുടെ ഉത്തരവ് അനുസരിച്ച് എന്നോടൊപ്പം കിളിവന്നില്ലെങ്കിൽ നിശ്ചയം കൊന്നുകളയും ഞാനതിനെയെന്ന് ബിലാൽ പറഞ്ഞു. ഇതുകേട്ട് ഒരുപുഞ്ചിരിയോടെ നബി പറഞ്ഞു. ആൺകിളിയെ കൊന്നാൽ പെൺകിളിയുടെ ദുഃഖം തീരുമോ? പൊയ്‌വാക്ക് പറയാതെ ആൺകിളിയെ കൂട്ടിവാ ബിലാലെ നബി അരുളി. തൂരിസിനാമലയിലെത്തിയ ബിലാൽ കിളിയുടെ പേരുചൊല്ലി വിളിച്ചിട്ടും ഒരു മറുപടിയും ലഭിച്ചില്ല. വീണ്ടും വിളിച്ചു. നിശബ്ദം. മൂന്നാംവിളിക്ക് ഉത്തരം ലഭിച്ചു.

ആരാണുകുട്ടി എന്നെ വിളിച്ചത്.

എന്തിനാ കുട്ടിയെന്നെ വിളിച്ചത്. കിളി ശബ്ദം.

"എന്നോടൊപ്പം വരുക. മുത്തുനബി വിളിക്കുന്നു" ബിലാൽ പറഞ്ഞു.

എനിക്കങ്ങനെയൊരു നബിയെ ഇതുവരെയറിയില്ലല്ലോ. കിളി ആശ്ചര്യപ്പെട്ടു.

ആദംനബി മുതലുള്ള എല്ലാ നബിമാരെയും ഞാനറിയും.

---

1. സുബഹി - പ്രഭാത നമസ്കാരം 2. ളുഹർ - ഉച്ചനമസ്കാരം 3. ഹലാൽ - അനുവദിക്കപ്പെട്ടത് 5. ഹറാം - നിരോധിക്കപ്പെട്ടത്

മൂന്നൂറ്റിപന്ത്രണ്ട് പട്ടങ്ങൾ വാണുള്ള നബികളെയും ഞാനറിയും. ഞാനൊരു പഴയ കിളിയാണ്. ഈ ഞാൻ ഭൂമിയിലെത്തിയപ്പോൾ അഞ്ചു നിറം ഞാനിവിടെ കണ്ടു.

ആദ്യം പൊന്നുനിറമായിരുന്നു ഈ ഭൂമിക്ക്.

പിന്നെ വെള്ളിത്തറയായി മാറി.

വെള്ളിത്തറ ചെമ്പുതറയായി.

ചെമ്പുതറ ഇരുമ്പു തറയായി. ഈ ഭൂമി മണ്ണ് തറയായിട്ടഞ്ചുനൂറ്റാണ്ടായി. എന്നിട്ടും നിന്റെ നബിയെ മാത്രം ഞാൻ കണ്ടില്ലല്ലോ. പിന്നെ കിളിപറഞ്ഞു. ഒരു നബിയേയും ഞാൻ അങ്ങോട്ടുപോയി കണ്ടിട്ടില്ല. നീ പോയി നിന്റെ നബിയോട് എന്നെവന്ന് കാണാൻപറ. ഈ കിളി ആളു ചില്ലറക്കാരനല്ലെന്നു ബിലാലിനു തോന്നി. ബിലാൽ മദീനയിലെത്തി നബിയോട് നടന്നകാര്യമെല്ലാം പറഞ്ഞു. നീതിമാനായ ഉമറിനെ കിളിയെ കൂട്ടി വരാൻ നബി തൂരിസിനാമലയിലേക്കയച്ചു. ഉമർ ഒന്നുവിളിച്ചു. കിളി മിണ്ടിയില്ല. രണ്ടു വിളിച്ചു. നിശ്ശബ്ദം. ഉമറിന്റെ മൂന്നാംവിളിക്ക് കിളിയുടെ മറുപടി വന്നു. "എന്തിനാവന്നത്. നബിവിളിക്കുന്നുവെന്ന് ഉമർപറഞ്ഞു. ഞാനൊരു നബിയേയും അങ്ങോട്ടുചെന്ന് കാണാറില്ലെന്ന് കിളി പറഞ്ഞു. അതുകേട്ട് ഉമർ പറഞ്ഞു. എന്നോടിതു പറഞ്ഞതിരിക്കട്ടെ. അലിയാർ ഇതുകേട്ടാൽ 'ദുൽഫക്കാർ'[1] വാളുകൊണ്ടപ്പോൾ തന്നെ നിന്നെ കൊന്നു കളഞ്ഞേനെ. എനിക്ക് അലിയേയും ഉമറിനേയും അറിയാം.

"എരിനോടു തോറ്റവനല്ലേ ഉമറേ നീ" കിളി പരിഹാസത്തോടെ ചോദിച്ചു. എല്ലാ കാര്യങ്ങളും അറിയുന്ന ഈ കിളി സാധാരണ കിളിയല്ലെന്ന് ഉമറിനു മനസ്സിലായി.

ഉമറും തിരികെ നടന്നു. മദീനയിലെത്തി നബിയോട് നടന്നതെല്ലാം പറഞ്ഞു. അലിയാര് ഇവിടെയുണ്ടായിരുന്നെങ്കിൽ നിശ്ചയം ആ കിളിയെ എന്റെ അടുക്കൽ എത്തിക്കുമായിരുന്നുവെന്ന് നബി പറഞ്ഞു. തൊണ്ണൂറ്റി മൂന്നു ദിവസത്തെ നാഴികക്കപ്പുറത്ത് ഈജിപ്തിൽ അലിയാർ കഴിയുമ്പോൾ ഒരു കിനാവുകണ്ടു. പെട്ടന്ന് നബിക്കരുകിൽ എത്തണം. അലിയാർ തന്റെ ദുൽദുൽ കുതിര[2]യോട് സുബഹിക്ക് മുമ്പ് തന്നെ മദീനയിലെത്തിക്കണമെന്നാവശ്യപ്പെട്ടു. പെട്ടെന്ന് ജിബ്രീൽമലക്ക് ഭൂമിയെ ചുരുക്കി. തൊണ്ണൂറ്റിമൂന്ന് ദിവസത്തെ വഴിദൂരം വെറും അൻപത് ചവിട്ടടിയാക്കി മാറ്റി. അലിയെ കണ്ടതും നബി സന്തോഷത്തോടെ പറഞ്ഞു. ഉടൻ തൂരിസിനാമലയിൽപോയി അക്ബർ സാദിഖെന്ന കിളിയെ കൂട്ടിവരണം. അലി തൂരിസിനാമലയിലെത്തി ഒന്നു വിളിച്ചു, രണ്ടു വിളിച്ചു. പക്ഷി മിണ്ടിയില്ല. കോപംകൊണ്ടുള്ള മൂന്നാംവിളിയിൽ ഭൂമി വിറകൊണ്ടു. തൂരിസിനാമല പിളർന്നു.

---

1. ദുൽഫക്കാർ - ഉമറിന്റെ ഉടവാൾ 2. ദുൽദുൽ കുതിര - ഉമറിന്റെ കുതിരയുടെ പേര്

യാതൊന്നും സംഭവിക്കാത്ത ഭാവത്തിൽ കിളി ചോദിച്ചു. എന്തിനാ അലിയാരെ എന്നെ വിളിച്ചത്. മുത്തുനബി വിളിക്കുന്നു. എന്റെ കൂടെ വരണം. അപ്പോൾ കിളി പറഞ്ഞു. ഭൂമിയിൽ വന്ന മൂന്നൂറ്റി പന്ത്രണ്ട് നബിമാരെയും ഞാനറിയും. നിങ്ങടെ നബിയെ മാത്രം ഞാനറിയില്ലല്ലോ. മുന്നൂറ്റിപതിമൂന്ന് തികഞ്ഞ നബിയാണ് വിളിക്കുന്നത്. അലിയാർ രോക്ഷത്തോടെ പറഞ്ഞു. അങ്ങനെയൊരു നബിയുണ്ടെങ്കിൽ നാലായ വേദം നെറിതെറ്റിപോകുമോ? കിളി രോഷത്തോടെ ചോദിച്ചു. "എന്താണ് നെറിതെറ്റിയത്. ഇതുകേട്ട് അലിയാർ ചോദിച്ചു ചായകട വലിഞ്ഞുമുറുകിയിരുന്നു കഥകേട്ടു. ഉം ഉം ഉം ഇബ്നു ഉവൈദില്ലാ അസ്ഹാബിയുടെ മകളെ പിഞ്ചുകുഞ്ഞായിരുന്നപ്പോൾ തന്നെ ജിന്നുകളുടെ രാജാവ് ഇഫ്രിജിത്ത് തട്ടിക്കൊണ്ടുപോയി. ഇപ്പോൾ പതിനാറുവർഷം കഴിഞ്ഞിരിക്കുന്നു. ആ നിഷ്കളങ്കയായ പെൺകുട്ടിയെ രക്ഷിക്കാൻ കഴിയാത്തവരാണോ എന്നെ കൂട്ടിക്കൊണ്ടുപോകാൻ വന്നിരിക്കുന്നത്. ഇതുകേട്ട് അലിയാർക്ക് കോപംവന്നു. എവിടെയാണ് ആ ഇഫ്രിജിത്ത് പെൺകുട്ടിയെ തടവിൽ പാർപ്പിച്ചിരിക്കുന്നത്. കിളി ഇഫ്രിജിത്തിന്റെ കോട്ടയെക്കുറിച്ച് പറഞ്ഞുകൊടുത്തു. തൂരിസിനാമലയുടെ വലതുഭാഗത്തു ചെന്നപ്പോൾ ഒരു ഗുഹകണ്ടു. അലിയാർ ചുറ്റുമൊന്നു കണ്ണോടിച്ചു. ഇതിനുള്ളിൽ കയറിയാൽ ചുട്ടുകരിച്ചുകളയുമെന്ന് കല്ലിൽ കൊത്തിവച്ചിരിക്കുന്നു. അലിയാർ തന്റെ കുതിരയെ കല്ലിൽ കെട്ടിയിട്ടു. വാളുമായി അതിനുള്ളിലേക്ക് കടന്നു. ഗുഹക്കുള്ളിൽ വലിയൊരു കടൽ കണ്ടു. അതിൽ രണ്ടു നാഗങ്ങൾ കിടന്നുപുളയുന്നു. ഉദയം മുതൽ അസ്തമയം വരെ നീളമുള്ള രണ്ടുനാഗങ്ങൾ. അലിയാർ നാഗങ്ങളോട് ചോദിച്ചു. എങ്ങനെ അക്കരെ ജിന്നിന്റെ കോട്ടക്കുള്ളിൽ കടക്കും. നാഗങ്ങൾ അതുകേട്ട് പറഞ്ഞു. അക്കരെ പോകണ്ട അവിടെ

"തന്നാലെ കുത്തുന്ന വാളുണ്ടാകോട്ടയിൽ
തന്നാലടിക്കുന്ന ദണ്ഡുണ്ടകോട്ടയിൽ
തന്നാലെ കത്തുന്ന തീയുണ്ടക്കോട്ടയിൽ
തന്നാലെ വീശുന്ന വലയുണ്ടാക്കോട്ടയിൽ"

അതൊന്നും കേട്ട് ധീരനായ അലിയാർക്കൊരു കുലുക്കവും തോന്നിയില്ല. അലിയാർ ജിന്നിന്റെ കോട്ടയിൽ പോകണമെന്നുറച്ചുനിന്നു. ഒടുക്കം പാമ്പുകൾ അലിയാരെ അക്കരെ എത്തിക്കാമെന്ന് സമ്മതിച്ചു. "അന്ത്യനാളിൽ സ്വർഗത്തിലേക്ക് കടക്കുന്നതിനു ശീട്ട് കൊടുക്കുന്ന ചുമതല അലിയാർക്കാണല്ലോ. അപ്പോൾ ഇതിനു പ്രത്യുപകാരമായി ഞങ്ങൾക്കും സ്വർഗത്തിലേക്ക് കടക്കാൻ ചീട്ടുതരണേയെന്ന് പാമ്പുകൾ പറഞ്ഞു. അലിയാരതുസമ്മതിച്ചു. പാമ്പുകൾ അലിയാരെ കടൽകടത്തി. അവിടെ കോട്ടയ്ക്കടുത്തായി ഒരു വള്ളിമരം നിന്നിരുന്നു.

അലിയാരെകണ്ടതും വള്ളിമരം തന്റെ ചില്ലകൾ താഴ്ത്തി സലാം[1] ചൊല്ലി കൊണ്ട് ചോദിച്ചു. മനുഷ്യന്മാരാരും വരാത്തിടത്ത് അലിയാരെന്തിനാണ് വന്നത്. "ജിന്നുകളുടെ രാജാവിന്റെ കോട്ടയിൽ പോകണം" അലിയാർ മറുപടി പറഞ്ഞു. ഇതുകേട്ട് അത്ഭുതത്തോടെ മരം പറഞ്ഞു. ആർക്കും കടക്കാൻ കഴിയാത്ത കോട്ടകളിൽ പോകണമെന്നോ? കോട്ടയുടെ താക്കോൽ എന്നെ ഏല്പിച്ചിട്ട് ഇഫ്രിജിത്ത് രാജൻ വേട്ടക്ക് പോയിരിക്കുകയാണ്. മുപ്പതുവർഷം കുടുമ്പോൾ നാൽപതുദിവസത്തെ വേട്ടയ്ക്കാണ് ജിന്നുകളുടെ രാജാവ് പോവുക. ഇപ്പോൾ 39 ദിവസം കഴിഞ്ഞു. ഉടൻ തന്നെ ജിന്ന് മടങ്ങിവരും. കോട്ടക്കുള്ളിൽ കടക്കുന്നത് അത്ര എളുപ്പമല്ല. കോട്ടക്കുള്ളിൽ കടക്കുന്നവരെ അപായപ്പെടുത്താൻ പല സൂത്രപണികളും കോട്ടക്കുള്ളിൽ ജിന്ന് ഒരുക്കിവച്ചിട്ടുണ്ട്. തന്നാലെ പൊന്തുന്ന ജലാശയം കോട്ടക്കുള്ളിലുണ്ട്. മരം പറഞ്ഞു. എന്നാൽ അതൊന്നുംകേട്ട് അലിയാർ കുലുങ്ങിയില്ല. കോട്ടക്കുള്ളിൽ പോകണമെന്നുറച്ചുനിന്നു. ഒടുക്കം മരം പറഞ്ഞു കോട്ടയുടെ താക്കോൽ ഞാൻ തരാം. പകരം മുസ്ലിങ്ങൾ പല്ലുതേക്കുന്നതിന് എന്റെ മരച്ചില്ലകൾ ഉപയോഗിക്കാമെന്ന് ഉറപ്പുതരണം. അലിയാരതു സമ്മതിച്ചു. "മുന്തിയ സുന്നത്ത് അറാക്ക്മരം[2] നീ" അലിയാർ പറഞ്ഞു. മരം ചില്ല താഴ്ത്തി താക്കോൽ കൊടുത്തു. എന്നിട്ട് പറഞ്ഞു. ഒന്നാമത്തെ കോട്ടയിൽ തന്നാലെ വീശുന്ന വലയിരുപ്പുണ്ട്. രണ്ടാം കോട്ടയിൽ തനിയെ നിർപൊന്തും ജലാശയം. മൂന്നാം കോട്ടയിൽ തന്നാലെയടിക്കുന്ന ദണ്ഡുണ്ട്. നാലാം കോട്ട തുറക്കുമ്പോൾ തന്നാലെ കുത്തുന്ന വാളുകളുണ്ട്. അഞ്ചാം കോട്ടയിൽ ജിന്നുകളായ പട്ടാളം കാവൽനിൽക്കുന്നു. ഓരോവരിയിലും എഴുപതിനായിരം വീതം പട്ടാള ജിന്നുകളാണുള്ളത്. നിരവധിവരികൾ അങ്ങനെയുണ്ട്. ആറാം കോട്ടയിൽ സുന്ദരികളായ നാരികൾ ഇരുന്നുറങ്ങുന്നു. നിന്നുറങ്ങുന്നു. കിടന്നുറങ്ങുന്നു. ഏഴാം കോട്ടയിലാണ് അലിയാർ അന്വേഷിക്കുന്ന മനുഷ്യ കുമാരിയുള്ളത്. കുമാരിയെ ജിന്നുകളുടെ രാജാവ് ഉറക്കികെടത്തിയിരിക്കുകയാണ്. കുമാരിയുടെ ഇടത്തും വലത്തും ഓരോ കുപ്പിയിൽ വെള്ളം വച്ചിട്ടുണ്ട്. വലതുകുപ്പിയിലെ വെള്ളം തളിച്ചാൽ മാത്രം കുമാരി ഉണരും. ഇതെല്ലാം കേട്ട് മനസ്സിലാക്കി അലിയാർ കോട്ടക്കുള്ളിലേക്ക് കടന്നു. അലിയാർ ഓരോ കോട്ടയും സാഹസികമായി കടന്ന് കുമാരിയുടെ അരുകിലെത്തി. വലതുവശത്തുവച്ചിരിക്കുന്ന കുപ്പിയിലെ വെള്ളം തളിച്ച് കുമാരിയെ ഉണർത്തി. കുമാരിയെ ജിന്നുകളുടെ രാജാവിൽ നിന്ന് രക്ഷിക്കാനാണ് വന്നതെന്ന വിവരം ധരിപ്പിച്ചു. പെട്ടന്ന് കോട്ടവാതുക്കൽ മലകൾ അമ്മാനമാടികൊണ്ട് ജിന്നുകളുടെ രാജാവ് വേട്ടകഴിഞ്ഞെത്തി. അലിയാരോട് ഒളിക്കാൻ ആവശ്യപ്പെട്ട് കുമാരി ഉറക്കം നടിച്ചുകിടന്നു. അലിയാർ ചോദിച്ചു ഒരു ജിന്നിന്റെ മുമ്പിൽ

1. സലാം - അഭിവാദ്യം (ദൈവം നിങ്ങളെ അനുഗ്രഹിക്കട്ടെ) 2. അറാക്ക് മരം - ഒരു വള്ളിച്ചെടി. ഇതിന്റെ കമ്പുകൾ ബ്രഷാക്കിയാണ് മുസ്ലീങ്ങൾ പല്ലുതേക്കുക.

താനൊളിക്കുകയോ. ഒടുക്കം കുമാരിയുടെ നിർബന്ധത്തിനു അലിയാർ വഴങ്ങി. കോട്ടക്കുള്ളിൽ കടന്ന ജിന്നുകളുടെ രാജാവ് കുമാരി ഉറങ്ങുന്നതുകണ്ട് ആശ്വാസംകൊണ്ടു. കുമാരിയെ വെള്ളംതളിച്ച് ഉണർത്തി. എന്നിട്ട് സംശയപൂർവം ചുറ്റും മണത്തുകൊണ്ട് പറഞ്ഞു. മനുഷ്യനെ മണക്കുന്നു. ഇതുകേട്ട് കുമാരി ചുറ്റും ആകാംക്ഷയോടെ നോക്കികൊണ്ടു പറഞ്ഞു. ദിനവും പാലിൽ ഏഴുതവണ കുളിപ്പിച്ചാലും എന്റെ മനുഷ്യ ഗന്ധം മാറുമോ? എന്നാൽ അതുകൊണ്ടും ജിന്നുകളുടെ രാജാവ് തൃപ്തി പെട്ടില്ല. വീണ്ടും തന്റെ മൂക്കുവിടർത്തി മണത്തുകൊണ്ട് പറഞ്ഞു. അലിയാരെ മണക്കുന്നു. അലിയാർ എവിടെയോ ഒളിച്ചിരിക്കുന്നുണ്ടന്ന് ജിന്നുകളുടെ രാജാവിന് മനസിലായി. അലിയാരെ ജിന്നുകളുടെ രാജാവ് ഏറ്റുമുട്ടാൻ വെല്ലുവിളിച്ചു. പെട്ടന്ന് അലിയാർ ഇരുട്ടിൽ നിന്ന് പ്രത്യക്ഷപ്പെട്ടു. ഇരുവരും തമ്മിൽ ഘോരയുദ്ധം തുടങ്ങി. ഭൂമി വിറകൊണ്ടു. ഒടുവിൽ ജിന്നുകളുടെ രാജാവ് നിലംപതിച്ചു. ജിന്നുകളുടെ രാജാവിനെ വകവരുത്തി അലിയാർ കുമാരിയേയും കൊണ്ട് മടങ്ങി. കുമാരിയെയും മോചിപ്പിച്ച് അലിയാർ മടങ്ങിയെത്തിയതറിഞ്ഞ് ആൺകിളി ഏറെ സന്തോഷിച്ചു. അലിയാർക്കൊപ്പം കിളി മുഹമ്മദ് നബിയെ കാണാമെന്നേറ്റു. സുബഹിക്കും ജുഹനിന്നും പെൺകിളി മുട്ടയിട്ടത് ഉടയതമ്പുരാന്റെ അനുഗ്രഹം കൊണ്ടാണന്ന് നബി ആൺകിളിയോട് പറഞ്ഞു ബോധ്യപ്പെടുത്തി. അതോടെ ആൺകിളിയുടെ സംശയമെല്ലാം നീങ്ങി. പെൺകിളിയേയും കൂട്ടി ആൺകിളി സന്തോഷപൂർവം തൂരിസിനാമലയിലേക്ക് പറന്നു. ഉം ഉം ഉം. ചായക്കട ആലസ്യത്തോടെ ഒന്നു ഞെളിഞ്ഞു. പിന്നെ ഒരു കഥ കേട്ട സന്തോഷത്തോടെ പുകതുപ്പാൻ തുടങ്ങി. ഹഫ് ഹഫ് ഹഫ്.

ശാന്തിപാഠം

ദിഖിർപാടിക്കിളികൾ[1] തൈക്കാവിനു ചുറ്റും പാടിനടന്നു. ഓതാൻ വന്ന പിള്ളേർ കിളികളുടെ വരവും പോക്കും നോക്കിയിരുന്നു. അതത്ര ഇഷ്ട പെടാതെ ഉസ്താത് അമീർ അലിഖാൻ ചൂരൽകമ്പ് മേശപ്പുറത്ത് ആഞ്ഞാഞ്ഞടിച്ചുകൊണ്ട് പറഞ്ഞു.

അലിഫിനു മുകളിൽ ഫത്തഹ് ഇട്ടാൽ അ
അലിഫിന് കീഴെ കിസറിട്ടാൽ ഇ
അലിഫിന് മുകളിൽ സുകുനിട്ടാൽ ഉ
അലിഫ് ലാം മീം... ഓം ..ഓം..
പ്രപഞ്ചം ധ്യാനനിരതമായി.
ഓംസഹനാവവതു സഹനൗഭുനക്തു

1. ദിഖിർചൊല്ലികിളി - അങ്ങാടികുരുവി

സഹവീര്യം കരവാഹഹൈ,
തേജസ്വിനാമധീനമസ്തു
മാ വിദ്വിഷാവഹൈ
ഓം ശാന്തി... ശാന്തി... ശാന്തി.

ബ്രഹ്മം നമ്മെ രണ്ടുപേരെയും ഒന്നിച്ചു രക്ഷിക്കട്ടെ. വിദ്യാദാനം കൊണ്ട് നമ്മെ രണ്ടുപേരെയും ഒന്നിച്ചു പോഷിപ്പിക്കട്ടെ. വിദ്യാലാഭത്തിനായി നമുക്ക് രണ്ടുപേർക്കും ഒന്നിച്ചു പരിശ്രമിക്കാം. രണ്ടുപേരും അന്വേന്യം ദോഷിക്കാതിരിക്കട്ടെ. മൂന്നുവിധത്തിലുള്ള വിഘ്നങ്ങൾക്കും ശാന്തിയുണ്ടാകട്ടെ. ആമീൻ.

തൈക്കാവിന്റെ മുമ്പിലെ പ്രാചീനമായ കരിങ്കൽ മണ്ഡപത്തിനരുകിലിരുന്ന് മീരണ്ണൻ റാവുത്തരണ്ണൻ ഉസ്മാൻ തമ്പിറാവുത്തർക്ക് സുറുമ എഴുതി കൊടുക്കുകയായിരുന്നു. മെത്തപ്പായിൽ മലർന്നുകിടക്കുന്ന ഇസ്മാൻതമ്പി രാവുത്തരെ കണ്ടാൽ ഭൂതകാലത്തു നിന്നുവന്ന ഒരു മഹായോദ്ധാവിനെപോലെ തോന്നിച്ചു. രോമാവൃതമായ വിരിഞ്ഞ ബലിഷ്ഠമായ മാറ്, ഒട്ടിയവർ. കരുത്തുള്ള നീണ്ട കൈകൾ. ഉയർന്ന നാസിക. വിശാലമായ നെറ്റിത്തടം. തിളക്കമുള്ള കണ്ണുകൾ. ഇമകൾ നിറഞ്ഞ കൺപോളകൾ വെട്ടിച്ചു വെട്ടിച്ചു കണ്ണിലേക്ക് ആഴ്നിറങ്ങുന്ന നീറ്റൽ ആസ്വദിച്ചുകൊണ്ട് ഉസ്മാൻ തമ്പി രാവുത്തർ പറഞ്ഞു.

"സുഹിറാമ്പാളിന്റെ കുഞ്ഞിനൊരു ചെങ്കണ്ണ്"

"ഏത്, സായിപ്പിൻ കുഞ്ഞിനാ" മീരാണ്ണൻ രാവുത്തൻ ആകാംക്ഷയോട് ചോദിച്ചു. അതത്ര ഇഷ്ടപ്പെടാത്തതുപോലെ ഉസ്മാൻ തമ്പി രാവുത്തർ ഒന്നു മൂളി. പിന്നെ പറഞ്ഞു "കണ്ണ് പീളകെട്ടുന്നു.

ഉം ഉം സുറുമ എഴുത്തുകാരൻ മീരാണ്ണൻ റാവുത്തരണ്ണൻ കൂമനെപ്പോലെ മൂളി. സമയത്തും കാലത്തും സുറുമ എഴുതാഞ്ഞതിന്റെ കുഴപ്പമാ ഈ വ്യാധി. മീരാണ്ണൻ റാവുത്തരണ്ണൻ ഏതോ ആലോചനയിലാണ്ടു എന്നിട്ടു ചോദിച്ചു.

സുഹ്റാമ്മാളെ ഒനക്ക് കല്യാണം കഴിച്ചുകൂടെ.

അന്യപെണ്ണല്ലല്ലോ. പറഞ്ഞുവന്നാ മുറപ്പെണ്ണുതന്നെ. ബീവി അപ്പച്ചീടെ മോള്. വെറുതെ അവിടെ കയറി ഉറങ്ങിയാൽ ആളുകൾ ഓരോന്നു പറയും. പിച്ച മുഹമ്മദ് മയ്യത്തായിട്ട് കൊല്ലം നാലഞ്ചായില്ലേ.

"ഉം" ഉസ്മാൻ തമ്പി റാവുത്തർ മൂളി.

വേലിക്കൽ വന്നിരുന്നു കാക്ക തമ്പുരാട്ടി ഒളികണ്ണിട്ടു അവരെ നോക്കി. പിന്നെ നീട്ടി പാടി.

കരിമ്പുനിറത്താളെ
കാരാമ്പു മേനിയാളെ
ഇട ചൊരുത്ത പെണ്ണാളെ...

കാക്ക തമ്പുരാട്ടിയുടെ മൂളിപ്പാട്ടുകേട്ട് തെങ്ങോല തുമ്പാൽ തൂങ്ങി യാടിക്കൊണ്ടിരുന്ന ഓലോഞ്ഞാലി കുരവ ഉതിർത്തു.

കുറു കുറു കുറു കുറു ർ ർ ർ

റബിയുൾ ഔവ്വൽ പിറന്നു. ഇനി പന്ത്രണ്ടുനാൾ കഴിഞ്ഞാൽ നബി ദിനം. തൈക്കാവിനു മുന്നിൽ പന്തലിട്ടു വവുളു പറച്ചിൽ[1] തുടങ്ങി. നബി ദിനത്തിന്റെ വരവറിയിച്ചുകൊണ്ട് ഉസ്മാൻ തമ്പി രാവുത്തരുടെയും ശിഷ്യന്മാരുടെയും ചെണ്ടകൊട്ടു തുടങ്ങി. ഓതാൻ വന്ന പിള്ളേരുടെ സംഘം തൈക്കാവിനു ചുറ്റും ഓടികൂടി. തെരുവ് ഉപേക്ഷിച്ച ആൽത്ത റയിലിരുന്ന് പകിടകളിക്കുന്നവരുടെ കൂട്ടവും തൈക്കാവിന്റെ മുറ്റത്തേക്ക് വന്നു. ആൾകൂട്ടം കണ്ട് ഉസ്മാൻ തമ്പി രാവുത്തരുടെ കൊട്ടുമുറുകി.

തകിട
കിടത
ധിമികിടത
കിടത തരികിടത
തത്തിതിളകിട്
ത്തികിളകിട്
ധും ധുമ സലല്ലാഹ്.

ചെണ്ട സ്വപ്നം കാണാൻ തുടങ്ങി. ഓതാൻവന്ന പിള്ളേരുടെ ജാഥ തുടങ്ങി. പച്ചക്കൊടിപിടിച്ച് ഷാജഹാൻ മുന്നിൽനടന്നു. സലീനയും ജുഹ ന്നാരയും അതിനുപിന്നിൽ നിന്നു. മോദീൻ സാഹിബ് തന്റെ വൃദ്ധമായ ഞരമ്പുകളിലേക്ക് ഊർജം പകർന്ന് ഉച്ചത്തിൽ വിളിച്ചു.

യാ നബീ സലാ മലൈക്കും
യാ ഹബീബ് സലാ മലൈക്കും
യാ റസൂൽ സലാ മലൈക്കും
സലവാത്തുള്ള അലൈക്കും

മരങ്ങൾക്കിടയിലൂടെ പുഞ്ചവരമ്പിലൂടെ തേക്കിൻ തോപ്പിനരുകിലൂടെ ഉറുമ്പുകളുടെ ജാഥ ഒഴുകി നീങ്ങി. ചെണ്ടക്കാരൻ ഉസ്മാൻ തമ്പിരാവു ത്തരും സംഘവും കൊട്ടിപ്പാടി.

തകിട... കിടത.. കൊന്നതെങ്ങിന്റെ പൊത്തിനു ചുറ്റും മരംകൊത്തി കൾ കൊത്തി കൊത്തി നടന്നു. തകിട... കിടത, ധികിടത..

"ആദ്യം ഒളിവായും
പിന്നെ മുത്താകും
മയിലാകും ജ്യോതി തുടങ്കും അവൻ
അതേ നോക്കി ദുനിയാമുതലാമെയും
പടയാത്താങ്കെ"

1. വവുളു പറച്ചിൽ - മതപ്രസംഗം (സുഭാഷിതം)

കരിങ്കൽത്തറയ്ക്കരുകിൽ പാട്ടുപാടി ചിലന്തികൾ വലനെയ്തു തുടങ്ങി. അതുകണ്ട് ഇസ്ലാമിന്റെ ശത്രു വെപ്രാളപ്പെട്ട് മച്ചിൽ ചിലച്ചു കൊണ്ട് ഓടിനടന്നു. പിള്ളേരുടെ സംഘം വീടുനിരങ്ങി മധുരം നുണഞ്ഞു. ഉസ്താത് അമീർഅലിഖാനും മോദീൻ സാഹിബിനും ഇഷ്ടം പോലെ കൈമടക്ക് കിട്ടി. ചെമ്പൺപാതയിലൂടെ പുഞ്ചവരമ്പിലൂടെ കുന്നും കടന്ന് ദുനിയാവിന്റെ വഴി നീണ്ടുനിവർന്നു കിടക്കുകയാണ്. നിലാവ് മാനത്ത് സുവർണ നൂലുകൾ നെയ്യാൻ തുടങ്ങി. യക്ഷിപ്പാല യിലെ വാവലുകൾ അത് കണ്ട് വലിയവായിൽ കരഞ്ഞു ബഹളം വച്ചു.

ചാമക്കാവിൽ ചേക്കയിരിക്കുന്ന പാതിരാകൊക്കുകൾ രാവേത് പകലേ തെന്നറിയാതെ കുഴങ്ങി. വയറുവയച്ച് കരഞ്ഞു ക്വാക്.. ക്വാക് – വയ റ്റിലെ കാളൽ സഹിക്കവയ്യാതായപ്പോൾ നിലാവിൽ തപ്പി തടഞ്ഞവ വട ക്കൻ ദിക്കിലേക്ക് പറന്നു. ക്വാക്.. ക്വാക്.

ഞാറ കരഞ്ഞ് വടക്കോട്ട്

നായരുചത്തു തെക്കോട്ട്..

ആൽകമ്പിലിരുന്ന് കൂമൻകൂവി. അതുകേട്ട് അച്ചിമാർ ഭയപ്പോടോടെ നാമജപം തുടങ്ങി.

അർജുന ഭൽഗുന ജിഷ്ണു കിരിരി

ശ്വോതവാഹന ബിഭൽസു

വിജയപാർഥ സവ്യസായി ധനഞ്ജയ

പടിപ്പുര തുറന്നിട്ട് രാവെളുക്കോളം അവർ കാത്തിരുന്നു. അതൊന്നു മറിയാതെ നിലാവെട്ടത്തും ആൽചുവട്ടിലിരുന്ന് ശൂദ്രപ്പട ചീട്ടുകളിച്ചു. ഒന്നും രണ്ടും പറഞ്ഞ് വാക്കേറ്റമായി. പിന്നെ ഉന്തും തള്ളും കൂട്ടത്തല്ലും. വടക്കൻ പാട്ടിലെ കുറുപ്പന്മാരുടെ മെയ്വഴക്കത്തോടെ പൂടയൻ ഗോവിന്ദ കുറുപ്പ് തന്റെ നെഞ്ചിലെ കാടും പടലവും ചൊറിഞ്ഞിളക്കി കൈയ്യു കുടഞ്ഞ് കാലു കുടഞ്ഞ് മീശപിരിച്ച് ഇടത്തുമാറി വലത്തു ചവുട്ടി കരണം മറിഞ്ഞ് ശണ്ഠക്കാരെ പിടിച്ചുമാറ്റി. വഴക്കും വക്കാണവും നട്ടു പാതിരായ്ക്ക് നന്നല്ലെന്ന് ഗുണദോഷിച്ച് ഓരോരുത്തരെ ഓരോവഴിക്ക് പറഞ്ഞുവിട്ടു. ചിലർ കണ്ട തൈതെങ്ങിൽ കട്ടുകയറി കള്ളുമോന്തി പിന്നെ വേച്ചു വേച്ചു നടന്നു.

തൈക്കാവിന്റെ മുറ്റത്ത് പിള്ളേർ കളി തുടങ്ങി. ചിലർ അടിച്ചോട്ടം കളിച്ചു. കുറച്ചുപേർ പൂത്താങ്കീരി കളിച്ചു. ചിലർ കുക്കുടുകളിച്ചു. പെമ്പി ള്ളേർ പൊന്നുകളിച്ചു. പാറകളിച്ചു. പിള്ളേരുടെ കളിനോക്കി മാനത്തു നോക്കി നടക്കുന്ന പീരുകണ്ണനണ്ണൻ തൈക്കാവിനരുകിലേക്ക് വന്നു.

എന്നെയാവി മഴ അടുത്തുതന്നെയുണ്ട്.

പീരുകണ്ണനണ്ണൻ ആരോടൊന്നില്ലാതെ പറഞ്ഞു.

പിള്ളേരതു കേട്ടു ചോദിച്ചു “അണ്ണേ, അണ്ണനതെങ്ങനെയറിയാം”

“പിള്ളേരെ” പീരുകണ്ണനണ്ണൻ വിളിച്ചു.

പിള്ളേർ കൂട്ടത്തോടെ വിളികേട്ടു “ഓ ഓ”

“നീങ്കെയാരെങ്കിലും നേത്തത്തെ ചന്ദ്രനെ പാത്തിയാ”

പിള്ളേർ പറഞ്ഞു “ഇല്ലെ”

“അതാക്കും കുഴപ്പം”

അതല്ലിയോ കാണണ്ട കാഴ്ച.

ചന്ദ്രനു ചുറ്റും ഒരു പ്രകാശവലയം. ചന്ദ്രൻ കുടപിടിച്ചിരിക്കുന്നതു പോലൊരു കറുപ്പുകണ്ടീങ്കളാ.

അതാക്കും ചന്ദ്രകാന്തം. പിള്ളേർ അത്ഭുതത്തോടെ കണ്ണുമിഴിച്ചു.

ചന്ദ്രകാന്തം അകലെയാമാ മഴയടുത്തത്. ചന്ദ്രകാന്തം അടുത്തതാമാ മഴയകലെ. ഇപ്പൊ തെരിഞ്ചിതാ. മഴ അടുത്തുണ്ടാവുമെണ്ട് എങ്ങനെ പിടികിട്ടിയെന്ന്. പിള്ളേർ മൂളി.

ഉം ഉം..

നീങ്കെ മാനത്ത് മഴവില്ല് കണ്ടിട്ടുണ്ടോ.

പിള്ളേർ പറഞ്ഞു “ഉണ്ടുമെ ഏഴുനിറമുള്ള മഴവിൽ”

പീരുകണ്ണനണ്ണൻ സന്തോഷത്തോടെ മൂളി. പിന്നെ പതുക്കെ പറഞ്ഞു.

“മഞ്ഞും മഴയും വെയിലും നിലാവും. പ്രകൃതിയിൽ എന്തെന്തു മറിമായങ്ങൾ”. വിള മുളയ്ക്കുന്നത് എപ്പടിയെന്ന് ഒങ്കുളുക്ക് തെരിയുമാ.

പിള്ളേർ ഒരേസ്വരത്തിൽ പറഞ്ഞു.

“മഴ പെയ്യുമ്പോൾ”

അതുകേട്ട് പീരുകണ്ണനണ്ണൻ തലയാട്ടികൊണ്ടുപറഞ്ഞു.

“മഴമാത്രം പോരാത്”

വെയിലുവേണം. പിള്ളേർ വീണ്ടും പറഞ്ഞു.

ഉം ഉം വെയിൽ മാത്രം പോരാത്. പിള്ളേർ ചിന്തയിലാണ്ടു. അതു നോക്കി കൊണ്ട് മാനത്തു നോക്കി നടക്കുന്ന പീരുകണ്ണനണ്ണൻ അടക്കം പറയുന്നതുപോലെ സ്വരം താഴ്ത്തി പറഞ്ഞു.

പിള്ളാരെ വിത്തുമുളയ്ക്കുന്നത് നിലാവിന്റെ കുളിരിലാക്കും. പിന്നെ ഇളംതെന്നൽ പോലെ മാനത്തുനോക്കി നടക്കുന്ന പീരുകണ്ണനണ്ണൻ പള്ളി മേടയ്ക്കരുകിലേക്ക് നടന്നകന്നു. പിള്ളേർ കൗതുകപൂർവം ചുറ്റും നോക്കി. മണ്ണിൽ നിന്നൊരു വിത്ത് തലപൊക്കി നോക്കി. പിള്ളേരെകണ്ടതും അത് തല മണ്ണിൽ പൂഴ്ത്തി പമ്മിയിരുന്നു.

അഞ്ചൽശിപായി

അഞ്ചൽശിപായി കൊഞ്ചുരാഘവൻപിള്ള മ്ലാവിനെപോലെ തുള്ളി തുള്ളി ഇടവഴിയിലൂടെ ശീക്രം നടന്നുവന്നു. കാക്കികുപ്പായമിട്ട് കൈയിൽ കാലൻകുടയും തൂക്കിയുള്ള ആ വരവ് തെങ്ങിന്റെ പൊത്തിലിരുന്ന് ആകാംക്ഷയോടെ ഓന്ത് നോക്കിയിരുന്നു. കൊഞ്ചുപോലെ വളഞ്ഞു കുത്തിയ രാഘവൻപിള്ളയുടെ കൂർത്ത മുഖത്ത് നീണ്ടുമെലിഞ്ഞ മീശ നാരകൊഞ്ചിനെ ഓർമ്മിപ്പിച്ചു. നിലത്തുകുത്തിയ കാല് വേദനയോടെ പറിച്ചെറിഞ്ഞ് പറിച്ചെറിഞ്ഞ് കൊഞ്ചുരാഘവൻപിള്ള ഒരുവിധം തെരുവുപേക്ഷിച്ച ആൽത്തറയിൽ വന്നു ചേക്കേറി. പിന്നെ കാക്കയെ പോലെ ചുറ്റും കണ്ണോടിച്ചു. ആരും അടുത്തെങ്ങുമില്ലെന്ന് ഉറപ്പുവരുത്തിയശേഷം സഞ്ചിയിൽ നിന്ന് എഴുത്തു കുത്തുകൾ നിലത്തേക്ക് തൂകി. എന്നിട്ട് വെപ്രാളപ്പെട്ട് ഓരോന്നു വായിക്കാൻ തുടങ്ങി. ഭവാനിക്കുഞ്ഞമ്മ, കൊച്ചു തുണ്ടിൽ, മുതുകാട്ടുകര. ഇതാരപ്പാ ഭവനികുഞ്ഞമ്മയ്ക്ക് കത്തയക്കാനെന്ന ഭാവത്തോടെ കത്ത് പൊട്ടിച്ചു. കത്തിലൂടെ കണ്ണോടിച്ചുകൊണ്ട് ആരോടെന്നില്ലാതെ പറഞ്ഞു. "ആങ്ങളയായാ. വേലായുധൻ തലശേരിയിൽ പണിക്കു പോയവിവരം ആരും പറഞ്ഞറിഞ്ഞില്ലല്ലോ. കൊഞ്ചു രാഘവൻപിള്ള കത്തിൽ നോക്കി പുറുപുറുത്തു "ഭവാനിക്ക് സുഖമെന്ന് കരുതുന്നു. കൊച്ചാട്ടനും ഇവിടെ സുഖംതന്നെ" അവിടെയും സുഖം ഇവിടെയും സുഖം. പിന്നെ ഞാനെന്തിനാ ഇക്കണ്ട ദൂരമൊക്കെ നോവു സഹിച്ച് ഓടണം. കൃഷ്ണമണി ഒന്നു ചുഴലിചുറ്റി കത്ത് നുണ്ണം നുണ്ണം നുള്ളിക്കീറി കാട്ടിലെറിഞ്ഞു. ഗോപാലൻ, തെക്കേവീട്, തത്തംമുന്ന 'ഉം ഉം' അതവളുടെ കത്താവും. മാമൂട്ടിലെ ശീലാവതിയുടെ. കൊഞ്ചുരാഘവൻ പിള്ളയുടെ കണ്ണുകൾ തിളങ്ങി. പിന്നെ ആകാംക്ഷയോടെ കത്തിലൂടെ കണ്ണുകൾ പായിച്ച് രസംപിടിച്ചിരുന്നു വായിച്ചു. എന്നിട്ട് കത്ത് മടക്കി കീശയിലിട്ടു. അടുത്ത കത്തെടുത്ത് മേൽവിലാസത്തിലൂടെ കണ്ണോടിച്ചു. 'പൊടിപ്പയൽ'എന്നിട്ടതു പൊട്ടിച്ചു വായിച്ചു.

പ്രിയപ്പെട്ട പൊടിപ്പയൽ,

എത്രയും വേഗം ഹൈദരാബാദിലേക്ക് വരുക. പറഞ്ഞുവച്ച ജോലിക്ക്. പലരും കണ്ണുവച്ചിട്ടുണ്ട്. ഇനി താമസിച്ചാൽ ഈ പണി നഷ്ടമായേക്കും. ഭാഷാ പ്രശ്നമൊക്കെ വേഗം ശരിയായിക്കൊള്ളും. അതോർത്തു വരാതിരിക്കണ്ട. അവിടെ നിന്ന് സമയം കളയാതെ വേഗം പുറപ്പെടുക. എന്ന് സ്വന്തം കുഞ്ഞുഹസൻ.

"ജോലിക്കാര്യമാ. കൊണ്ടുകൊടുത്തുകളയാം. കൊഞ്ചുരാഘവൻപിള്ള സ്വയംപറഞ്ഞ് പിന്നെ അടുത്തുനിന്ന വട്ടയുടെ മണ്ട നുള്ളി കറയെടുത്ത് കത്തൊട്ടിച്ചു കത്തുകൾ നക്കിയും കീറിയും കുറച്ചുനേരം കൂടി കൊഞ്ചുരാഘവൻപിള്ള അതേയിരിപ്പവടെയിരുന്നു. ദൂരെ പകിട

കളിക്കാരുടെ സംഘം കുന്നുകയറി വരുന്നു. അഞ്ചലോട്ടക്കാരൻ കൊഞ്ചുരാഘവൻപിള്ള തന്റെ നീണ്ട പീലി വാലു മീശ തടവി ചൂടു പിടിപ്പിച്ചു. പിന്നെ കാറിത്തുപ്പി തുള്ളി തുള്ളി നടന്നു 'ഹോ'

"ഈശ്വരാ എന്തൊരു നോവ്. ഈ നശിച്ച ആണിരോഗം എന്നെ ക്കൊണ്ടേ പോകൂ" കൊഞ്ചു രാഘവൻപിള്ള നോവോടെ പറഞ്ഞു.

മാനത്തുനോക്കി നടക്കുന്ന പീരുകണ്ണനണ്ണനും നാവിർകണ്ണും ചങ്ങ നാശേരിയിൽപോയി വരുന്നവരവ് ജമീലാമ്മാൾ വീടിന്റെ ഇടതിണ്ണയിൽ നിന്നുനോക്കി. കോലായിലെ കിണ്ടി കരഞ്ഞു.

ജമീലാമ്മാൾ കോലായിലേക്കിറങ്ങിവന്നു.

പയ്യൻ എപ്പടിയുണ്ട്.

'നല്ല പയലാക്കും' കിണ്ടിയിൽ നിന്ന് കാലിലേക്ക് വെള്ളം ഇറ്റിച്ചു കൊണ്ട് നാവിർകണ്ണ് രാവുത്തർ പറഞ്ഞു.

"നമ്മ നബീസായ്ക്കു ചേരുന്ന പയ്യൻ തന്നെ" മാനത്തു നോക്കിനട ക്കുന്ന പീരുകണ്ണനണ്ണൻ പറഞ്ഞു.

അവങ്കെ ഇങ്കോട്ടുവരുവാങ്കെ. നബീസായെ ഏനാത്ത് നിന്ന് ആള യച്ചുവരുത്തണം. നാവിരുകണ്ണ് പറഞ്ഞു.

എണ്ണക്ക് വരുവാങ്കെ

വെള്ളിയാഴ്ച പള്ളി പിരിഞ്ചശേഷം വരുവാങ്കെ.

"മങ്ങിണി വീട്ടിൽ ഷെവ്ലിയാർ രാവുത്തരണ്ണനും ബിവിക്കുട്ടിയ ക്കായും ആ വഴിക്കുപോകുന്നുണ്ട്. നബീസാകെ കൂട്ടിവരുവാങ്കെ"

'ങ്ങാ' യാത്രാക്ഷീണത്തോടെ നാവിരുകണ്ണ് ചാരുകസേരയിലേക്ക് ചാഞ്ഞുകൊണ്ടുപറഞ്ഞു.

"ഇളവീടൻ കുടുംബക്കാരാ. നല്ല കൂട്ടരാന്നാ തോന്നിയേ"

'അതുതന്നെയാ കൈതവനയിലെ അക്കായും പറയുന്നേ' ജമീലാ മ്മാൾ സാരിയുടെ കോന്തൽ തലയിലേക്ക് പിടിച്ചിട്ടുകൊണ്ടുപറഞ്ഞു.

"ഇടവപ്പാതിക്ക് മുന്നെ കല്ല്യാണം നടത്തുന്നതാക്കും നല്ലത്. ഈ വർഷം മഴ തുടങ്ങിയാപിന്നെ എപ്പോ തീരുമെന്ന് ചൊല്ലയൊക്കാത്. അതി വർഷമാകും" മാനത്തുനോക്കി നടക്കുന്ന പീരുകണ്ണനണ്ണൻ പറഞ്ഞു. "ഇപ്പോ തന്നെ എന്നെയാവി" പീരുകണ്ണനണ്ണൻ വീണ്ടും പറഞ്ഞു.

നാവിർകണ്ണ് ജമീലാമ്മാളിന്റെ മുഖത്തേക്കു നോക്കി.

ജമീലാമ്മാൾ അത് ശരിവയ്ക്കുംപോലെ ഒന്നു തലകുലുക്കി.

"നാട്ടുനടപ്പനുസരിച്ച് അൻപത് പവനെങ്കിലും കൊടുക്കണം" നാവിർ കണ്ണ് ആലോചനയിലാണ്ടു. അതുനോക്കി മാനത്തു നോക്കിനടക്കുന്ന പീരുകണ്ണനണ്ണൻ പറഞ്ഞു.

“നീങ്ക രണ്ടുപേരുംകൂടി ആലോചിച്ച് തീരുമാനിക്കിങ്കെ. ഞാനങ്ങോട്ടിറങ്ങട്ടും. മൂത്ത കുപ്പിയുടെ വീട്ടുവരെയൊന്നുപോകണം. കുപ്പി സുഖമില്ലാതെ കിടപ്പാ.

ചക്കര കാപ്പിയെടുക്കട്ടെ യണ്ണേ? ജമീലാമ്മാൾ ചോദിച്ചു.

ഇപ്പോ വേണ്ട. നാവിരുകണ്ണ് പറഞ്ഞു. എന്നിട്ട് മുറ്റത്തേക്കിറങ്ങി ആകാശത്തേക്കൊന്നു കണ്ണോടിച്ചു. എന്നിട്ടു പറഞ്ഞു. ‘അൽഹുദുലില്ലാ’ സർവസ്തുതിക്കും സർവലോക പരിപാലകനായ തമ്പുരാന്.

“നബീസാ ഇങ്കേണ്ട് മാറിനിന്നിട്ടില്ല” നാവിര് കണ്ണ് പറഞ്ഞു. എന്തായാലും മറ്റൊരു വീട്ടിൽപോയി പൊറുക്കേണ്ടവളല്ലേ. ഞാൻ നിർബന്ധിച്ചാ ഏനാത്ത് പറഞ്ഞുവിട്ടത്. കുറേശ്ശെ മാറിനിന്ന് ശീലിക്കട്ടെ - ജമീലാമ്മാൾ പറഞ്ഞു.

“അന്തപുള്ളയില്ലാമെ രാത്രി ഒരുപോള കണ്ണടക്കുന്നില്ല. തിരിഞ്ഞും മറിഞ്ഞും കിടന്നു നേരം വെളുപ്പിക്കുകയാക്കും”

ജമീലാമ്മാൾ ഒരു നിശ്ശബ്ദതയ്ക്കുശേഷം പറഞ്ഞു. നാവിര്കണ്ണ് ജമീലാമ്മാളിന്റെ വാക്കുകൾ മിണ്ടാതെയിരുന്നു കേട്ടു. പിന്നെ എരുത്തിലിലേക്ക് കുനിഞ്ഞുനോക്കി. എരുത്തിലിന്റെ കഴുക്കോലിൽ കിടന്നു കുട്ടാപ്പിചേര സർക്കസ് കാണിക്കുകയാണ്. അതുകണ്ട് പശുക്കൾ വിരളി പിടിച്ചു നിൽക്കുന്നു. പശുക്കളെ കൂടി കൂടെ ഇങ്ങനെ വിറളിപിടിപ്പിക്കുന്നതു കുട്ടാപ്പിചേരയുടെ ഒരു പതിവായി മാറിയിട്ടുണ്ട്. പശുക്കൾ മുക്രയിട്ട് അതിനെ ഭയപ്പെടുത്തി ഓടിക്കാനുള്ള ശ്രമം നടത്തുന്നുണ്ട്. എന്നാൽ അതൊന്നും കണ്ട് താൻ ഭയക്കില്ലെന്ന ഭാവമാണ് കുട്ടാപ്പിക്ക്. നാവിരുകണ്ണിന്റെ ആകാംക്ഷയോടുള്ള നോട്ടം കണ്ട് ജമീലാമ്മാൾ ചോദിച്ചു ‘എന്തുവാ.’

“ആ കുട്ടാപ്പി ചേരയുടെ പണിപാര്”

ജമീലാമ്മാൾ മുറ്റത്തേക്കിറങ്ങി നോക്കിയപ്പോൾ കുട്ടാപ്പിച്ചേര കഴുക്കോലിൽ കിടന്നു തൂങ്ങിയാടുകയാണ്. തല പശുക്കളുടെ അരികിലേക്ക് കൊണ്ടുവന്നവയെ ഭയപ്പെടുത്തി രസിക്കുന്നു. “കുട്ടാപ്പി” ജമീലാമ്മാൾ ദേഷ്യത്തോടെ വിളിച്ചു. ‘പശുക്കളെ പേടിപ്പിക്കാമെ നീ ഒനക്കെ പണിപാര്’ ജമീലമ്മാൾ വീണ്ടും ഉച്ചത്തിൽ പറഞ്ഞു.

“അതുകേട്ട് കുട്ടാപ്പിച്ചേര തലമുകളിലേക്ക് വലിച്ച്. ഉത്തരത്തിന്റെ ഇടയിലെവിടെയോ ഒളിച്ചു.

പൊടിപ്പയലിന് കുഞ്ഞുഹസന്റെ കത്തുകിട്ടി. എത്രയും വേഗം ഹൈദരാബാദിൽ എത്തണം. ഓട്ടുകമ്പനിയിൽ കണക്കെഴുത്തുപണി ശരിയാക്കിവച്ചിട്ടുണ്ട്. നല്ല ശമ്പളമുള്ള പണിയാണത്രെ. ചിലവ് കഴിഞ്ഞ് ഒരു തുക നാട്ടിലേക്ക് അയക്കാനും കഴിയും. പല കച്ചവടസ്ഥാപനങ്ങളുമുള്ള കൂട്ടരുടെ ഓട്ടുകമ്പനിയാണ്. അവർക്ക് പിടിച്ചാൽ കൂടുതൽ നല്ല ജോലി

കിട്ടാനുള്ള സാധ്യതയുമുണ്ടെന്ന് കുഞ്ഞുഹസൻ എഴുതിയിരിക്കുന്നു. എന്തായാലും ഇനി യാത്ര വച്ചുതാമസിപ്പിക്കേണ്ട കാര്യമില്ലന്ന് പൊടിപ്പയൽ ഉറപ്പിച്ചു. എത്രയും വേഗം ഹൈദരാബാദിലേക്ക് പുറപ്പെടുക തന്നെ. പൊടിപ്പയൽ ഹൈദരാബാദിൽ പോകുന്നതിനോട് അമ്മായ്ക്ക് തീരെ താൽപര്യമില്ല. ഇവിടെ നിന്നാൽ പണികിട്ടുമെന്നാ അമ്മ പറയുന്നേ. എങ്ങനെയും അമ്മായെ പറഞ്ഞൊന്ന് സമ്മതിപ്പിക്കണം. ഹൈദരാബാദിൽ പോകുന്നതിനു പിന്നിൽ പൊടിപ്പയലിനു ഒരു സ്വകാര്യ മോഹം കൂടിയുണ്ട്. അവിടെ ഏതെങ്കിലും ഒരു കോളേജിൽ ചേർന്നു പഠിക്കണം. പഠിക്കാനുള്ള മോഹംകൂടി അവതരിപ്പിച്ചതോടെ അമ്മ അർദ്ധമനസ്സോടെ സമ്മതം മൂളി. ഉറുദുവും ഇംഗ്ലീഷും പഠിച്ചാൽ അവിടെ ഉയർന്ന ഉദ്യോഗം കിട്ടും. നാടുഭരിക്കുന്ന നൈസാമിനെതിരെ അവിടെയും കോൺഗ്രസുകാർ സമരം തുടങ്ങിയിട്ടുണ്ടെന്ന് കുഞ്ഞുഹസൻ കത്തിൽ എഴുതിയിട്ടുണ്ട്. ചിലയിടത്ത് ലഹള നടന്നുവത്രെ. പക്ഷേ പേടിക്കാനില്ലന്നാ കുഞ്ഞുഹസൻ പറയുന്നെ. വണ്ടിപ്പുരയിലെ കുട്ടികൃഷ്ണനെയും കൂട്ടി തീവണ്ടി ആഫീസ് വരെയൊന്നു പോകണം. നാടുവിട്ടുപോകുന്നതോർക്കുമ്പോൾ മനസ്സിൽ വല്ലാത്തൊരു നൊമ്പരം. നബീസായെ ഒന്നു കണ്ടിരുന്നെങ്കിലെന്ന് പൊടിപ്പയൽ മനസ്സാ മോഹിച്ചു. പള്ളിക്കൂടത്തിൽ പഠിച്ചിരുന്ന കാലത്ത് തോന്നുമ്പം തോന്നുമ്പം നബീസായുടെ വീട്ടിലേക്ക് ഓടിപ്പോകാമായിരുന്നു. ഇപ്പോ അങ്ങനെ കേറിച്ചെല്ലുന്നത് കുറച്ചിലാണ്.

നബീസാ ഒരു യുവതിയായില്ലേ. പാവാടക്കാരി സാരിചുറ്റി തുടങ്ങിയിരിക്കുന്നു. വൈകിട്ട് വായനശാലയിലേക്ക് പോകുംവഴി നബീസായുടെ വീട്ടിലൊന്ന് കേറണമെന്ന് പൊടിപ്പയൽ തീരുമാനിച്ചു. ഇന്ന് തിങ്കളാഴ്ചയാണ്. വടക്കൻ ദിക്കിൽ നിന്നുള്ള പത്രങ്ങൾ കേശവൻ താങ്കള് കൊണ്ടിട്ടു കാണും. വായനശാല കോൺഗ്രസുകാരുടെ താവളമായി മാറിയിട്ടുണ്ട്. പൊടിപ്പയലിനെപ്പോലെ അത്തായും ഖദർ ധരിച്ചാണിപ്പോൾ നടപ്പ്. ജവഹർലാൽ നെഹ്റു കൊല്ലത്തു വരുന്നുവെന്നുകേട്ടു. ഗാന്ധിയുടെ ഉറ്റ അനുയായികളായിരുന്ന കൃഷ്ണപിള്ള ചേട്ടനും അബ്ദുഖാദറും ഇപ്പോൾ നേതാജി സുഭാഷ്ചന്ദ്രമോബോസിനെക്കുറിച്ചാണ് കൂടുതൽ സംസാരിക്കുന്നത്. ഉപ്പുകുറുക്കലും നൂൽനൂപ്പും കൊണ്ടൊന്നും വെള്ളക്കാരെ എളുപ്പം ഓടിക്കാനാവില്ലന്നാണ് അവരുടെ വാദം. വായനശാലയുടെ ഒരു കോണിൽ നേതാജിയുടെ ചിത്രം കൊണ്ടുവന്നവർ തൂക്കുകയും ചെയ്തു. എന്നാൽ കൊച്ചുതമ്പി രാവുത്തർക്കും രാമനുണ്ണിത്താനും അതത്ര പിടിച്ചില്ല. ചില്ലറ വാക്കേറ്റം അവിടെ നടന്നന്നാ കേട്ടത്. മീരാസാഹിബ് അണ്ണന് മുഹമ്മദാലി ജിന്നയോടാണ് താത്പര്യം. ജിന്നയെ കോൺഗ്രസുകാർ പറ്റിച്ചുവെന്ന് അണ്ണൻ പലരോടും പറഞ്ഞു.

എന്നാൽ ജിന്നയുടെ പോക്കിൽ മറ്റാർക്കും ഇവിടെ താത്പര്യമില്ല. വെള്ളക്കാരുടെ കെണിയിൽപ്പെട്ടു ജിന്ന നാടിനെ വിഭജിക്കാനുള്ള പുറപ്പാടാണെന്ന് കൊച്ചുതമ്പി റാവുത്തർ രോഷത്തോടെ കുറ്റപ്പെടുത്തി.

വെള്ളക്കാർക്കെതിരെ ഒന്നിച്ചുപോരാടണമെന്നാണ് എല്ലാവരുടെയും താത്പര്യം. പൊടിപ്പയൽ കാവിനുവലംവച്ചു. പുഞ്ചവരമ്പിലൂടെ നടക്കുമ്പോൾ ശാരദക്കുട്ടി എതിരെ വരുന്നതുകണ്ടു. മാക്കൊട്ടക്കാരി ജാനകിയും കൂട്ടിനുണ്ട്. ശാരദകുട്ടി നെറ്റിയിൽ ചന്ദനക്കുറിയണിഞ്ഞിരിക്കുന്നു. അമ്പലത്തിൽ പോയിട്ടു വരുന്നവരവാവും. ശാരദക്കുട്ടി അരികിൽ വന്നപ്പോൾ പൊടിപ്പയൽ ചോദിച്ചു "പ്രസാദമൊന്നുമില്ലേ."

"തെരളിയുണ്ട്"

"ഹെയ്. ഞാൻ വെറുതെ ചോദിച്ചതാണ്"

"എന്താ കഴിക്കില്ലേ"

"തെരളി എനിക്ക് വലിയ ഇഷ്ടമാ" പൊടിപ്പയൽ പറഞ്ഞു.

ഇന്നെന്റെ പിറന്നാളാണ്. അമ്പലത്തിൽ പ്രത്യേക വഴിപാടുണ്ടായിരുന്നു.

എന്നാൽ തെരളി കൊണ്ടുനിർത്താനാവില്ല. പായസം വേണം. പൊടിപ്പയൽ പറഞ്ഞു.

ജാനകിച്ചേച്ചിയുടെ കൈയിൽ നിന്ന് പാത്രം വാങ്ങി അതിൽ നിന്ന് ഒരു തെരളിയെടുത്ത് ശാരദക്കുട്ടി പൊടിപ്പയലിന് നീട്ടി. ചുറ്റും വയണയിലയുടെ ഹൃദ്യമായ സുഗന്ധം പരന്നു. പൊടിപ്പയൽ അത് വാങ്ങി വയണ ഇല ഇളക്കി കൊണ്ടു ചോദിച്ചു. 'നബീസയെ കാണാനില്ലല്ലോ?'

"ങ്ങാ. നബീസാ ഏനാത്ത് പോയിരിക്കുവാ. അവളുടെ മാമീടെ മോളുടെ കല്ല്യാണം. ഒരാഴ്ച കഴിഞ്ഞേ ഇനി മടങ്ങൂ"

പൊടിപ്പയലിന്റെ മുഖം മ്ലാനമായി. അതുശ്രദ്ധിച്ചു കൊണ്ട് ശാരദക്കുട്ടി ചോദിച്ചു. "എന്താ വിശേഷിച്ച്"

ഞാൻ ഹൈദരാബാദിലേക്ക് പോകുകയാണ് ശാരദക്കുട്ടി. ബുധനോ വ്യാഴാഴ്ചയോ പോകാനാണ് ഉദ്ദേശിക്കുന്നത്. നബീസായോട് വിവരം പറഞ്ഞേക്കണേ.

സന്ദർഭത്തിന് ഒരയവുവരാൻ വേണ്ടി പൊടിപ്പയൽ പറഞ്ഞു.

ഉം ഉം ഉം ശാരദക്കുട്ടി മൂളി.

എന്നിട്ട് ഒരു പ്രത്യേക സ്വരത്തിൽ പറഞ്ഞു

"പറഞ്ഞോളാമേ"

'ഉം ങ്ങും' പൊടിപ്പയൽ അതുകേട്ട് ചിരിച്ചു.

പ്ലാവില തൊപ്പിയും ചൂടി പിള്ളേർ കള്ളനും പോലീസും കളിച്ചു കൊണ്ട് അതുവഴി ഓടി. അവർക്ക് വഴിമാറികൊണ്ട് പൊടിപ്പയൽ പറഞ്ഞു "ഞാൻ വായനശാലവരെയൊന്ന് പോകാനിറങ്ങിയതാ" ദൂരെ പാഞ്ചാലിയമ്മയുടെ തലവെട്ടം കണ്ടപ്പോൾ ശാരദകുട്ടി പറഞ്ഞു.

എന്നാ ഞാൻ പോകട്ടെ. ശാരദക്കുട്ടി നടന്നു. പൊടിപ്പയൽ പുഞ്ച വരമ്പിൽ നിന്നു ചെമ്മൺപാതയിലേക്ക് കയറി. പാടത്തിനരുകിലൂടെ നീർച്ചാൽ ഒഴുകുന്നുണ്ട്. മാനത്തുകണ്ണികൾ ഊറ്റുവെള്ളത്തിൽ തത്തി ക്കളിക്കുന്നു. വാലൻ തുമ്പികൾ തുള്ളി തുള്ളി പാറിപറക്കുന്നു.

പൊടിപ്പയൽ തെരളിതിന്നിട്ടതിന്റെ പൊട്ടുപൊടിയും വള്ളത്തിലേക്ക് തൂകി ചെറുമീനുകളും പൂച്ചികളും അതിനുചുറ്റും ആർത്തു. പൊടിപ്പ യൽ കുനിഞ്ഞ് വെള്ളത്തിൽ കൈകഴുകി. ദൂരെ പിള്ളേരുടെ ആരവം കേൾക്കാം. താഴത്തെ കൊച്ചുതരകൻ മുതലാളി തന്റെ ചവുട്ടുവണ്ടിയും ചവുട്ടി ശീക്രം വരുന്നു. പിന്നാലെ പിള്ളാരുടെ പടയും. കൊച്ചുതരകൻ മുതലാളി പൊടിപ്പയലിന്റെ അരുകിൽവന്നപ്പോൾ സൈക്കിൾ നിർത്തി പുഞ്ചിരിതൂകി. എന്നിട്ട് തന്റെ ചുവന്ന തുർക്കി തൊപ്പി ഊരി തലതടവി വീണ്ടും തൊപ്പി ധരിച്ചുകൊണ്ടു പറഞ്ഞു.

“മാവേലിക്കരയിൽ നിന്നൊരു ബസ് ഇതുവഴി അടൂരിലേക്ക് ഓടാൻ തുടങ്ങുന്നു. ചെല്ലം വണ്ടി”

“ങ്ഹോ” പൊടിപ്പയലിന് അദ്ഭുതം അടക്കാനായില്ല.

“ബസ്സോ” ഉം കൊച്ചുതരകൻ മുതലാളി മൂളി. ഭാസ്കരനുണ്ണിത്താന്റെ ബന്ധുക്കളാരുടെയോ വകയാണ്. കായംകുളത്ത് നിന്ന് കുഞ്ഞുസാഹി ബിന്റെ ഹാരിസ് ബസ് കൊല്ലത്തേക്ക് ഓടുന്നുണ്ടല്ലോ. അതുപോലൊരു ബസ്.

“നമ്മുടെ നാടും മാറുകയാണ്” പൊടിപ്പയൽ ഓർത്തു. പൊടിപ്പയൽ മദ്രാസിൽ പോയിട്ടുണ്ടോ? കൊച്ചുതരകൻ ചോദിച്ചു.

“ഇല്ല”

ജീവിതത്തിൽ ഒരിക്കലെങ്കിലും മദ്രാസിലൊന്നു പോകണം. എത്ര ബസാ അവിടെ ഓടുന്നേ. പട്ടണത്തിലെ ജീവിതവും നമ്മൾ കണ്ടിരി ക്കണം. കൊച്ചുതരകൻ മുതളാളി ഉപദേശിച്ചു. “ഉം” പൊടിപ്പയൽ വെറുതെ മൂളി.

കൊച്ചുതരകൻ മുതലാളി സൈക്കിൾ ചവുട്ടി നീങ്ങി. എവിടെയോ കറങ്ങി നടന്നിരുന്ന പിള്ളേരും പാഞ്ഞെത്തി പിന്നാലെ ഓടി.

തൈക്കാവിനു മുറ്റത്തുകൂടിയുള്ള ചെമ്മൻപാതവഴി ബസ് ഓടുന്നു വെന്ന വാർത്ത നാടാകെ പരന്നു. ഉസ്മാൻ രാവുത്തരുടെ ചായക്കടയിൽ ബസിന്റെ വിശേഷങ്ങൾ പറഞ്ഞിരുന്ന് നാട്ടുകാർ നേരം ഇരുട്ടിച്ചു. വായന ശാലാ മുക്കിൽ ബസിനു സ്വീകരണം നൽകാൻ തീരുമാനമായി. മൊട്ട ക്കാരൻ മത്തായി മാപ്പിള പത്തുമുട്ട സ്വീകരണ കമ്മിറ്റിക്കാർക്കായി സംഭാവന ചെയ്തു. നാരായണക്കുറുപ്പ് എട്ടുചക്രം നൽകി. തടികച്ചവട ക്കാരൻ മാധവൻ കാലണ, നാവിർകണ്ണ് അര രൂപ കൊടുത്തു. കൊച്ചമ്മാ പെരിയമ്മ ഒരു വാഴക്കുല കൊടുത്തു. പലരും കൈയ്യയച്ചു സഹായിച്ചു.

വാസുക്കുട്ടിയുടെ നേതൃത്വത്തിൽ കുടശനാടുപോയി മാലപ്പടക്കം വാങ്ങി. നാടാകെ ബസിന്റെ ഇരമ്പൽ കാതോർക്കാൻ തുടങ്ങി. തീവെയിലിൽ നാട്ടിലെ കണികൊന്നകൾ പൂവണിയാൻ തുടങ്ങി. ഒടുക്കം ശകുനംനോക്കി സമയം നോക്കി ബസ് ഓട്ടം തുടങ്ങി. വായനശാലാമുക്കിലെ ബസിന്റെ സ്വീകരണത്തിനു കൊഴുപ്പേകാൻ ഉസ്മാൻ തമ്പി റാവുത്തരുടെ നേതൃത്വത്തിൽ ചെണ്ടകൾ വന്നു നിരന്നു. പറയചെണ്ടകൾ കുന്നുംപുറത്ത് അടിച്ചുതിമർത്തു.

ബസ് കാണാൻ നാട്ടിലെ ആബാലവൃദ്ധം ജനങ്ങൾ പാതയോരത്തു വന്നുനിൽപ്പായി. ദൂരെ നെൽപ്പാടങ്ങൾക്ക് നടുവിലൂടെ ചുകപ്പും മഞ്ഞയും നിറമുള്ള കരിവണ്ടി പുക തുപ്പി പുകതുപ്പി പ്പോ പോ പോന്ന് കരഞ്ഞ് വരുന്നത് ആദ്യം കണ്ടത് മാനത്തുനോക്കിനടക്കുന്ന പീരുകണ്ണനണ്ണനാണ്. ആഹ്ലാദം അടക്കവയ്യാതെ അണ്ണൻ വിളിച്ചുകൂടി. "ദാ പാര് വണ്ടി വരുന്ന വരവ്"

ജനം ആർത്തുവിളിച്ചു. പെണ്ണുങ്ങൾ കുരവ ഉതിർത്തു. ഇതിനിടയിലാരോ മാലപ്പടക്കത്തിനു തീകൊളുത്തി. പടപടാന്ന് പടക്കം പൊട്ടി തുടങ്ങിയതോടെ ജനം ആർപ്പുവിളിച്ചു. അമിട്ട് ഏഴുനിലയിൽ പൊട്ടിത്തെറിച്ചപ്പോൾ നാട് നടുങ്ങി.

ചിഹ്നം വിളിയോടെ വണ്ടി വായനശാലയ്ക്കുമുമ്പിൽ ഇരച്ചുനിന്നു.

കുറച്ചുപേർ വണ്ടിയിൽ ഇരുപ്പുണ്ട്. കമ്പിയിൽ തൂങ്ങിയും ഞാന്നും മറ്റുള്ളവർ നിൽക്കുന്നു. വണ്ടിക്കു പിന്നാലെ വൻ ജനാവലിയുണ്ട്. ആൾകൂട്ടം ഉന്തിയും തള്ളിയുമാണോ ബസ് മുന്നോട്ടുകൊണ്ടുവരുന്നതെന്ന് വണ്ടികാണാൻ വന്ന കുട്ടിയമ്മ സംശയിച്ചുപോയി. വണ്ടിക്കുപിന്നാലെ ഉറമ്പുകളുടെ ജാഥ നെൽപ്പാടവും കുന്നും കടന്ന് നീണ്ടുകിടക്കുകയാണ്. വണ്ടിയെ പൂക്കളും തോരണങ്ങളുംകൊണ്ട് അലങ്കരിച്ചിട്ടുണ്ട്. മുന്നിലും പിറകിലും തെങ്ങിൻകുലകളും വാഴകളും കെട്ടിയൊരിക്കിയിരിക്കുന്നു. പുക തുപ്പുന്ന കുഴൽ തൊട്ടുനോക്കാൻ പിള്ളേർ ഉന്തും തള്ളും നടത്തി. ചിലർ ഏന്തിവലിഞ്ഞ് പോപോയെന്ന് അടിച്ചു. ഡ്രൈവർ ജോർജിനതുകണ്ട് ശുണ്ഠിപിടിച്ചു. അയാൾ അവിടെകിടന്നു കാറുകയും തുപ്പുകയും ചെയ്തു.

ആൾക്കൂട്ടത്തെ വകഞ്ഞുമാറ്റി വണ്ടിയിൽ കൊച്ചുതമ്പി രാവുത്തരുടെയും കൃഷ്ണപിള്ള കൊച്ചാട്ടന്റെയും നേതൃത്വത്തിൽ ആളുകൾ വന്ന് മാലചാർത്തി. നമ്മുടെ നാട് സ്വാതന്ത്ര്യം നേടുമ്പോൾ നൂറുകണക്കിന് വണ്ടികൾ നാട്ടിലെമ്പാടും ഓടുമെന്ന് കൊച്ചുതമ്പി റാവുത്തർ വിളിച്ചുപറഞ്ഞു. ജനം അതുകേട്ട് കൈയ്യടിച്ചു. ഡ്രൈവർ ജോർജിനും യാത്രക്കാർക്കും പായസം വിളമ്പി. നാട്ടുകാർ പായസക്കലത്തിനു ചുറ്റും കടിപിടികൂടി.

എല്ലാദിവസവും മുറതെറ്റാതെ ചെല്ലംവണ്ടിയിതുവഴിയോടുമെന്ന് ഡ്രൈവർ ജോർജ് പ്രഖ്യാപിച്ചു. ജനം കൈയ്യടിയോടെയതു സ്വീകരിച്ചു. ആൾകൂട്ടം വന്നുപൊതിഞ്ഞ വണ്ടി ഒരുവിധം കുലുങ്ങിയും ആടിയും യാത്ര തുടർന്നു. ജനം വണ്ടിക്ക് പിന്നാലെ നടന്നും ഓടിയും ഒഴുകിപ്പരന്നു. വണ്ടികാണാൻ വന്ന ഷേക്മൈതീൻ പൊടിപ്പയലിനോടു ചോദിച്ചു. മാവേലിക്കരയ്ക്കു എത്രാ മോനെ കാശ്.

കാലണ.

അടൂർക്കോ. മുക്കാൽ അണ. ഉം ഉം. അതിത്തിരി കൂടിപ്പോയി.

ആർക്കാ ഇത്രയും മുടക്കി യാത്ര ചെയ്യാനാവുക. നമുക്കൊക്കെ വില്ലുവണ്ടിയെ പറഞ്ഞിട്ടുള്ളു.

തൈക്കാവിന്റെ മുന്നിലെ പുരാതനമായ കൽമണ്ഡപത്തിനരുകിലിരുന്ന് മീരാണ്ണൻ റാവുത്തരണ്ണൻ പറഞ്ഞു. കിയാമനാള് അടുത്തുവരുമ്പോൾ ഭൂമിയിൽ ഇതേപോലുള്ള കുന്ത്രാണ്ടങ്ങളിറങ്ങും. ഭൂമിയുടെ രക്തം കുടിക്കുന്ന പിശാചുകൾ. അവസാനകാലത്തേക്കുള്ള ദൂരം കുറയ്ക്കുന്ന ശെയ്ത്താനാണിത്. ഇനിയിപ്പോ നമ്മ നാട്ടിൽ എത്രപേർ ഇതിനിടയിൽപെട്ട് മൗത്താവുമെന്ന് ഒരുതിട്ടവുമില്ല. അതുകേട്ടുകൊണ്ടുനിന്ന കുതിരവണ്ടിക്കാരൻ കാസിമത് തലകുലുക്കി സമ്മതിച്ചു.

ലബ്ബാസാഹിബ് പറഞ്ഞു "ഒരു നാഴിക നടക്കുന്നസമയംകൊണ്ടും വണ്ടിയിൽ നമുക്ക് പഴകുളത്തുചെല്ലാം. നാട്ടിൽ പുരോഗമനം ഉണ്ടാവണ്ടേ. കാസിമിന്റെ വയസൻ കുതിരക്ക് എത്രപേരെ കൊണ്ടുപോകാനാകും. നാലോ അഞ്ചോ പേരെ. ബസിൽ പത്തുപതിനഞ്ചുപേർക്കെങ്കിലും ഇരിക്കാം." "ഉം ഉം.. കാസിം മൂളി". എന്നിട്ടു പറഞ്ഞു. കുതിരവണ്ടിയുടെ ഏഴലയത്തുവരില്ല ഈ ബസ്. എണ്ണയൊഴിച്ച് തീതുപ്പിപോകുന്ന ഈ ബസ് എപ്പഴാ പൊട്ടിത്തെറിക്കുന്നതെന്ന് ആർക്കറിയാം. ലബ്ബസാഹിബതുകേട്ട് ചിന്തയിലാണ്ടു. കാലത്തിനൊത്തു കോലം മാറാനറിയാത്ത മീരാണ്ണൻ രാവുത്തരണ്ണനെനോക്കി തെങ്ങിന്റെ പൊത്തിലിരുന്നു ഓന്ത് പരിഹസിച്ചു ചിരിച്ചു. ഗ്രന്ഥപ്പുരയിൽ എടുപ്പതു പണിയുണ്ടായിരുന്ന ചിതലുകൾ പണിനിർത്തി പുറത്തേക്കിറങ്ങിവന്നു പറഞ്ഞു.

"എന്റെ ആത്മാവ് ആരുടെ കൈയ്യിലാണോ അവനാണ് സത്യം ഇതവർക്ക് അസ്ത്രത്തേക്കാൾ മാരകമാകുന്നു"

ചെല്ലം വണ്ടി ഓട്ടം തുടങ്ങിയതോടെ ആളുകൾ പാതയോരത്തു വണ്ടി കാണാൻ ദിവസവും വന്നുനിൽപ്പായി. ദൂരെ ദിക്കിൽ നിന്നുപോലും പെണ്ണുങ്ങളും പിള്ളേരും വണ്ടികാണാൻ വരവുതുടങ്ങി. പുഞ്ചപ്പാടത്തിന്റെ നടുവിലൂടെ പോ പോന്ന് കരഞ്ഞുവിളിച്ചുവരുന്ന വണ്ടി എല്ലാവർക്കും ഇഷ്ടപ്പെട്ടു. പലർക്കും വണ്ടിയിലൊന്നു കയറണമെന്ന് അതിയായ മോഹമുണ്ട്. എന്നാൽ ആരുടെ കൈയ്യിലും കാശില്ല. അതുകൊണ്ട്

വായനശാലാമുക്കിൽ വണ്ടി വന്നുനിൽക്കുമ്പോൾ ആളുകൾ അതിൽ തൊട്ടുനോക്കി കൊതിയടക്കി. ചിങ്ങം പിറന്നാൽ പത്തു പുത്തൻ കൈയ്യിൽവരും. കൊയ്യാനും മെതിക്കാനും പണികിട്ടും. അപ്പോ വണ്ടിയിൽ കേറി നാടുചുറ്റാം. പലരും മോഹം പറഞ്ഞു. പിള്ളേരുടെ സംഘം വണ്ടിക്കുപിന്നാലെ ഓടി ഓടികിതച്ച് പാതയോരത്തിരുന്ന് വെടിപറഞ്ഞു. ഒരിക്കൽ ബസിലൊന്നു കയറി നാടുചുറ്റണമെന്ന് നാട്ടിലെ മുല്ലാ നസിറുദിനായ കുഞ്ഞുഹസനൊരു മോഹം. മൂത്ത തമ്പിയെ കൂട്ടുപിടിച്ചാലെ കാര്യം നടക്കൂ. വണ്ടിയാത്രയുടെ അതിശയങ്ങൾ പറഞ്ഞ് കുഞ്ഞുഹസ്സൻ മൂത്തതമ്പിയെ ലഹരിപിടിപ്പിച്ചു. ഒടുക്കം തന്റെ കുതിരവണ്ടി ഉപേക്ഷിച്ച് ബസിൽ യാത്രപോകാൻ മൂത്തതമ്പി തീരുമാനിച്ചു. നെരിയാണിക്കു മുകളിൽ കസവു മുണ്ടുടുത്തു. അരയിൽ ബൽറ്റിട്ട് മുറുക്കി. അതിൽ പേനാകത്തികൾ തിരുകി ബലപ്പെടുത്തി. തലപ്പാവുചുറ്റി. രണ്ടാമുണ്ട് ചുറ്റി മൂത്ത തമ്പി യാത്രക്ക് തയ്യാറെടുത്തു. കുതിരാലയത്തിൽ കിടന്ന് കുതിര ഒരോട്ടത്തിനുള്ള തയ്യാറെടുപ്പ് തുടങ്ങി. കാലുകുടഞ്ഞ് മേലുകുടഞ്ഞ് ഒന്നു ചീറി നിന്നു. എന്നാൽ മൂത്ത തമ്പി തന്റെ കുതിരയെ അനുകമ്പയോടെ ഒന്നു നോക്കിയിട്ടു മുറ്റത്തേക്കിറങ്ങിനടന്നു.

അടിയപൈതങ്ങൾ വാപൊത്തിനിന്നു. കുഞ്ഞുഹസനും കുഞ്ഞൻ നായരും മുറുക്കിത്തുപ്പി പിന്നാലെ നടന്നു. മൂത്ത തമ്പിയും കൂട്ടരും വായനശാല മുക്കിൽ വന്നുകാത്തുനിന്നു. നാഴിക ഒന്നുകഴിഞ്ഞപ്പോൾ പുഞ്ചവരമ്പിൽ ചുഴലിചുറ്റാൻ തുടങ്ങി. പൊടിപടലങ്ങൾക്കിടയിലൂടെ ചുവപ്പും മഞ്ഞയും നിറമുള്ള വണ്ടി ഓടിവരുന്നുണ്ട്. പോ പോന്നുള്ള അതിന്റെ കരച്ചിൽ നാലുനാഴിക ദൂരെകേൾക്കാം.

കുഞ്ഞുഹസൻ വായിൽ കിടന്ന വെറ്റേമാന്റെ കറ തുപ്പി തുപ്പി യാത്രക്ക് തയ്യാറായി. കുഞ്ഞുഹസൻ റോഡിലിറങ്ങി കൈകാട്ടിനിന്നു. നിറച്ചാളുകളുമായി ചീറിപാഞ്ഞുവന്ന ചെല്ലം വണ്ടി കുഞ്ഞുഹസനെ കണ്ടഭാവം നടിക്കാതെ നിർത്താതെ ഓടിച്ചുപോയി. വായനശാലയുടെ മുമ്പിൽ കാത്തുനിന്നവർ ബഹളം വച്ചു.

“നിർത്താതെ പോച്ച്” നിരാശയോടെ കുഞ്ഞുഹസൻ പറഞ്ഞു. നാലുനാഴിക കഴിഞ്ഞേ ഇനി വണ്ടിമടങ്ങിവരൂ. അതുവരെ മൂത്തമ്പിയും കൂട്ടരും വാണിയാത്തിയുടെ വീട്ടിൽ കയറി ശൊറ പറഞ്ഞിരുന്നു. ഇരപ്പൻപാറ പോ പോന്നു കരഞ്ഞപ്പോൾ അവർ വായനശാലയുടെ മുമ്പിൽ വന്നുനിന്നു. ചെല്ലം വണ്ടിയിൽ നിറയെ ആളുണ്ട്. ഇത്തവണയും നിർത്താനിടയില്ല. പെട്ടന്ന് കുഞ്ഞുഹസൻ റോഡിന്റെ നടുവിലേക്കിറങ്ങി പെരുവിരൽ ചൂണ്ടി മറ്റ് വിരലുകൾ മടക്കി ഡ്രൈവറെ ഒരാംഗ്യം കാട്ടി. വണ്ടി സഡൻബ്രേക്കിട്ടതുപോലെ നിന്നു. ഡ്രൈവർ ജോർജ് ക്ഷോഭത്തോടെ പുറത്തേക്കിറങ്ങി ബഹളം വച്ചു. കുഞ്ഞുഹസനുമായി പോരിനു വന്നു. കുഞ്ഞുഹസൻ അതത്ര കാര്യമാക്കാതെ പറഞ്ഞു “രണ്ടാള് ഇരിക്കുന്നതിനിടയിൽ ഞാൻ നിന്നോളാമെന്ന് ആംഗ്യം

കാട്ടിയതാണോ ഇപ്പോ കുഴപ്പം" പെട്ടന്ന് ജോർജ് സ്തംഭിച്ചുനിന്നു. വായനശാലയുടെ കൂടിനിന്നവർ ആർത്തുചിരിച്ചു. ജോർജിന്റെ പേശികൾ അയഞ്ഞു. ജോർജും ചിരിച്ചു "മുതലാളി ആളുകൊള്ളാമല്ലോ" ജോർജ് പറഞ്ഞു. "എങ്ങോട്ടാ"

'വണ്ടി എങ്ങോട്ടാ അങ്ങോട്ട്' കുഞ്ഞുഹസൻ പറഞ്ഞു.

ജോർജിനു വീണ്ടും ചിരിപൊട്ടി. 'എന്നാ പൂവാം'.

ജോർജ് വിളിച്ചു 'കൂടെ രണ്ടാളുംകൂടിയുണ്ട്'.

അവര് ഇരിക്കുന്നതിനടുത്ത് ഞാൻ നിന്നോളാം. കുഞ്ഞുഹസൻ പറഞ്ഞു. വീണ്ടും കൂട്ടച്ചിരി പൊട്ടി. വണ്ടിനിറയെ ആളല്ലേ. ആരെങ്കിലും മാറിത്തരുമോ? ജോർജ് ആശങ്കപ്പെട്ടു. ഒന്നു ശ്രമിച്ചുനോക്കാം.

മൂത്ത തമ്പിയും കൂട്ടരും വരുന്നതുകണ്ട് ജോർജ് വിളിച്ചുപറഞ്ഞു. "ആരെങ്കിലും ഒന്നെണീറ്റു കൊടുക്കണം" വരുന്നതു ചില്ലറക്കാരല്ലന്ന് കണ്ട് ആരോ എണീറ്റുമാറി. മൂത്തതമ്പിയും കുഞ്ഞൻനായരുമവിടെയിരുന്നു. കുഞ്ഞുഹസൻ അതിനടുത്തുനിന്നു. ഓരോ തമാശകൾ പറയാൻ തുടങ്ങി.

ചെല്ലം വണ്ടിയതുകേട്ട് പൊട്ടി പൊട്ടിചിരിച്ചു. പിന്നെ കുലുങ്ങി കുലുങ്ങി ഓടി. നാണിതള്ളയുടെ മകൾ ഓമന ദിവസവും ചെല്ലം വണ്ടി കാണാൻ വായനശാലാമുക്കിൽ വന്നു നിൽപു തുടങ്ങി. വണ്ടിയുടെ വരവും പോക്കും ഓമനക്ക് നന്നായി ബോധിച്ചു. ഡ്രൈവർ ജോർജ് ഓമനയെ കണ്ണും കവിളും കാണിക്കാൻ തുടങ്ങി. ഓമന നാണിച്ച് നഖം കടിച്ചു നിന്നു. ഒരുദിവസം ജോർജ് വണ്ടിനിർത്തി ചോദിച്ചു. കൂടെ പോരുന്നോ. ഓമനയതു കേൾക്കാത്ത താമസം വണ്ടിയിൽ കയറിയിരിപ്പായി.

പിന്നെ ഓമനയെ നാട്ടിലാരും കണ്ടിട്ടില്ല. നാണിതള്ള കരഞ്ഞുവിളിച്ചു നടന്നതുമാത്രം മിച്ചം. ഡ്രൈവർ ജോർജിനു പകരം കേശവപിള്ള ചെല്ലം വണ്ടിയുടെ ഡ്രൈവറായി വന്നു. വണ്ടിയുടെ ഇരമ്പൽ പുഞ്ചപ്പാടത്തു കേൾക്കുമ്പോൾ അമ്മമാർ പെൺമക്കളെ വീട്ടിനുള്ളിലേക്ക് ആട്ടികയറ്റി കതകടച്ചു. ചെല്ലം വണ്ടി ഈകഥയറിയാതെ ദിവസവും കുലുങ്ങിയും ആടിയും പോപോന്നു കരഞ്ഞ് വിളിച്ചു ഓട്ടം തുടർന്നു.

സൂഫി

നേരം വെട്ടംവീണപ്പോൾ പുരാതനമായ തന്റെ സുറുമപ്പെട്ടിയും തൂക്കി മീരാണ്ണൻ റാവുത്തരണ്ണൻ പമ്പയാറിന്റെ തീരത്തുകൂടി നടന്നു. എരുമേലി ചന്ദനക്കുടം പൊടിപൊടിച്ചു. കൈനിറയെ കാശുകിട്ടി. ഈരാറ്റുപേട്ടയിലെ നൈനാർപള്ളിയിലെ ചിത്രപ്പണികൾ ചെയ്ത പ്രാചീനമായ കരിങ്കൽ തൂണുകൾ കാതോർത്തുകിടന്നു. അയ്യപ്പൻമാർ പേട്ടതുള്ളി കാടു

കയറി. റാവുത്തരന്മാർ അവർക്ക് തുണപോയി. മലയിറക്കത്തിന് ഇനി ദിവസങ്ങൾ കുറെ കാത്തിരിക്കണം. അതുവരെ കാക്കാൻ വയ്യ. എങ്ങനെയും വീടുപറ്റണം. വൃശ്ചികക്കുളിരിൽ കാട്ടുപാതയിലൂടെ ഒറ്റയ്ക്കു നടക്കാനൊരു സുഖമുണ്ട്. പ്രപഞ്ചനാഥനെക്കറിച്ചുള്ള ഓർമ്മകളിൽ മനസ്സ് തനിയെ നിറയും. ചുറ്റും കാടിന്റെ മാസ്മരിക സംഗീതം മുഴങ്ങി കേൾക്കാം. ചീവീടുകളുടെ പാട്ട്. ഏതൊക്കെയോ കിളികൾ കരയുന്നുണ്ട്. കുളക്കോഴികളുടെ ബഹളം. മഞ്ഞുപുകയ്ക്കിടയിലൂടെ വെയിൽ ചാഞ്ഞു പെയ്യാൻ തുടങ്ങി. പമ്പയാറ് പുക മഞ്ഞുമായി മൽപ്പിടുത്തം തുടങ്ങി. ആവി പറക്കുന്ന കാട്ടാറിന്റെ സൗന്ദര്യം നുണഞ്ഞ് മീരാണ്ണൻ റാവുത്തരണ്ണൻ നടന്നു. തുകൽചെരുപ്പുകൾ ചിലപ്പോൾ വഴുതി. എന്നാൽ ഒരഭ്യാസിയെപ്പോലെ മെയ് വളച്ച് മീരാണ്ണൻ റാവുത്തരണ്ണൻ ഇരുകാലിൽ നേരെ നിന്നു. പുൽമേടുകളിൽ മഞ്ഞുതുള്ളികൾ നക്കിയും ഇളംപുല്ലു കടിച്ചും കേഴമാൻ കൂട്ടങ്ങൾ കുണുങ്ങികുണുങ്ങി നടക്കുന്നു. മീരാണ്ണൻ റാവുത്തരണ്ണന്റെ ഗന്ധം മണത്തവ ഒരുനിമിഷം മൂക്കുവിടർത്തി. പിന്നെ ചെവികൾ ചുഴറ്റി. ആളു കുഴപ്പക്കാരനല്ലന്ന് കാറ്റു ചെവിയിൽ അടക്കം പറഞ്ഞു. പിന്നെ വെറുതെ സമയം കളയാതെ മാനുകൾ ഇളംപുല്ലുകടിച്ചു പറിച്ചു. പുഴയോരത്തെ പുൽപ്പടർപ്പുകൾക്കിടയിൽ ഒരു മനുഷ്യരൂപം. വല്ല ജിന്നു[1]മാണോന്ന് മീരാണ്ണൻ റാവുത്തരണ്ണൻ ഒന്നുശങ്കിച്ചു. കീശയിലെ തസ്ബ[2] മണികളിൽ വിരൽ തുമ്പുകൾ സ്പർശിച്ചു. സുബനാഹള്ളാ. സർവസ്തുതിയും സർവലോക പരിപാലകനായ തമ്പുരാന് സൂക്ഷിച്ചുനോക്കിയപ്പോൾ നരച്ചുനീണ്ട താടിരോമങ്ങളുള്ള ഒരു മെലിഞ്ഞ വൃദ്ധനാണതെന്ന് മനസ്സിലായി. ഈ കാട്ടിൽ ഇങ്ങനെ ഒറ്റയ്ക്ക് വന്നുനിൽക്കുന്ന ഇയാൾ ആളു ചില്ലറക്കാരനല്ലെന്ന് മീരാണ്ണൻ റാവുത്തരണ്ണൻ മനസിലുറച്ചു. ഒരു ധൈര്യത്തിന് ആയത്തികുറുശി ഓതി നെഞ്ചിലൂതി. ഒരു ചുട്ടിതോർത്തുമാത്രമാണയ്യാളുടെ വേഷം. സൂര്യനിലേക്ക് കണ്ണുംനട്ടാണ് നില്പ്. ഇപ്പോൾ ആളെ അടുത്തുകാണാം. ചന്ദനനിറമാണ് മേനിക്ക്. നീണ്ട നാസിക. വൃദ്ധനെങ്കിലും കരുത്തുറ്റ മേനി. മീരാണ്ണൻ റാവുത്തരണ്ണൻ ഒന്നു മുരടനക്കി. പുല്ലുകൾ കരഞ്ഞു. വൃദ്ധൻ ധ്യാനത്തിൽ നിന്നുണർന്നു. മീരാണ്ണൻ റാവുത്തരണ്ണനെ നോക്കി. തിളങ്ങുന്ന കണ്ണുകളിൽ നേരിയ ചിരിപടർന്നു. "വാങ്കെ വാങ്കെ". വൃദ്ധൻ വിളിച്ചു. ദൈവം നിങ്ങളെ അനുഗ്രഹിക്കട്ടെ "അസലാമു അലൈക്കും. മീരാണ്ണൻ റാവുത്തരണ്ണൻ അറച്ചറച്ചു പറഞ്ഞു.

"വ അലൈക്കുംസലാം" ദൈവം താങ്കളെയും അനുഗ്രഹിക്കട്ടെ വൃദ്ധൻ പറഞ്ഞു.

അണ്ണൻ എന്നെ ചെയ്യുകയാകും മീരാണ്ണൻ റാവുത്തരണ്ണൻ സ്വാതന്ത്ര്യത്തോടെ ചോദിച്ചു.

---

1. ജിന്ന് - മനുഷ്യസമുദായം പോലെ ദൈവത്തിന്റെ മറ്റൊരുതരം സൃഷ്ടികൾ. അഗ്നി കൊണ്ടാണിവയെ സൃഷ്ടിച്ചിരിക്കുന്നത് 2. തസ്ബ - ജപമാല

വെയിൽ തിന്നുന്നു വൃദ്ധൻ പറഞ്ഞു.

വെയിൽ തിന്നുകയോ അദ്ഭുതത്തോടെ മീരാണ്ണൻ റാവുത്തരണ്ണൻ ഉള്ളിൽ ചോദിച്ചു. പിന്നെ കണ്ണുകൾ വിടർത്തി പറഞ്ഞു. സർവസ്തുതിയും സർവലോക പരിപാലകനായ തമ്പുരാന്. തന്റെ താടിരോമങ്ങൾ ഉഴിഞ്ഞ് വെയിൽമഴ കൊള്ളിച്ചുകൊണ്ട് വൃദ്ധൻ ഒരാംഗ്യം കാട്ടി. വെയിൽ തിന്നാനുള്ള ക്ഷണമാണന്ന് മീരാണ്ണൻ റാവുത്തരണ്ണന് മനസ്സിലായി. മീരാണ്ണൻ റാവുത്തരണ്ണൻ തന്റെ തടിപ്പെട്ടി നിലത്തുവച്ചു. പിന്നെ ഉടുപ്പൂരി നിലത്തുവച്ചു.

"വുളു[1] വെടുത്തുവാങ്കെ" വൃദ്ധൻ പറഞ്ഞു. ഒരക്ഷരം പോലും മറുപടി പറയാതെ മീരാണ്ണൻ റാവുത്തരണ്ണൻ പമ്പയാറിലേക്കിറങ്ങി. വിരലുകൾ ആവിപൊങ്ങുന്ന വെള്ളത്തിൽ മുക്കി. കുളിർ സുഷ്മനയെ തൊട്ടു. അത്തയ്ഹാത്തി[2]ന്റെ ഇടിമിന്നൽ. വജ്രാസനം. വുളുവെടുത്തു വൃദ്ധനരുകിലായി മീരാണ്ണൻ റാവുത്തരണ്ണൻ വന്നുനിന്നു. വൃദ്ധന്റെ കണ്ണുകൾ മീരാണ്ണൻ റാവുത്തരണ്ണന്റെ ചെരിപ്പിനെ നോക്കി ഒന്നു ചാടി. മീരാണ്ണൻ റാവുത്തരണ്ണൻ തുകൽചെരുപ്പഴിച്ച് മാറ്റി നിലത്ത് കാലുറപ്പിച്ചു നിന്നു.

"സൂര്യനിൽ നിന്നു മാത്രമല്ല മണ്ണിൽ നിന്നും ധാരാളം ഉണ്ണാനും കുടിക്കാനുമുണ്ട്" വൃദ്ധൻ പറഞ്ഞു. മീരാണ്ണൻ റാവുത്തരണ്ണൻ അത്ഭുതത്തോടെയതുകേട്ടുനിന്നു. ചുറ്റും മഞ്ഞിന്റെ മൂടുപടം അഴിഞ്ഞുവീഴാൻ തുടങ്ങി. കുയിലുകൾ പാടുന്നു. മരതകവണ്ടുകൾ മൂളുന്നു. ശലഭങ്ങൾ പുൽപ്പരപ്പിൽ പാറിപറക്കുന്നു. സൂര്യനിൽ നിന്ന് കണ്ണിലേക്ക് ഊർജ പ്രവാഹം തുടങ്ങി. ഭൂമിയുടെ ഉള്ളറകളിലത് ചലനമുതിർത്തു. ഉരുകിയൊലിക്കുന്ന ലോഹകൂട്ടുകളിൽ വൈദ്യുതിപ്രവാഹം. അവാച്യമായ ഒരനുഭവത്താൽ മീരാണ്ണൻ റാവുത്തരണ്ണൻ തരിച്ചുനിന്നു. മുമ്പൊരിക്കലും താനിത് അനുഭവിച്ചിട്ടില്ലല്ലോയെന്ന് മീരാണ്ണൻ റാവുത്തരണ്ണൻ ഓർത്തു. അനന്ത വിശാലമായ പ്രപഞ്ചത്തിലൂടെ ഓടിക്കളിക്കുന്ന എണ്ണിയാലൊടുങ്ങാത്ത ഗോളങ്ങളിലൊന്നിലാണ് താനെന്ന ബോധം മീരാണ്ണൻ റാവുത്തരണ്ണനെ വല്ലാതെ വിനയാന്വിതനാക്കി.

ഭൂമി പറഞ്ഞു.

സൂര്യൻ അതിന്റെ സ്ഥിരമായ കേന്ദ്രത്തിലേക്ക് ചലിച്ചുകൊണ്ടിരിക്കുന്നു. പ്രതാപശാലിയും സർവജ്ഞനുമായ അല്ലാഹുവിന്റെ വ്യവസ്ഥപ്പെടുത്തലാണിത്. ചന്ദ്രനും ചില മണ്ഡലങ്ങൾ അല്ലാഹു നിശ്ചയിച്ചിരിക്കുന്നു. സൂര്യന് ചന്ദ്രനെ പ്രാപിക്കാൻ സാധ്യമല്ല. രാവ് പലകിനെയും മറികടക്കുന്നതുമല്ല. എല്ലാംതന്നെ അതിന്റെ പഥത്തിൽ സഞ്ചരിച്ചുകൊണ്ടിരിക്കുന്നു. അൽഹമ്ദുലില്ലാ. സർവ സ്തുതിയും സർവ്വ ലോക

1. വുളു - നിസ്കാരത്തിനു മുമ്പായി ചെയ്യുന്ന ശുദ്ധികർമ്മം 2. അത്തയ്ഹാത്ത് - നിസ്കാരത്തിലെ ഒരാസനം (വജ്രാസനം)

പരിപാലകനായ തമ്പുരാന്. വൃദ്ധൻ ഒന്നും ഉരിയാടാതെ കാട്ടിനുള്ളിലേക്ക് നടന്നുപോയി. മീരാണ്ണൻ റാവുത്തരണ്ണൻ വൃദ്ധനോട് പലതും ചോദിക്കണമെന്നുണ്ടായിരുന്നു. എന്നാൽ ഒന്നും ചോദിച്ചില്ല. വിസ്മയത്തോടെ വൃദ്ധന്റെ പോക്ക് നോക്കി കുറച്ചുനേരം മീരാണ്ണൻ റാവുത്തരണ്ണൻ അവിടെ നിന്നു. ചുറ്റും ആനച്ചൂര് മണക്കാൻ തുടങ്ങി. കാടിനുള്ളിലെവിടെയോ ആനകൾ ഇണചേരുന്നു. മീരാണ്ണൻ റാവുത്തരണ്ണൻ തടിപ്പെട്ടിയും തൂക്കി വേഗത്തിൽ നടന്നു. ആ വൃദ്ധനെക്കുറിച്ചാണ് മീരാണ്ണൻ റാവുത്തരണ്ണൻ ഓർത്തത്. കൊടുംകാട്ടിനുള്ളിൽ ഒറ്റക്ക് ജ്ഞാനിയായ ഈ വൃദ്ധൻ എന്തിനുവന്നു താമസിക്കുന്നു. ഇനി വല്ല ഔലിയായോ ജിന്നോ മറ്റോ ആണോ. ഒന്നു തൊടാൻപോലും കഴിഞ്ഞില്ലല്ലോ എന്ന് മീരാണ്ണൻ റാവുത്തരണ്ണൻ വേദനയോടെ ഓർത്തു. ഓർമ്മകളിൽ നിന്നുണർന്ന് പമ്പയാറിന്റെ വർത്തമാനം കേട്ട് മീരാണ്ണൻ റാവുത്തരണ്ണൻ നടന്നു. ആരൊക്കെയോ കുന്നിറങ്ങിവരുന്ന ശബ്ദം കേൾക്കാം. കാട്ടിൽ തേനും മറ്റും ശേഖരിക്കാൻ പോയവരാണ് മീരാണ്ണൻ റാവുത്തരണ്ണൻ അവരോടൊപ്പം ചേർന്ന് മനുഷ്യവാസമുള്ളൊരിടത്തെത്തി. കുറച്ചു കടകളും അന്തിചന്തയുമുള്ളയിടം. കാട്ടുസാധനങ്ങൾ ശേഖരിക്കാൻ ചങ്ങനാശേരിയിൽ നിന്ന് കാളവണ്ടികൾ വന്നിട്ടുണ്ട്. മീരാണ്ണൻ റാവുത്തരണ്ണൻ അവരോടൊപ്പം കൂടി. ഇനി യാത്ര കാളവണ്ടിയിലാവാം.

ഉച്ചകഴിഞ്ഞപ്പോൾ കാളവണ്ടി നിരങ്ങി നീങ്ങാൻ തുടങ്ങി. കാളവണ്ടിക്കാരൻ പരീത് റാവുത്തർ കഥ പറഞ്ഞു. വഴിയിൽ കടുവയെ കണ്ടകഥകൾ. ഒരിക്കൽ കാളവണ്ടിക്കുനേരെ ഒരു കടുവ ചീറിവീണു. പരീതുറാവുത്തർ കൈയിലെ ചാട്ടയൊന്നു ചുഴറ്റി. കടുവയുണ്ടോ പിൻവാങ്ങുന്നു. കാളകൾ നാലുകാലും പറിച്ചോണ്ടോടി. കടുവ പിന്നാലെയും. ഒടുക്കം കാളയും കാളവണ്ടിയും വീണു. കടുവ കാളകളിലൊന്നിനെ തൂക്കിയെടുത്തു കാട്ടിൽ മറഞ്ഞു. ഭാഗ്യം പരീത് റാവുത്തർക്ക് ജീവൻ തിരിച്ചു കിട്ടി. പിന്നെ ഒറ്റകാളയെ പൂട്ടിയാണ് ഒരുവിധം വീട് പിടിച്ചത്. അതിൽ പിന്നെ കാളവണ്ടിൾ കൂട്ടംചേർന്നേ സഞ്ചാരമുള്ളു. കടുവയുടെ ആക്രമണം ഭയന്ന് വെട്ടുകത്തിയും കുറുവടിയും എല്ലാവരും വണ്ടിയിൽ കരുതിയിട്ടുണ്ട്. മീരാണ്ണൻ റാവുത്തരണ്ണൻ അയ്യാളുടെ കഥകേട്ട് ഭയപ്പാടോടെ പറഞ്ഞു "എല്ലാം ഉടയതമ്പുരാൻ നിശ്ചയിക്കുന്നതുപോലെ നടക്കും". കാളവണ്ടികളുടെ മണികിലുക്കം കേട്ട് കാടുമുഴക്കി പക്ഷികൾ ചെവിവട്ടംപിടിച്ചു. പിന്നെ മന്ത്രം ഉരുവിട്ടു.

ഌാ ഌിം ഌൂം ഌൈം ഌോം

ഹ്ലാം ഹ്വിം ഹ്രും ഹ്യൈം ഹൌം

കാട്ടുമരങ്ങൾ ധ്യാനരിതമായി.

തൈക്കാവിന്റെ മുറ്റത്തെ ചിരപുരാതനമായ കരിങ്കൽ തറയിലിരുന്നു മീരാണ്ണൻ റാവുത്തരണ്ണൻ കഥ പറഞ്ഞു. ചാമവിളയിലെ മൈതീൻ

പിച്ചയും പാലവിളയിലെ മീരാമോദിയും പിന്നെ ഒരുപിടിയാളുകളും അലസമായി കഥകേട്ടിരുന്നു.

“വാവക്കാ വീട്ടിലെ അക്കായെ യക്ഷികൾ പറ്റിച്ച കഥ തെരിയുമാ” മീരാണ്ണൻ റാവുത്തരണ്ണൻ തന്റെ ചീനമുഖമുഴിഞ്ഞ് ഊശാന്താടി തടവി ചോദിച്ചു.

“തെരിയാതണ്ണേ” മൈതീൻപിച്ച പറഞ്ഞു.

“ഇങ്കെയെല്ലാം അത് പാട്ടല്ലേ”

“ഇനിയും കേട്ടിട്ടില്ലേ” വിശ്വാസം വരാത്തതുപോലെ മീരാണ്ണൻ റാവുത്തരണ്ണൻ ചോദിച്ചു.

“ഉം തെരിയാതണ്ണേ”

മൈതീൻപിച്ച വീണ്ടും പറഞ്ഞു. വലിയവിളയിലെ ബീവിക്കുട്ടിയുടെ കല്യാണം നടക്കുന്നകാലം. വടക്കേവിളയിലെ റഹുമാക്ക വാവക്കാ വീട്ടിലെ അക്കായോട് കല്ല്യാണത്തിനു ഇട്ടുകൊണ്ടുപോകാൻ കൊക്കിയും താലിയും കടം ചോദിച്ചു. ഇവരുടെ വർത്തമാനം കാഞ്ഞിരത്തിൽ മറഞ്ഞിരുന്നു ചാമക്കാവിലെ യക്ഷികളിലൊരുത്തി കേട്ടുകൊണ്ടിരുന്നു. റഹുമാക്കയുടെ അടുത്തബന്ധുക്കളാണ് വലിയവിളക്കാർ. കാതിലും കഴുത്തിലും സ്വർണ പണ്ഡങ്ങളില്ലാതെ കല്ല്യാണത്തിന് കേറി ചെല്ലുക കുറച്ചിലല്ലേ. വാവക്കാവീട്ടിലെ അക്ക കൊക്കിയും താലിയും കൊടുക്കാമെന്നേറ്റു. കല്ല്യാണമടുത്തപ്പോൾ ഒരുദിവസം സന്ധ്യക്ക് വാവക്കാവീട്ടിൽ റഹുമാക്കയെത്തി കൊക്കിയും താലിയും ചോദിച്ചു. സംശയം യാതൊന്നും തോന്നാതെ കൊക്കിയും താലിയും അക്ക ഊരി കൊടുക്കുകയും ചെയ്തു. കഥയൊന്നു നിർത്തി മീരാണ്ണൻ റാവുത്തരണ്ണൻ ചുറ്റും ഒന്നു കണ്ണോടിച്ചു. എല്ലാവരും ആകാംഷയോടെ മീരാണ്ണൻ റാവുത്തരണ്ണന്റെ മുഖത്തേക്ക് നോക്കിയിരിക്കുകയാണ്.

“വന്നത് ആരാണ് തെരിയുമാ”

മൈതീൻപിച്ചയും മീരാൻ മോദിയും അറിയില്ലന്ന ഭാവത്തിൽ തലയാട്ടി.

“റഹുമാക്കയുടെ രൂപത്തിലെത്തിയത് ചാമക്കാവിലെ യക്ഷിയാക്കും”

യ്യോ. മൈതീൻപിച്ച വാതുറന്നു. 'യക്ഷികൾ ഏതു രൂപവും ധരിക്കും' കൊച്ചുകുഞ്ഞുതാങ്കൾ പുറുപുറുത്തു.

കൊക്കിയും താലിയും കൈയ്യിൽകിട്ടിയ മാത്ര യക്ഷി മറഞ്ഞു. വാവക്കാ വീട്ടിലെ ഹസനണ്ണൻ കൊല്ലകടവിൽ പോയി രാത്രി ചാമക്കാവു വഴി മടങ്ങുമ്പോൾ ആറ്റിൻകടവിൽ കുറെ പെണ്ണുങ്ങൾ കുളിക്കുന്നു. ആർത്തുചിരിച്ചും വെള്ളം തെറിപ്പിച്ചുമാവരുടെ കുളി. രാത്രിയിലിങ്ങനെ പെണ്ണുങ്ങൾ ഇവിടെ കുളിക്കുക പതിവില്ലല്ലോയെന്ന് അണ്ണനോർത്തു. മനുഷ്യസ്ത്രീകളാവാൻ തരമില്ല. മന്ത്രവിദ്യകളൊക്കെ തിട്ടമുള്ളയാളാണ്

വാവക്കാവീട്ടിലെ ഹസ്സനണ്ണൻ. അതുകൊണ്ട് യക്ഷികളെ പേടിയൊന്നു മില്ല. മന്ത്രവിദ്യകളൊക്കെ മൂത്ത ലബ്ബയിൽ നിന്ന് പഠിച്ചെടുത്തതാക്കും. വെള്ളത്തിൽ ആർത്തുല്ലസിച്ചുകുളിക്കുന്ന പെണ്ണുങ്ങൾ എന്തോ പാടു ന്നുണ്ടന്ന് അണ്ണന് മനസിലായി. അണ്ണൻ ശ്രദ്ധാപൂർവം അതുകേട്ടു.

"വവക്കാ എണ്ടേടൻ

കോവക്കാ എണ്ടേടൻ

കൊക്കിം താലീം കേട്ടേ പോനേൻ

തന്തേവിട്ടാൾ, കൊണ്ടേവന്തേൻ"

തന്റെ വീട്ടുകാര്യമാണല്ലോ ഈ സ്ത്രീകൾ പാടുന്നത്. വാവക്കാ വീട്ടിലെ അണ്ണൻ അദ്ഭുതത്തോടെ കുളക്കടവിനരുകിലേക്ക് ചേർന്നി രുന്നു. സുന്ദരികളായ സ്ത്രീകളുടെ നഗ്നമേനി കണ്ടാൽ ആരും കൊതിച്ചു പോകും.

അതുകണ്ട് സ്ത്രീകളോട് ശൃംഗരിക്കാൻ ചെന്നാൽ അവർ കഥകഴി ച്ചതുതന്നെ. പെണ്ണുങ്ങൾ കൈമാറിയെന്തോ കളിക്കുന്നുണ്ട്.

വാവക്കാ എണ്ടേടൻ

കോവക്കാ എണ്ടേടൻ

കൊക്കിം താലിം കേട്ടെ പോനേൻ

തന്തേവിട്ടാൾ കൊണ്ടേവന്തേൻ

കൊക്കിം താലീമാണിവർ കൈമാറികൈമാറി കളിക്കുന്നതെന്ന് അണ്ണന് മനസ്സിലായി. അണ്ണൻ ഉടുവസ്ത്രം അഴിച്ചുവച്ച് പതിയെ വെള്ള ത്തിലേക്കിറങ്ങി അവരോടൊപ്പം ചേർന്നുനിന്നു കളിക്കാൻ തുടങ്ങി. കൊക്കിം താലിം കൈമാറി കൈമാറി അണ്ണന്റെ കൈയ്യിൽ വന്നപ്പോൾ മന്ത്രം ജപിച്ച് വെള്ളം കോരിയവരുടെ നേർക്കെറിഞ്ഞു. നിമിഷനേരം കൊണ്ട് യക്ഷികൾ അപ്രത്യക്ഷമായി. കാവിലെ പനകളിൽ യക്ഷിക ളുടെ ഭയന്നുള്ള കരച്ചിൽ കേൾക്കാം. കാവിലെ കാട്ടുമരങ്ങളിൽ കുടി യേറിപ്പാർക്കുന്ന കുരങ്ങന്മാർ അതുകേട്ട് പേടിച്ചരണ്ട് കരഞ്ഞുവിളിച്ചു മരകൊമ്പിൽ നിന്ന് മരക്കൊമ്പിലേക്ക് ചാടി ബഹളം വച്ചു. അണ്ണൻ തെല്ലും ഭയന്നില്ല. പച്ച ബെൽറ്റിന്റെ ഉറയിൽ കഠാര കാതോർത്തിരുന്നു. കൊക്കിം താലിയുമായി വീട്ടിലെത്തിയ ഹസനണ്ണൻ പൊണ്ടാട്ടിയെ വിളി ച്ചുചോദിച്ചു "കൊക്കിം താലിം എവിടെ"

കല്ല്യാണത്തിനിടാൻ റഹുമിക്കാ വന്ന് വാങ്ങിക്കൊണ്ടുപോയി അക്ക പറഞ്ഞു. പെട്ടെന്ന് തന്റെ കൈവശമിരുന്ന കൊക്കിം താലിം അണ്ണൻ അക്കായുടെ നേർക്കുനീട്ടി. എതെങ്ങനെ ആൺപിറന്നോന്റെ കൈയ്യിൽ കിട്ടിയതെന്ന ഭാവത്തിൽ അക്ക കണ്ണുമിഴിച്ചു.

"യക്ഷികൾ നിന്നെ പറ്റിച്ചു" ഹസനണ്ണൻ പറഞ്ഞു.

ചാമക്കാവിലെ യക്ഷികളിലൊരുത്തിയാണ് കൊക്കിം താലിം വാങ്ങാൻ വന്നതെന്നറിഞ്ഞപ്പോൾ അക്കായ്ക്ക് അദ്ഭുതം. അവർ മൂക്കത്തു വിരൽവച്ചു. എന്നിട്ടുപറഞ്ഞു.

“പടച്ചവൻ കാത്തു”

മീരാണ്ണൻ റാവുത്തരണ്ണൻ കഥപറഞ്ഞു നിർത്തി ചുറ്റും ഒന്നുനോക്കി. പള്ളിമേടയിൽ കൂടൊരുക്കിയിരിക്കുന്ന ദിഖിർപാടിക്കിളികൾ കഥ കേൾക്കാനായി ചുറ്റുംവന്ന് വാപൂട്ടിയിരിക്കുന്നു. ഒന്നും രണ്ടുമല്ല. നൂറു കണക്കിന് ദിഖിർപാടിക്കിളികളുണ്ട്. ചുറ്റും വന്നുകൂടിയിരിക്കുന്ന കിളി കളെ മീരാണ്ണൻ റാവുത്തരണ്ണൻ ശ്രദ്ധാപൂർവം വീക്ഷിക്കുന്നതുനോക്കി മൈതീൻപിച്ച ചോദിച്ചു; “അണ്ണേ, നമ്മ ചൊല്ലുവതൊക്കെ ഈ കിളി കൾക്ക് തെരിയുമ.”

“ഉം തെരിയും”

മീരാണ്ണൻ റാവുത്തരണ്ണൻ ആകാശത്തിലേക്ക് കണ്ണുകളുയർത്തി പറഞ്ഞു. സകലമാന ജീവികൾക്കും ഭാഷയൊന്നേയുള്ളു. പല രീതി യിലതു പുറത്തുവരുന്നുവെന്നുമാത്രം.

ഭാഷയായ ഭാഷകളുടെയെല്ലാം ആദിമഭാഷകളാകും കിളികളും മര ങ്ങളുമൊക്കെ സംസാരിക്കുന്നത്. അതിൽ നിന്നുരിത്തിരിഞ്ഞുവന്നതാകും നമ്മഭാഷ. സുലൈമാൻ നബിക്ക് സകലമാന ജീവികളുടെയും ഭാഷ തെരിയുമായിരുന്നു. ഉറമ്പും കിളികളും മരങ്ങളും പേശുന്നത് നബി കേട്ടി രിക്കുമായിരുന്നു. ലുഖ്മാനിൽ ഹക്കിം എന്ന മഹാവൈദ്യന് ചെടികളു ടെയും മരങ്ങളുടെ ഭാഷയറിയാമായിരുന്നു. മാറാരോഗികൾക്കാവശ്യമായ മരുന്നുകൾ ചെടികളാകും ലുഖ്മാനിൽ ഹക്കിമിന് പഠിപ്പിച്ചുകൊടുത്തത്. ഇപ്പോ ഇത്തരം അറിവുള്ളവർ ചുരുക്കമാണ്. മീരാണ്ണൻ റാവുത്തരണ്ണൻ ഊശാന്താടി തടവി പറഞ്ഞു.

“റബ്ബ് പടച്ചതെല്ലാം ഒരു കുടുംബമാകും” തന്റെ പ്രാചീനമായ ചീന മുഖമുഴിഞ്ഞ് മീരാണ്ണൻ റാവുത്തരണ്ണൻ ഒരുപ്രത്യേകഭാവത്തിൽ പറഞ്ഞു. ഇക്കാണുന്ന പുല്ലും പുഴുവും ഉറുമ്പും കിളികളും മരങ്ങളും ഒക്കെ നമ്മ ഉസ്താദുമാരാക്കും. മനുഷ്യർക്ക് മുമ്പെ ഭൂമിയിൽ വന്നവർ. മയ്യത്ത് വീണാൽ അതെന്തുചെയ്യണമെന്നു മനുഷ്യരെ പഠിപ്പിച്ചത് കാക്ക കളാക്കും. ഹോ. മൈതീൻപിച്ച വീണ്ടും വാപൊളിച്ചു. “ങ്ും. നിജമാ” മീരാണ്ണൻ റാവുത്തരണ്ണൻ പറഞ്ഞു. പണ്ട് പണ്ട് ആദംനബിയുടെ കാലം. ആദംനബിക്ക് ഹൗവ്വാബീവിയിൽ രണ്ട് ആൺമക്കളും രണ്ടു പെൺമക്കളും ജനിച്ചു. അതിൽ ഖാബേൽ എന്ന ഇളയപുത്രൻ മൂത്ത സഹോദരനായ ഹാബേലിനെ പെണ്ണിന്റെ പേരിൽ നടന്ന ഒരുതർക്ക ത്തിൽ എല്ലിൻ കഷണം കൊണ്ടു അടിച്ചുകൊന്നു. ഭൂമിയിലെ ആദ്യ കൊലപാതകം. ഇതിനുമുമ്പ് ഭൂമിയിൽ മനുഷ്യരാരും മരിച്ചിട്ടില്ല. മരിച്ച സഹോദരനെ എന്തുചെയ്യണമെന്നറിയാതെ ഖാബേൽ കുഴങ്ങി. അപ്പോൾ

ഒരു കാക്ക ചത്ത മറ്റൊരു കാക്കയെ മണ്ണുമാന്തി അതിനുള്ളിൽ വലിച്ചിട്ടുമൂടുന്നതുകണ്ടു. ശവം എങ്ങനെ മറവുചെയ്യണമെന്ന് ഖാബേലിന് അപ്പോഴാണ് മനസിലായത്. തന്റെ സഹോദരനെ അയ്യാൾ കാക്ക ചെയ്തതുപോലെ കുഴിവെട്ടി അടക്കം ചെയ്തു.

മീരാണ്ണൻ റാവുത്തരണ്ണൻ ആരോടെന്നില്ലാതെ പറഞ്ഞു. ദിഖിർപാടികളികൾ അതുകേട്ട് ഒന്നിച്ച് ദിഖിർചൊല്ലാൻ തുടങ്ങി. സർവസ്തുതിയും സർവ്വലോക പരിപാലകനായ തമ്പുരാന്. അൽഹബ്ദുലില്ലാ... കഥ കേട്ടിരുന്ന സംഘം ഒന്നുമൂളികൊണ്ട് എണീറ്റു. മീരാണ്ണൻ റാവുത്തരണ്ണൻ ദൂരെ ചക്രവാളത്തിലേക്ക് നോക്കി. മാനം പ്രകാശമാനമായി കിടക്കുന്നു. വെള്ളമേഘങ്ങൾ വാനിൽ ഒഴുകി ചിത്രം വരയ്ക്കുകയാണ്. മാനത്തെ താഴ്‌വാരത്തുകൂടി മലക്കുകളുടെ സവാരിതുടങ്ങി.

പാഞ്ചാലിയമ്മ

പാഞ്ചാലിയമ്മ പുഞ്ചവരമ്പിലൂടെ കുണുങ്ങി കുണുങ്ങിവന്നു. കഴിഞ്ഞ മേടത്തിൽ വയസ് അമ്പതായിട്ടും അണിഞ്ഞൊരുക്കത്തിനു ഒരു കുറവുമില്ല. തലയിൽ മുല്ലപ്പൂ ചൂടി. കാലിൽ കിലുക്കൻ പാദസ്വരമിട്ട്. കസവു സാരിചുറ്റി. കൈയ്യിൽ നിറയെ വളകളിട്ട്. കാതിൽ കമ്മലിട്ട്. മൂക്കിൽ മൂക്കുത്തിയിട്ട് മുറുക്കി ചുവപ്പിച്ചാണ് വരവ്. പാഞ്ചാലിയമ്മയുടെ ആടിയുലഞ്ഞുള്ള വരവ് കണ്ടാൽ ആണുങ്ങളുടെ മനമിളകും. ഒന്നും രണ്ടും പറഞ്ഞ് ഒന്നു ശൃംഗരിക്കാതെ ആണായിപിറന്ന ആരും പാഞ്ചാലിയമ്മയെ കടന്നുപോകില്ല. ആരോടെങ്കിലും ഏതെങ്കിലും ഒരു പെണ്ണിനെക്കുറിച്ച് രണ്ട് വാക്കെങ്കിലും കൊതിയും നുണയും പറയാൻ പാഞ്ചാലിയമ്മക്ക് വലിയ ഇഷ്ടമാണ്. അതുകൊണ്ട് നാണവും മാനവുമുള്ള പെണ്ണുങ്ങൾ പാഞ്ചാലിയമ്മയെകണ്ടാൽ കുറുക്കുകേറി രക്ഷപ്പെട്ടുകളയും. അങ്ങനെ തന്റെ മുമ്പിൽ നിന്ന് സൂത്രത്തിൽ ആരെങ്കിലും രക്ഷപ്പെടുന്നതുകണ്ടാൽ പഞ്ചാലിയമ്മ നീട്ടിവിളിക്കും ' എടീ, നാണിയമ്മേ അവിടൊന്നു നിക്കടീ. എന്താടി നിനക്കിത്ര തിടുക്കം. എന്നൊരു ശൃംഗാര ചോദ്യത്തോടെ അവരുടെ കവിളിൽ നുള്ളും. പിന്നെ ഒരു നാണവുമില്ലാതെ നാട്ടിലെ മുഴുവൻ പെണ്ണുങ്ങളുടെയും രഹസ്യകഥകളുടെ കെട്ടഴിക്കും. ചിലരതുകേട്ട് ആകെയിളകിയസ്വസ്ഥരാകും. തെക്കേവീട്ടിലെ പാറുവിന്റെ മൂത്തമകൻ ആരുടേതാന്നാ നിന്റെ വിചാരം.

"ആ"

എന്ന് കൈമലർത്തിയാൽ പാഞ്ചാലിയമ്മയ്ക്കു ശുണ്ഠിവരും. അതു മേലേത്തെ കേശവപിള്ളയദ്ദേഹത്തിന്റേതല്ലിയോ. ആ നിറവും മൂക്കും

കണ്ടാൽ ഏത് കൊച്ചുകുഞ്ഞിനുപോലും തിരിച്ചറിയാവുന്നതല്ലേ യുള്ളുവെന്ന് തെളിവു നിരത്തി ഓരോന്നു പറയാൻ തുടങ്ങും. ഇച്ചേയി അത്യാവശ്യമായിടൊരിടത്ത് പോകാനിറങ്ങിയതാ പിന്നെ കാണാമെന്ന് പറഞ്ഞ് പെണ്ണുങ്ങൾ ഒഴിയാൻ ശ്രമിച്ചാൽ പാഞ്ചാലിയമ്മയുടെമട്ടും ഭാവവും മാറും.

“ങ്ങും പൊയ്ക്കോടി പൊയ്ക്കോ” അവർ ദേഷ്യത്തോടെ പറയും. പിന്നെ വേഗത്തിൽ നടന്നുകൊണ്ടു പുറുപുറുക്കും. ‘ഇവളൊളു ശരിയല്ല’ ആ മറിയ പെമ്പളേടെ കൂട്ടുകാരിയല്ലിയോ? സൂര്യൻ നട്ടപാതിരി യ്ക്കൊന്നുദിക്കട്ടെ ശീലാവതിമാരുടെ തനിനിറം അപ്പകാണാം.

കൊട്ടയ്ക്കാട്ടുശേരിയിലെ കുഞ്ചുണ്ണിനായരാണ് കിഴക്കൻ ദിക്കിൽ നിന്ന് പാഞ്ചാലിയമ്മയ്ക്ക് പുടവ കൊടുത്തുകൊണ്ടുവന്നത്. കുഞ്ചുണ്ണി നായരുടെ അനുജന്മാർ ബാലനും സദാശിവനും ചേട്ടത്തിയെ നന്നായി പിടിച്ചു. കെട്ടുപ്രായം കഴിഞ്ഞിട്ടും അവർ നില്പുതുടങ്ങിയതോടെ നാട്ടു കാരോന്നു പറയാൻ തുടങ്ങി. പാഞ്ചാലിയമ്മയുടെ യഥാർഥ പേര് ഓമനയെന്നാണ്. നാട്ടുകാരിട്ട പേരാണ് പാഞ്ചാലിയമ്മ. പാഞ്ചാലിയമ്മ എട്ടുപെറ്റു. മൂന്നാണും നാലുപെണ്ണും. എന്നിട്ടും മേനിക്ക് കാര്യമായ ഇടിവു തട്ടിയിട്ടില്ല. ഉമ്മട്ടിയാശാന്റെ പ്രസവശുശ്രൂഷകൊണ്ടാണ് മേനിയഴകെന്ന് പാഞ്ചാലിയമ്മ പറയുമെങ്കിലും മൂന്നാണുങ്ങളുടെ ചെല്ലും ചെലവും കൊണ്ടാണി മേനിക്കൊഴുപ്പെന്നാണ് നാട്ടുസംസാരം. ബാലനും സദാശിവനും മൂത്തുനരച്ചു തുടങ്ങിയതോടെ നാണമില്ലാതെ യായി. അമ്പലത്തിൽ പാഞ്ചാലിയമ്മയ്ക്ക് തുണപോകുന്നത് ബാലനാണ്. കൂട്ടത്തിൽ തടിയനും ബാലൻതന്നെ. അതുകൊണ്ട് നാട്ടുകാർ രഹസ്യ മായി ബാലനൊരു പേരിട്ടു ‘ഭീമൻ’. ബാലൻ കേൾക്കെ ആരും ഭീമ നെന്ന് വിളിക്കില്ല. അടിക്കാനും പിടിക്കാനും മടിയില്ലാത്തവനാണ് ബാലൻ. പെമ്പ്രനോർക്ക് ബാലൻ ഇങ്ങനെ തുണപോകുന്നതിൽ കുഞ്ഞുണ്ണിനായർക്ക് ആദ്യമൊക്കെ ചില്ലറ വിഷമമൊക്കെ തോന്നി. പിന്നെ പിന്നെ ഞാനൊന്നുമറിഞ്ഞില്ലേ രാമനാരായണയെന്ന ഭാവത്തിൽ പൂമുഖത്തിരുന്നു മുറുക്കാൻ ചവച്ചുതുപ്പാൻ തുടങ്ങി. കുടുംബസ്വത്ത് ഭാഗിച്ചുപോകാതിരിക്കാനുള്ള സൂത്രവിദ്യയാണി മുറുക്കെന്ന് അയൽ വക്കത്തെ ആണുങ്ങൾ കുശുകുശുത്തു. ചെവിക്കിത്തിരി കേൾവിക്കുറ വുള്ളതുകൊണ്ട് കുഞ്ഞുണ്ണിനായരതൊന്നും കേട്ടതുമില്ല.

സദാശിവൻ കൃഷിപ്പണിയൊഴിഞ്ഞ് നേരമുണ്ടാവില്ല. പാടത്തും പറമ്പിലും രാപകലധ്വാനമാണ്. അതുകൊണ്ട് കൊയ്യാനും മെതിക്കാ നുമുണ്ട്. പറമ്പിൽ ചീനിക്കും കാച്ചിലും ചേനയും ചേമ്പും തുടങ്ങി കൂവക്കിഴങ്ങുവരെ കൃഷിയുണ്ട്. പാടത്ത് ഇടവിളയായി എള്ളും മുതിരയും വിതയ്ക്കും. അതുകൊണ്ട് കൃഷിയൊഴിഞ്ഞ ഒരുകാലം ഉണ്ടാവില്ല. കൃഷിപ്പണി കഴിഞ്ഞുവരുന്ന സദാശിവന് ഒരു പ്രത്യേക മണമുണ്ട്.

പഞ്ചാലിയമ്മക്കത് ഇഷ്ടമാണ്. സദാശിവൻ ദേവഗണമായതുകൊണ്ടാണ് മണമെന്ന് നാണിത്തള്ള ഒരിക്കൽ പറഞ്ഞു. മറ്റു രണ്ടുപേരും അസുര ഗണമാണ്. നാറും. ക്ഷിപ്രകോപികളും. ഒരിക്കൽ കുഞ്ഞുണ്ണിനായർ എന്തോപറഞ്ഞ് വീടുവിട്ടിറങ്ങി. കുറച്ചുദിവസം തെങ്ങമത്തെ വല്യമ്മ യുടെ വീട്ടിൽപോയി താമസിച്ചു. പിന്നെ തേരാപ്പാരാ നടന്നു ക്ഷീണിച്ച പ്പോൾ ഉത്സവത്തിന്റെ പേരുപറഞ്ഞ് പോയതുപോലെ വന്നുകയറി. ഇത്രയേയുള്ളു മുൻശുണ്ഠി. ചെവിയിലും പുറത്തും രോമമുള്ള കുഞ്ഞുണ്ണിനായരുടെ തനിപ്പകർപ്പാണ് മൂത്തവൻ കൃഷ്ണദാസൻപിള്ള. മീശ കുരുക്കുന്നതിനു മുമ്പെ കൃഷ്ണദാസന്റെ ചെവിയിൽ രോമം കിളിർത്തു. ഇളയവൻ ശിവരാമന് കൃഷിപണിയിലാണ് താത്പര്യം. ചിറ്റ പ്പന്റെ കൂടെയവനും പാടത്ത് പോയിത്തുടങ്ങിയിട്ടുണ്ട്. കൂട്ടത്തിൽ ജാനകിയാണ് പഠിക്കാൻ മിടുക്കി. അവൾ അടൂർ സ്കൂളിൽ സിസ്ത് ഫാറം കഴിഞ്ഞു. എല്ലാവരെയും മേച്ചുകൊണ്ടുപോകുന്നത് പാഞ്ചാലി യമ്മ തന്നെ.

കിഴക്കൻ ദിക്കിൽന്നൊരു പെൺകൊച്ചിനെ കൊച്ചമ്മാ പെരിയമ്മാ നബീസായുടെ വീട്ടിൽ അടുക്കളയിൽ സഹായിക്കാനായി കൊണ്ടു നിർത്തി. തെങ്കാശിക്കാരിയാണ്. ഏഴംകുളത്ത് മുളമൂട്ടിൽ വന്ന് ചേക്കേറി. അവിടുന്നാണ് കൊണ്ടുവന്നത്. മൈലമ്മ. കാർവർണ്ണ നിറക്കാരി മൈലമ്മയെ കാണാൻ ഐശ്വര്യമുണ്ട്. വൃത്തിയും വെടിപ്പുമുണ്ട്. മൈലമ്മയുടെ അപ്പൻ മുരുകപ്പനും അമ്മ കനിമൊഴിയും വീട്ടിൽ വന്നിരുന്നു. പെൺകൊച്ചിന് തിന്നാനും കുടിക്കാനും എന്തെങ്കിലും കൊടുത്താൽ മതിയന്നാ അവർ പറഞ്ഞത്. എങ്കിലും നബീസായുടെ അത്ത നാവിരുകണ്ണ് മുരുകപ്പന്റെ കൈയിൽ കുറച്ചു നോട്ടുകൾ കൊടുത്തു. മൈലമ്മയെ പൊന്നുപോലെ നോക്കികൊള്ളാമെന്നുറപ്പും കൊടുത്തു. മൈലമ്മ കാലെത്തെണീറ്റുകുളിക്കും. പശുവിന് പോച്ച പറിക്കാനും മുറ്റം അടിച്ചുവാരാനും നല്ല മിടുക്കാണ്. പൊടികല്ലിലും അരകല്ലിലും സഹായിക്കും. വർത്തമാനം ഇത്തിരി കട്ടിതമിഴിലാണ്. ഒരുമാതിരിപ്പെട്ട തമിഴ് വാക്കുകളൊക്കെ ജമീലാമ്മാളിന് വശമുണ്ട്. മലയാളം കുറെശ്ശെ പഠിച്ചുതുടങ്ങിയിട്ടുണ്ട്. കുറെ ദിവസം കഴിയുമ്പം ഭാഷയൊക്കെ വശമായിക്കൊള്ളുമെന്നാ കൊച്ചമ്മാ പെരിയമ്മ പറ യുന്നെ. കഴിഞ്ഞൊരു ദിവസം പെട്ടന്ന് മാനമിരുണ്ട് പെരുമഴ തുടങ്ങി. എല്ലാവരും ഉണക്കാനിട്ടതു നുള്ളിപ്പെറുക്കി പുരയ്ക്കുള്ളിലേക്ക് ഓടിയപ്പോൾ 'മളമളാന്ന്' പറഞ്ഞ് മൈലമ്മ മുറ്റത്തേക്ക് ചാടി മൈലമ്മക്കെന്താ കിറുക്കു പിടിച്ചോന്ന് നബീസായ്ക്കു തോന്നിപ്പോയി. അല്ലെങ്കിലും പെരുമഴ നനയാൻ വീട്ടിനുള്ളിൽ നിന്ന് പുറത്തേക്ക് ചാടുമാ. മഴയില്ലാത്ത നാട്ടിൽ വന്നുവന്നതുകൊണ്ടാണി മഴ കാണുമ്പോ ഴുള്ള കൂത്താട്ടമെന്ന് ജമീലാമ്മാൾ പറഞ്ഞു. ഇടവപ്പാതിയൊന്നു വന്നോട്ടെ മൈലമ്മയുടെ മഴക്കൊതിയൊക്കെ താനെ കെട്ടടങ്ങിക്കൊള്ളും.

മള മളയന്ന് വിളിച്ചു കൂവിനടന്ന മൈലമ്മയെ അടുത്തുവിളിച്ചു നബീസാ പറഞ്ഞു. 'മള'യല്ല 'മഴ' 'മ...ഴ' .മൈലമ്മ നാക്ക് വളച്ച് മേലുണ്ണാക്കിൽ പതിയെ തൊട്ടുകൊണ്ടു പറഞ്ഞു. 'മള'. യ്യയ്യയ്യേ... മളയല്ല മ..മ.. ഴ..ഴ.

മൈലമ്മ വീണ്ടും പറഞ്ഞു 'മ.. ഴ്ള' ഉളം.. ഉം ശരിയാവാനുണ്ട്. നബീസാ പറഞ്ഞു. കുമ്പില്ലാകണ്ണൻ വാഴപ്പഴവുമായി ജമീലാമ്മാൾ വന്നു. ഇരുവർക്കും ഈ രണ്ട് പഴം കൊടുത്തു. 'പളം'. മൈലമ്മ പറഞ്ഞു. 'പളമല്ല പഴം' നബീസമ്മാ തിരുത്തി. ള അല്ല ഴ. നാക്കുവളച്ച് മേലുണ്ണാക്കിന്റെ തുഞ്ചത്ത് പതിയനെ അങ്ങനെ 'ഴ' പറ. മൈലമ്മ പറഞ്ഞു 'ഴ' ങാ പഠിച്ചു നബീസ പറഞ്ഞു. മൈലമ്മ ചിരിച്ചു. പിന്നെ നാക്ക് മേലുണ്ണാക്കിൽ തൊട്ടുകളിച്ചു. 'ള' 'ഴ' ഴ ഴ ഴ, ങും ഉം. ഉത്തരത്തിന്റെ മച്ചിലിരുന്നു പല്ലി മൂളി.

അങ്ങനെയിരിക്കെ ഒരുദിവസം ജമീലാമ്മാൾ നാലുകാശിന് മുളകും നാലു കാശിന് പുളിയും വാങ്ങിവരാൻ മൈലമ്മയെ പറഞ്ഞുവിട്ടു. ഇരുവശത്തും പിന്നിയിട്ട മുടികുലുക്കി മൈലമ്മ ഉണ്ണിത്താന്റെ കടയിലേക്കോടി. മാഷിക്കാവിൽ ഉത്സവമായതിനാൽ ഉണ്ണിത്താന്റെ പലചരക്കുകടയിൽ നല്ല തിരക്ക്. ഓടിക്കിതച്ചെത്തി മൈലമ്മ അവിടെ നിന്നണച്ചു. പിന്നെ ഉറക്കെ പറഞ്ഞു 'നാലു കാശുക്ക് മുഴവും നാലു കാശുക്ക് പുഴിയും' പെട്ടന്ന് അവിടൊരു കൂട്ടച്ചിരി പരന്നു. എന്താ കൊച്ചെ ആരോ ചോദിച്ചു. അറച്ചറച്ചു മൈലമ്മ പറഞ്ഞു നാലു കാ.. ശുക്ക് പുഴിയും നാലു കാശുക്ക് മുഴവും. ങാ ങാ. പലചരക്കു കട പൊട്ടി പൊട്ടിച്ചിരിച്ചു. ഉണ്ണിത്താന്റെ വായിൽ നിന്ന് വെറ്റേമാന്റെ കറ പൂത്തിരി പോലെ തെറിച്ചു. എന്നിട്ട് തന്റെ വട്ടകണ്ണടയ്ക്കിടയിലൂടെ ആളെയൊന്നു നോക്കിയിട്ടു ചോദിച്ചു 'കൊച്ചെവിടുന്നാ' നബീസായുടെ വീട്ടിൽ നിന്ന്.

ആളുകളുടെ നോട്ടവും ചിരിയും കണ്ട് മൈലമ്മയ്ക്ക് ആകെ നാണം വന്നു. ശരീരം തളർന്നുവന്നു. മൈലമ്മ ഒരുവിധം മുളക് വച്ചിരിക്കുന്നിടത്തേക്ക് വിരൽചൂണ്ടി. മുഴക് വീണ്ടും ചിരിപൊട്ടി. മുഴകല്ല 'മുളക്' ആരോ പറഞ്ഞു. മുളകും പുളിയുമാണ് കൊച്ചു ചോദിക്കന്നേ. തമിഴത്തി മലയാളം പഠിച്ചുവരുന്നതേയുള്ളു പെണ്ണുങ്ങളിൽ ആരോ പറഞ്ഞു. 'മുളക്' മൈലമ്മ പറഞ്ഞു ഉം ഉം. അങ്ങനെ പറ ഉണ്ണിത്താൻ പറഞ്ഞു. മൈലമ്മ അപ്പോൾ ആലോചനയിലാണ്ടു. ഇവിടെയപ്പോ 'ള' യുണ്ടല്ലേ. പറ്റിയപറ്റ് ആരും അറിയണ്ട. മൈലമ്മ മുളകും പുളിയും വാങ്ങി തിരികെ വീട്ടിലേക്കോടി. രാത്രികിടക്കാൻനേരം നാവിരുകണ്ണ് 'മുഴവും പുഴിയും' കഥ ജമീലാമ്മാളോട് പറഞ്ഞു. ഉറക്കറയിൽ നിന്നും വീണ്ടും അതേചിരി. മൈലമ്മ കണ്ണുപൂട്ടികിടന്നു.

കനകപ്പൊടി

പുലിക്കുന്നുമല ആകാശത്തെ തൊട്ടുനിന്നു. കരിമ്പാറക്കെട്ടുകൾ പരുക്കൻ ചുരുൾമുടിപോലെ പാറിപ്പറന്നുകിടന്നു. രാത്രികാലങ്ങളിൽ പുലിക്കുന്നുമലയ്ക്ക് കൊള്ളിയാപ്പേകൾ തീ ചുഴറ്റി കാവൽനിന്നു. ആനയും പുലിയും വിഹരിക്കുന്ന പുലിക്കുന്നുമല ആളുകളെ ഭയപ്പെടുത്തി. കേഴമാനുകളെ പിടിക്കാൻ വല്ലപ്പോഴും വേട്ടക്കാർ മലയിളക്കി. വേട്ടക്കിറങ്ങിയ ഇസ്മാൽ തമ്പിയും കൂട്ടരും ഒരിക്കൽ ഒരദ്ഭുതകാഴ്ച കണ്ടു. കേഴമാനുകളെയൊന്നും കിട്ടാതെ ക്ഷണിച്ചവശരായി അവർ ഒരു പാറയിടുക്കിലിരുന്നു വിശ്രമിക്കുകയായിരുന്നു. ഉച്ചകഴിഞ്ഞതേയുള്ളു. പെട്ടന്ന് കിഴക്കൻകോളുകൊള്ളാൻ തുടങ്ങി മാനമിരുണ്ടു. കാറ്റുവീശി. കരിയിലകൾ പാറിപറന്നു. കരിമ്പനകൾ മുരുളാൻ തുടങ്ങി. കാടുലഞ്ഞു. മുയലുകളും മാനുകളും കുതിച്ചുപാഞ്ഞു. കാട്ടിൽ നിന്ന് ഏതൊക്കെയോ ജീവികളുടെ കരച്ചിൽ കേൾക്കാം. മയിലുകൾ കരഞ്ഞു. മഴയേ വാ.. മഴയേ വാ. പെട്ടന്നൊരു ഇടിമിന്നലോടെ ആകാശം ചോർന്നൊലിക്കാൻ തുടങ്ങി. തുള്ളിക്കൊരുകുടം തിമർത്തുപെയ്യുന്നമഴ. ചീറിയടിക്കുന്ന കാറ്റ്. പ്രപഞ്ചം പണിയുന്ന കൊല്ലൻ മാനത്ത് അഗ്നി ഉരുക്കി ഒഴിക്കാൻ തുടങ്ങി. കൊട്ടാനും മുട്ടാനും തുടങ്ങി. പെട്ടന്ന് ഒരഗ്നിഗോളം ആകാശത്ത് നിന്ന് പുലികുന്ന് മലയുടെ മുകളിലേക്ക് അടർന്നുവീണു. വലിയൊരു ശബ്ദത്തോടെ കരിമ്പാറകളിലൊന്ന് പൊട്ടിച്ചിതറി. തീമഴ. പാറകൾ പൊട്ടിച്ചിതറുന്നതുകണ്ടതുമാത്രം ഇസ്മാൽ തമ്പിയും കൂട്ടർക്കും ഓർമ്മയുണ്ട്. ഇസ്മാൽ തമ്പിയും കൂട്ടരും ഗാഢനിദ്രയിലാണ്ടു. പിന്നെപ്പോഴോ ഉണർന്നപ്പോൾ പുലിക്കുന്നുമല കുളിച്ചീറനണിഞ്ഞുനിൽക്കുന്നു. കമ്പുകൾ ഒടിഞ്ഞും ഇലകൾ ചരിഞ്ഞും കാട് ഒരു ഗുസ്തി കഴിഞ്ഞ മട്ടിൽ നിന്നു കിതയ്ക്കുന്നു. പൂത്തിരിപോലെ പൊട്ടിച്ചിതറിയ കരിങ്കൽപ്പാറ ഇസ്മാൽതമ്പിയുടെ ഓർമ്മയിൽ തെളിഞ്ഞുവന്നു. കരിമ്പാറ പൊട്ടിച്ചിതറി അവിടെയാകെ പൊടി വിതറിയിരിക്കുന്നു. കൃഷ്ണൻ കല്ലുകൾ കൂട്ടത്തിലാരോ പറഞ്ഞു.

ഇസ്മാൽതമ്പിയും കൂട്ടരും കാലുകൾ പെറുക്കി പെറുക്കിവച്ചുനടന്നു. ചുറ്റും കൽപൊടികൾ വലവിരിച്ചിരുന്നു. ഒരുവിധം കുന്നിറങ്ങിവന്ന ഇസ്മാൽതമ്പിയും കൂട്ടരും പുലിക്കുന്നു മലയിൽ കൃഷ്ണൻ കല്ല് പൂത്തിരികത്തിച്ചവിവരം നാടൊട്ടുക്കെ വിളംബരം ചെയ്തു. ഇരുമ്പ് അടിച്ചും ഇടിച്ചുവളച്ചുമിരുന്ന കൊല്ലന്മാരുടെ പട കാതോർത്തു. മൂത്തകൊല്ലൻ പിള്ളരെയും പിറുങ്ങിണികളെയും വാരിക്കൂട്ടി പുലിക്കുന്നുമലയിലേക്കോടി. ഹുറൈ ആർപ്പോ ഉവ്വോ.. മഴ മുഴുവൻ കല്ലുകൾ ഇരുമ്പുപൊടി വിതറിയതുകണ്ട് കൊല്ലന്മാർ ഉന്മാദ നൃത്തം ചവുട്ടി. ഒരു പത്താണ്ടിലേക്കുള്ള ഇരുമ്പിതിൽ നിന്ന് ഉരുക്കിയെടുക്കാം. മാനത്തെ മൂത്തകൊല്ലൻ തമ്പുരാന് സ്തുതി. വട്ടിയും കൊട്ടയും നിറയെ പൊടിവാരിയവർ

കുന്നിറങ്ങി. പാറപ്പൊടി നീറ്റി ഉരുമ്പുരുക്കാൻ തുടങ്ങി. കൊല്ലന്റെ ആല യിൽ അഗ്നിഗോളങ്ങളുയർന്നു. കൊട്ടും മുട്ടും പേമാരിയും ശു ശു ശു... കൊല്ലന്മാരുടെ മനസ് ആഹ്ലാദം കൊണ്ട് തൂവി. ശരീരം വിയർത്തു കുളിച്ചു. കൊല്ലകുട്ടികൾ രാവെളുക്കുവോളം തിന്നും കുടിച്ചുമിരുന്നു. ഇടിമഴ കുടിച്ച് കാടുകൊഴുത്തു. മരതക കാന്തി ഭൂമിയെ വലയം ചെയ്തു.

മലയിൽ കൊരമ്പുപുല്ലുകൾ കിളിർത്തുനിറഞ്ഞു. മാനുകളും മ്ലാവുകളും മുയലുകളും കറുക പുല്ലുതിന്നാൻ കൂട്ടം കൂടി. വേട്ടക്കാർ മലയിൽ കുടിച്ചുപെടുത്തു. പീരുമുഹമ്മദ് രാവുത്തരണ്ണൻ മരിച്ച തോടെ നൈനാക്കപിള്ളയക്കായുടെ തങ്കച്ചി റഹുമാക്കായും മക്കളും പട്ടിണികൊണ്ടുവലഞ്ഞു. മാനഭയംകൊണ്ടവർ മുണ്ടുമുറുക്കി യുടുത്തുനടന്നു. വിശപ്പ് കടുത്തപ്പോൾ കാടുകേറി കാട്ടുകിഴങ്ങുകൾ പറിച്ചുതിന്നാൻ തുടങ്ങി. പുലിയിറങ്ങും പുലിക്കുന്നുമലയിൽ പോച്ചപ റിച്ചും ചുള്ളികമ്പൊടിച്ചും അവർ ജീവിതം കഴിക്കാൻ തുടങ്ങി. പശു പെറ്റാൽ തങ്ങളുടെ ദുരിതം മാറുമെന്ന് രഹുമാക്ക മക്കളെ സമാധാനി പ്പിച്ചു.

ഒരിക്കൽ റഹുമാക്കായും മക്കളും പോച്ചപറിച്ച് കൈയുകുഴഞ്ഞ് കരി മ്പാറപ്പുറത്തിരിക്കുമ്പോൾ ഒരു കരിമ്പുലിപ്പുറത്ത് രണ്ടുപേർ അതുവഴി വരുന്നതുകണ്ടു. ഉൾക്കിടിലത്തോടെ റഹുമാക്ക മക്കളെ ചേർത്തുപിടിച്ചു. കരിമ്പുലി അവരുടെ അരികിലേക്കാണ് നടന്നുവരുന്നതന്നറിഞ്ഞപ്പോൾ റഹുമാക്കായും മക്കളും നിലവിളിച്ചു. പെട്ടന്ന് കരിമ്പുലിപ്പുറത്ത് നിന്നൊരു സ്ത്രീ അവരുടെ അരുകിലേക്ക് നടന്നുവന്നു. റഹുമാക്കായ്ക്ക് തന്റെ കണ്ണുകളെ വിശ്വസിക്കാനായില്ല "നൈനാക്കപിള്ളയക്ക. "അക്കാ" സത്യമോ മിഥ്യയോയെന്നറിയാതെ റഹുമാക്ക വലിയവായിൽ കരഞ്ഞു വിളിച്ചു. നൈനാക്കപിള്ള വിളിച്ചു "തങ്കച്ചി. തേജോമയമായൊരു ഗോളം പോലെ അശപിശനയനാർ തരകനണ്ണൻ പുലിപ്പുറത്തിരുന്നതേയുള്ളു. റഹുമാക്കാ ആവേശത്തോടെ ചോദിച്ചു "അക്കായും അണ്ണനും ഇത്ര നാളുവരെ എങ്കെയായിരുന്നു. അതിനു മറുപടിയെന്നോണം നൈനാക്ക പിള്ളയക്ക റഹുമാക്കയെയും പിള്ളാരേയും സ്നേഹത്തോടെ ആശ്ലേ ഷിച്ചു. പിന്നെ മുഖമുയർത്തി ചോദിച്ചു "സുഖമാ" "ഉം ഉം" റഹുമാക്ക മൂളി. നൈനാക്കപിള്ളയക്ക അവിടെകിടന്ന കരിമ്പാറപൊടി ഒരുപിടിവാരി റഹുമാക്കയുടെ ചേലത്തുമ്പിലേക്കിട്ടു. വീണ്ടും ഒന്നു കുനിഞ്ഞു നിവർന്നു. മൂന്നാംപിടി വാരിയപ്പോൾ കരിമ്പുലിയൊന്നു ഗർജിച്ചു "മതി" പെട്ടന്ന് റഹുമാക്കായുടെ സാരിതുമ്പ് വെട്ടിത്തിളങ്ങാൻ തുടങ്ങി. "കന കപ്പൊടി. റഹുമാക്ക അദ്ഭുതത്തോടെ മൊഴിഞ്ഞു "ഉം ഉം" നൈനാക്ക പിള്ള പറഞ്ഞു. എന്നിട്ടൊരക്ഷരം ഉരിയാടാതെ കരിമ്പുലിപ്പുറത്തു കയറി മാഞ്ഞു.

റഹുമാക്കായും മക്കളും വേഗം കാടിറങ്ങി. വീട്ടുപടിക്കൽ എത്തിയപ്പോൾ വലിഞ്ഞുകേറിവന്ന നായ വീടിനു കാവൽക്കിടപ്പുണ്ട്. പീർമുഹമ്മദ് റാവുത്തരണ്ണൻ മരിച്ചശേഷം എവിടുന്നോ വന്ന് കയറിയ നായയാണ്. ആട്ടിയോടിച്ചിട്ടും പോകാൻ കൂട്ടാക്കിയില്ല. ഒരു കാവലാളായി എപ്പോഴും വീട്ടുപടിക്കൽ തന്നെയുണ്ടാവും. അപരിചിതർ അതുവഴിവന്നാൽ നായ കുരച്ചുചാടും. ഒരിക്കൽ വള്ളിപ്പുലി കോഴിയെ പിടിക്കാൻ മൂവന്തിക്ക് വന്നപ്പോൾ നായ അതിനെ കടിച്ചോടിച്ചു. വീട്ടിനുള്ളിൽ കടക്കാൻ ശ്രമിച്ച പാമ്പിനെ കടിച്ചുകൊന്നു. അതോടെ റഹുമാക്കായ്ക്ക് നായയോട് വാത്സല്യം തോന്നിതുടങ്ങി. വീടിന്റെ കിഴക്കേമൂലയിൽ ദിനവും തീറ്റിവച്ചുകൊടുക്കും. ഒരു മുറുമുറുപ്പുമില്ലാതെ നായ വന്നതു കഴിച്ചോളും.

വീട്ടിൽ പട്ടിയുണ്ടെങ്കിൽ മലക്കുകളും ജിന്നുകളും അടുക്കാൻ മടിക്കും. വൃത്തിയും വെടിപ്പുമില്ലാത്ത ജീവിയല്ലേ. ജിന്നുകളെയും മലക്കുകളെയും കണ്ടാലവ കിടന്നു മോങ്ങും. അതുകൊണ്ട് മുസ്ലിങ്ങളാരും പട്ടിയെ വളർത്താറില്ല. ആണുങ്ങളാരും തുണയില്ലാത്ത വീട്ടിൽ പട്ടിയൊരു കാവലാളായി മാറിയതോടെ റഹുമാബീവിയതൊക്കെ മറന്നു. എങ്കിലും പട്ടിയെ തൊടാനും പിടിക്കാനുമൊന്നും അവർ പോകില്ല. വീട്ടിനുള്ളിൽ കയറ്റുകയുമില്ല. റഹുമാക്കായും മക്കളും തിരിഞ്ഞും മറിഞ്ഞും കിടന്ന് ഒരുവിധം നേരംവെളുപ്പിച്ചു. നേരം വെളുത്തപ്പോൾ ഇത്തിരി കനകപ്പൊടിവാരി തട്ടാരുടെയരുകിൽപോയി പരിശോധിപ്പിച്ചു. പത്തരമാറ്റ് തനിതങ്കം. കനകപ്പൊടി എവിടെനിന്നു കിട്ടിയെന്നു തട്ടാൻ തിരക്കി. അറയിൽ സൂക്ഷിച്ചിരുന്ന അത്തായുടെ പഴയപെട്ടിയിൽ നിന്നുകിട്ടിയതാണെന്ന് റഹുമാക്ക കള്ളം പറഞ്ഞു. തട്ടാനത് വിശ്വസിച്ചുകാണും. കനകപ്പൊടി കുറച്ച് വിറ്റ് റഹുമാക്ക പണക്കാരിയായി. കിഴക്കേപുഞ്ചയിൽ നൂറുപറ കണ്ടംവാങ്ങി. പുര പുതുക്കിപണിതു. മൂത്തവൾ നൂർജഹാന് പണ്ടങ്ങൾ പണിയിച്ചു. വീട്ടിൽ വന്നവർക്ക് റഹുമാക്ക ഇഷ്ടംപോലെ തിന്നാനും കുടിക്കാനും കൊടുത്തു. പാവങ്ങളെ കൈയ്യയച്ചു സഹായിച്ചു. ഇങ്ങനെയൊക്കെയാണെങ്കിലും പാറപ്പൊടിയെങ്ങനെ കനകപ്പൊടിയായതെന്ന് റഹുമാക്കായ്ക്ക് എത്ര ആലോചിച്ചിട്ടും ഒരെത്തുംപിടിയുംകിട്ടിയില്ല. റഹുമാക്കായുടെ പ്രതാപം കണ്ട് നാട്ടുകാർ കുശുകുശത്തു. പുലിക്കുന്നുമലയിൽ പോച്ചപറിക്കാൻപോയപ്പോൾ നിധികിട്ടിയതാണെന്ന് പലരും പറഞ്ഞുനടന്നു. ഒരു സ്വർണ ചേനയാണത്രെ കിട്ടിയത്. അതല്ല കന്നാകുടിയിൽ കാവിനരുകിൽ നിന്ന് ഒരുകുടം സ്വർണനാണയങ്ങളാണ് കിട്ടിയതെന്നായി മറ്റുചിലർ. കഥകേട്ടവർ സൂത്രത്തിൽ കന്നാകുടി കാവിനരുകിലും പുലിക്കുന്നു മലയിലും നിധിതേടിനടന്നുവിയർത്തു. എന്നാലും ഇത്രയധികം പണം റഹുമാക്കായ്ക്ക് എവിടുന്നുകുട്ടിയതെന്നറിയാതെ നാട്ടുകാർ വാപൊളിച്ചു. അങ്ങനെയിരിക്കെ വേലിയിലെ സൂത്രക്കാരിയായ മൈതീൻബീവിയക്ക ഇണങ്ങിയും പിണങ്ങിയും ഓരോന്നു ചോദിച്ചു

ചോദിച്ചു റഹുമാക്കായുടെ കള്ളി വെളിച്ചത്തുകൊണ്ടുവന്നു. റഹുമാക്ക ഉള്ള സത്യം അവരോട് തുറന്നുപറഞ്ഞു. അതോടെ നാട്ടുകാർ നൈനാക്കപിള്ളയക്കായെ തേടി നാലുവഴിക്കുപോയി. പുലിക്കുന്നുമല അരിച്ചു പെറുക്കി. പുലിമടയിൽ പുലികൾ ഗർജിച്ചതോടെ ഭയപ്പാടോടെ പലരും കുന്നിറങ്ങി. പുലിപേടികൊണ്ട് കിടുകിടുപ്പും പനിയും ബാധിച്ചവരെ മോദീൻ സാഹിബ് തലയ്ക്കു പിടിച്ച് ഓതി. പാറപ്പൊടി കനകപ്പൊടിയാക്കുന്ന വിദ്യതേടി കാടുംമേടും അലയുന്നവരോടായി മോദീൻ സാഹിബ്ബ് കഥ പറഞ്ഞു. മുറ്റത്തെ കല്ലും മണ്ണും തങ്കമാക്കി മാറ്റാനുള്ള വിദ്യ പണ്ട് പണ്ട് ഔലിയാ[1]മാർക്ക് വശമുണ്ടായിരുന്നു. നാട് കൊടുംപട്ടിണി പൂണ്ട് കിടക്കുമ്പോൾ ഔലിയാക്കൾ കുന്നിറങ്ങിവരും. കാടിറങ്ങിവരും. കടൽ കടന്നുവരും. കല്ലും മണ്ണും സ്വർണമാക്കി നാട്ടിലെ ദാരിദ്ര്യമകറ്റും. കരിമ്പടം ചൂടിയ ഒരു മുസാഫിർ പണ്ട് പലവിളയിൽ നൈനാരണ്ണന്റെ വീട്ടിൽവന്നു. പാത്താൽ ഒരു ഔലിയമാതിരി. പ്രകാശമാനായ കണ്ണുകൾ. നരച്ച താടിയും മുടിയും. ഉന്തിയ മൂക്ക്. വിശാലമായ നെറ്റിത്തടം. വൃത്തിയും വെടിപ്പുമുള്ള വസ്ത്രങ്ങൾ. നൊയമ്പുകാലമാണ്. വീട്ടിലെത്തിയ അതിഥിയെ നൈനാരണ്ണനും ഭാര്യ മറിയംബീവിയും കിണ്ടിയിൽ നിന്ന് വെള്ളമിറ്റിച്ച് കാലുകഴുകി സ്വീകരിച്ചിരുത്തി. നിസ്കരിക്കാൻ ഇടം നൽകി. നുയമ്പുതുറക്കാൻ ഭക്ഷണം കൊടുത്തു. കിടക്കാൻ കട്ടിൽ കൊടുത്തു. നുയമ്പുകാലം കഴിഞ്ഞ് മുസാഫിർ[2] വീടൊഴിയാൻനേരം എന്തുവേണമെന്ന് മറിയംബീവിയോട് ചോദിച്ചു. തങ്ങൾക്കുവേണ്ടി ഉടയതമ്പുരാനോട് ദുഃആ[3] ഇരന്നാമതിയെന്ന് മൈതീൻബീവി പറഞ്ഞു. ഇടത്തിണ്ണയിലിരുന്ന വാൽക്കിണ്ടിയെടുത്ത് മുസാഫിർ ബിസ്മി[4] പറഞ്ഞൊന്നു തടവി. വാൽകിണ്ടി വെട്ടിത്തിളങ്ങാൻ തുടങ്ങി. എന്നിട്ടതെടുത്ത് മറിയംബീവിയുടെ കൈയിൽകൊടുത്തു. ഇതുകൊണ്ട് എല്ലാവിധ സമൃദ്ധിയും വന്നുചേർന്നുകൊള്ളുമെന്ന് പറഞ്ഞ് മുസാഫിർ ഇറങ്ങിടന്നു. ഓട്ടുകിണ്ടി സ്വർണക്കിണ്ടിയായി മാറിയതിന്റെ പൊരുൾ ഉടയതമ്പുരാന് മാത്രമെ അറിയാവൂ. ഇന്നും ഈ കിണ്ടി പാലവിളയിലെ അറയ്ക്കുള്ളിൽ ഇരുപ്പുണ്ടത്രെ! അതവിടെയങ്ങനെയിരിക്കുന്നതുകൊണ്ടാ അവരുടെ പത്തായം എന്നും നിറഞ്ഞുതന്നെ കിടക്കുന്നത്. പുരാതനമായ യെത്രയെത്ര കുടുംബങ്ങൾ ഇല്ലാതെയായി. പാലവിളക്കാർ ഇന്നും ഒരു കുഴപ്പവുമില്ല. അവർ പഴയ പ്രതാപത്തോടെ തന്നെ കഴിയുന്നതിന്റെ പൊരുൾ മുസാഫിർ നൽകിയ കിണ്ടി ഒന്നുകൊണ്ടുമാത്രമാണ്. മോദീൻ സാഹിബ്ബ് കഥ പറഞ്ഞുനിർത്തി. കഥകേട്ടിരുന്ന നിസാം രാവുത്തരു ചോദിച്ചു "അണ്ണോ പൈഞ്ഞാമഠത്തിലെ മൂത്ത രാവുത്തരണ്ണന്റെ വീട്ടിലെ കോലായിൽ തണുത്തവെള്ളം തരുന്ന കിണ്ടിയും ചൂടുവെള്ളം തരുന്ന കിണ്ടിയും ഇരിപ്പുണ്ടായിരുന്നുവെന്നു പറയുന്നത് സത്യമാണോ?"

---

1. ഔലിയാ - സൂഫി (സന്യാസി) (ദൈവവുമായി അടുത്തയാൾ) 2. മുസാഫർ - യാത്രക്കാരൻ 3. ദുഃആ - പ്രാർഥന 4. ബിസ്മി - ദൈവനാമത്തിൽ

മോദീൻ സാഹിബ്ബ് മാനത്തേക്ക് കണ്ണുകളുയർത്തി പറഞ്ഞു.

"സത്യമാക്കും"

ഞാനാ കിണ്ടിയിൽ നിന്ന് മഞ്ഞുകാലത്ത് ചൂടുവെള്ളം, വേനൽകാലത്ത് തണുത്തവെള്ളം കുടിച്ചിട്ടുണ്ട്. കോലായുടെ ഇടവും വലവും രണ്ട് വാൽക്കിണ്ടികൾ. ഒന്നിൽ തണുത്തവെള്ളം. ഒന്നിൽ ചൂടുവള്ളം. തുറുക്കിയിൽ നിന്നു കുതിരകച്ചവടത്തിനുവന്ന ഏതോ ഒരു ഉപ്പാപ്പ പൈഞ്ഞാമഠത്തിലെ മൂത്ത റാവുത്തരണ്ണന് സമ്മാനിച്ചതാണി കിണ്ടികൾ. ആയിരം കുതിരകളുള്ള വീടായിരുന്നു പൈഞ്ഞിമഠം. പാണ്ഡ്യനാട് ഭരിച്ചിരുന്നവരുടെ തായ്‌വഴി. മാനാ മധുരയിൽനിന്ന് വന്നവരാക്കും. പറങ്കിപ്പടയുമായി ഏറ്റുമുട്ടി അവരുടെ പ്രതാപം കെട്ടു. തുർക്കിയിൽ നിന്ന് കുതിരകളുമായിവന്ന കപ്പൽ പറങ്കികൾ കൊള്ളയടിച്ചു. സ്വത്തുക്കൾ തട്ടിയെടുത്തു. മധുരയിലെ ചില നാട്ടുവാഴികൾ പറങ്കികൾക്ക് കൂട്ടുനിന്നു. ഒടുക്കം പെണ്ണുങ്ങളുടെ മാനംകാക്കാൻ അവർ കാടുകയറി ഇവിടെയെത്തി. പൈഞ്ഞാമഠക്കാർ ക്ഷയിച്ചപ്പോൾ ചൂടുവെള്ളവും തണുത്തവെള്ളവും തരുന്ന വാൽക്കിണ്ടി ആർക്കോ വിറ്റു. അവിടെയിപ്പം ചൂടുവെള്ളവുമില്ല തണുത്ത വെള്ളവുമില്ല. കുടുംബം കാടുകേറി നശിച്ചു. അവകാശികൾ പലയിടത്തായി ചെറു വീടുകൾ വച്ചുമാറി. കഴിഞ്ഞ മഴക്കാലത്ത് വീടിന്റെ മാളികപ്പുര തകർന്നുവീണു. തുരുമ്പെടുത്ത വാളുകളും പരിചകളും കൈത്തോക്കും നാട്ടുകാർ പെറുക്കി കൊണ്ടുപോയി. കുടുംബക്കാരോരോ വന്ന് പൊളിഞ്ഞ വീടിന്റെ തടിത്തൂണ് എടുത്തുമാറ്റാൻ നോക്കിയപ്പോൾ അതുനിറയെ സ്വർണവും വെള്ളിയും നാണയങ്ങൾ. തുലുക്കക്കാശ്. ദരിദ്രരായ പിൻമുറക്കാർ അതെടുത്തു. ഇപ്പോ പച്ചപിടിച്ചു വരുന്നു. ഒക്കെ ഉടയതമ്പുരാന്റെ കുതിറത്ത്.[1] ലീലാവിലാസങ്ങൾ. അല്ലാതെ എന്തുപറയാൻ. മോദീൻ സാഹിബ്ബ് കഥ പറഞ്ഞുനിർത്തി. കനകക്കഥകൾ കേട്ട് ഗ്രാമം മുസാഫിർമാരെ സ്വപ്നം കാണാൻ തുടങ്ങി. ഊരുതെണ്ടി വന്നവരെയും താടിയും മുടിയും മുറിക്കാത്തവരെയും തെരഞ്ഞുപിടിച്ച് നാട്ടുകാർ സൽക്കരിച്ചു. അവരാരും വാൽക്കിണ്ടി സ്വർണമാക്കിയില്ല. കല്ലും മണ്ണും കനകമാക്കിയില്ല. തിന്നുമുടിച്ച മുസാഫിർമാരെ നാട്ടുകാർ ഒടുക്കം ആട്ടിയിറക്കി. പിന്നെ പുലിപ്പുറത്ത് ഭൂമിചുറ്റിനടക്കുന്ന നൈനാക്കപിള്ളയെ തേടിയായി അലച്ചിൽ. നൈനാക്കപിള്ളയെ തേടി പുലിക്കുന്ന് മലയിൽപോയ ആരെയോ പുലിപിടിച്ചുവെന്ന് കേട്ടതോടെ ഗ്രാമം കനകപ്പൊടി കിനാവ് ഉപേക്ഷിച്ചു. ഈ കനകപ്പൊടി കഥകളൊക്കെ വെറും പുളുവാണന്ന് പലരും പറഞ്ഞുനടന്നു. ഗ്രാമം അക്കഥ പതിയെ വിശ്വസിക്കാൻ തുടങ്ങി.

തേഭ്യ[2] സമഭവത്[3] സൂത്രം ഭൂതം
സർവ്വാത്മകം[4] മഹത്[5]

1. കുതിറത്ത് - അനുഗ്രഹം 2. തേഭ്യ-സൂഷ്മ തന്മാത്രകളിൽനിന്നും 3. സമഭവത് - ഉണ്ടായി 4. സർവ്വാത്മകം - എല്ലാറ്റിലും ഉൾച്ചേരുന്നത് 5. മഹത് - മഹത്തായ

ശിബ്ലൻ രസവുക്കുട്ടി

ശിബ്ലൻ രസവുക്കുട്ടി അണിഞ്ഞൊരുങ്ങാൻ തുടങ്ങി. ഊദി[1]ന്റെ അത്തറ് ചെവിപ്പുറകിൽ പുരട്ടി. അത്തറ് പഞ്ഞിയിൽമുക്കി ചെവിക്കുള്ളിൽ തിരുകി. പിന്നെ കിളിവാലൻ വെറ്റില ചുരണ്ടി ചുണ്ണാമ്പ് തേച്ചു വെളുപ്പിച്ചു. പാക്കുവെട്ടിയെടുത്ത് പാക്കരിഞ്ഞ് കൂട്ടി. പുകയിലനുറുക്കി. ഏലക്ക തിരുകി വായിലേക്കിട്ട് മുറുക്കി തുപ്പി. നാടൊട്ടുക്ക് സുഗന്ധം പരന്നു. അടുക്കള വാതുക്കൽ നിന്ന് ഇളക്കമുള്ള പെണ്ണുങ്ങൾ അത്തറ് മണക്കാൻ തുടങ്ങി. ചില പെണ്ണുങ്ങൾക്ക് മേലുകോരിത്തരിച്ചു. കൂടെ കൂടെ മുറ്റത്തേക്കിറങ്ങിയവർ ശിബ്ലൻ രസവുകുട്ടിയുടെ വരവ് നോക്കിയിരുന്നു. രസവുകുട്ടിക്ക് നാടൊട്ടുക്ക് പെണ്ണുങ്ങളുണ്ട്. സർവ്വമാന ജാതിയിലുംപെട്ട പെണ്ണുങ്ങൾ. ഏതു പെണ്ണും രസവുകുട്ടിയുടെ മുമ്പിൽ അടിയറവ് പറയും. നാടുവിറപ്പിച്ചുനടന്ന ചെല്ലമ്മയ്ക്ക് അടക്കവും ഒതുക്കവും വന്നത് രസവുകുട്ടിയുടെ പോക്കുവരവ് തുടങ്ങിയതോടെയാണ്. കാമലീലാദി കലകളിൽ സർവ്വ വിജ്ഞാനകോശമാണ് ശിബ്ലൻ രസവുകുട്ടിയെന്നാണ് നാട്ടുസംസാരം. രാസവുകുട്ടിയുടെ വൈഭവത്തെയോർത്ത് നാട്ടിലെ പുരുഷാരം കൊതിപൂണ്ടിരുന്നു. ചില ആണുങ്ങൾ അസൂയ മൂത്തു കാറിത്തുപ്പി. ഹാലിളക്കമുള്ള പൊണ്ടാട്ടിമാരെ അടിച്ചും ഇടിച്ചും ഒതുക്കി പുരയ്ക്കുള്ളിലാക്കി മെയ് കരുത്തുള്ള ആണുങ്ങൾ ആശ്വാസം കണ്ടു. ഉറക്കറ കണ്ട് കൂർക്കംവലിച്ച ആണുങ്ങളെ നോക്കി പെണ്ണുങ്ങൾ ദീർഘശ്വാസം വിട്ടു. പിന്നെ പൂച്ചയെപ്പോലെ പതുങ്ങി പതുങ്ങിച്ചെന്ന് സാക്ഷയുടെ കൊളുത്തഴിച്ചു. രസവുകുട്ടിയുടേത് ഗന്ധർവ ജന്മമാണെന്നാണ് വേലുപിള്ള കൂടെ കൂടെ പറയാറ്. പാടാനും ഒരു ശ്ലോകം ചമയ്ക്കാനുമൊക്കെയുള്ള കഴിവ് രസവുകുട്ടിക്കുണ്ട്. ഫലിതം പറയും ഏതു കൂട്ടത്തിലും കൂടും. സുറുമ എഴുതിയ കരിങ്കണ്ണുകൾ ഇളക്കിയിളക്കി നടക്കും. പൈതൃകമായി കിട്ടിയ ഭൂസ്വത്തൊക്കെ കണ്ട പെണ്ണുങ്ങൾക്കൊക്കെ കൊണ്ടുകൊടുത്തു. കൈയ്യിൽ കാശില്ലാതായപ്പോൾ പല പണിയും ചെയ്തു. കുറച്ചുകാലം അത്തറുകച്ചവടമായിരുന്നു. പിന്നെ വളയും റിബണും കച്ചവടം. ഒടുക്കം വയ്ക്കോലുകച്ചവടവും തുടങ്ങി. കുതിരവണ്ടിയിൽ വയ്ക്കോലുനിറച്ച് വൈയ്ക്കോലുവേണോന്ന് നീട്ടിപ്പറയുന്ന ശൃംഗാരാമൂരി ശിബ്ലൻ പരീത് രസവുകുട്ടിയെ കണ്ട് മാനഭയമുള്ള പെണ്ണുങ്ങൾ അകത്തൊളിച്ചു. നാണവും മാനവുമില്ലാത്ത പെണ്ണുങ്ങൾ കയ്യാലകരുകിൽവന്നു കിന്നരിച്ചു. മാറുമറയ്ക്കാത്ത പെണ്ണുങ്ങളുടെ മാറിൽ തുറിച്ചുനോക്കി ശിബ്ലൻ കായ്കനികൾ സ്വപ്നം കാണാൻ തുടങ്ങി. രസവുകുട്ടി ആണ്ടോടാണ്ട് മുട്ടനാടിന്റെ നട്ടെല്ലും തലയും വൃഷ്ണവും കരളും കൂമ്പും സൂപ്പ് കുറുക്കിയൊരു സേവയുണ്ട്. ദിനവും

1. ഊദ് - സുഗന്ധതൈലമുള്ള ഒരിനം വൃക്ഷം

പശുവിൻപാൽ തിളപ്പിച്ച് കുറുക്കി കാന്താരിമുളകൊടച്ച് കുടിക്കും. തേജസിനും ഓജസിനും ഈയൊരു സേവകൊണ്ട് കാര്യം നടക്കുമെന്നാണ് രസവുകുട്ടിയുടെ മതം. തലയ്ക്കു പുറകിലേക്ക് നീട്ടിവളർത്തിയ കോലൻമുടിയിലാണ് രസവുകുട്ടിയുടെ ശ്രദ്ധമുഴുവൻ. വാസന എണ്ണ തേച്ച് മുടിയെപ്പോഴും ചീകിയൊതുക്കി സൂക്ഷിക്കും. പ്രായമേറിവന്നതോടെ മുടികൊഴിച്ചിൽ തുടങ്ങി. മുടി കൊഴിഞ്ഞാൽ കഷണ്ടി തെളിയും. കാണാൻ പിന്നെയൊരു ശേലുമുണ്ടാവില്ല. വൃദ്ധനാവുകയെന്നത് രസവുകുട്ടിക്ക് ചിന്തിക്കാനെ വയ്യ.

കൊഴിഞ്ഞുതുടങ്ങിയ മുടിയെക്കുറിച്ചോർത്ത് രസവുകുട്ടി തലപുകയ്ക്കാൻ തുടങ്ങി. പച്ചിലകൾ അതറിഞ്ഞ് ആർത്തുചിരിച്ചു. അങ്ങനെയിരിക്കെ ഒരിക്കൽ മലയിറങ്ങിവന്ന ഏതോ ഓരു ലാടന്റെ പക്കൽ മുടി വളരാനുള്ള കരടിനെയ്യുണ്ടെന്ന വിവരം രസവുകുട്ടിക്ക് കിട്ടി. രസവുകുട്ടി ലാടനെ ആളയച്ചു വരുത്തി. കരടിനെയ്യ് തലയിൽ തേച്ചുപിടിപ്പിച്ച് ദിനവും മുങ്ങികുളിച്ചാൽ തലമുടി പനപോലെ വളരുമെന്ന് ലാടൻ പറഞ്ഞു. ലാടന്റെ പല ഒറ്റമൂലിയും ഫലിച്ചതായി നാട്ടുകാർ സാക്ഷി പറഞ്ഞു. പരദേശി പാണ്ടി കുരുതേവൻ ലാടന്റെ ഒരകന്ന ബന്ധുവാണത്രെ ഈ ലാടൻ. കിഴക്കൻകാട്ടിൽ ഈറ്റതേടിപ്പോയ പറയപൈതങ്ങളെ പണ്ട് ആന ചവുട്ടി. കൊച്ചുവും കോരനും ആനയുടെ കുത്തേറ്റു കുടൽമാലചാടി ചത്തു. എന്തിനും പോന്ന കരുത്തുണ്ടായിരുന്ന കൊച്ചാളിയെ ആനചവുട്ടി ചതച്ചു. എണീക്കാൻ കെൽപ്പില്ലാതെ ഒച്ചിനെപ്പോലെ ഇഴഞ്ഞ കൊച്ചാളിയെ എണീറ്റുനടത്തിച്ചത് കുരുതേവൻ ലാടരാണ്. തങ്ങളുപ്പാപ്പയും ഉമ്മട്ടിയാശാനും തോറ്റുമടങ്ങിയിടത്താണ് പരദേശി പാണ്ടി കുരുതേവൻ ലാടർ ഫലം കണ്ടത്. ഇക്കാര്യമെല്ലാം നാട്ടുകാർക്കറിയാം. രസവുകുട്ടിക്കുമറിയാം. അതുകൊണ്ട് വേലുച്ചാമി ലാടരെ രസവുകുട്ടി കണ്ണുമടച്ചു വിശ്വസിച്ചു. ചോദിച്ച കാശ് കൊടുത്തു കരടിനെയ്യ് ഒരുകുപ്പി വാങ്ങി. നേരം വെട്ടംവീണപ്പോൾ എണീറ്റ് കരടിനെയ്യ് തലമുഴുവൻ തേച്ചുപിടിപ്പിച്ചു. ഒരു പുളിച്ചഗന്ധം അവിടമാകെ പരന്നു. രസവുകുട്ടി മൂക്കുചീറ്റി ചീറ്റി നടന്നു. കരടിനെയ്യുടെ ഗന്ധം ഇതുതന്നെയെന്ന് രസവുകുട്ടി നിനച്ചു. പുരികക്കൊടിയിലും കരടി നെയ്യിത്തിരി തേച്ചുപിടിപ്പിക്കാൻ രസവുകുട്ടി മറന്നില്ല. പ്രണയബാണങ്ങൾ എയ്തുവിടുന്ന വില്ലുകളാണീ പുരികക്കൊടികളെന്നാണ് രസവുകുട്ടിയുടെ മതം. പുളിച്ചമണം അസഹനീയമായപ്പോൾ രസവുകുട്ടി കുമ്പഴകുളത്തിലിറങ്ങി മുങ്ങിക്കുളിച്ചു. മുങ്ങിനിവർന്നപ്പോൾ രസവുകുട്ടിക്ക് തന്റെ കണ്ണുകളെ വിശ്വസിക്കാനായില്ല. തലയിലെ നല്ലൊരു പിടി മുടിയും ദേണ്ടെ വെള്ളത്തിൽ കിടന്നു കണ്ണുരുട്ടുന്നു. വീണ്ടും ഒന്നു മുങ്ങിനിവർന്നപ്പോൾ കൺപോളയിലെ ഇമയൊഴികെ തലയിലെ മുടിയായ മുടിയെല്ലാം വെള്ളത്തിലായി. രസവുകുട്ടിക്ക് അലറിക്കരയാൻ തോന്നി. കുറിയമുണ്ടു തലയിൽചുറ്റി

വെപ്രാളപ്പെട്ട് ഒരുവിധം വീട്ടിൽവന്നുകയറി. വാൽകണ്ണാടിയെടുത്തു തല നോക്കുമ്പോൾ മിനുമിനാ മിന്നുന്നു. രസവുകുട്ടി വെരുകിനെപ്പോലെ ആധിപൂണ്ട് വീടിനുള്ളിൽ അങ്ങോട്ടും ഇങ്ങോട്ടും നടന്നു. നാണക്കേടും മാനക്കേടുമോർത്ത് വീട്ടിൽ നിന്നു പുറത്തിറങ്ങാതെയായി. മുടി ഇന്നു കിളിക്കും നാളെ കിളിക്കുമെന്നു കാത്തിരുന്നു. നാട്ടിലെ തുടിച്ച പെണ്ണുങ്ങൾ രസവുകുട്ടി മുതലാളിയെ കാണാതെ അരിശംപൂണ്ടിരുന്നു. മുടിയൊന്നുപോലും കിളിക്കാതെയായപ്പോൾ തലയിൽ തുണിചുറ്റി വെളിയിലറങ്ങിയ രസവുകുട്ടിയെ കണ്ട് നാട്ടുകാർ മൂക്കത്ത് വിരൽവച്ചു. "എന്നാലും എന്തുപറ്റാ മുതലാളിക്കു പറ്റിയെ" ചെല്ലമ്മ വാപൊളിച്ചുകൊണ്ടുചോദിച്ചു. രസവുകുട്ടിയുടെ തലകുനിഞ്ഞുപോയി. ചന്തപെണ്ണുങ്ങളെ കാണാനാവാതെ രസവുകുട്ടി വേഗം വീടണഞ്ഞു. പിന്നെ വീട്ടിൽ തന്നെയിരുപ്പായി. പെണ്ണുങ്ങളാരും രസവുകുട്ടിയെ തേടിവന്നില്ല. ഒടുക്കം കൊല്ലക്കടവിലെ പൊണ്ടാട്ടിയുടെ അടുത്തുപോയി താമസം തുടങ്ങി. അവരും വേണ്ടവിധം ഗൗനിക്കുന്നില്ലെന്ന് കണ്ട് പലവഴിയലഞ്ഞു. തലയിൽ മുണ്ട്ചുറ്റി പമ്മിപ്പമ്മി നടക്കുന്ന രസവുകുട്ടിയെ കണ്ട് പിള്ളേർ വിളിച്ചുകൂവിനടന്നു "കരടിനെയ്യ് പുരട്ടി ശിബ്ലൻ രസവുകുട്ടിയുടെ മുടിയെല്ലാം പോയെ ഹൊയ്". രസവുകുട്ടിയെ കണ്ട് ഏതോ മാറരോഗം ബാധിച്ചതാവുമെന്നു കരുതി പെണ്ണുങ്ങൾ മിണ്ടാനും പറയാനും മടിച്ചു. പെണ്ണുങ്ങളുടെ ഈ അവഗണന സഹിക്കവയ്യാതെ രസവുകുട്ടിക്ക് തീറ്റിയും കുടിയുമില്ലാതെയായി. കണ്ണുകുഴിഞ്ഞു. കവിളൊട്ടി. കണ്ടാൽ ആളെ തിരിച്ചറിയാതെയായി. പിന്നെ തെരുവുപേക്ഷിച്ച ആൽത്തറയിൽ വന്നിരിപ്പായി. വല്ലവരും വല്ലതും കൊടുത്താൽ അറച്ചാണെങ്കിലും കൈനീട്ടി വാങ്ങാൻ തുടങ്ങി. കുറെക്കാലം ഊരുചുറ്റി നടന്നു. ആൽത്തറയിൽ പിന്നെ കസവുകുട്ടിയെ കാണാതെയായി. പടിഞ്ഞാറൻ ദിക്കിൽ നിന്നു പറന്നുവന്ന ഒരു റൂഹാനിക്കിളി[1] രസവുകുട്ടിയെ ഓർത്തു കൂകിയാർത്തു.

കർക്കടകം

തൈക്കാവിന്റെ മുറ്റത്ത് ഓതാൻവന്ന പിള്ളേർ കളിതുടങ്ങി. തെരുവുപേക്ഷിച്ച ആൽത്തറയുടെ ചുവട്ടിൽ നിന്ന് പകിടകളിയുടെ ആരവം കേൾക്കാം. പാത്തിരപ്പുകളിച്ചും പന്തേറുകളിച്ചും കൈയ്യും മെയ്യും കുഴഞ്ഞിരിക്കുന്ന പിള്ളേരെ മീരാണ്ണൻ റാവുത്തരണ്ണൻ കൈകാട്ടിവിളിച്ചരുകിലിരുത്തി. മീരാണ്ണൻ റാവുത്തരണ്ണന്റെ കഥകേൾക്കാൻ പിള്ളേർക്ക് വലിയ ഇഷ്ടമാണ്. ഉസ്താദ് അമീർ അലിഖാൻ കഥപറയില്ല. എപ്പോഴും ഓതലോടു ഓതലുതന്നെ. പ്രാചീനമായ സുറുമപ്പെട്ടി അടച്ചുവച്ച് വിവിധ

1. റൂഹാനിക്കിളി - ഒലേഞ്ഞാലിക്കിളി (റൂഹാനിക്കിളി കരഞ്ഞാൽ മരണമുണ്ടാകുമെന്ന് നാട്ടുവിശ്വാസം)

നിറമുള്ള തുണി തലയിൽ പിരിച്ചുകെട്ടി മീരാണ്ണൻ റാവുത്തരണ്ണൻ ധ്യാന നിരതനായിരുന്നു. ചീനമുഖമുഴിഞ്ഞ് ഒരുകഥയ്ക്ക് മീരാണ്ണൻ റാവുത്തരണ്ണൻ തയ്യാറെടുക്കുന്നത് പിള്ളേർ ആകാംക്ഷയോടെ കാത്തിരുന്നു. മീരാണ്ണൻ റാവുത്തരണ്ണൻ ചിന്തയിലാണ്ടു. പിള്ളേർ വിളിച്ചു.

"അണ്ണോ"

"ഉം" മീരാണ്ണൻ റാവുത്തരണ്ണൻ വിളികേട്ടു.

"കഥ" അക്ഷമരായി കുട്ടികൾ പറഞ്ഞു.

"ഉം ഉം" മീരാണ്ണൻ റാവുത്തരണ്ണൻ വീണ്ടും മൂളി. എന്നിട്ടു വാ തുറന്നു.

"ഉങ്കൾക്ക് കടംകഥ തെരിയുമാ"

കുട്ടികൾ കള്ളകണ്ണുകളോടെ പറഞ്ഞു 'തെരിയാതെ'

യ്യയ്യയ്യേ... കടങ്കഥ പടിക്കാമെയെന്തുപഠിത്തം.

ബുദ്ധിക്ക് മൂർച്ച കൂട്ടണാമ കടങ്കഥ തന്നെ പഠിക്കണം. മീരാണ്ണൻ റാവുത്തരണ്ണൻ പറഞ്ഞു. കൽമണ്ഡപത്തിനരുകിൽ മീരാണ്ണൻ റാവുത്തരണ്ണനു ചുറ്റും കുട്ടികൾ കൂടിയിരിക്കുന്നത് അലിറാവുത്തർ കണ്ടു. മീരാണ്ണൻ റാവുത്തരണ്ണന് പ്രായമാവുകയേയില്ല. തനിക്കോർമ്മവച്ച നാൾമുതൽ അണ്ണൻ ഇതുപോലെ തന്നെയിരിക്കുകയാണ്. അലിറാവുത്തർ മനസിലോർത്തു.

ഒരു തടിപ്പെട്ടിയും തൂക്കി തലേക്കെട്ടുമായി മീരാണ്ണൻ റാവുത്തരണ്ണൻ ഇങ്ങനെ സഞ്ചരിച്ചുകൊണ്ടേയിരിക്കും. മീരാണ്ണൻ റാവുത്തരണ്ണൻ മലയണ്ണാനുകളെപ്പോലെയാണന്ന് ചിലപ്പോ തോന്നാറുണ്ട്. ഏതു നാട്ടിലാണ് അന്തിയുറങ്ങുന്നതെന്ന് ആർക്കും ഒരു തിട്ടവുമില്ല. തൈക്കാവിലെ ആണ്ടു നേർച്ചയ്ക്ക് എവിടെയായിരുന്നാലും ഇവിടെവരും. ഓണവും പെരുന്നളും ചന്ദനക്കുടവുമൊക്കെ വരുമ്പോഴാണ് കോള്. സുറുമ എഴുത്തുകാരുടെ തിരക്കോടു തിരക്കായിരിക്കും. കൈനിറയെ കാശുകിട്ടും. മടിശീല നിറഞ്ഞാൽ പിന്നെ ഊരുചുറ്റലാണ്. കണ്ടിടത്തൊക്കെ ചുറ്റിത്തിരിഞ്ഞ് കൈയ്യിലെ കാശ് തീരുമ്പോൾ മടങ്ങിവരും. മീരാണ്ണൻ റാവുത്തരണ്ണന് അറിയാത്ത നാടും നഗരവുമില്ല. വീടും ആൾക്കാരുമില്ല. എല്ലാവർക്കും മീരാണ്ണൻ റാവുത്തരണ്ണനെ വേണം. ആയുർവേദവും യൂനാനി ചികിത്സയും അണ്ണന് വശമുണ്ട്. മീരാണ്ണൻ റാവുത്തരണ്ണനുചുറ്റും കുട്ടികൾ കഥകേൾക്കാനായി കൂടിയിരിക്കുന്നത് കണ്ടപ്പോൾ അലിറാവുത്തർക്ക് താനൊരു കുട്ടിയായിരുന്നെങ്കിലെന്ന് മോഹിച്ചുപോയി. പൊടിപ്പയൽ ഹൈദരാബാദിൽ പണിക്കുപോയി. പട്ടാളക്കാരൻ ബദറുമീരാന്റെ അരുത്തിക്കുഞ്ഞ് ജമീലാമ്മാളെ പത്തനാപുരത്ത് കെട്ടിച്ചയച്ചു. അക്ബർ അത്തായുടെ കൂടെ കൃഷി നോക്കിനടത്തിപ്പാണ്. തനിക്കിനിയും ഒരു ജോലിയായില്ലല്ലോയെന്ന് അലി റാവുത്തർ ഓർത്തു. ഏഴാംതരം

പഠിച്ചിട്ടും ഒരുഫലവുമില്ല. ജമാലുദീൻ ദൂരെ ദിക്കിലെവിടെയോ പുറപ്പെട്ടുപോയി. പാവം. ജമാലിന്റെ അമ്മ ഖദിജാക്ക വിഷമിച്ചിരിപ്പാ. ജമാല് ഇന്നുവരും നാളെ വരുമെന്നു കണ്ണാലെണ്ണയൊഴിച്ച് കാത്തിരിപ്പാ. അലി രാവുത്തർ കൽമണ്ഡപത്തിനരുകിലേക്ക് നടന്നു.

മീരാണ്ണൻ റാവുത്തരണ്ണൻ കുട്ടികളോട് ചോദിച്ചു

"മുട്ടയിൽ നിന്ന് വിരിഞ്ഞതാണ്

തലയിലാണ് കാലും കൈയ്യും.

അകവും പുറവും ഒരുപോലിരിക്കും.

വസ്ത്രം ധരിക്കും

കുളിക്കും

എണ്ണതേക്കും

പേരിന്നൊരക്ഷരമെയുള്ളു"

ഉത്തരം പറ പൈതങ്ങളെ. പിള്ളേർ തലപുകച്ചു. മുട്ടയിൽ നിന്ന് വിരിഞ്ഞതാണ്. തലയിലാണ് കാലും കൈയ്യും. ഇതെന്തു വിചിത്ര ജീവിയാണ്. പിള്ളേർ മിണ്ടാതെയിരുന്നു ചിന്തിക്കുന്നതുകണ്ട് മീരാണ്ണൻ റാവുത്തരണ്ണൻ ഒരു ചെറുചിരിയോടെ വീണ്ടും ചോദിച്ചു "ഉം ഉത്തരം ശൊല്ല്" പിള്ളേർ കൂട്ടത്തോടെ പറഞ്ഞു "സുല്ല്, സുല്ല്. ആയിരം സുല്ല്" എന്നിട്ട് പിള്ളേർ ഒരേ സ്വരത്തിൽ പറഞ്ഞു "ഉത്തരംപറ" മീരാണ്ണൻ റാവുത്തരണ്ണൻ ചീനമുഖമുഴിയാൻ തുടങ്ങി. കുട്ടികൾ നാവടക്കി മുഖം കൂർപ്പിച്ചു. മീരാണ്ണൻ റാവുത്തൻ തല മുന്നോട്ട് പതുക്കെ നീട്ടി ശബ്ദം താഴ്ത്തി പറഞ്ഞു "പേൻ" പിള്ളേരതു കേട്ടു കൂട്ടത്തോടെ ആർത്തുചിരിച്ചു 'പേൻ'. മുട്ടയിൽ നിന്ന് പിറന്നതാണ്. തലയിലാണ് കാലും കൈയ്യും. അകവും പുറവും ഒരുപോലിരിക്കും. നിങ്ങൾ എണ്ണതേക്കുമ്പോൾ പേനും എണ്ണതേക്കും. കുളിക്കുമ്പോൾ പേനും കുളിക്കും. ഹ ഹ ഹ മീരാണ്ണൻ റാവുത്തരണ്ണൻ ചിരിച്ചു. പള്ളിമേടയ്ക്കുചുറ്റും കൂട്ടുകൂടിയിരുന്ന ദിഖിർ പാടിക്കിളികൾ ചിരിച്ചു.

കടംകഥകട്ട് പിള്ളേർക്ക് ആവേശം മൂത്തു. പിള്ളേർ നിരങ്ങി നിരങ്ങി മീരാണ്ണൻ റാവുത്തരണ്ണനോട് ചേർന്നിരുന്നു. മീരാണ്ണൻ റാവുത്തരണ്ണൻ എന്തോ ഓർത്തെടുത്തതുപോലെ ചോദിച്ചു.

ചകോരനയനം

ചകോരാക്ഷിസമംവസ്തു

വസ്തുനാമം ത്രയാക്ഷരം

മകാരാദ്യം

ടകാരാന്ത്യം

മധ്യം ചൊല്ലുക് ബുദ്ധിമാൻ.

കുട്ടികൾ വീണ്ടും ആലോചന തുടങ്ങി. പെട്ടന്ന് പിള്ളേരുടെ കുട്ടത്തിൽ നിന്നാരോ വിളിച്ചുപറഞ്ഞു. 'മഞ്ചാടി.

'ഉം ഉം' മീരാണ്ണൻ റാവുത്തരണ്ണൻ മൂളി.

ചന്ദ്രബിംബം സമംവസ്തു

വസ്തുനാമം ത്രയാക്ഷരി

പകാരാദ്യം

ടകാരാന്ത്യം

അമീർ അലിയുടെ മകൾ ഫാത്തിമയും ഉസ്മാൻ റാവുത്തരുടെ മകൻ ജഹാംങ്കീറും ഒരേ സ്വരത്തിൽ പറഞ്ഞു 'പപ്പടം. മീരാണ്ണൻ റാവുത്തരണ്ണൻ തലപ്പാവുകുലുക്കി വീണ്ടുമൊരു കുസൃതിചോദ്യത്തിന് തയ്യാറെടുക്കുമ്പോൾ ബാല്യത്തിന്റെ ഓർമ്മകൾ കുടഞ്ഞെറിഞ്ഞ് അലിറാവുത്തർ പള്ളിമേടയിലേക്ക് നടന്നു. കോൺഗ്രസുകാരുടെ ജാഥ തൈക്കാവിന്റെ മുമ്പിലൂടെ പോകുന്നു. മഹാത്മാഗാന്ധിക്കും മൗലാനാ അബ്ദുൽ കലാം ആസാദിനും ജവഹർലാൽ നെഹ്റുവിനും ജയ് വിളിച്ചുകൊണ്ടാണ് പോക്ക്. ബ്രിട്ടീഷുകാർ ഇന്ത്യവിടുകയെന്നു മുന്നിൽ നിന്നു വിളിക്കുന്നത് കൊച്ചുതമ്പി റാവുത്തരാണ്.

കർക്കടകം പിറന്നു. വയറുള്ള ജീവിവർഗങ്ങളുടെ വയറുകത്താൻ തുടങ്ങി. വയറ്റിലെ തീഅണയ്ക്കാൻ പിള്ളേരും പിറുങ്ങിണികളും വീടും കൂടും പറമ്പും കാടുമെല്ലാം അരിച്ചുപെറുക്കിനടന്നു. പൂച്ചകൊട്ടയ്ക്കാ, മുളിക്ക, ചൂരക്ക, തെറ്റിപ്പഴം, കൊരണ്ടിപ്പഴം, കുളമാങ്ങ, ഞാവൽപ്പഴം തുടങ്ങി കണ്ണിക്കണ്ടതെല്ലാം നുള്ളിപ്പൊളിച്ചു വായിലിട്ടു. എന്നിട്ടും ഉള്ളിൽ തീ ചീറ്റികൊണ്ടിരുന്നു. ആമ്പുള്ളേരു കാടുതുരന്നും മരം കേറിയും വിശപ്പടക്കാൻ പാടുപെട്ടു. നാടുമറിയാറിയാത്ത പെമ്പിള്ളേരും മരംകേറാനറിയാത്ത പെമ്പിള്ളേരും വീട്ടിനുള്ളിരുന്നു വയറുവയ്ച്ചു കരഞ്ഞു.

വയറു വയ്ക്കുന്നെന്റെമ്മോ

തീക്കൊള്ളിയെടുത്ത് വിഴുങ്ങടിമോളെ

തൊണ്ടക്കിരിക്കുമെന്റെമ്മോ

പച്ചവെള്ളംകോരി കുടിക്കടി മോളെ

തൂറ്റലുപിടിക്കുമെന്റെമ്മോ

അയ്യത്തുപോയി കിടക്കടി മോളെ

കാടൻ കടിക്കുമെന്റമ്മോ

കൂടെക്കടിക്കടി മോളെ

വിശന്നു പ്രാണംപറിച്ച പെമ്പിള്ളേരുടെ പട വീടുതെണ്ടാനിറങ്ങി. ജമീലാമ്മാൾ അവർക്ക് വാട്ടച്ചീനി ഊറ്റിക്കൊടുത്തു. ഒരുവറ്റുചോറും

കഞ്ഞിവെള്ളവും കൊടുത്തു. പട്ടിണി കോലങ്ങളുടെ പോക്കുവരവു കൂടിയതോടെ കണ്ടത്തിൽ നിന്ന് പയറ്റില പിച്ചികൂനകൂനയായി കൊണ്ടുവന്നു. തിളപ്പിച്ചൂറ്റി കുരുമുളകും മഞ്ഞൾപ്പൊടിയും തേങ്ങാപ്പീരയും ചേർത്തു വയറുപൊരിഞ്ഞുവരുന്നവർക്ക് വിളമ്പി. നാടുഭരിക്കുന്ന രാജാവിനെയും നാടുകൊള്ള ചെയ്യുന്ന സായിപ്പിനെയും ആണുങ്ങളും പിള്ളേരും പ്രാകി പ്രാകി നടന്നു. രാജഭരണം മാറി ജനായത്തം വരണമെന്ന് കൃഷ്പിള്ള ച്ചേട്ടനും കൂട്ടരും വായനശാലാമുക്കിൽ നിന്ന് വിളിച്ചുപറഞ്ഞു. ദിവാന്റെ അഞ്ചുരൂപ പോലീസുകാരനായ കവലച്ചട്ടിമ്പികൾ കൃഷ്ണപിള്ള ചേട്ടനെയും കൊച്ചുതമ്പി റാവുത്തരെയും തല്ലിച്ചതച്ചു. ഈ വിവരമറിഞ്ഞ് കോൺഗ്രസുകാർ സംഘടിച്ചുവന്നു കവലചട്ടമ്പികളുമായി വാക്കേറ്റമായി. ഒന്നും രണ്ടും പറഞ്ഞ് ഉന്തും തള്ളും നടന്നു. അക്രമപാത വെടിയണമെന്ന് ഗാന്ധിത്തൊപ്പിവച്ച കൊച്ചുതമ്പി റാവുത്തർ കോൺഗ്രസുകാരെ ഉപദേശിച്ചു. കൃഷ്ണപിള്ള ചേട്ടൻ മിണ്ടിയില്ല. വടക്കൻദിക്കിൽ നിന്നു ചിലർ കൃഷ്ണപിള്ള ചേട്ടനെ കൂടെക്കൂടെ കാണാൻ വരുന്നതു കൊച്ചുതമ്പി റാവുത്തർക്കത്ര പിടിച്ചിട്ടില്ല. ചില അടക്കം പറച്ചിലും രഹസ്യയാത്രകളും അവർ നടത്തിത്തുടങ്ങിയതോടെ കൊച്ചുതമ്പി റാവുത്തരുടെ സംശയം ബലപ്പെട്ടുവന്നു. കൃഷ്ണപിള്ള ചേട്ടന് അഹിംസ സമരത്തിലുള്ള വിശ്വാസം നഷ്ടപ്പെട്ടുവരുകയാണ്. ഒരിക്കലതു പറഞ്ഞ് ഇരുവരും തമ്മിൽ ചെറിയതോതിൽ വാക്കേറ്റമുണ്ടാവുകയും ചെയ്തു. ചിങ്ങം പിറന്നതോടെ പച്ചപ്പാടമെല്ലാം മഞ്ഞപുതച്ചു. കൊയ്ത്തും മെതിയും നെല്ലുതൂറ്റലും പാറ്റലും ആകെ ബഹളത്തോടു ബഹളം. മങ്കുകൾ മാനത്തു പാറിപ്പറന്നു കളി തുടങ്ങി. പിള്ളേരു മുറ്റത്തു കളിച്ചുനടക്കുമ്പോൾ അതിലൊരു പെൺകൊച്ചിന്റെ കണ്ണിലൊരു മങ്ക് തറച്ചു. പെൺകൊച്ചിന്റെ വലിയവായിലുള്ള കരച്ചിൽകേട്ട് പണിനിർത്തി ആണുങ്ങളും പെണ്ണുങ്ങളും ചുറ്റും ഓടിക്കൂടി. അതിലൊരുത്തി പ്ലാവില കുമ്പിളുകുത്തി മുലഞെക്കി പാലിത്തിരി അതിലൊഴിച്ച് കൊച്ചിന്റെ കണ്ണിലൊഴിച്ചു. പെൺകൊച്ചിനതോടെ സുഖമായി. ഓണമടുത്തപ്പോൾ വീടിന്റെ കേടുപാടുതീർക്കാൻ ഉമ്മിണിപ്പണിക്കൻ വന്നു. ഉമ്മിണിപ്പണിക്കനെപ്പോഴും വർത്തമാനമാ. കണ്ടതും കേട്ടതും നാഴികയ്ക്കു നാല്പതു വട്ടമങ്ങനെ പറഞ്ഞുകൊണ്ടിരിക്കും. ഉമ്മിണിപ്പണിക്കന്റെ വാതോരാതെയുള്ള വർത്തമാനം കേൾക്കുമ്പോൾ അമ്മായ്ക്ക് ശുണ്ഠിവരും. പോലുത്തേക്കിനു വിളിക്കുമ്പം ഉമ്മിണി പണിക്കന്റെ കൊടുംമുട്ടും മുറുകും. ഇതുവരെയില്ലാത്ത കൊട്ടും മുട്ടും ചിന്തേരിടലും കാണുമ്പോൾ അമ്മ മുറുമുറുക്കും.

ഉമ്മിണിപ്പണിക്കനെല്ലേലും
ഉണ്ണാൻ വിളിക്കുമ്പം ഭയങ്കരകൊട്ടാ.
കൊട്ടുനിർത്തി വന്നുണ്ടിട്ടുപോ.

ഉമ്മിണിപ്പണിക്കനപ്പോൾ ഒരിളിഭ്യച്ചിരിയോടെ അറക്കപ്പൊടിയിൽ കിടന്ന ചുട്ടിത്തോർത്തെടുത്ത് ഒന്നു കുടഞ്ഞു പുതച്ചു. പിന്നെ ഇലവെട്ടി കൊച്ചുതിണ്ണയിൽ വന്നിരുന്നു തീറ്റ തുടങ്ങി. ചോറും കൊണ്ടമ്മ വന്നും പോയുമിരുന്നു. ചോറുമായുള്ള മൽപ്പിടുത്തം കഴിഞ്ഞ് ഉമ്മിണിപ്പണിക്കൻ ഒരേമ്പക്കം വിട്ടു. അതുകേട്ട് വാഴക്കൂമ്പിൽ തേനുണ്ണാൻ വന്ന ഞർക്കീലുകൾ കിയ്യോ കിയ്യോവു കരഞ്ഞ് പാറിപ്പറന്നു. ഉമ്മിണിപ്പണിക്കൻ ഇലവടിച്ചുനക്കി. കയ്യും വിരലും തുടച്ചു നക്കി. ചേരക്കുഞ്ഞിനെപ്പോലെ തുടരെ തുടരെ നാവ് നീട്ടി ചീറിനക്കി എണീറ്റു. അതുകണ്ട് കൂമ്പില്ലാക്കണ്ണൻ വാഴക്കൊമ്പിലിരുന്നു കാക്ക പറഞ്ഞു.

ഒരുനേരം ഉണ്ണുന്നവൻ യോഗി

രണ്ടുനേരം ഉണ്ണുന്നവൻ ഭോഗി

മൂന്നുനേരം ഉണ്ണുന്നവർ രോഗി

നാലുനേരം ഉണ്ണുന്നവർ ദ്രോഹി.

ഭൂമിയിലെ സകല ചരാചരങ്ങളും കാക്കയുടെ വാക്കുകൾക്ക് കാതോർത്തു. സർവ്വസ്തുതിയും സർവ്വലോക പരിപാലകനായ തമ്പുരാന്.

കത്ത്

അഞ്ചൽ ശിപായി കൊഞ്ചുരാഘവൻപിള്ള ഇടവഴിയിലൂടെ മാൻപേടയെപ്പോലെ തുള്ളി തുള്ളി വന്നു. “കാലത്തെ എന്തൊരാവി” അയാൾ ആരോടെന്നില്ലാതെ പുറുപുറുത്തുകൊണ്ട് ആൽത്തറയിൽ വന്നിരുന്നു. കാലൻകുട നിലത്തുകുത്തിവച്ചു. എന്നിട്ട് സഞ്ചികുടഞ്ഞ് എഴുത്തുകൾ പുറത്തേക്കിട്ടു. മത്തായി മാപ്പിളക്കൊരു കത്തുണ്ട്. മറ്റപ്പള്ളി മലകയറി കുടശനാടുവരെ പോകുവാന്നുവച്ചാ ഇത്തിരി കഠിനമാണേ. “ഈശ്വരാ” അയ്യാൾ പറഞ്ഞു. എന്നിട്ട് കാക്കയെപ്പോലെ കണ്ണ് ഒന്നു ചുഴലിചുറ്റി. എന്നിട്ട് വേഗത്തിൽ എഴുത്തിലൂടെ കണ്ണോടിച്ച്. ഒരു ദീർഘനിശ്വാസം വിട്ടു. കത്ത് നുണ്ണം നുണ്ണം കീറി കാട്ടിലെറിഞ്ഞു. അടുത്ത കത്തെടുത്ത് ഒരു താളത്തിൽ വായിച്ചു നബീസാമ്മാൾ. എന്നിട്ട് തിരിച്ചും മറിച്ചും നോക്കി. ഹൈദരാബാദിൽ നിന്ന് പൊടിപ്പയലിന്റെ കത്താണ്. ഉം ഉം കൊച്ചുരാഘവൻ പിള്ള നത്തിനെ പോലെ മൂളി. എന്നിട്ട് കത്തുപൊട്ടിച്ചു വായിച്ചു.

പ്രിയപ്പെട്ട നബീസാ..

“ഓ!”കൊഞ്ചുരാഘവൻപിള്ള അതിനു മറുപടിയെന്നോണം പറഞ്ഞു. ഹൈദരാബാദിൽ ഇപ്പോൾ നല്ല ചൂടാണ്. കൊഞ്ചുരാഘവൻ പിള്ളയുടെ

കണ്ണുകൾ അക്ഷരങ്ങളിലൂടെ വേഗത്തിൽ ഇഴഞ്ഞു. നവരസങ്ങൾ മുഖത്ത് മിന്നിമറഞ്ഞു. പിന്നെ ചിറഞ്ഞൊന്നുനോക്കി. ആരുടെയും തല വെട്ടം കാണാനില്ലെന്ന് കണ്ടപ്പോൾ ഒന്നു നിശ്വസിച്ചു. കത്ത് നുണ്ണം നുണ്ണം കീറികളഞ്ഞു. പെട്ടന്നവിടെ ചുഴലിചുറ്റാൻ തുടങ്ങി. കത്തിന്റെ കഷണങ്ങളും കരിയിലകളും ഒരുകുഴൽപോലെ മാനത്തേക്കുയർന്നു. കൊഞ്ചുരാഘവൻപിള്ളയതുകണ്ട് വെപ്രാളപ്പെട്ട് ചുറ്റുംനോക്കി. ചുഴലി കുറ്റിക്കാടും കടന്ന് കരിമാങ്കാവ് ലക്ഷ്യംവച്ചുനീങ്ങി. വരുത്തുപ്പോക്കുകൾ കാവിനു ചുറ്റും ചുഴലിചുറ്റുന്നതറിഞ്ഞ് ദൈവക്കുറവൻ കാലിൽ ചിലമ്പുകെട്ടി. വാളെടുത്ത് ഉറഞ്ഞുതുള്ളി തികിം - താം തോം.

അച്ചാരത്തിനു ദിവസം കുറിച്ചതോടെ നബീസാക്ക് ഒരു നേർച്ചക്കോഴിയുടെ ഭാവമായിരുന്നു. കല്യാണകാര്യം എങ്ങനെയാണ് പൊടിപ്പയലിനെയറിയിക്കുക. നബീസായുടെ മനസ് വേവാൻതുടങ്ങി. റൂഹാനിക്കിളികൾ മുറ്റത്തുവന്നു കരയുന്നു. റൂകി. റൂകി.. അസ്വസ്ഥമായ മനസുമായി നബീസാ വീട്ടിനുള്ളിൽ ഉലാത്തി. അച്ചാരത്തിനുള്ള ഒരുക്കങ്ങൾ വീട്ടിൽ ആരംഭിച്ചിരിക്കുന്നു. നൂറ്റിയൊന്നു രൂപ അച്ചാരപ്പണമായി കൊടുക്കണമെന്ന് അത്ത അമ്മായോട് പറയുന്നത് കേട്ടു. നാഗൂർകണ്ണിനും ജമീലാമ്മാളിനും ഒരു മകളേയുള്ളു. ഇക്കണ്ട സ്വത്തെല്ലാം അവൾക്കുള്ളതു തന്നെ. അതുകൊണ്ട് മുന്തിയ തുകതന്നെ അച്ചാരത്തിന് നൽകാനാണ് വീട്ടുകാരുടെ തീരുമാനം. നബീസായ്ക്ക് അച്ചുവിരുവലിയും അയകല്ല് മാലയും വാങ്ങണം. ഞെളിയും തോവളയും വാങ്ങണം. കാലിൽ കൊലുസുണ്ട്. കാൽവിരലിൽ പീലിയും മിഞ്ചിയുമുണ്ട്. ആനവാലു മോതിരമുണ്ട്. മൂക്കുവാളി, കോപ്പും തോങ്കലും, കാതുവാളിയും വാങ്ങണം. ഒന്നപ്പ്, പീടി, മൊരിശ് വാങ്ങണം. അരപ്പട്ട വേണം. അരപ്പട്ടയില്ലെങ്കിൽ പിന്നെന്ത് കല്യാണപെണ്ണ്. പല്ലുകുത്തിയും ചെവിത്തോണ്ടിയും തൊടലും വാങ്ങണം. താലിയായി കരിശമണിയും പൂശാന്ത്രവും പൊൻമണിയും വേണം. മന്ത്രകോടി വാങ്ങണം. മന്ത്രികോടിയിൽ നിന്ന് മൂന്നു നൂലു പിരിച്ചെടുത്ത് കരിശമണിയും പൂശാന്ത്രവും പൊൻമണിയും അതിൽകോർത്താണ് താലികെട്ട്. അതുകൊണ്ട് നല്ല പട്ടുകസവ് നൂലുള്ള മന്ത്രികോടി വാങ്ങണം. നബീസായുടെ മനസ് പൊടിപ്പയലിനെ ഓർത്തു തേങ്ങി.

തന്നോടൊരക്ഷം പറയാതെ പൊടിപ്പയൽ തീവണ്ടികയറി. നാളിത്രയായിട്ടും ഒരു കത്തുപോലും തനിക്കയച്ചില്ല. തന്നോടു പറഞ്ഞതെല്ലാം പൊടിപ്പയൽ മറന്നുകാണും. ബസിന്റെ ഇരമ്പൽ കേൾക്കുമ്പോഴൊക്കെ നബീസായുടെ മനസ്സ് ഇളകും. പൊടിപ്പയൽ ബസിൽ വന്നിറങ്ങുന്നുണ്ടോന്ന് അറിയാനായി വേലിക്കൽ വന്നുനിന്നു എത്തിനോക്കും. നിരാശമാത്രമാവും ഫലം. പൊടിപ്പയൽ കുഞ്ഞുഹസനെ കണ്ടുകാണുമോ? ഇനി ജോലിയൊന്നും കിട്ടാതെ വന്നിരിക്കുമോ?

ഭാഷയറിയാതെ അന്യനാട്ടിൽ കിടന്ന് ബുദ്ധിമുട്ടുകയാവുമോ? നബീസായുടെ മനസ്സ് ഓരോന്നാലോചിച്ചു നോവാൻ തുടങ്ങി. മനസ് ഉരുകി ഒലിക്കുന്നതുപോലെ. അതിന്റെ വേദന അസഹനീയമായപ്പോൾ നബീസാ ശാരദക്കുട്ടിയുടെ വീട്ടിലേക്കോടി. ശാരദക്കുട്ടിയെ കണ്ടപ്പോൾ ഒരാശ്വാസം. പൊടിപ്പയലിന്റെ കത്ത് വരാതിരിക്കില്ലെന്ന് ശാരദക്കുട്ടി നബീസായെ ആശ്വസിപ്പിച്ചു. മാമ്പള്ളിയിലെ നൂർജഹാന്റെ കല്യാണം വന്നു. ക്ലാസിലെ ഏറ്റവും സുന്ദരി നൂർജഹാനായിരുന്നു. പൊന്നിന്റെ നിറവും നീണ്ടമൂക്കും. വിടർന്ന മിഴികളും. നീളമുള്ള കോലൻ തലമുടിയും. ലക്ഷ്മിയമ്മാളും ശാരദക്കുട്ടിയും നബീസാമ്മാളും കല്യാണത്തിനുവന്നു. അമ്മ ജമലാമ്മാളും അത്ത നാഗൂർകണ്ണ് രാവുത്തരും വന്നു. നാട്ടിലെ സർവചരാചരങ്ങളും വന്നു. ആനപ്പുറത്താണ് പയ്യനൊരുങ്ങിവന്നത്. കൊട്ടും മേളവും അറബനമുട്ടും. എല്ലാം കണ്ടും കേട്ടും പഠിക്കാൻ കൂട്ടുകാരികൾ നബീസാമ്മാളിനെ കളിയായി ഉപദേശിച്ചു. നബീസ നിർവികാരതയോടെ അതൊക്കെ നോക്കിനിന്നതേയുള്ളു.

കല്യാണപ്പാട്ടും കോലുകളിയുമായി ചെറുക്കനെയും കൂട്ടരെയും സ്വീകരിച്ചു. നൂർജഹാന്റെ ആങ്ങള വാൽകിണ്ടിയിൽ നിന്ന് വെള്ളമിറ്റിച്ച് ചെറുക്കന്റെ കാൽ കഴുകി. മോതിരമണിയിച്ചു. ഒരുചിപ്പം[1] പുകയിലയുമായാണ് ചെറുക്കന്റെ പെങ്ങന്മാർ നൂർജഹാന്റെ അമ്മ ഫാത്തിമായെ കാണാനായിവന്നത്. പുതിയ ചെറുക്കന് പാലും പഴവും തയ്യാറാക്കിവച്ചു. മുറ്റത്ത് സദ്യവട്ടങ്ങളുടെ മേളം. കല്ല്യാണവീട്ടിലെ ബഹളവും തിക്കും തിരക്കും നബീസായ്ക്ക് അസഹനീയമായി തോന്നി. നൂർജഹാനെ ഒന്നടുത്തു കാണാൻപോലും കിട്ടുന്നില്ല. ഒരുവിധം അറയ്ക്കുള്ളിൽ കടന്നപ്പോൾ നാത്തൂന്മാരുടെ മടിയിൽ വെറ്റിലകൊണ്ട് കണ്ണ് മൂടി നൂർജഹാൻ കിടക്കുന്നതാണ് കണ്ടത്. പന്തലിൽ നിക്കാഹ് നടക്കുന്നു. ഇനി പയ്യൻ താലികെട്ടാൻവരും. നൂർജഹാന്റ ആങ്ങള ജഹാംഗീറാണ് പുതിയ പയ്യനെ കൂട്ടിക്കൊണ്ടുവരുക.

പെണ്ണുങ്ങൾ വഴിമാറുന്നതിന്റെ ബഹളം. താലികെട്ടാനുള്ള ചെറുക്കന്റെ വരവാണ്. തലയിൽ തൂവാലയിട്ട് ഫുൾകൈയ്യൻ ഷർട്ടിട്ട് ഒരു സുന്ദരൻ പയ്യൻ. നാത്തുന്മാർ പെട്ടിയും തൂക്കി കൂടെയുണ്ട്. സാരിയിൽ നിന്ന് നൂലഴിച്ച് താലികൊരുത്തു. പുതുമണവാളനും നാത്തുന്മാരും ചേർന്ന് താലികെട്ടി. പുതിയ ചെറുക്കനും അമ്മായിയമ്മയുടെ വക പാലും പഴവും. അമ്മായിമ്മക്ക് സ്വർണ വള. ഇനി ചെറുക്കനും കൂട്ടരും ഉണ്ടുറങ്ങി നാളെയെ മടങ്ങൂ. നബീസാമ്മാളും കൂട്ടുകാരികളും തേങ്ങാച്ചോറും പരിപ്പും ആട്ടിറച്ചിക്കറിയും കഴിച്ചു. തിരികെ വീട്ടിലേക്ക് നടക്കുമ്പോൾ ജമീലാമ്മാൾ പറഞ്ഞു “നല്ല കൂട്ടരാ” ‘നൂർജഹാന്റെ ഭാഗ്യം’ നബീസാ കേൾക്കായി ജമീലാമ്മാൾ പറഞ്ഞു. ഒരു കൈയ്യിൽ

1. ഒരുചിപ്പം - 100 റാത്തൽ

നിലവിളക്കും മറുകൈയ്യിൽ ഒരുമൊന്ത വെള്ളവുമായിട്ടുവേണം പുതിയ പെണ്ണ് ചെറുക്കന്റെ വീട്ടിലേക്ക് വലതുകാലെടുത്തു കുത്താൻ. അമ്മാവി യമ്മ ആലാത്തിയുഴിഞ്ഞ് സ്വീകരിക്കും. നിലവിളക്ക് കെടാതെ സൂക്ഷിച്ചു വേണം കാലെടുത്തുകുത്താൻ. വീട്ടിനുള്ളിൽ കയറിയാൽ ചേലതുമ്പ ഴിച്ച് മുന്തികെട്ട് അമ്മായിഅമ്മയ്ക്കു നൽകും. നാലുക്ക് കുളി, ഏഴുക്കു കുളി അങ്ങനെയെന്തെല്ലാം ചടങ്ങുകൾ വേറെ കിടക്കുന്നു. നബീസാ ഒന്നുമൂളുകപോലും ചെയ്യാതിരിക്കുന്നത് കണ്ട് ജമീലാമ്മാൾ ശബ്ദം കനപ്പിച്ചു പറഞ്ഞു.

“പെമ്പിളകൾ ഇതൊക്കെയറിഞ്ചിരിക്കണം” എന്നിട്ടും നബീസാ മ്മാൾ ഒരക്ഷരം ഉരിയാടിയില്ല. റാന്തൽ വിളക്കുംപിടിച്ച് നാഗൂർകണ്ണ് മുമ്പിൽനടന്നു. നബീസാമ്മാൾ ശുണ്ഠിപിടിച്ച് പിന്നാലെ നടന്നു.

ശാരദക്കുട്ടി കാവുമുക്കിൽ വച്ചു പൊടിപ്പയലിന്റെ അമ്മായെകണ്ടു. പൊടിപ്പയലിനു ജോലികിട്ടിയ വിവരം പൊടിപ്പയലിന്റെ അമ്മ സന്തോ ഷത്തോടെ പറഞ്ഞു. 25 രൂപ ശമ്പളമുണ്ടത്രെ. തുടക്കത്തിൽ ഇത്ര യധികം രൂപ ആ കമ്പനിയിൽ ആർക്കും കിട്ടിയിട്ടില്ല.

കുഞ്ഞുഹസന്റെ കത്തിലാണ് വിവരങ്ങളൊക്കെയുള്ളത്. പൊടിപ്പ യലിങ്ങനെയുള്ള കാര്യങ്ങളൊന്നും എഴുതില്ല. നാലോ അഞ്ചോ വരി. അത്രേയുള്ളു. പൊടിപ്പയലിന്റെ അമ്മ പരിഭവം നടിച്ചുപറഞ്ഞു. പൊടിപ്പ യലെന്താവും നബീസാക്ക് കത്തയക്കാത്തത് ശാരദകുട്ടി മനസ്സിലാലോ ചിച്ചു. പൊടിപ്പയിലിനോട് ശാരദകുട്ടിക്ക് ദേഷ്യം തോന്നി. നാടുവിട്ടപ്പോൾ എല്ലാം മറന്നുകാണും. പോരെങ്കിൽ 25 രൂപയുടെ ശമ്പളക്കാരനായില്ലെ. ഇനിയെത്ര വലിയ കല്യാണം വേണമെങ്കിലും പൊടിപ്പയലിനു കിട്ടു മല്ലോ? ശാരദക്കുട്ടി മനസ്സിലോർത്തു പാവം നബീസ. മനമുരുകി കഴി യുകയാണ്. ഞാനെങ്ങനെയാണെന്റെ നബീസയെ ഒന്നാശ്വസിപ്പിക്കുക. ശാരദക്കുട്ടി വായനാശാല മുക്കിലൂടെ നടക്കുമ്പോൾ അഞ്ചലോട്ട ക്കാരൻ കൊഞ്ചുരാഘവൻപിള്ള എതിരെ വരുന്നു. കാലൻകുട പിടിച്ച് ഏന്തിയും വലിഞ്ഞുമുള്ള കൊഞ്ചുരാഘവൻ പിള്ളയുടെ വരവ് നോക്കി ശാരദകുട്ടി ഒന്നറച്ചുനിന്നു. പിന്നെ വിളിച്ചു ചോദിച്ചു. നബീസാമ്മാളിന് കത്തു വല്ലതും ഉണ്ടോ? ഉഌം ഒരു മൂളലോടെ കൊഞ്ചുരാഘവൻപിള്ള നിന്നു. കാലൻകുട മടക്കി ശാരദക്കുട്ടിയെ സൂക്ഷിച്ചൊന്നു നോക്കി. അരു താത്തതു വല്ലതും താൻ ചോദിച്ചോ എന്ന ഭയത്തോടെ ശാരദക്കുട്ടി ശങ്കിച്ചുനിന്നു. കൊഞ്ചുരാഘവൻ പിള്ള വീണ്ടും കൂമനെ പോലെ മൂളി. ഉഌം ഉംം. എന്നിട്ടു ചോദിച്ചു ഏത് നബീസ. നബീസാമ്മാൾ, കെയർ ഓഫ് നാഗൂർകണ്ണ്, മുളമൂട്ടിൽ വീട്, പാലമേൽ. ശാരദക്കുട്ടി ഒറ്റശ്വാസ ത്തിൽ പറഞ്ഞുനിർത്തി. ഉഌം ഉംം കൊഞ്ചുരാഘവൻപിള്ള വീണ്ടും മൂളി. പിന്നെ തോളത്തു നിന്നു സഞ്ചിയെടുത്ത് അതിനുള്ളിലേക്ക് കൈയ്യിട്ട് പരതി. പിന്നെ ഒരോന്നും മേൽവിലാസം നോക്കി വായിച്ചു.

ഒരു കഥകളിക്കാരനെപ്പോലെ ആ മുഖത്ത് നവരസങ്ങളും വിടർന്നു കൊഴിഞ്ഞു. ശാരദക്കുട്ടി ആകാംക്ഷയോടെ നിന്നു. ഒടുക്കം ഒരു കത്തെ ടുത്ത് തിരിച്ചും മറിച്ചുനോക്കി. നബീസാമ്മാളിനു കത്തില്ല. കൊഞ്ചു രാഘവൻപിള്ള കടുപ്പിച്ചു പറഞ്ഞു. പിന്നെ കാലൻകുട നിവർത്തി തെരുവുപേക്ഷിച്ച ആൽത്തറ ലക്ഷ്യം വച്ചുനടന്നു. ശാരദക്കുട്ടി വേദന യോടെ കണ്ടത്തിന്റെ വരമ്പിലൂടെ കുറുക്കുകേറി നടന്നു. അണിഞ്ഞൊ രുങ്ങി തലയിൽ മുല്ലപ്പൂചൂടി പാഞ്ചാലിയമ്മ അമ്പലത്തിൽ പോയിട്ടു വരുന്നുണ്ട്. ആരാണ് കൂടെയെന്ന് കാണാനാവുന്നില്ല. ഭീമൻ തന്നെ. “പെങ്കോന്തൻ”. അവരുടെ കണ്ണുപറ്റാതെ ശാരദക്കുട്ടി വേഗത്തിൽ പുഞ്ച വരമ്പിലൂടെ നടന്നുമറഞ്ഞു.

ദിഖിർ പാടിക്കിളികൾ

ചിങ്ങം പിറന്നു. മാനത്തുകണ്ണികൾ തോട്ടിൽ തുടിച്ചുകുളിച്ചു. ഓണ പക്കികൾ തൈക്കാവിന്റെ മുറ്റത്ത് വട്ടമിട്ടുകളിച്ചു. ദിഖിർ പാടികിളികൾ നാടുമുഴുൻ കൂടൊരുക്കം തുടങ്ങി. സർവ്വചരാചരങ്ങളും മാവേലിത്തമ്പു രാന്റെ വരവ് കാതോർത്തിരുന്നു. മക്കത്തുപോയ ചേരമാൻപെരുമാൾ ഇനിയും നാട്ടിൽ മടങ്ങിയെത്തിയിട്ടില്ല. പൊടിപ്പയലിനെ ഓർത്ത് നബീ സാമ്മാൾ മൈലാഞ്ചിയണിഞ്ഞ കൈകൾ കൊണ്ടു മുഖം പൊത്തി ക്കരഞ്ഞു. കണ്ണീരുപ്പിൽ മൈലാഞ്ചിയലിഞ്ഞ് ചുവന്ന കവിളുകളെ കൂടു തൽ ചുവപ്പിച്ചു. പടിപ്പുര കടന്ന് അഞ്ചലോട്ടക്കാരൻ കൊഞ്ചുരാഘ വൻപിള്ള ആണി നോവിൽ തുള്ളി തുള്ളി വരുന്നത് നബീസാമ്മാൾ കിളിവാതിൽവഴികണ്ടു. നബീസാമ്മാൾ വേഗം കോണിപ്പടി കളിറങ്ങി വന്നു. പത്തായപ്പുരയ്ക്കുവലംചുറ്റി മുറ്റത്തേക്ക് ഓടിയിറങ്ങി കൊഞ്ചു രാഘവൻപിള്ളയുടെ മുന്നിൽ വന്നുനിന്നു കിതച്ചു കൊണ്ട് ചോദിച്ചു “എഴുത്തുവല്ലതും ഉണ്ടോ?” ഉം.. നബീസായുടെ ഹൃദയത്തിൽ കൂട്ടമണി മുഴങ്ങി. “നബീസാമ്മാൾ അല്ലേ. കൊഞ്ചുരാഘവൻപിള്ള ചോദിച്ചു. നബീ സായുടെ വായിൽ നിന്ന് ശബ്ദം പുറത്തേക്ക് വന്നില്ല. വിലങ്ങിനിന്ന ശ്വാസം വായിലൂടെ പുറത്തേക്ക് ഉച്ചത്തിൽ പോയി. നബീസ നിറഞ്ഞ കണ്ണുകളോടെ വിറയാർന്ന കൈകൾ നീട്ടി. കത്തു വാങ്ങി തിരിച്ചും മറിച്ചും നോക്കി. പൊടിപ്പയലിന്റെ കത്താണ്. വികാരത്തള്ളിച്ചയിൽ നബീ സമ്മാൾ ഒരേങ്ങലോടെ കരഞ്ഞു. കൊഞ്ചുരാഘവൻപിള്ള അതുനോക്കി നിൽക്കാതെ ഒരു കള്ളനെപ്പോലെ പാത്തുപതുങ്ങി പടിപ്പുര കടന്ന് ആണി നിറഞ്ഞ കാലുകൾ നോവോടെ പെറുക്കി പെറുക്കി വച്ച് വേഗം നടന്നകന്നു. മുറ്റത്ത് ആരോവന്നതറിഞ്ഞ് ജമീലമ്മാൾ ഇടതിണ്ണയി ലേക്കിറങ്ങി വിളിച്ചു ചോദിച്ചു ‘ആരാനബീസായത്’ അമ്മായുടെ

വാക്കുകൾക്ക് ചെവികൊടുക്കാതെ നബീസാ കോണിപ്പടി ഓടിക്കേറി അറപ്പുരയിലെത്തി ഹൃദയാവേശത്തോടെ കത്തുപൊട്ടിച്ചു വായിച്ചു.

പ്രിയപ്പെട്ട നബീസാ,

നിന്നെ ഓർത്ത് ഓർത്ത് എന്റെ നെഞ്ച് പിളരുകയാണ്. ഇതെന്റെ അഞ്ചാമത്തെ കത്താണ്. നീ ഇത്രവേഗം എന്നെ മറന്നോ? ഒരു കത്തിനെങ്കിലും നബീസാ മറുപടി അയക്കുമെന്നു ഞാൻ പ്രതീക്ഷിച്ചു. കത്ത് കാത്തിരുന്നു കാത്തിരുന്നു ഊണും ഉറക്കമില്ലാത്ത സ്ഥിതിയിലായി. ജോലിയിലും ശ്രദ്ധിക്കാനാവുന്നില്ല. നിനക്കെന്തുപറ്റി നബീസാ. ഇതിനെങ്കിലും കത്തയക്കാൻ നീ മറക്കരുതേ. എന്ന് സ്വന്തം പൊടിപ്പയൽ.

നബീസാ കത്ത് മാറോട് ചേർത്ത് വച്ച് ഏങ്ങി ഏങ്ങി കരഞ്ഞു. പടച്ച തമ്പുരാനെ പൊടിപ്പയൽ എനിക്ക് അഞ്ച് കത്തയച്ചെന്നോ. ഒന്നുപോലും എന്റ കൈയ്യിലെത്തിയില്ലല്ലോ. നബീസായുടെ കണ്ണിൽനിന്ന് ധാരധാരയായി ചുടുകണ്ണീർ ഒഴുകി മാറ് നനഞ്ഞ് കുതിർന്നു. കവിളിലൂടെ ഒലിച്ചിറങ്ങുന്ന കണ്ണീർ തുടച്ച് നബീസാ കുളക്കടവിലേക്കു നടന്നു. തണുത്ത കാറ്റ് വീശുന്നുണ്ട്. കുളത്തിൽ മീനുകൾ കിടന്നു പുളയ്ക്കുന്നു. പ്ലാവിൻകൊമ്പിൽ മഞ്ഞക്കിളികളിരിപ്പുണ്ട്. നാടും നഗരവും കടന്നുവന്ന മഞ്ഞക്കിളികൾ. കാവിനരുകിലൂടെ കീരിയും കുഞ്ഞുങ്ങളും ഓടിക്കളിക്കുന്നു. മനസ്സ് വല്ലാതെ ശാന്തമാകുന്നതുപോലെ. ഉള്ളിലിരുന്ന് പൊന്ന് ഊതികാച്ചുന്ന തട്ടാൻ പണ്ഡങ്ങൾ പണിയുന്ന തിരക്കിലാണിപ്പോൾ. കൺപീലികൾ കിനാവിന്റെ സുഖദമായ ശീതളിമയിൽ വിറകൊണ്ടു. എന്റെ പൊടിപ്പയൽ എന്നെ മറന്നില്ലല്ലോ?

നബീസ വിതുമ്പലടക്കി ആരോടൊന്നില്ലാതെ പറഞ്ഞു. വാഴപ്പോളകൾക്കിടയിൽ നിന്നൊരു ഒച്ച് തലനീട്ടിനോക്കി. പുൽച്ചെടികൾ പുൽപ്പരപ്പിലേക്ക് ചാടിമറഞ്ഞു. ദിഖിർപാടിക്കിളികളുടെ കലപിലാരവം. കൂടൊരുക്കാൻ നാരുപെറുക്കുന്നതിരക്കാണ്. എരുത്തിലിന്റെ ഉത്തരത്തോട് ചേർന്ന് നാരുകളും പഞ്ഞികളും കൊണ്ടൊരുമെത്ത രൂപപ്പെട്ടിരിക്കുന്നു. ദിഖിർപാടിക്കിളിയുടെ കൂട്. തമ്പുരാനെ ഈ ഐശ്വര്യവും ബർക്കത്തും ഞങ്ങളിൽ നിന്ന് എടുത്തുമാറ്ററുതേ. നബീസാമ്മാൾ പ്രാർഥിച്ചു. പുൽച്ചാടികളെ വെട്ടിവിഴുങ്ങി ഓന്ത് തലനീട്ടിനോക്കി. പിന്നെയത് ഇളംമഞ്ഞനിറമായി മാറി. പിന്നെ പച്ച നിറഞ്ഞ ചുകപ്പു അണിഞ്ഞു. അതു പച്ചയും നീലയും നിറങ്ങൾ മാറി മാറിപ്പൂശി ഓന്ത് വീണ്ടും ഒരുക്കം തുടങ്ങി. വെറുതെ സമയം കളയാതെ നബീസ ശാരദക്കുട്ടിയുടെ വീട്ടിലേക്ക് ഓടി. അമ്മയെ സഹായിച്ചുകൊണ്ട് അടുക്കളയിൽ നിന്ന ശാരദകുട്ടിയെ ബലമായി പിടിച്ചു വലിച്ചുകൊണ്ട് നബീസാ പറഞ്ഞു "എങ്ങോട്ടൊന്നു വാടി" ഇതെന്തു കൂത്തെന്നഭാവത്തിൽ ശാരദക്കുട്ടി പറഞ്ഞു "എന്താടി ഇത്ര തിടുക്കം" പറയാം ശ്വാസമടക്കി നബീസ പറഞ്ഞു "വാ" നബീസാ വിളിച്ചു. എന്തോ ഓർത്തെടുത്തതുപോലെ ശാരദക്കുട്ടി ചോദിച്ചു

പൊടിപ്പയലിന്റെ കത്തുവല്ലതും ഉം ഉം നബീസ മൂളി. 'ങ്ങാ. കാണട്ടെ' ശാരദക്കുട്ടി തിടുക്കം കാട്ടി. ശാരദക്കുട്ടിയുടെ കൈയ്യിൽ കൊടുക്കാതെ കത്തുമായി നബീസാ ഇടനാഴിയിലൂടെ ഓടി. പിന്നാലെ ശാരദക്കുട്ടിയും. കിടപ്പുമുറിയുടെ അരികിലെത്തിയപ്പോൾ ശാരദക്കുട്ടി കത്ത് തട്ടിപ്പറിച്ചെടുത്തു വേഗത്തിൽ കണ്ണോടിച്ചു. എന്നിട്ടു പറഞ്ഞു "ങ്ങാ കൊഞ്ചു രാഘവൻപിള്ള പറ്റിച്ച പണിയാവും. ഒരുകത്തും കൊണ്ടുകൊടുക്കുന്ന ശീലം അയാൾക്കില്ല" ഈശ്വരൻ അറിഞ്ഞുകൊണ്ടാണയാൾക്ക് കാലുനിറയെ ആണി കൊടുത്തത്. ശാരദക്കുട്ടി ദേഷ്യത്തോടെ പറഞ്ഞു.

'നബീസാ' ശാരദക്കുട്ടി വിളിച്ചു. നിന്റെ കല്യാണം ഉറച്ച വിവരമൊന്നും പൊടിപ്പയൽ അറിഞ്ഞിട്ടില്ല. അച്ചാരത്തിന് ഇനി പതിനഞ്ചുദിവസമെയുള്ളു. എത്രയും വേഗം പൊടിപ്പയൽ നാട്ടിൽവരാൻ കത്തയക്കണം. നബീസാ മൂളി. ഉം.. ചങ്ങനാശേരിയിലാളുവിട്ടു ചെറുക്കന്റെ ചെവിയിലും നബീസായുടെ പ്രണയകഥയെത്തിക്കണം. ചെറുക്കനെതോടെ ഒഴിഞ്ഞുപോക്കോളും. ശാരദക്കുട്ടി അടക്കം പറഞ്ഞു. എന്നിട്ട് ശാരദക്കുട്ടി ആലോചനയിലാണ്ടു പിന്നെ പറഞ്ഞു. അതിനിപ്പം ഒരു പണിയുണ്ട്.

'എന്താ' ആകാംക്ഷയോടെ നബീസ ചോദിച്ചു. ആ കല്ല്യാണം മുടക്കിയില്ലെ ഞൊണ്ടി പോക്കർ. അവന്റടുത്ത് കഥയെത്തിയാൽ ബാക്കി കാര്യമെല്ലാം അവൻ നോക്കികൊള്ളും. ഒരു ചെറുചിരിയോടെ ശാരദക്കുട്ടി പറഞ്ഞു. പിന്നെയും ശാരദക്കുട്ടി ആലോചനയിലാണ്ടു. തെളിഞ്ഞുവരുന്നുണ്ട് ഒരുവഴി. ശാരദക്കുട്ടി മുക്കി മുക്കി പറഞ്ഞു. നമുക്ക് പഞ്ചാലിയമ്മയുടെ ചെവിയിൽ കഥയെത്തിക്കാം. യ്യോ്യോ... നബീസാ ചുണ്ടു ചുരുക്കി കണ്ണുതുറിച്ചുപറഞ്ഞു. അതു കുഴപ്പമാകുമോ. പഞ്ചാലിയമ്മയറിഞ്ഞാൽ നാടുമുഴുവനും അറിയും. നബീസാ പറഞ്ഞു. "അറിയട്ടെ എങ്കിലെ നമ്മുദ്ദേശിക്കുന്നകാര്യം നടക്കൂ" ശാരദക്കുട്ടി കൈകൂട്ടി തിരുമി മുറിക്കുള്ളിൽ അങ്ങോട്ടും ഇങ്ങോട്ടും ഉലാത്തികൊണ്ടുപറഞ്ഞു. "അതു ഞാനേറ്റു" അവർ ദിനവും അമ്പലത്തിൽ വന്നുപോകുന്നുണ്ട്. കുഴപ്പമാകുമോ നബീസാ ഉത്കണ്ഠയോടെ ചോദിച്ചു.

"നീ ഭയപ്പെടണ്ട" ശാരദക്കുട്ടി ആശ്വസിപ്പിച്ചു. "കാര്യങ്ങളെല്ലാം എനിക്കു വിട്ടേരെ" ശാരദക്കുട്ടി പറഞ്ഞു. നബീസാ പൊടിപ്പയലിന്റെ കത്ത് പലവുരു മാറോടുചേർത്തുപിടിച്ചു. പിന്നെ പൊടിപ്പയലിന്റെ മേൽവിലാസം കുറിച്ചെടുത്തുകൊണ്ടു പറഞ്ഞു. "ഇന്നുതന്നെ കത്ത് ഏഴുതാം. എത്രയുംവേഗം നാട്ടിലേക്കുവരാൻ. കത്തുകിട്ടിയാൽ പൊടിപ്പയൽ എന്തായാലും വരാതിരിക്കില്ല'.

ഉം. ശാരദക്കുട്ടി മൂളി. വെള്ളിയാഴ്ചവന്നു. മാനത്തുനോക്കി നടക്കുന്ന പീരുകണ്ണനണ്ണൻ വന്ന് അത്തായുമായി എന്തോ കുശുകുശുക്കുന്നത്

കേട്ടു. നബീസാ നെഞ്ചിടിപ്പോടെ ചെവിവട്ടം പിടിച്ചു. അത്ത കുറച്ചു നേരം മ്ലാനമായിരുന്നു. മാനത്തുനോക്കി നടക്കുന്ന പീരുകണ്ണനണ്ണൻ എന്തോപറഞ്ഞ് ആശ്വസിപ്പിക്കുന്നതു കേൾക്കാം. "ചങ്ങനാശേരിക്കാരി തറിഞ്ഞാൽ" നാഗൂർകണ്ണ് ചോദിച്ചു.

'ഒന്നിച്ചു കളിച്ചുവളർന്ന പിള്ളേരല്ലേ. നാട്ടുകാരോന്നുപറയും. നമ്മള തിനു ചെവികൊടുക്കേണ്ടതില്ല' മാനത്തുനോക്കി നടക്കുന്ന പീരുകണ്ണ നണ്ണൻ ആശ്വസിപ്പിച്ചു. ജമീലമ്മാളും കൂടിവന്ന് കൂട്ടത്തിൽ ചേർന്ന തോടെ ആലോചന പലവഴിക്കായി. ആരായിരിക്കും അപവാദപ്രചരണ ത്തിനുപിന്നിൽ. പെണ്ണുങ്ങളുടെ തുണിപെറുക്കിനടക്കുന്ന ആ പോക്കറാ ഇതു പറഞ്ഞുനടക്കുന്നതെന്ന് ജമീലമ്മാൾ തറപ്പിച്ചു പറഞ്ഞു. കല്ല്യാണ മുടക്കുന്നത് അവന്റെയൊരു ശീലമാ "ഹെയ്" നാഗൂർകണ്ണ് തലയാട്ടി. "അറിയാതെ ആരെയും പഴിക്കരുത്" നാഗരൂർകണ്ണ് പറഞ്ഞു. "ഒരുക്ക ങ്ങൾ നടക്കട്ടെ" മാനത്തുനോക്കി നടക്കുന്ന പീരുകണ്ണനണ്ണൻ പറഞ്ഞു. അതോടെ ജമീലാമ്മാൾ അടുക്കളയിലേക്ക് പോയി. പണിക്കാരത്തി കൾ മുറ്റത്ത് വന്നുവിളിച്ചു "തമ്പ്രാട്ടിയേ" ജമീലാമ്മാൾ അവർക്ക് ആഹാരം വിളമ്പാൻ ഇലയെടുക്കാൻ പോയി. നടന്ന സംഭവങ്ങൾ ശാരദക്കുട്ടിയെ അറിയിക്കാൻ നബീസായുടെ മനസ് വെമ്പി. കാക്ക കൾ തൊള്ളതുറന്നു കരഞ്ഞു. വിരുന്നുകാരുടെ വരവുണ്ടാകും. നബീസാ ഇടമുറ്റത്തുകൂടി ശാരദക്കുട്ടിയുടെ വീട്ടിലേക്കോടി നടന്ന കാര്യങ്ങളെല്ലാം ഒറ്റശ്വാസത്തിൽ ശാരദക്കുട്ടിയോട് പറഞ്ഞു. 'ഉം' ശാരദ ക്കുട്ടി മൂളി. "അത്തായും അമ്മായും കല്ല്യാണകാര്യവുമായി മുന്നോട്ടു പോവുകയാണ്. അച്ചാരം പറഞ്ഞദിവസം തന്നെ നടക്കും. എനിക്ക് വയ്യ. നബീസ ഏങ്ങലോടെ പറഞ്ഞു "ച്ഛെ. എന്താ നബീസായിത്" ശാരദ ക്കുട്ടി ആശ്വസിപ്പിച്ചു. 'ചെറുക്കനെവിടാ ജോലിയെന്ന് പറഞ്ഞത്. ചെങ്ങന്നൂരെ ആശുപത്രിയിലാണ്. നബീസ പറഞ്ഞു. "വഴിയുണ്ട്. നമു ക്കവിടെപ്പോയി ചെറുക്കനോട് എല്ലാം തുറന്നുപറയാം. മാവേലിക്കരയിലെ സ്കൂളിൽ പോകുവാണന്ന് പറഞ്ഞിറങ്ങിയാൽ മതി. "അതൊന്നും നട ക്കില്ല" നബീസാ കണ്ണീരോടു പറഞ്ഞു. ശാരദക്കുട്ടി വീണ്ടും ആലോച നയിലാണ്ടു.

"നമുക്കൊരു കത്തെഴുതാം. ഉം നബീസ മൂളി. കാക്കകൾ തൊള്ള തുറന്നു കരഞ്ഞു. കാ കാ കാ.. അച്ചാരം ദിവസമടുക്കുന്തോറും നബീസക്ക് ആധികൂടി കൂടിവന്നു. ആഹാരം കഴിക്കാൻ തോന്നാതെ യായി. ദേഹം മെലിയാൻ തുടങ്ങി.

തലവേദനകൊണ്ട് മിക്കനേരവും കിടക്കയിലായി. അമ്മ ജമീലാമ്മാൾ കൂടെ കൂടെവന്ന് വഴക്കുപറയും. എന്തൊരു കിടപ്പാ. അപ്പോൾ മാത്രം നബീസാ മുറ്റത്തേക്കിറങ്ങും. വീണ്ടും മുറിക്കുള്ളിൽ കയറും. അച്ചാര ത്തിനി ഇനി നാലുനാൾമാത്രം. നബീസ ഏറെക്കുറെ കിടപ്പിലായി.

പനിയും തലവേദനയും മൂർച്ഛിച്ചു. വൈദ്യരുടെ കഷായം കുടിച്ചു. ആവി കൊണ്ടു. കുരുമുളക് കാപ്പികുടിച്ചു. നാഗൂർകണ്ണ് തലകുമ്പിട്ടുവന്ന് തെക്കേ ഇറയത്ത് വന്നിരിപ്പായി. ജമീലാമ്മാൾ വന്ന് ആകാംക്ഷയോടെ ചോദിച്ചു 'എന്തുപറ്റി' "ഹെയ്" നാഗൂർകണ്ണ് തലയാട്ടി. "ചങ്ങനാശേരി യിലെ അച്ചാരം നടക്കില്ല. നാഗൂർകണ്ണ് പറഞ്ഞു 'ങ്ങേ!' ജമീലാമ്മാൾ ഏങ്ങി – "നീ വിഷമിക്കണ്ട നാഗൂർകണ്ണ് ആശ്വസിപ്പിച്ചു. "എന്തായു ണ്ടായത്" ചെറുക്കന് താൽപര്യമില്ല അത്രതന്നെ. ഞാൻ പയ്യനെ കണ്ടി രുന്നു. നാഗൂർകണ്ണ് പറഞ്ഞു. ഉം. എന്നിട്ട് എന്തോ ആലോചിച്ചതുപോലെ പറഞ്ഞു "പൊടിപ്പയലിന് എന്താ ഒരു കുറവ്". ജമീലാമ്മാൾ ഒരക്ഷ രവും പറഞ്ഞില്ല. 'ഉം' ഒന്നു മൂളുക മാത്രം ചെയ്തു. ശാന്തമ്മ വന്ന് പൊടിപ്പയലിന്റെ കല്യാണക്കാര്യം പറഞ്ഞത് ജമീലമ്മാൾ പറഞ്ഞു. "എന്താ നീയത് എന്നോട് നേരത്തെ പറയാത്തത്. നാഗൂർകണ്ണ് ചോദിച്ചു. ജമീലാമ്മാൾ മിണ്ടിയില്ല. പൊടിപ്പയലിന്റെ അത്തായോട് ഞാൻ സംസാരി ക്കാൻ പോകുകയാണ്. അവർക്കും സമ്മതമെങ്കിൽ അതങ്ങ് നടത്താം. നിശ്ചയദിവസം തന്നെ അച്ചാരം നടക്കട്ടെ. "അതിന് പൊടിപ്പയൽ ഹൈദ രാബാദിലല്ലേ". പൊടിപ്പയൽ നാട്ടിലെത്തിയിട്ടുണ്ട് "ഞാൻ കണ്ടിരുന്നു" പൊടിപ്പയലിനു സമ്മതം. നാഗൂർകണ്ണ് പറഞ്ഞു.

മോളെ നബീസാ നാഗൂർകണ്ണ് വിളിച്ചു. നബീസ ക്ഷീണിതയായി മുഖം കുനിച്ച് ഇറയത്തേക്കിറങ്ങിവന്നു "പൊടിപ്പയലിനെ നിനക്കി ഷ്ടമാക്കുമോ? നാഗൂർകണ്ണ് മുഖവുരയൊന്നുമില്ലാ ചോദിച്ചു. അത്താ യുടെ ചോദ്യത്തിനു മുമ്പിൽ നബീസായൊന്നു പകച്ചു. പിന്നെ തലകു മ്പിട്ടുനിന്നു. നാഗൂർകണ്ണതുനോക്കി ഒന്നൂറി ചിരിച്ചു. "പൊടിപ്പയലിനെ കല്ല്യാണം കഴിക്കാൻ നിനക്ക് ഇഷ്ടമാണോന്നാ ചോദിച്ചത്" നാഗൂർകണ്ണ് വീണ്ടും ചോദിച്ചു. അറപ്പുരയുടെ പ്രചീനമായ കതക് ഞരങ്ങി. പിന്നെ മൂളി ഉം ഉം. പിന്നെ അറപ്പുര ചിരിക്കാൻ തുടങ്ങി. ദിഖിർ ചൊല്ലികൾ നാടൊട്ടുക്ക് കല്ല്യാണകഥ പാടിനടന്നു.

അശുകുശിലെ പെണ്ണുണ്ടോ ശർകോശാരം
പെണ്ണുണ്ടോ, സൗന്ദര്യവീട്ടിലെ മാപ്പിളയ്ക്ക്
ആശുകുശിലെ പെണ്ണില്ല സർകോശാരം
പെണ്ണില്ല, സൗന്ദര്യവീട്ടിലെ മാപ്പിളക്ക്
ഒരാനക്കെടുപ്പതു പൊന്നുതരാം പൊന്നിട്ട പേടകം
പൂട്ടിംതരാം. പൂട്ടാത്താക്കോലിപൊളിപ്പിച്ചുതരാം
പെണ്ണിനെ തരുമോ തോഴിമാരെ...

ദിക്കിർ കിളികളുടെ പാട്ടുകേട്ട് നാഗൂർകണ്ണ് ജമീലമ്മാളിനെ വിളിച്ച് അടുത്തിരുത്തി പറഞ്ഞു. ചങ്ങനാശേരിയിലെ പയ്യന് ആരോ കത്തയ ച്ചിരിക്കുന്നു. പൊടിപ്പയലും നബീസയും തമ്മിൽ സ്നേഹത്തിലാണന്ന്.

കത്ത് ഞാൻ കണ്ടു. കൈയ്യക്ഷരം നോക്കി ആളെ കൈയ്യോടെ പിടികൂടി. കല്ല്യാണം മുടക്കി ഈ വീട്ടിനുള്ളിൽതന്നെയാ.

'അമ്പടി കള്ളി' ജമീലമ്മാൾ പറഞ്ഞു.

ചുമ്മാതല്ല

"തലേവദനയും പനിയും വന്നത്"

എഴുത്തിലിന്റെ ഉത്തരത്തിൽ ദിഖിർപാടിക്കിളികൾ കൂടൊരുക്കുന്ന തിരക്കിലാണ്. ഇനി മുട്ടയിടണം. കുഞ്ഞുവിരിയിക്കണം. അങ്ങനെ എന്തെല്ലാം കാര്യങ്ങൾ കിടക്കുന്നു.

■

www.ingramcontent.com/pod-product-compliance
Lightning Source LLC
LaVergne TN
LVHW100321181026
850499LV00039B/931